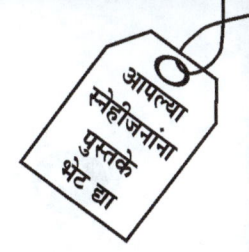
रेषा आणि रंग

वि. स. खांडेकर

मेहता पब्लिशिंग हाऊस

✆ +91 020-24476924 / 24460313

Email : info@mehtapublishinghouse.com
production@mehtapublishinghouse.com
sales@mehtapublishinghouse.com

Website : www.mehtapublishinghouse.com

- *या पुस्तकातील लेखकाची मते, घटना, वर्णने ही त्या लेखकाची असून त्याच्याशी प्रकाशक सहमत असतीलच असे नाही.*

RESHA ANI RANG by V. S. KHANDEKAR

रेषा आणि रंग / टीकात्मक लेखसंग्रह

वि. स. खांडेकर

© सुरक्षित

पुस्तकाची आतील मांडणी कायमस्वरूपी हक्क मेहता पब्लिशिंग हाऊसकडे

प्रकाशक : सुनील अनिल मेहता, मेहता पब्लिशिंग हाऊस,
१९४१, सदाशिव पेठ, माडीवाले कॉलनी, पुणे - ४११०३०.

अक्षरजुळणी : एच्. एम्. टाईपसेटर्स, ११२०, सदाशिव पेठ, पुणे ३०.

मुखपृष्ठ : चंद्रमोहन कुलकर्णी

प्रकाशनकाल : नोव्हेंबर, १९६१ / फेब्रुवारी, १९९७ /
पुनर्मुद्रण : जून, २०१५

ISBN for Printed Book 8171616666

ISBN for E- Book 9788184986723

कथाकार व टीकाकार म्हणून
महाराष्ट्राशी माझी ओळख करून देणारे

'रत्नाकर'चे
अ. स. गोखले
आणि
'यशवन्त'चे
ग. म. वीरकर
यांस

दोन शब्द

या लेखसंग्रहात गेल्या दहा-बारा वर्षांत मी लिहिलेल्या अठरा लेखांचा समावेश केला आहे. स्थूल दृष्टीने ज्याला आपण टीकात्मक लेखन म्हणतो, त्यात हे लेख मोडतील. टीकेच्या क्षेत्रात मी प्रवेश केला. तो एका परंपरागत अमेरिकन कथेत वर्णन केलेल्या छोट्या जॉर्ज वॉशिंग्टनसारखा! बापाने दिलेली कुऱ्हाड प्रत्येक झाडावर चालवून पाहण्याच्या बुद्धीने! पुढे ती हौस मावळली. (माझ्या ठिकाणी ती कायम राहायला हवी होती, असे अनेकांना अजून वाटते!) प्रौढ वॉशिंग्टन आयुष्याच्या शेवटी आपल्या आवडत्या शेतीकडे वळला. मीही आज त्याच मनःस्थितीत आहे!

कोल्हापूर **वि. स. खांडेकर**
१५ - १० - १९६१

अनुक्रम

रंगभूमीचे तीन शिल्पकार

एक

नाट्याचार्य खाडिलकरांच्या देहावसानाची वार्ता मी ऐकली तेव्हा माझे मन अनेक अविस्मरणीय अनुभूतींच्या आठवणींनी भरून गेले. त्यातला एक प्रसंग तर चित्रासारखा डोळ्यांपुढे उभा राहिला. जवळ जवळ चाळीस वर्षे होत आली! पण त्या प्रसंगाची स्मृति झाली की अजून माझे मन आनंद लहरींवर तरंगू लागते.

इंग्रजी चौथीत होतो मी तेव्हा! मोठ्या मुष्किलीने आईकडून दोन आणे पैदा करून सांगलीच्या सदासुख नाटकगृहातल्या पिटमध्ये मोठ्या दाटीवाटीने मी बसलो होतो. नाटके पाहण्याचा लहानपणापासून मला विलक्षण नाद होता. अगदी षोकच म्हणनात! त्या दिवशी 'भाऊबंदकी' पाहायला गेलेल्या माझ्या कुमार मनाला इतिहासात वाचलेल्या नारायणरावाच्या खुनावरले एक नाटक आज आपण पाहणार आहो एवढीच जाणीव होती. पण या नाटकाच्या पहिल्या अंकाचा पडदा उघडल्यापासून माझी स्थिती मोठी विलक्षण झाली. महापुराच्या लोंढ्याने एखाद्या प्रचंड वृक्षाची फांदी काटकीप्रमाणे आपल्याबरोबर गरगर फिरवीत वाहून न्यावी, त्याप्रमाणे माझे चंचल, अवखळ मन नाटकातल्या कथानकाच्या ओघाशी एकरूप होऊन धावू लागले. मी नारायणरावाच्या खुनाचा केवळ प्रेक्षक राहिलो नव्हतो. ते भयंकर कृत्य जणू काही आपल्या समोरच घडत आहे, असहाय्यपणे ते आपल्याला पाहावे लागत आहे, या भासाने माझे मन भारून आणि भारावून टाकले. बाईलवेड्या राघोबादादाची मला कीव आली. महत्त्वाकांक्षी आनंदीबाईच्या दर्शनाने माझे मन कंपित झाले. राघोबादादाने नारायणरावाच्या रक्ताने माखलेली कट्यार हातात घेऊन त्या रक्ताचा टिळा तिच्या कपाळाला लावताच माझ्या अंगावर भीतीचा काटा उभा राहिला. त्याच क्षणी आत, अगदी खोल कुठेतरी मनाच्या गाभ्यात, या पापाला प्रायश्चित्त मिळालेच पाहिजे असे मूक उद्गार निघाले. अंकामागून अंक मागे पडू लागला. दोन अंकांमधला पाच मिनिटांचा विश्रांतीचा काळही पुढे काय होते हे पाहण्याकरिता आतुर झालेल्या माझ्या मनाला युगासारखा वाटला. हा अनुभव मला अगदी नवीन होता. शेवटी चौथ्या अंकाच्या पहिल्या प्रवेशात जेव्हा रामशास्त्र्याने 'दादासाहेब, पुतण्याचा खून

करून गादी बळकावण्याचा भयंकर अपराध आपण केला आहे. त्या अपराधाबद्दल शास्त्रात देहान्त प्रायश्चित्ताशिवाय दुसरे प्रायश्चित्त नाही' असे उद्गार काढले आणि ते ठाशीव शब्द हवेत विरतात न विरतात तोच सारे नाटकगृह टाळ्यांनी कोसळून पडत आहे की काय असे वाटले, तेव्हा माझ्या मनाला अलौकिक समाधानाचा लाभ झाला. तहानेने व्याकुळ झालेल्या मनुष्यापुढे कुणीतरी अमृताने भरलेला पेला करावा तसा तो अनुभव होता. लगेच आनंदीबाईने पुढे होऊन 'देहान्त प्रायश्चित? नाही. आपण चुकून बोलला असाल शास्त्रीबुवा! नीट विचार करून सांगा– दुसरे प्रायश्चित्त असले पाहिजे' असे उद्गार काढताच माझ्या मनाचा थरकाप झाला. सत्याचा आणि न्यायाचा कैवारी असलेला हा निःस्पृह ब्राह्मण सत्तेपुढे आणि श्रीमंतीपुढे मान वाकवितो की काय, या शंकेने मी क्षणभर व्याकुळ होऊन गेलो. पण रामशास्त्र्याने ताबडतोब पूर्वीच्याच शांत धीरगंभीर स्वराने, 'नाही बाईसाहेब, नाही, दुसरं प्रायश्चित नाही. आपणासारख्या महापातकी खुन्यांची सोय लावण्याकरिता ऋषींनी शास्त्रे लिहिलेली नाहीत!' असे तेजस्वी उत्तर देताच माझा आनंद गगनात मावेनासा झाला. मी कुठल्यातरी दिव्य उदात्त वातावणात गेलो. दोन छड्या खायची पाळी आल्याबरोबर खोटे बोलणारा इंग्रजी चौथीतला विद्यार्थी राहिलो नव्हतो मी! कुठले तरी नवीनच तेज माझ्या रोमरोमांत संचारले होते. भीतीपेक्षा, संपत्तीपेक्षा, किंबहुना जगण्याच्या इच्छेपेक्षा जगात अधिक श्रेष्ठ अशी गोष्ट आहे, ती म्हणजे मनुष्याचा आत्मा, या तत्त्वाच्या जाणीवेने माझे मन उजळून गेले होते. हद्दपारीची शिक्षा भोगणाऱ्या लोकमान्य टिळकांची मूर्ती डोळ्यापुढे उभी राहावी, अशाच रीतीने रामशास्त्र्यांची भूमिका त्या वेळी रंगभूमीवर सजविली जाई. त्यामुळे त्यांच्या वाक्यावाक्यातला तेजस्वीपणा मनाला अधिकच प्रतीत होई. रंगभूमीवर प्रतिसृष्टि निर्माण करण्याचे आणि सामान्य माणसाला त्याच्या क्षुद्र, संकुचित जगातून घटकाभर विशाल, उदात्त जगात नेण्याचे सामर्थ्य प्रतिभासंपन्न नाटककाराच्या लेखणीत किती उत्कटतेने वसत असते, याची पूर्ण जाणीव मला त्या क्षणी झाली.

खांडिलकरांच्या मृत्यूने त्या जाणीवेची पुन्हा एकदा तीव्रतेने आठवण करून दिली. असा तेजस्वी नाटककार आजच्या रंगभूमीवर पडत्या काळात तर सोडाच, पण उद्या तरी निर्माण होईल की नाही, या विषयी मन साशंक झाले. मग वाटले, वृक्षवेलीप्रमाणे कलांचेहि बहर येण्याचे कालखंड असतात. एक बहर संपल्यावर ऋतुचक्राचा फेरा पुरा झाल्याशिवाय दुसरा बहर येणे मोठे कठीण असते. कोल्हटकर, खाडिलकर आणि गडकरी यांच्या प्रतिभांनी वैभवशाली केलेल्या कालखंडाची पुनरावृत्ती मराठी रंगभूमीवर व्हायला बराच अवधि जावा लागेल.

अठराशे अठ्ठ्याण्णवापासून एकोणीसशे अठरा पर्यंतची वीस वर्षे हा मराठी रंगभूमीच्या प्रगतीचा, उत्कर्षाचा आणि वैभवाचा काळ होता. वरेरकरांची अनेक व

इतरांची तुरळक चांगली नाटके हा कालखंड संपल्यानंतर निर्माण झाली आणि अत्र्यांच्या प्रतिभेचे कर्तृत्व व रांगणेकरांच्या बुद्धीचे चापल्य ही दोन्ही नंतरच्या काळात रंगभूमीवर चमकली हे खरे आहे. पण १८९८ ते १९१८ या काळातल्या रंगभूमीच्या विकासाशी स्पर्धा करू शकेल असे वैभव त्यानंतर मराठी नाट्यकलेला कधीच लाभले नाही. त्या काळी नाटकाशिवाय बहुजनसमाजाला दुसरी बौद्धिक करमणूक उपलब्ध नव्हती. त्यामुळे आजच्या पन्नास आठवडे चालणाऱ्या बोलपटांनाही न लाभणारी लोकप्रियता माधवराव पाटणकरांच्या 'सत्यविजया' ला आणि राजापूरकर मंडळीच्या 'तुकारामा'ला मिळत असे. पण हे काही तत्कालीन रंगभूमीच्या वैभवाचे प्रमुख कारण नव्हते. या तीस वर्षात भिन्न प्रकृतीचे पण प्रतिभाशाली असे तीन नाटककार मराठी नाट्यकलेच्या सेवेला अहमहमिकेने सादर झाले. आपल्या प्रतिभेच्या आविष्काराचे सर्वोत्कृष्ट साधन म्हणून त्यांनी मोठ्या ईर्ष्येने नाटके लिहिली. दोन दोन वर्षे संकल्पित नाटकांची कथानके मनात घोळवून, त्यांच्याशी संपूर्णपणे समरस होऊन आणि आपल्या प्रतिभेच्या साऱ्या सौंदर्याची आणि सामर्थ्याची त्या चिंतनाला जोड देऊन त्यांनी आपल्या कलाकृती निर्माण केल्या. त्यामुळेच त्या कालखंडाला असामान्य असे ऐश्वर्य प्राप्त झाले. कोल्हटकर, खाडिलकर व गडकरी हेच ते तीन नाटककार होत.

या कालखंडाच्या आरंभीच देवलांची 'शारदा' रंगभूमीवर आली. खऱ्याखुऱ्या प्रभावी सामाजिक नाटकाचे दर्शन या कृतीने लोकांना घडविले यात संशय नाही. 'शारदे'ची लोकप्रियता अलौकिक होती. या काळाच्या शेवटी देवलांचे 'संशयकल्लोळ' लोकांच्यापुढे आले. स्वभाव व प्रसंग यावर आधारलेल्या सहजसुंदर विनोदामुळे तेही फार लोकप्रिय झाले. असे असूनही या कालखंडावर देवलांच्या प्रतिभेचा ठसा उमटला आहे असे मात्र इतिहासकाराला म्हणता येणार नाही. एकतर अठरा वर्षांच्या दीर्घ अवधीत त्यांची ही फक्त दोनच नाटके रंगभूमीवर आली. 'शारदा' आणि 'संशयकल्लोळ' आपापल्यापरी फार चांगली असली, तरी त्यांची परंपरा मुळीच निर्माण झाली नाही. ती निर्माण होणेही कठीण होते. देवलांच्या नाट्यगुणांचे वैशिष्ट्य व्यक्तिगत होते. त्यांचे अनुकरण करणे जसे सोपे नव्हते, तसा नव्या लेखकांना आपल्याकडे आकर्षून घेईल असा कल्पनेचा लखलखाट अथवा भावनांचा खळखळाटही त्यांच्यात नव्हता.

यामुळे या वीस वर्षांत मराठी रंगभूमीचा जो विकास झाला त्याचे श्रेय मुख्यतः कोल्हटकर, खाडिलकर व गडकरी यांनाच दिले पाहिजे. कुठल्याही वाङ्मयक्षेत्रात एकाच वेळी भिन्न प्रवृत्तीचे अनेक प्रतिभाशाली लेखक निर्मिती करू लागले, म्हणजे त्यांचे एकमेकांवर आणि त्या क्षेत्रावर जे संस्कार होतात, ते पाहणे मोठे मौजेचे असते. कुठल्याही कलावंताच्या निर्मितीमध्ये प्रतिभेचा भाग किती होता, विशिष्ट

परिस्थितीत त्याचा आविष्कार कसा झाला, कला आणि काल यांचे परस्परसंबंध कसे असतात, इत्यादी प्रश्नांवर अशा ऐतिहासिक दृष्टीने केलेल्या समालोचनात थोडाफार प्रकाश पडू शकतो. त्या दृष्टीनेच मी या तिघा नाटककारांचा त्रोटक परामर्श घेणार आहे.

दोन

या तिघांनाही चाहते आणि टीकाकार यांची सहसा वाण पडली नाही. त्या वेळच्या विद्यार्थ्यांत राजकारणाविषयी वादविवाद सुरू झाला म्हणजे कुणी नेमस्तांचा कैवार घेऊन टिळकांची निंदा करावी, कुणी राष्ट्रीय पक्षाचा पुरस्कार करून गोखल्यांना हिणवावे, असे प्रकार नेहमी चालत. नाट्य हा त्या काळातला लोकांचा सर्वांत आवडता वाङ्मयप्रकार असल्यामुळे त्याच्या चर्चेतही असले पक्षोपपक्ष नित्य दिसून येत. कुणी खाडिलकरांची नाटके ऐतिहासिक व पौराणिक कथानकांवर उभारलेली असतात म्हणून त्यांच्या प्रतिभेची किंमत कमी लेखावी, कुणी कोल्हटकरांची नाटके रंगभूमीवर खाडिलकरांच्या इतकी लोकप्रिय होत नाहीत म्हणून त्यांचा अधिक्षेप करावा, कुणी गडकऱ्यांच्या नाटकांवर पडलेली कोल्हटकरांची छाया पाहून त्यांच्या नाटकांकडे तुच्छतेने पाहावे, असे तेव्हा वारंवार घडे. सर्वसामान्य वाचकात आणि प्रेक्षकातच हा मतामतांचा गलबला चाले असे नाही. चांगल्या अभिनयपटु आणि सुबुद्ध टीकाकारांतही त्याचा आढळ होई. किर्लोस्कर नाटक मंडळीच्या रंगभूमीवर 'मानापमान' नाटक अतिशय यशस्वी झाले. कंपनी खोऱ्याने पैसे ओढू लागली. त्या वेळी 'मानापमाना'त लक्ष्मीधराची भूमिका मोठ्या यशस्वीपणाने करणाऱ्या बोडसांसारख्या मार्मिक नटाने खालील उद्गार काढल्याचे नुकतेच प्रसिद्ध झाले आहे– 'पैसा मिळवायला खाडिलकरांची नाटके उपयोगी असली, तरी प्रेस्टिजकरितां कोल्हटकरांचीच नाटके कंपनीला हवीत.' कोल्हटकरांचे 'प्रेमशोधन' नाटक अश्लील आहे, असा जावईशोध त्या वेळी कित्येकांनी लावला होता, हे ते नाटक आज वाचणाराला खरेही वाटणार नाही! हा शोध लावणारे त्या काळातले कुणी कृष्णराव मराठे नव्हते! मोठे रसिक आणि नामांकित लेखक होते ते! खाडिलकरांच्या 'विद्याहरणा' वर तर नुसत्या गोफणगुंड्यांचा मारा झाला. 'ज्ञानप्रकाशा'त त्या टीकेचे लेखांकामागून लेखांक येत होते. अरबी भाषेतल्या सुरस गोष्टींप्रमाणे ही टीकाहि कधीच संपणार नाही, असे त्या वेळी मला वाटत असे! खाडिलकरांनी शिष्यवर व रसिका या दारूबाज पात्रांच्या द्वारे गळोटीची (नेकटायची), व्यसनी विद्वानांची आणि सुधारणेच्या नावाखाली स्वैराचाराचा धिंगाणा घालणाऱ्या व्यक्तींची जी कुचेष्टा केली होती तीच, बहुधा या कडक टीकेच्या मुळाशी असावी! सनातनी लोकांनी कोल्हटकरांच्या

नाटकांकडे उपहासाने पाहावे आणि सुधारकांनी खाडिलकरांच्या नाटकांची टवाळकी करावी, असे त्या वेळी अनेकदा घडे. नाट्यमूल्य, वाङ्मयीन मूल्य आणि सामाजिक मूल्य यांचे निकष बाजूला राहून दुय्यम अप्रस्तुत गोष्टीवरच अशा स्तुतिपाठकांचा आणि निंदकांचा भर असे. कोल्हटकरांचे 'मतिविकार' हे पुनर्विवाहावरले नाटक पाहून लोक बिघडतील या भीतीने नाटकगृहाच्या दारावर एक प्रख्यात सनातनी लेखक पिकेटिंग करण्याकरिता उभे राहिले होते, अशी कथा सुद्धा मी ऐकली आहे. अर्थात्, तोडीला तोड म्हणून आपला प्रचार करण्याकरिता सुधारक पक्षाचे तरुण वक्तेही तिथे उपस्थित झाले असे म्हणतात! नाटक पाहायला आलेल्या बिचाऱ्या प्रेक्षकांना दोन्ही बाजूंच्या या तोफांच्या गडागडाटातून आत जाताना काय वाटले असेल ते त्यांचे त्यांनाच ठाऊक! कदाचित् इसापनीतीतल्या दोन बायकांच्या दादल्यासारखी त्यांची स्थिती झाली असेल!

या काळाच्या अशा अनेक गमतीदार गोष्टी सांगता येतील. पण कलेचे मूल्यमापन समकालीनांकडून वस्तुनिष्ठ दृष्टीने क्वचितच होते, एवढाच त्या सर्वांचा निष्कर्ष आहे. अवास्तव स्तुति आणि फाजील निंदा, वैयक्तिक आवड किंवा नावड, अप्रस्तुत गोष्टींना भलतेच महत्त्व देण्याची प्रवृत्ति, यापैकी कशाने ना कशाने तरी समकालीनांचे मूल्यमापन डागाळण्याचा फार संभव असतो. कलावंत आपल्या समोर वावरत असताना त्याचे मोठेपण मान्य करण्याची प्रवृत्ती अहंकारामुळे किंवा आंधळेपणामुळे अनेकांच्या ठिकाणी आढळत नाही. कीर्ति मृतांनाच माळ घालते, असे उद्गार अनेक कलावंत वैतागाने काढतात! त्यांचे तरी दुसरे मर्म काय आहे? लोकाभिरुचीच्या समुद्रावर तात्कालिक लोकप्रियतेच्या नव्या नव्या लाटा उठत असतात. वर्तमानकाळाची अनेक मते त्या लाटांच्या आधारावरच विराजमान झालेली दिसतात. चाळशीच्या भिंगावर धुळीचे बारीक कण उडावेत, त्यातच पाण्याचे काही तुषार त्यांना स्पर्श करून जावेत आणि त्या भिंगांतून पाहणाराला स्पष्ट असे काही दिसू नये! वैयक्तिक व सामाजिक पूर्वग्रहांमुळे आणि वस्तुनिष्ठ मूल्यमापनाला आवश्यक असलेल्या स्थलकालांच्या अंतराच्या अभावामुळे समकालीन टीकेचीही अनेकदा अगदी अशीच स्थिती होते. त्यामुळे दोन अडीच तपांपूर्वी या तीन नाटककारांविषयी विवेचन करताना नकळत जो दोष निर्माण होत असे तो आता संपूर्णपणे नाहीसा होण्याचा संभव आहे. हे तिघेही श्रेष्ठ साहित्यिक काळाच्या पडद्याआड गेले आहेत. त्यांच्याविषयीचे रागलोभ जवळजवळ मावळून गेले आहेत. रंगभूमीवरले त्यांचे कर्तृत्व हा आता इतिहासाचा विषय झाला आहे. म्हणून ऐतिहासिक दृष्टीने आणि कलात्मक कसोटीने त्यांच्या गुणदोषांची मीमांसा करणे आता पूर्वीइतके कठीण नाही. मराठी रंगभूमीच्या प्रगतीच्या दृष्टीने तर ती एक अत्यंत आवश्यक गोष्ट आहे. भूतकालातल्या चांगल्या गोष्टी ही नेहमीच उज्ज्वल

भविष्यकालाची शिदोरी असते. मराठी नाट्यकलेचे वैभव वृद्धिंगत करणाऱ्या या नाटककारांच्या चिकित्सक अभ्यासांतून भावी रंगभूमीला अनेक नवेनवे प्रयोग करून पाहण्याची स्फूर्ती निःसंशय मिळू शकेल. या हेतूनेच या तिघांविषयी तुलनात्मक दृष्टीने मी हे चार शब्द लिहीत आहे.

तीन

कोल्हटकर व खाडिलकर हे अगदी समकालीन साहित्यिक. कोल्हटकर १८७१ मध्ये जन्मले. खाडिलकर १८७२ त! दोघांचे उच्च शिक्षण पुण्याच्या डेक्कन कॉलेजातच झाले. खाडिलकर पदवीधव झाल्यानंतर लौकरच टिळकांना मिळाले नसते, तर कोल्हटकरांप्रमाणे एल्. एल्. बी. होऊन त्यांनीही वकिलीचा पेशाच पत्करला असता. ते तसे झाले नाहीत, हे मराठी रंगभूमींचे खरोखर फार मोठे भाग्य म्हटले पाहिजे. वकिलीमुळे तेल्हार, खामगाव, जळगाव, जामोद वगैरे वऱ्हाडातल्या गावी कोल्हटकरांचे ऐन उमेदींचे किंबहुना उतरणीवरलेहि आयुष्य गेले. हे जीवन त्यांच्या नाट्यप्रतिभेच्या विकासाला– अंशतः का होईना– मारक झाले. त्या काळी महत्त्वाच्या राजकीय किंवा सामाजिक घडामोडी मुंबई-पुण्यासारख्या शहरीच तीव्रतेने जाणवत असत. जिल्ह्याच्या शहरीसुद्धा नवनव्या चळवळींची, कल्पनांची आणि ध्येयांची आंदोलने फार मंद गतीने पोचत. मग तालुकेवजा गावाची गोष्ट तर बोलायलाच नको! तिथल्या महापंडिताची स्थितिसुद्धा रिप व्हॅन विंकलसारखी होई. विविध प्रकृतीच्या माणसांशी, नानाविध नवे स्वरूप घडविणाऱ्या अनेक दृश्य-अदृश्य शक्तींशी निकट संबंध येऊन प्रतिभेला जे नवे नवे पैलू पडत जाण्याचा संभव असतो, त्याचा फायदा कोल्हटकरांना कधीच मिळाला नाही. मूळच्या भांडवलावरच त्यांना जन्मभर व्यापार करावा लागला. अभ्यासाने साध्य होण्याजोगे सर्व काही त्यांनी मिळविले होते हे खरे; पण अभ्यास अनुभवाची उणीव संपूर्णपणे भरून काढू शकत नाही. दृश्य काव्य लोकांपुढे मांडू इच्छिणाऱ्या लेखकाने केवळ प्रतिभेवर आणि पांडित्यावर विसंबून राहण्यात मोठा धोका असतो. एक वेळ कवी किंवा कथाकार चार भिंतीत स्वतःला कोंडून घेऊन उत्कृष्ट निर्मिती करू शकेल. खोलीच्या खिडकीतून दिसणारे जग त्याच्या प्रतिभेच्या पोषणाला पुरेसे होईल; पण दैनंदिन जीवनाशी, त्यातल्या हास्यास्पद व आव्हानकारक प्रवृत्तींशी, रम्य आणि उग्र अशा संघर्षाशी, सुष्टदुष्ट आणि लहान-मोठ्या माणसांच्या स्वभावांशी व संभाषणांशी नाटककारचा निकट परिचय असला पाहिजे. कोल्हटकरांच्या व्यवसायामुळे ही संधी त्यांना कधीच मिळाली नाही. दरवर्षी उन्हाळ्याच्या सुट्टीत ते पुण्या-मुंबईच्या बाजूला येत; पण त्यांचा सारा वेळ आप्तेष्टांना व स्नेह्यासोबत्यांना भेटण्यात, नवनव्या

साहित्यिकांचा परिचय करून घेण्यात आणि काव्यशास्त्रविनोदाची बौद्धिक मेजवानी देण्याघेण्यात जाई. वर्षांतले अकरा महिने त्यांना आपल्या व्यवसायाच्या लहानशा गावी ठरीव वर्तुळात काढावे लागत. अच्युतराव कोल्हटकरांनी श्रीपाद कृष्णांना सेंट हेलिनाच्या बेटात बंदिवान होऊन पडलेल्या नेपोलियन बोनापार्टची उपमा जी एकदा दिली होती ती याच कारणासाठी!

साहजिकच स्वतःच्या सौंदर्यलोलुप आणि विनोदप्रवण प्रतिभेचा आविष्कार हा कोल्हटकरांच्या नाटकांचा आत्मा झाला. रसाच्या उत्कटतेपेक्षा कल्पनेच्या विकासाला त्यांच्या नाट्यलेखनात प्राधान्य मिळाले. त्यांचे चुलते वामनराव कोल्हटकर वऱ्हाडातले मोठे गाजलेले सुधारक होते. त्यांचे संस्कार कोल्हटकरांच्या मनावर फार लहानपणापासून झाले असावेत. सामाजिक सुधारणेच्या कैवाराचे प्रतिबिंब त्यांच्या अनेक नाटकात पडले आहे; पण त्याचा उगम आगरकरांच्या वाङ्मयात नाही, हे कटाक्षाने लक्षात ठेवले पाहिजे. हा कैवार व्यक्त करण्याकरिता साध्या, सरळ, आपल्या सभोवताली समाजात सहज घडू शकणाऱ्या कथानकाचा आश्रय करण्याची पद्धती त्यांनी सहसा स्वीकारली नाही असे दिसून येईल. अपवाद म्हणून फक्त 'जन्मरहस्या'चा उल्लेख करावा लागेल. तसे पाहिले तर त्यांच्या 'गुप्तमंजूष' नाटकातला मध्यवर्ती विषय अजूनही मराठी रंगभूमीला नाट्यकथा पुरवीत राहिला आहे. स्त्री आणि पुरुष यांच्यातला संघर्ष हाच तो विषय होय. 'कुलवधू' आणि 'गृहदाह' इत्यादी नाटकातला मुख्य संघर्षबिंदू 'गुप्तमंजूषा'तहि बीजरूपाने आढळतो यात मुळीच संशय नाही. त्या नाटकाच्या पहिल्याच प्रवेशात राजा मेघनाथ व त्याची पत्नी सौदामिनी यांच्यामध्ये स्त्रीशिक्षणांसंबंधाने मोठा वाद होतो. मेघनाथ प्रथम स्त्रियांच्या कर्तृत्वाची आणि पुरुषांची बरोबरी करू पाहणाऱ्या त्यांच्या ध्येयवादाची थट्टा करतो. पण शेवटी तो सौदामिनीला म्हणतो, 'हल्लीच्या काळी विद्वान असून गृहकार्यात आनंद मानणारी, विद्येने थोर असून ज्ञानाने लवलेली अशी एक जरी स्त्री दाखविली, तरी मी राज्यात चोहोकडे स्त्रियांच्या पाठशाळा स्थापण्याचे तुला वचन देतो.' पतिपत्नीचे युद्ध अशा रीतीने सुरू होते. पण ते लढले जाते अद्भुतरम्य अशा पार्श्वभूमीवर! या वादविवादानंतर सौदामिनी मेघनाथाला न सांगता शिकण्याकरिता दूर निघून जाते. पुरुष-वेष धारण करून ती सहा वर्षे वैद्यकीचे शिक्षण घेते. मग आपल्या मुलीच्या स्वयंवराच्या वेळेला येऊन तिच्या प्राप्तीकरिता लावलेला एक शाब्दिक पण ती जिंकते. आणि शेवटी नाटकातल्या खलपुरुषाने मेघनाथावर केलेला विषप्रयोग आपल्या ज्ञानाने ओळखून ती पतीला रोगमुक्त करते!

प्राचीन काळातल्या काल्पनिक राजे-राण्या निर्माण करून आणि त्या काळाला शोभतील अशा संकेतांचा आणि घटनांचा आश्रय करून प्रचलित सामाजिक प्रश्नांचा परामर्श घेण्याची कोल्हटकरांची ही पद्धत आज आपल्याला मोठी धेडगुजरी

वाटते, पण तिचे मूळ जसे कल्पना चमत्कृतीच्या आहारी गेलेल्या लेखकाच्या प्रतिभेत आहे, तसे ते सामाजिक मनाच्या तत्कालीन आवड-निवडीतही आहे. इंग्रजी राज्याबरोबर अनेक नवनव्या कल्पनांची बीजे हिंदी जीवनाच्या प्रत्येक क्षेत्रात पडली हे खरे; पण बहुसंख्य समाजाचे मन या बदललेल्या काळातही भूतकालाकडून वर्तमानाकडे फारसे वळले नव्हते. सामान्य मनुष्य, हा अजून त्याच्या दृष्टीने जीवनाचा नायक झाला नव्हता. राजकीय गुलामगिरीचे शल्य समाजाच्या मनात सदैव सलत असल्यामुळे त्याला अनुरूप असे प्रचारात्मक आणि कलात्मक वाङ्‌मयही त्या काळी विपुल प्रमाणात निर्माण होत होते. त्याची पाळेमुळे बहुधा भूतकालात गुंतलेली असत. हरिभाऊ आपट्यांच्या ऐतिहासिक कांदबऱ्या किंवा खाडिलकरांची 'कांचनगडची मोहना,' 'कीचकवध' इत्यादी नाटके याच वेळी निर्माण झाली. हे सारे लक्षात घेतले म्हणजे कोल्हटकरांनी सामाजिक सुधारणेचे प्रश्न रंगभूमीवर मांडतांना ते भूतकालच्या पार्श्वभूमीवर का उभे केले याचा थोडासा उलगडा होतो.

त्यांच्या नाटकात तीन भिन्न विशेषांचे मिश्रण झाले आहे. कल्पनारम्यता, विनोदप्रवणता आणि सहेतुकता या मिश्रणाने तत्कालीन सुशिक्षितांच्या बुद्धीची भूक भागविली आणि त्यांच्या कल्पनेला हसविले-खेळविले, यात मुळीच शंका नाही. वैचित्र्यपूर्ण अशी स्वतंत्र कथानके गुंफणारे आणि कल्पक विनोदाने भरलेले संवाद फुलवून प्रेक्षकांना आनंदतरंगावर झुलवीत ठेवणारे नाटककार आपल्याकडेही निपजू शकतात, याची खात्री त्या वर्गाला या नाटकांनी पटविली. पण हे तीन भिन्नविशेष एकमेकात मिसळून गेले नाहीत. त्यामुळे या मिश्रणानेच कोल्हटकरांच्या नाटकात अनेक वैगुण्ये निर्माण केली.

कोल्हटकरांचा प्रकृतिधर्म मूळचा सौम्य. ते भव्यतेपेक्षा रम्यतेचे उपासक होते. त्यांची प्रतिभाही मुख्यतः विनोदकाराची. त्यामुळे त्यांनी मोलिअरसारखी फारशी गुंतागुंत नसलेली व परिहास आणि उपहास यांनी भरलेली नाटके लिहिली असती, सामाजिक प्रश्नांचे दिग्दर्शन अशा विनोदी नाटकांच्या द्वारे खुसखुशीतपणे करण्याचे कंकण त्यांनी हाती बांधले असते, तर त्यांच्या नाटकांचे स्वरूप फार निराळे आणि अधिक कलात्मक झाले असते. पण तत्कालीन सर्व सुशिक्षितांप्रमाणे कोल्हटकरांवरही शेक्सपिअरचा पगडा होताच. मात्र प्रकृतिधर्मामुळे त्यांनी त्याच्या शोकांतिकेपेक्षा सुखांतिकेचा नमुनाच आपल्या नजरेपुढे ठेवला असावा! शेक्सपिअरच्या हॅम्लेट, मॅकबेथ, ऑथल्लो वगैरे प्रभावी शोकांतिकांत उपकथानकाची गुंतागुंत जवळ जवळ नाहीच. तसली गुंफण त्याच्या सुखांतिकांतच आढळून येते. स्त्रीने पुरुषवेष घेऊन समाजात वर्षानुवर्षे वावरणे, एखाद्या राजाने राज्य गमावून अरण्यात जाऊन राहणे आणि तिथे निर्वासित राजकन्येची प्रणयकथा सुरू होणे इत्यादी त्याच्या सुखांतिकांत

आढळून येणारे अनेक कल्पनारम्य संकेत कोल्हटकरांच्या नाटकातही आपल्याला भेटतात. अशा गुंतागुंतीच्या कथानकात सर्व घटना प्रेक्षकांना नीट कळाव्यात म्हणून अनेक छोट्यामोठ्या प्रवेशांचा नाटककाराला आश्रय करावा लागतो. मग स्वभावविकासापेक्षा कथारचनेवर त्याची दृष्टी केंद्रीत होते. त्यामुळे मुख्य कथेची एकाग्रता व नायक-नायिकांच्या जीवनाची उत्कटता यांच्यातून निर्माण होणाऱ्या रसोत्कर्षाला नाटकात फारसा अवसर मिळत नाही. नाट्यकथा ही जणू काही वादरूपाने सांगितलेली एक छोटी कादंबरीच आहे आणि नाटकातले प्रवेश ही त्या कादंबरीची लहानमोठी प्रकरणे आहेत, असे मानूनच नाटकाराला आपल्या कथानकाची मांडणी करणे भाग पडते. 'मूकनायका'सारख्या अनेक दृष्टींनी सुंदर असणाऱ्या नाटकातसुद्धा ही वैगुण्य टाळणे कोल्हटकरांना साधले नाही.

'मतिविकार' हे कोल्हटकरांचे पहिले खरेखुरे सामाजिक नाटक! त्याचा विषय पुनर्विवाहाचे मंडन हा आहे. विनोदी प्रतिभेलाच सुचेल अशा पद्धतीने तो मांडण्याची शक्ति त्यांच्या ठिकाणी किती मोठ्या प्रमाणात होती, याची चुणूकही या नाटकात स्पष्ट दिसते. बालविधवा नायिका चंद्रिका हिचा भाऊ विहार सनातनी मंडळींचा प्रतिनिधी आहे. तो विधवांचा पुनर्विवाह निषिद्ध मानतो. अर्थात, पुरुष दुर्दैवाने विधुर झाल्यास त्यानेही दुसरे लग्न न करता व्रतस्थ राहून जीवन कंठिले पाहिजे, हे न्यायाच्या दृष्टीने त्याला कबूल करावेच लागते. आपल्यावर असा प्रसंग आला तर आपण दुसरे लग्न न करता कुठेतरी समाजसेवा करीत आयुष्याचे उरलेले दिवस घालवू, अशी तो प्रतिज्ञा करतो. चंद्रिकेवर प्रेम करणारा चकोर त्याचे दात त्याच्याच घशात घालून पुनर्विवाहाला त्याची संमती मिळविण्याकरिता एका गोड कपटाचा आश्रय करतो. विहाराची बायको तरंगिणी माहेरी जात असता विहिरीत पडून बुडाल्याची अफवा तो उठवितो. विहार शोकाकुल होऊन चकोराचा थोरला भाऊ मनोहर याच्या आश्रमात शिक्षक म्हणून राहतो. तरंगिणी तिथेच असते. तोंडावर बुरखा घेऊन परप्रांतीय स्त्री म्हणून ती आश्रमात वावरते. या बुरखेवालीला पाहताच विहाराच्या मनाची चलबिचल होते. आपल्या प्रतिज्ञेचा त्याला विसर पडू लागतो. शेवटी तो तिच्याशी बोलताना आपल्या पहिल्या बायकोच्या रूपाची आणि स्वभावाची यथेच्छ निंदा करून 'तुझ्यावर माझे प्रेम जडले आहे' असे तिला सांगतो. तोंडावरला बुरखा दूर करून आपल्या मुखचंद्राचे दर्शन देण्याविषयी तो तिच्या पाठीमागे लागतो. शिवटी तरंगिणी बुरखा दूर करते. तिचे खरे स्वरूप प्रकट झाल्याबरोबर नाटकगृह किती वेळ हास्यलहरींनी खळखळत राहत असेल, याची कुणालाही सहज कल्पना करता येईल!

लेखकाच्या प्रतिभेच्या प्रकृतिधर्माशी सुसंगत असलेले आणि त्याच्या तरल कल्पकतेला परिपूर्ण अवसर देणारे असे हे कथासूत्र आहे. पण 'मतिविकार' च्या गुंफणीत एक आवश्यक दुवा एवढेच स्थान त्याला मिळाले आहे. चकोर व चंद्रिका

यांची नाट्य-विषयाच्या दृष्टीने महत्त्वाची अशी प्रेमकथाही अगदी बाजूला पडल्यासारखी झाली आहे. चंद्रिकेचा म्हातारा बाप आनंदराव, त्याची तरुण बायको सरस्वती, तिला शिकवायला येणारा श्रेष्ठ चारित्र्याचा समाजसेवक मनोहर, सरस्वतीचे मनोहरावर जडणारे प्रेम, तिच्या स्वैर मनाला आळा घालण्याचे मनोहराचे प्रयत्न इत्यादी गोष्टींनी या नाटकाचा फार मोठा भाग व्यापला आहे. हे सर्व प्रवेश आकर्षक आहेत. पण नाट्यवस्तूच्या विकासाच्या आणि त्याला पोषक अशा रसोत्कर्षाच्या दृष्टीने त्यांना मिळालेले महत्त्व अवास्तव आहे. पात्रे व प्रसंग यांची विपुलता लघुकथेप्रमाणे नाटकाच्याही उत्कटतेला मारक होते. कथानकाची ही विलक्षण गुंतागुंतीची गुंफण कोल्हटकरांना कदाचित् अनिच्छेनेही स्वीकारावी लागली असेल. आठ-दहा गाणारी पात्रे व त्या सर्वांची मिळून शेदीडशे पदे त्या वेळच्या नाटकात आढळतात, तसाच हाही मामला असण्याचा संभव आहे. त्यांची नाटके करणाऱ्या किर्लोस्कर मंडळीत अनेक छोटेमोठे गुणसंपन्न नट होते. त्या सर्वांची तरतूद नाटकात करायची असे एकदा ठरविले म्हणजे पात्रांची काटकसर कशी करायची? मग पात्रांबरोबर प्रसंग वाढायचे आणि ते सर्व प्रसंग समाविष्ट होतील अशी कथानकाची चौकट तयार करायची, हे क्रमप्राप्तच होते.

'जन्मरहस्य' नाटकात कोल्हटकरांनी ही अवास्तव गुंतागुंतीची गुंफण सोडून दिली. त्या नाटकात रहस्य आहे. पण ते रसपरिपोषक होईल असेच आहे. अवघ्या सात पात्रांवर उभारलेले हे नाटक आरंभापासून मनाची पकड घेते. त्यात उपकथानकाच्या चमत्कृतीपेक्षा कथानकाच्या एकाग्रतेवर आणि वैचित्र्यपूर्ण प्रसंगांपेक्षा स्वभावविकासांतून निर्माण होणाऱ्या नाट्यावर कोल्हटकरांनी अधिक भर दिला आहे. अगदी शेवटी शेवटी त्यांच्या नाट्यलेखनाने घेतलेले हे वळण 'गुप्तमंजूषा' व मतिविकार' या नाटकांच्या वेळी त्याला मिळाले असते, तर मराठी रंगभूमीची प्रगती फार निराळ्या दिशेने झाली असती. कदाचित् तिचा वाङ्मयीन अपमृत्यु टळलाही असता.

चार

खाडिलकरांच्या नाटकांकडे पाहिले तरी वरच्या त्रुटित विवेचनात जाता जाता उल्लेखिलेल्या अनेक सामाजिक व वाङ्मयीन सिद्धान्तांचे आपल्याला दर्शन होते. कोल्हटकर सामाजिक सुधारणेचा हिरीरीने कैवार घेणाऱ्या वातावरणात लहानाचे मोठे झाले. त्यामुळे कल्पनारम्य कथानकातूनही त्यांनी सामाजिक तत्त्वे सूचित करण्याचा प्रयत्न केला. उलट खाडिलकर सांगलीच्या सनातनी वातावरणात वाढले. त्यांना सामाजिक सुधारणेविषयी आपुलकी अशी कधीच वाटली नाही. साहजिकच पौराणिक व ऐतिहासिक कथानकातून जिव्हाळ्याचे वाटणारे राजकीय प्रश्न त्यांनी

नाट्यपूर्ण रीतीने रंगविले. कोल्हटकर स्वभावातः सौंदर्याचे उपासक, तर खाडिलकर सामर्थ्याचे पूजक! कोल्हटकरांना रम्यतेचे आकर्षण, खाडिलकरांना भव्यतेचे! 'मृच्छकटिक' हे कोल्हटकरांचे आवडते नाटक, उलट 'उत्तररामचरित' खाडिलकरांना फार प्रिय! पदवीधर होताच खाडिलकर 'केसरी'त गेले. तिथे जीवनातल्या भव्यतेचे, उग्रतेचे आणि उदात्ततेचे चिंतन करणाऱ्या त्यांच्या प्रतिभेचा विकास झाला. कोल्हटकरांपेक्षा कितीतरी मोठ्या प्रमाणात त्यांच्यावर शेक्सपिअरची छाया होती! पण कोल्हटकरांपुढे त्या महाकवीच्या सुखांतिकांचे नमुने होते. खाडिलकरांनी त्यांच्या शोकांतिका आपल्यापुढे आदर्श म्हणून ठेवल्या. 'भाऊबंदकी' हे त्यांचे बंदिस्त, नाट्यपूर्ण आणि गुणसंपन्न नाटक आहे. त्याची रचना पूर्णपणे स्वतंत्र आहे; पण त्यातली राघोबा आणि आंनदीबाई ही पात्रे रंगविताना मॅकबेथ व लेडी मॅकबेथ त्यांच्या डोळ्यापुढे सतत उभी असावीत असे वाटल्यावाचून राहत नाही.

शेक्सपिअरच्या शोकांतिकांची ही आवड खाडिलकरांच्या नाट्यकलेला फार उपकारक ठरली. त्यांच्याभोवती देशात नित्य नव्या नव्या घडामोडी घडत होत्या. आज कर्झनसारख्या गोऱ्या राजप्रतिनिधीने उन्मत्त उद्गार काढून दास्यांत खितपत पडलेल्या भारतीय जनतेचा अपमान करावा, उद्या देशाच्या उद्धाराकरिता धडपडणाऱ्या पुढाऱ्यांतच दुफळी माजून राष्ट्रीय सभेची शकले व्हावीत, परवा टिळकांसारख्या धीरगंभीर लोकनेत्यावर हद्दपारीची शिक्षा भोगण्याची पाळी यावी– या साऱ्या घटना खाडिलकरांच्या दृष्टीने अतिशय जिव्हाळ्याच्या होत्या. त्यांचा नाट्यात्मक आविष्कार करण्याचा त्यांनी मोठ्या कसोशीने प्रयत्न केला. त्यात त्यांना अपूर्व यशही मिळाले. 'कीचकवध,' 'भाऊबंदकी' व 'सत्त्वपरीक्षा' या तीन नाटकांचा उगम वर उल्लेखिलेल्या घटनांत आहे, हे आजच्या पिढीचा वाचकसुद्धा सहज ओळखू शकेल. राजकीय पारतंत्र्याविरुद्ध चाललेल्या देशाच्या झगड्यात जनतेचे धैर्य कायम ठेवावयाचे, आपापसातल्या दुहीने कार्याचा सत्यानाश होतो हे तत्त्व तिच्या मनावर बिंबवायचे, उच्च ध्येयासाठी वनवास भोगणारा महात्मा कोणत्याही परिस्थितीत आपल्या तत्त्वनिष्ठेपासून रेसभरही ढळत नाही हा आदर्श लोकांपुढे ठेवायचा– खाडिलकरांच्या कलेचा उगम या व अशा प्रकराच्या प्रभावी प्रेरणात होता. तिला कुशल नाट्यदृष्टीची जोड मिळाल्यावर ही नाटके मोठी परिणामकारक वठली. आपल्याला जे सांगायचे आहे त्याच्या आविष्काराला अनुकूल अशा पौराणिक व ऐतिहासिक कथा निवडण्यात तर त्यांनी चातुर्य दाखविलेच, पण त्या चातुर्यापैक्षाही अधिक महत्त्वाची गोष्ट म्हणजे त्यांची नाट्यदृष्टी. ती जितकी स्वच्छ तितकीच तीव्र, जेवढी सूक्ष्मदर्शक तेवढीच दूरचे पाहणारी अशी आहे. मुळातले अद्भुतरम्य असे कथानक त्यांच्या या विशिष्ट शक्तीने, अर्थपूर्ण आणि जीवनदर्शी होई. जुन्या कथेचा मुखवटा व नव्या आशयाचा चेहरा यांच्यात विसंगती दिसू लागली तर कलेच्या दृष्टीने हानिकारक ठरते. पण ही

तारेवरली कसरत करूनही त्यांनी आपल्या 'स्वयंवरा'पर्यंतच्या नाटकांना प्रभावी, नाट्यपूर्ण आणि प्रमाणबद्ध स्वरूप दिले. 'कीचकवध,' 'भाऊबंदकी' आणि 'विद्याहरण' या नाटकांचे नुसते आरंभ पाहिले तरी सुद्धा नाट्यप्रसंग निवडण्याच्या, ते डौलदारपणाने विकसित करण्याच्या आणि त्यांची अखंड साखळी गुंफून शेवटी कलात्मक परिणाम साधण्याच्या त्यांच्या सामर्थ्याची प्रचीती आल्यावाचून राहत नाही. आपल्या प्रकृतिधर्माला आवडतील असेच उग्र, भव्य आणि उदात्त विषय त्यांनी नाटकाकरिता निवडले. त्यांची मांडणी करताना उपकथानकांची गुंतागुंत करण्याच्या फंदात ते सहसा पडले नाहीत. त्यामुळे त्यांच्या कथावस्तूत एकप्रकारची धार उत्पन्न झाली. प्रेक्षकांचे लक्ष नाटकाच्या आत्म्यावरून क्षणभरही ढळणार नाही अशी दक्षता ते घेऊ शकले. रंगभूमीवरल्या त्यांच्या असामान्य यशाचे मर्म या एकाग्रतेत आणि उत्कटतेत आहे.

मात्र प्रतिभेचा प्रकृतिधर्म आणि आवडत्या कलाकृतीचे व जीवनमूल्यांचे आदर्श या बाबतीत कोल्हटकर व खाडिलकर यांच्यात विलक्षण अंतर असले, तरी श्रीपाद कृष्णांचा कृष्णकवीवर झालेला परिणाम पाहण्याजोगा आहे. कल्पक, मनमोकळा अथवा हृदयंगम विनोद ही खाडिलकरांच्या प्रतिभेला दुःसाध्य गोष्ट होती. क्वचित दाहक उपहास अथवा बोचक उपरोध त्यांना साधे; पण नाजुक नर्मविनोद अथवा खळखळणारा हास्यरस यांच्याशी त्यांचे सूत सहसा जमत नसे. असे असूनही 'बायकांचे बंड' आणि 'मानापमान' या दोन नाटकात अशा प्रकारचा विनोद आणि कल्पनारम्यतेतून उत्पन्न होणारा गोडवा फार चांगल्या रीतीने प्रतिबिंबित झाला आहे. ऐतिहासिक दृष्टीने पाहणाराला त्यांचा उगम कोल्हटकरांच्या 'मूकनायका'तच मिळेल. केळकरांच्याप्रमाणे खाडिलकरांचेही ते अत्यंत आवडते नाटक असावे असे वाटल्यावाचून राहत नाही. किंबहुना कोल्हटकर व खाडिलकर यांच्या प्रतिभांची शक्ति व मर्यादा यांचा खराखुरा परिचय ज्याला करून घ्यायचा असेल त्या अभ्यासकाने 'मूकनायक ' व 'मानापमान' ही दोन नाटके समोरासमोर ठेवून त्यांची चिकित्सा केली पाहिजे. इंग्रजी ग्रंथांच्या आधारे पांडित्यप्रदर्शन करणारे अनेक टीकाकार जे कधीही शिकवू शकत नाहीत, ते या तुलनात्मक अभ्यासातून त्याला सहज हस्तगत करता येईल.

कोल्हटकर-खाडिलकरांच्या मागून सुमारे दीड तपाने नाटकककार म्हणून गडकरी लोकांपुढे उभे राहिले, पण त्यांच्या पहिल्याच नाटकाने खाडिलकरांवर केलेला परिणाम अवश्य उल्लेखिला पाहिजे. 'प्रेमसंन्यास' रंगभूमीवर आल्यानंतर खाडिलकरांनी 'विद्याहरण' व 'सत्त्वपरीक्षा' ही नाटके लिहिली. गडकऱ्यांच्या भाषेच्या लखलखाटाने त्यांनाही दिपवून सोडले. त्यांची 'कीचकवध' व 'भाऊबंदकी'तली भाषा थोडीशी ओबडधोबड पण ओजस्वी व बहुधा सुबोध अशी होती. भाषेच्या शृंगारापेक्षा तिच्या शक्तीला ते आवाहन करीत. त्यांच्या शैलीत थोडाफार वर्तमानपत्रीपणा डोकावून पाही; पण कृत्रिम काव्याची रोषणाई तिच्यात मुळीच नसे. ती या दोन

नाटकात– विशेषतः ‘सत्त्वपरीक्षे’त– निर्माण झाली. ‘सत्त्वपरीक्षेतली तारामती आपण कुठल्याही मोहाला बळी पडणार नाही हे सांगण्याकरिता म्हणते, ‘सोन्याला वाहिलेल्या व पोशाखांच्या चकाकीने चकलेल्या बाया हिऱ्यांच्या दगडांनी दडपल्या जातील व शालूंच्या सापळ्यात सापडतील; किंवा मिठाईला मिठी मारणाऱ्या बाया पक्वान्नांच्या पंकांत पडतील!’ हरिश्चंद्रांच्या खालील वाक्यातही कीचकाचा, भीमाचा, राघोबाचा किंवा रामशास्त्र्याचा रोखठोकपणे आढळत नाही. तो सत्यनिष्ठ सम्राट्ही ‘प्रेमसंन्यास’ पाहून आलेला दिसतो! तो म्हणतो, ‘मानवी समाजाच्या महोदधीवर क्षणाक्षणाला नाचणाऱ्या इच्छास्वरूपी लहरींना मर्यादित ठेवून गंभीर संसारावर सुखद सौंदर्याचे तरल वस्त्राभरण घालणाऱ्या संभोगी आत्म्याची संयमनशक्ती हीच माझी किमया!’ हे वाक्य कोणत्या नाटकातले आहे म्हणून आजच्या तरुण वाचकांना विचाराल, तर ते खास पुण्यप्रभावातल्या भूपालाचेच नाव घेतील!

खाडिलकरांच्या प्रकृतिधर्माशी विसंगत असे त्यांच्या भाषाशैलीला लागलेले हे कृत्रिम वळण हा काही त्यांच्या पुढच्या नाटकातला सर्वांत महत्त्वाचा दोष नव्हे. ती नीरस, होण्याची कारणे, त्यांच्या आत्मीय गुणांतूनच निर्माण झाली. ‘कीचकवध’ व ‘भाऊबंदकी’ यामध्ये राजकीय परिस्थिती आणि हातात घेतलेली नाट्यकथा यांचा सांधा ते बेमालूमपणाने जोडू शकले. पण ‘स्वयंवर’, ‘द्रौपदी’ पासून प्रत्येक पौराणिक कथानकांतून आपणाला इष्ट असलेले प्रचलित राजकारण खेळविण्याचा त्यांनी जो अट्टाहास केला, त्याने त्यांच्या नाट्यगुणांची अतिशय गळचेपी केली. चित्राकरिता चौकट असते. पण खाडिलकर पुढे पुढे आपल्या आवडत्या चौकटीत बसावे म्हणून कथेचे चित्र हवे तसे कापू लागले. त्यांच्या पहिल्या अनेक कृतीतले तत्त्वदर्शन कथानकाच्या ओघात मोठ्या रसार्द्र आणि नाट्यपूर्ण रीतीने प्रकट झाले आहे. पण ‘द्रौपदी,’ ‘मेनका,’ ‘सावित्री’, ‘त्रिदंडी संन्यास’ इत्यादी नाटकातले त्यांचे तत्त्वज्ञान त्या मानाने निर्जीव, नाट्यशून्य किंबहुना वडाची साल पिंपळाला लावावी तसे वाटते. ‘बघुनि उपवना विरहाग्नीची ज्वाला भडके उरी’ असे म्हणणाऱ्या किर्लोस्करांच्या सुभद्रेला त्यांनी ‘त्रिदंडी संन्यास’ मध्ये उपवास करून इतरांचा हृदयपालट करू पाहणारी सत्याग्रही गांधीशिष्या बनविली आहे. हडकुळ्या माणसाने एखाद्या लठ्ठंभारतीचे कपडे घालावेत, तसे त्यांचे हे कृत्रिम नाट्यविमुख तत्त्वज्ञान वाटते. दुसऱ्याही एका दोषाने त्यांची शेवटची पाचसहा नाटके दुबळी केली. खूप नट असलेल्या कंपनीकरिता नाटके लिहिल्यामुळे कोल्हटकरांच्या कृतीत पात्रांची गर्दी होऊन त्यातल्या नाट्याचा कोंडमारा झाला. बालगंधर्वाकरिता नाटक केवळ नायिकाप्रधान असावे अशा रचनेचा खाडिलकरांनी अंगीकार करताच त्यांच्या पूर्वीच्या नाटकात आढळून येणारे विविध रसपूर्ण नाट्यप्रसंग पुढच्या नाटकात विरळ होऊ लागले. रेखीव व रसपरिपोषक नाट्यदृष्टी हीच त्यांची सर्वात मोठी शक्ती होती.

तिच्या मुळावरच या नव्या एकखांबी तंबूच्या पद्धतीने घाव घातला. त्यामुळे उद्याच्या रंगभूमीला 'विद्याहरणा' पर्यंतचे खाडिलकरच मार्गदर्शक होऊ शकतील.

पाच

कोल्हटकर-खाडिलकरांचे अनेक गुणदोष– क्वचित सौम्य स्वरूपात तर क्वचित भडक रंगात– गडकऱ्यांच्या नाटकात प्रकट झाले आहेत. 'तात्या, ती तलवार एक तुमची, बाकी विळे कोयते' या ओळीत गडकऱ्यांनी कोल्हटकरांच्या प्रतिभेविषयी स्वतःला वाटणारा आदर व्यक्त केला आहे. या गुरुभक्तीने त्यांच्या नाट्यरचनेचे स्वरूप निश्चित केले. 'प्रेमसंन्यास' व 'पुण्यप्रभाव' या नाटकांच्या अनेक अंगोपांगांवर गडकऱ्यांच्या गुरूंची छाया आहे. या अलौकिक प्रतिभावंताच्या विकासाला ही छाया उपकारक झाली की मारक झाली हे सांगणे मोठे कठीण आहे. परिस्थिती व प्रकृतिधर्म यांनी गडकऱ्यांच्या प्रतिभेला जो आकार दिला तो कोल्हटकरांच्याहून भिन्न होता. कोल्हटकरांची मुख्य शक्ती विनोदकाराची होती. खाडिलकरांची श्रेष्ठ प्रतीची नाट्यदृष्टी असलेल्या तत्त्वचिन्तकाची होती. गडकरी विनोदकार असूनही पहिल्या प्रतीचे भावकवी होते. महाकवीतच आढळणारे कल्पकता आणि उत्कटता यांचे मिश्रण त्यांच्या प्रतिभेत झाले होते. पण आपली ही विशिष्ट शक्ती नाट्यलेखनाला प्रारंभ करताना त्यांनी ओळखली होती असे वाटत नाही. प्रथम प्रथम तरी त्यांची ईर्ष्या पूर्वसूरीवर मात करण्याचीच होती. साहजिकच कोल्हटकर पद्धतीची गुंतागुंतीची कथानके, कोटिबाजपणा आणि अतिशयोक्ती यांनी नटलेला विनोद, नाट्यकथेला सामाजिक सुधारणेचे अस्तर जोडण्याची प्रवृत्ति आणि खाडिलकर पद्धतीचे अटीतटीचे नाट्यप्रसंग, भरघोस भाषणांनी भरलेली भूमिकांची वाग्युद्धे, उग्र व भीषण घटनांचा वापर, यांचे थोडेफार विसंगत असे मिश्रण त्यांच्या पहिल्या दोन नाटकात झाले. प्रचंड गढूळ लाटांनी उचंबळणाऱ्या दोन नद्यांचा संगम पाहावा तसा 'प्रेमसंन्यास' व 'पुण्यप्रभाव' ही नाटके वाचताना अजूनही रसिकांना भास होतो. भाषेचा शृंगार, कल्पनेचे, आणि भावनेचे विविध रंग तेवढे पूर्णपणे प्रकट झाले. त्यांच्या आत्मशक्तीचा आविष्कार त्यात अंशतःच दिसून येतो. पूर्वसंस्कारांतून पुष्कळ अंशी मुक्त होऊन तिने जे आपले खरे स्वरूप प्रकट केले ते 'एकच प्याल्या'त!

'एकच प्याला' हे एक असामान्य सामर्थ्यशाली नाटक आहे. गडकऱ्यांच्या जातिवंत कविमनाचे त्याच्यात पडलेले प्रतिबिंब अत्यंत हृदयंगम आहे. 'प्रेमसंन्यास', 'पुण्यप्रभाव', 'भावबंधन' ही नाटके गडकऱ्यांनी आपल्या बुद्धीने रचिली, कल्पकतेने रंगविली. या नाटकातल्या कारुण्यात कलेपेक्षा कारागिरीचाच भाग अधिक आहे, त्यातल्या प्रतिपादनात स्वानुभूतीपेक्षा सहानुभूतीवर भर आहे. 'एकच प्याल्या'त ही

सारी वैगुण्ये सौम्य स्वरूपात जाणवतात. कोल्हटकर पद्धतीच्या नाट्यरचनेची छाया या नाटकावरही आहे-नाही असे नाही. शरद आणि भगीरथ यांच्या प्रेमप्रकरणासारख्या उपकथानकाची उपाधि त्यामुळेच या नाटकाला चिकटली आहे. पण तिचा रसहानि करण्याइतका विस्तार इथे झालेला नाही. पहिल्या अंकाचा पडदा उघडल्यापासून पाचव्या अंकाचा पडदा पडेपर्यंत सुधारक आणि सिंधू या सत्प्रवृत्त दंपतीच्या जीवनावर, त्यातल्या ऊन-सावल्यांवर आणि चढउतारांवर प्रेक्षकांचे लक्ष खिळवून ठेवण्यात गडकरी यशस्वी झाले आहेत. इथे कथानक गुंफले जात आहे असे वाटत नाही; ते घडत जाते. एका सालस सुखी जोडप्याचा संसार दारूने धुळीला कसा मिळविला, हे या नाटकात तीव्रतेने दिग्दर्शित करण्याची लेखकाची इच्छा असली, तरी ते एक साधेसुधे बोधपर सामाजिक चित्र वाटत नाही. मानवी जीवनातले सुखाचे आणि दुःखाचे, मोहाचे आणि भक्तीचे, शरीर आणि आत्मा यांच्या झगड्याचे, अनेक अमर क्षण गडकऱ्यांनी या कलाकृतीत उत्कटतेने सजीव केले आहेत. ही विशालता आणि रसपूर्णता हा 'एकच प्याल्या'तल्या नाटकाचा खरा प्राण आहे. 'शारदे'सारखे रेखीव आणि हाताळलेल्या सामाजिक प्रश्नाच्या दृष्टीने सरस असे नाटक पाहिले किंवा 'भाऊबंदकी' अथवा 'विद्याहरण' यांच्यासारखे नाट्यपूर्ण पार्श्वभूमीवर उभारलेले आणि बुद्धिबळाच्या रंगत जाणाऱ्या डावाप्रमाणे कौशल्याने रचलेले नाटक घेतले, तरी जीवनरसाने धुंद करून सोडण्याचे 'एकच प्याल्या'चे सामर्थ्य त्याच्यात तितक्या प्रमाणात नाही असेच दिसून येईल. असले सामर्थ्य फक्त श्रेष्ठ कवींच्याच ठिकाणी दृग्गोचर होते. गडकऱ्यांशिवाय दुसऱ्या कुणाही मराठी नाटककाराच्या ठिकाणी ही भावकवीची उत्कट, उद्दाम आणि उन्नत अशी प्रतिभा नव्हती. खाडिलकरांनी दारूचे दुष्परिणाम 'विद्याहरणा'त मोठ्या प्रभावी रीतीने चित्रित केले आहेत. त्यातल्या शुक्राचार्यांचा पश्चात्ताप पाहताना, त्याच्या हृदयाची तळमळ आणि वाणीचे ओज यात अधिक प्रभावी काय आहे हे सांगणे कठीण आहे. पण सुधाकराच्या पश्चात्तापाशी त्याची तुलना करून पाहावी! शुक्रचार्यांचे शब्द विवेकबुद्धीला आवाहन करतात, पाठीवर फटके मारतात; पण सुधाकराचे वाक्य नि वाक्य काळजाला हात घालते! एकच प्याल्याचे रामलालजवळ सुधाकराने केलेले वर्णन या दृष्टीने उल्लेखनीय आहे. रंगभूमीवर एवढे लांबलचक भाषण कसे म्हणायचे, या चिंतेने व्याकूळ होणाऱ्या लोकांना गडकऱ्यांच्या नाट्यशक्तीचे योग आकलन होणे सोपे नाही. हॅम्लेटमध्ये नायकाच्या To be or not to be सारख्या स्वगताना किंवा किंग लिअर मध्ये लिअर होऊन रानोमाळ भटकत असताना Blow, blow thou winter wind सारखी जी गीते आली आहेत, त्यांना नाट्यदृष्ट्या महत्त्व नाही असे कोणता रसिक म्हणेल? सुधाकराची अनेक भाषणे अशीच आहेत. त्यात केवळ शोभादायक कल्पनाविलास नाही. नाट्याचा परिपोष करणारे जातिवंत काव्य आहे ते! उत्कृष्ट शोकान्तिकेला आवश्यक असलेले आणि

अंतःकरणाच्या गाभ्यातून उचंबळून येणारे असे जातिवंत काव्य मराठीत फक्त या एकाच नाटकात प्रकट झाले आहे.

सहा

या तिघा नाटककारांविषयी अनेक दृष्टींनी सविस्तर लिहिता येण्यासारखे आहे; पण मराठी रंगभूमीच्या उद्धाराची धडपड प्रामाणिकपणाने करणारे नाट्यभक्त किंवा 'एरंडोपि द्रुमायते' या न्यायाने रंगभूमीच्या या पडत्या काळात थोडेफार यश मिळविणारे नाटककार आपणाला सुदैवाने मिळालेल्या या थोर वारशाकडे आदरयुक्त चिकित्सेने आणि भविष्य उज्ज्वल करण्याच्या ईर्षेने क्वचितच वळतात. अधूनमधून होणाऱ्या कुठल्या तरी उत्सवात या नाटककारांची नाटके केली जातात! नाही असे नाही. पण ती सुद्धा पुर्वी रंगभूमीवर लोकप्रिय असलेलीच! कोल्हटकरांच्या 'जन्मरहस्या' सारख्या नाटकाचे गुण जाणून त्याचा पुनरुद्धार करण्याची कल्पना अद्यापी तरी कुणी अंमलात आणलेली नाही. या तिन्ही नाटककरांच्या प्रमुख नाटकांच्या अत्यंत व्यवस्थित अशा रंगावृत्या होणे जरूर आहे. पण घरचे खाऊन लष्करच्या भाकरी भाजण्याच्या या फंदात पडण्याइतके आमचे रंगभूमीवरले प्रेम जिवंत आहे का? मराठी नाट्यकलेला जी खालावलेली स्थिती प्राप्त झालेली आहे, ती चित्रपटांच्या नावाने खडे किवा नाट्यगृहाच्या अभावावर खापर फोडून नाहीशी होणार नाही. बदललेल्या नवीन काळाचे उद्गाते होऊ शकणारे प्रतिभाशाली नाटककारच ही कोंडी फोडू शकतील.

बोलपटाच्या तंत्राचे अनुकरण करून, एखादी चुरचुरीत कथा सुटसुटीतपणाने रंगभूमीवर मांडून आणि त्या भांडवलाला एखाद्या गोड गळ्याची, सुंदर चेहऱ्याची व मोहक प्रकाशयोजनेची साथ देऊन काही नाटके तात्पुरती लोकप्रिय होऊ शकतील. पण ती रंगभूमीचे पुनरुज्जीवन करू शकणार नाहीत; तिचे वैभव वाढविणार नाहीत. आता आपल्याला नाटके हवीत ती इब्सेनच्या 'Enemy of the People' सारखी, ड्रिंक वॉटरच्या 'Abraham Lincoln' सारखी! 'गॅल्सवर्दीच्या 'Strife' किंवा 'Loyalties' सारखी! ती विनोदी असू देत अथवा गंभीर असू देत, सुखान्त असू देत वा शोकान्त असू देत, त्याचे अंक एकप्रवेशात्मक असू देत किंवा नसू देत! ह्या काही खऱ्या महत्त्वाच्या गोष्टी नाहीत. त्यांच्यांतून बदलत्या जीवनाचे सखोल व उत्कट दर्शन व्हायला हवे. उठल्या सुटल्या जुन्या नाटकातल्या वाङ्मयगुणांची थट्टा करणे हे फार सोपे काम आहे. पण उद्याची कुठलीही नाट्यकृती प्रभावी व्हायला कोल्हटकरांच्या कल्पकतेची, खाडिलकरांच्या नाट्यदृष्टीची आणि गडकऱ्यांच्या काव्यात्मक उत्कटतेची आवश्यकता आहेच आहे.

पंख न फुटलेल्या पिलांनी घरटे हेच आपले जग मानावे हे बरोबर आहे. पण याचा अर्थ आपले घरटे हे अफाट अंतरिक्षाएवढे मोठे आहे असा ग्रह मात्र त्यांनी करून घेऊ नये. स्वातंत्र्यप्राप्तीनंतर आपल्या पायातल्या शृंखला गळून पडल्या आहेत. आता आपल्या पुढाऱ्यांनी काय अथवा कलावंतांनी काय, क्षुद्र यशात समाधान मानणे ही नुसती आत्मवंचनाच होणार नाही; तो आत्मघातही होईल!

– १९४८

मृद्‌गंध

नावात काय आहे?

हा प्रश्न केवळ प्रेमिकच करीत नाहीत; टीकाकारसुद्धा करतात! कवितेला शीर्षक असू नये, किंबहुना पुस्तकालाच नाव देऊ नये! कारण नावामुळे विशिष्ट अपेक्षा निर्माण होतात; नावामुळे रसिक मनाची पाटी स्वच्छ राहू शकत नाही– अशा अर्थाचे लिखाण केवळ पाश्चात्य देशातच नव्हे, तर आपल्याकडेसुद्धा झालेले आहे. कुठलीही नवी टूम निघाली की तिचे स्वागत करायला समाजात काही लोक सदैव एका पायावर तयार असतात. शिवाय वकील जसा हातात घेतलेल्या खटल्याचा अनुकूल असा पुरावा शोधू लागतो-किंबहुना प्रसंगी निर्माण करतो– त्याप्रमाणे कुठल्याही नव्या गोष्टींचे मंडन करण्याइतके पढिक पांडित्यही ही मंडळी पैदा करू शकतात.

अशा पंडितांचे सर्व म्हणणे लक्षात घेऊनही पुस्तकाच्या नावात पुष्कळ अर्थ असतो, हे माझे मत अद्यापी बदललेले नाही. 'मृद्गंध' हे विंदा करंदीकरांच्या नव्या काव्यसंग्रहाचे नावच पाहा ना! त्याचा कवीच्या व्यक्तित्वाशी निकटचा संबंध आहे. करंदीकरांच्या पहिल्या काव्यसंग्रहाचे नाव आहे 'स्वेदगंगा'. ही दोन्ही नावे केवळ कवीला सहज सुचली किंवा त्याच्या कानांना गोड लागली म्हणून दिली गेली नाहीत. घाम आणि माती यांच्यातूनच जीवनातली अनेक सुखे निर्माण होतात हे कवी जाणतो. म्हणूनच कल्पित स्वर्गातल्या अमृतापेक्षा वास्तव पृथ्वीवरला घाम त्याला आवडतो; पवित्र वाटतो. कुठल्याही आकाश पुष्पांवर- मग त्यांना धर्माचा आधार असो वा कर्माचा आधार असो- त्याचा विश्वास नाही. तो सुंगधाचा भोक्ता आहे; पण त्याला सुगंध हवा तो मातीचा! खऱ्याखुऱ्या सुखदुःखांच्या आंबट, गोड, खारट, तुरट अनुभूतींतून तो निर्माण व्हायला हवा!

विंदा करंदीकरांचे हे वैशिष्ट्यपूर्ण व्यक्तित्व 'स्वेदगंगे'तल्या कवितात प्रकट झालेच होते. पण त्या संग्रहात त्यांची प्रतिभा ही नुकती कुठे उमलू लागलेली होती. 'मृदगंधा'त त्या कळीचे फूल झाले आहे. या फुलाच्या रंगात, रूपात आणि सुगंधात केशवसुतांपासून महाराष्ट्राला परिचित झालेल्या काव्यगुणाचे जसे मोहक दर्शन होते, तसेच गेल्या पंधरा वर्षात झपाट्याने बदलत गेलेल्या सामाजिक जीवनाचे आणि

कविमनावर झालेल्या त्याच्या दाहक प्रतिक्रियांचेही दर्शन होते. विशेषतः गेल्या दहा वर्षांत मराठी काव्याच्या आशयात आणि आविष्कारात जे बदल घडत गेले, ते सर्व करंदीकराच्या प्रतिभेने लीलेने आत्मसात केले आहेत. ते आत्मसात करताना तिच्या मूळच्या आत्म्याची फारशी ओढाताण झालेली नाही. तिचे सामर्थ्य मोठे वाटते ते यामुळेच!

करंदीकरांच्या प्रतिभेचा विकास गेल्या तपातच झाला. या काळात जगात काय किंवा आपल्या देशात काय, जेवढे उत्पात झाले तेवढे दुसऱ्या कुठल्याही कालखंडात झाले नसतील. केवळ राष्ट्रेच नव्हेत तर व्यक्तिमनेही या काळात दुभंगली! 'असे काही पाहिले आहे–ज्याने दुभंगलो' असे करंदीकर म्हणतात (मृद्गंध, पृ. ११४-१५) ते केवळ त्यांच्याच नव्हे, तर आपणा सर्वांच्याच बाबतीत खरे आहे. ध्येय आणि वास्तव, स्वप्ने आणि सत्ये, संस्कृति आणि संसार यांचा मेळ मानवी जीवनात मुळातच कमी प्रमाणात असतो. पण या कालखंडात त्यांच्यातला विलक्षण विसंवाद अत्यंत तीव्रतेने आपल्याला जाणवला. कुणीतरी भला मोठा लोखंडी गज डोक्यात घालावा आणि त्या आघाताने विकल होऊन धुळीत पडलेल्या माणसाला आपल्या जखमेतून वाहणारे रक्त पुसण्याचीही शक्ती उरू नये, तशी काहीशी आपल्या समाजाची– विशेषतः शिकलेल्या मध्यमवर्गाची– स्थिती झाली. गेल्या दशकातल्या ललित वाङ्मयात आढळणाऱ्या अखंड विषण्णतेचा आणि विफलतेचा उगम या आघातात आहे.

केवळ व्यक्तिवादी दृष्टीने जीवनाची अनुभूती घेत आलेल्या साहित्यिकांची अशी स्थिती व्हावी यात नवल नव्हते. या कलावंतांनी पाहिलेले सारे दुःख करंदीकरांनीही पाहिले. त्यातले कारुण्य त्यांनाही तितक्याच तीव्रतेने बोचले. 'मृद्गंधा'तील 'कावेरी डोंगरे' हे शब्दचित्र पाहा. जिच्या जीवनाच्या पुढल्या टप्प्यावर सुंदर, गोंडस प्रणय वाट पाहत उभा आहे, अशा १९२५ ते १९४० च्या कादंबरीतल्या सुशिक्षित नायिकेपेक्षा ती किती भिन्न आहे! कावेरी शिकली. शिकली म्हणून नोकरी करून कुटुंबाच्या उपयोगी पडू शकली. नोकरीसाठी रेशन-कचेरीत चिकटली. पण पोटासाठी माणूस कुठेही काम करू लागले, तरी त्या पोटाच्या वर असणारा काळजाचा लिबलिबीत तुकडा थोडाच गप्प बसतो? त्याच्या उड्या सतत चाललेल्याच असतात. त्या इवल्याशा तुकड्यात किती आशा आणि किती स्वप्ने दाटीवाटीने बसलेली असतात! कचेरीत काम करणारी कुमारी कावेरी डोंगरे या नियमाला अपवाद कशी होणार? गुंड्या गोखले आपल्या नवीन अपत्याचे रेशनकार्ड काढण्याकरिता कचेरीत येतो. कावेरी ते कार्ड तयार करते; पण ते करताना स्वप्नाळू विद्यार्थी-दशेतल्या गुंड्याच्या सहवासातल्या अनेक गोड आठवणी तिच्या मनात जाग्या होतात. एके काळची ती सुंदर मोरपिसे! आज त्यांचे सारे सौंदर्य लोप पावले आहे. त्यांची शल्ये

बनून ती या प्रौढ कुमारिकेच्या काळजाला टोचत आहेत. आजच्या मध्यमवर्गातल्या तरुणीच्या मनाचा हा मुका मार करंदीकरांनी कसा चित्रित केला आहे ते पाहण्याजोगे आहे–

'ए' फार्मचे कोड तपासत्ये कावेरी डोंगरे,

आणि देत्ये गोल जांभया पाहून पुराणे, परिचित हस्ताक्षर,

गुंड्या गोखलेच्या नवीन अपत्याचे बनते कार्ड; फाटतो कागद टाकाच्या टोचणीने,. . . हलकेच येतात चार हिवाळे लोळत लोळत स्मृतीच्या कुशीत; करतात गुदगुल्या; काढतात चिमटे. आठवतात तिला . . .कॉलेजच्या खुराड्यातील गुबगुबीत कबूतरे. . . . गुंड्या गोखलेचे आर्जवी दृष्टिक्षेप लोळतात मांडीवर; आणि उठतात गोड झिणझिण्या. . . टेबलावरील फाटक्या चिटोऱ्यावर तिने काढले एक लंबवर्तुळ; -'O' चे अक्षर!- आणि केले त्याच्या डोक्यावर थोडेसे किजबिट. अजाण अक्षरात भासले तिला बालकाचे तोंड; किजबिटात दिसले केसांचे जावळ; आणि पाझरली तिच्या कण्यांतून गरम मृदुता कमरेच्या दिशेने!

अशी शब्दचित्रे हा करंदीकरांच्या कवितेचा एक उल्लेखनीय विशेष आहे. 'स्वेदगंगे'त 'सरोज नवानगरवाली', 'साक्षात्कार' व 'कीर्तन' या कवितात व्यक्त झालेली त्यांच्या प्रतिभेची ही शक्ती 'कावेरी डोंगरे', 'त्रिवेणी', 'धोंड्या न्हावी' इत्यादी या संग्रहातील कवितात अधिक कलापूर्ण रीतीने प्रकट झाली आहे. धोंड्याच्या शब्दचित्रात तर कवीच्या वैशिष्ट्याचे सर्व पैलू दिसतात. त्यात सहानुभूती आहे; वस्तुनिष्ठ मिस्कीलपणा आहे; वस्तुनिष्ठ चित्रण आहे, उपरोधाच्या छटा आहेत आणि प्रसंगी क्षुद्र अथवा बीभत्स वास्तवतेला स्पर्श करूनही कारुण्याची सूक्ष्म पातळी गाठण्याचे सामर्थ्य आहे. या शब्दचित्राची खुमारी खालील ओळींवरून सहज प्रतीत होईल.

गांधीवधाच्या नंतर लगेच दुसऱ्या दिवशी
दाढी करताकरता
हलक्या आवाजात मला तो गंभीरपणे म्हणतो,
''गांधी म्येलो म्हणतात; लय् लय् मनात व्होतां
या बाजुक् येतो तर् फुकट् करूची त्येची एक हजामत्!''

या ओळींवरून करंदीकरांचे चित्रणकौशल्य दिसून येईल असे मी वर म्हटले खरे; पण अरसिक वाचकांचा शाप काही केवळ प्राचीन कवींनाच मिळाला नव्हता, तो आधुनिकांच्याही वाट्याला वारंवार येतो. या ओळीत व्यक्त झालेली धोंड्याची अंतरीची इच्छा– केव्हातरी गांधींची फुकट हजामत करण्याची– अनादरदर्शक आहे असे वाटून कवीने काव्यवाचनातून या ओळी गाळाव्यात अशी कुणीतरी सूचना केली होती म्हणे! गावाच्या चतुःसीमेपलीकडचे जग ज्याने कधीच पाहिले नाही असा जन्मदरिद्री धोंड्या! तो गांधींचे नाव सतत ऐकत आला आहे, आपल्या देशातल्या

या महापुरुषाच्या मोठेपणाची जाणीव धोंड्याच्या अडाणी मनाला झाली आहे. इतर लाखो लोकांप्रमाणे त्याच्या मनातही गांधींविषयीची मूक भक्ति डोकावत आहे, पण ही भक्तिभावना व्यक्त करण्याचे त्याच्यापाशी कुठले साधन आहे? बोलूनचालून तो एक खेडवळ न्हावी! तो देशभक्त नाही, वक्ता नाही. कवि नाही, कारखानदार नाही– फार काय, गांधींचे दर्शन घेण्याची कितीही तीव्र इच्छा असली तरी ते असतील त्या गावाला जाण्याइतके भाड्याचे पैसेही धोंड्याच्या संग्रही कधीच असण्याचा संभव नाही. धोंड्याला गांधींचे दर्शन घडायला गांधींनीच धोंड्याच्या गावी यायला हवे! तसे ते येऊ शकले असते तर धोंड्याला स्वर्ग दोन बोटे उरला असता. मग गांधींची काही ना काही सेवा आपल्या हातून व्हावी म्हणून तो जिवापाड धडपडला असता. तो बिचारा दुसरी सेवा काय करणार? भक्तीचा उमाळा कितीही उत्कट असला तरी भक्त स्वतःपाशी जे आहे तेच आपल्या देवाला देणार! मात्र आमची रसिकता अशी विचित्र आहे, की शबरीने रामचंद्रांपुढे केलेल्या उष्ट्या बोरात तिला भक्तिभाव प्रतीत होतो. पण गांधींची फुकट हजामत करू पाहणाऱ्या धोंड्याचे मन त्या शबरीपेक्षा किंवा 'कांदा मुळा भाजी। विठाबाई माझी' असे म्हणणाऱ्या सावता माळ्यापेक्षा फारसे निराळे नाही, हे मात्र काही केल्या त्या संकेतप्रिय रसिकतेला पटत नाही.

संकुचित विचारांच्या पोटी उद्‌भवलेली दुसऱ्या एका प्रकारची अरसिकता करंदीकरांच्या सामाजिक कवितेची टवाळी करताना आढळते. कलेच्या आणि काव्याच्या स्वतःला सोयिस्कर असलेल्या कल्पना उराशी कवटाळून बसणाऱ्या या लोकांनी सामाजिक आशयाची कविता हे काव्य होऊ शकत नाही, अशी आपली समजूत करून घेतलेली असते! 'मृद्‌गंधा'तील 'ती जनता अमर आहे', 'माझ्या मना, बन दगड', 'यंत्रावतार' वगैरे कविता गद्यप्राय आहेत, मरतुकड्या आहेत; त्यात नुसत्या कवीच्या अक्राळविक्राळ किंकाळ्या आहेत, अशी हे लोक या कवितांची संभावना करतात. अज्ञानाचे भीतीशी लग्न लागले की त्या जोडप्याच्या पोटी अशाच आचरट आक्षेपांची प्रजा उत्पन्न व्हायची! करंदीकरांच्या या कवितातून व्यक्त होणारा जोष पाहिला की त्याचा उगम तीव्र संवेदनशीलतेत आणि उत्कट सामाजिक वृत्तीत आहे हे सहज दिसून येते. किंबहुना करंदीकरांची सामाजिक कविता वाचताना नकळत केशवसुत व कुसुमाग्रज यांच्या ओजस्वी कवनांची आठवण होते. या थोर कवींचा आजचा वारसा त्यांच्याकडे आला आहे. 'तुतारी' आणि 'गर्जा जयजयकार' या कवितांच्या पार्श्वभूमीवर 'माझ्या मना, बन दगड' किंवा 'ती जनता अमर आहे' या कविता रसिकांनी आपल्या मनःश्चक्षूंपुढे अवश्य उभ्या करून पाहाव्यात. 'ती जनता अमर आहे' या कवितेत समाजात चाललेल्या नाना प्रकारच्या पापांचा नंगा नाच कवीला विषण्ण करतो. आजच्या जगात जगण्यासारखे काय आहे

हेच त्याला कळेनासे होते. पण मनुष्य हा मूलतः मरणाचा मित्र नाही. तो जीवनाचा निष्ठावंत साथी आहे! ही त्याची वृत्ती करंदीकरांनी किती सुंदर रीतीने वर्णन केली आहे–

तरीही शेवटी. . . वाटते जगावे, वाटते जगवावे
अजूनही अजूनही करते आशा दुःखाच्या दर्याची तीनच आचमने,
व्यापिते जाणीव, उरते दशांगुले. नाकारता नाकारताही जाते जीवन
आनंद आकारीत, सांडलेल्या दुधाची उरलेली खरवडही लागते खमंग.
शुष्क वडाच्या सापळ्याची सावलीही
घालते पांघरूण आपल्या मायेचे.
. . . अजूनही आशा.
अजूनही कोणी निळ्या डफावर विजेची थाप हाणून उद्‌गारतो :
'तू जगशील, तुम्ही जगाल.' काळ्या मातीचे पांघरूण चाळवून
आकाशाकडे बोट करणारे कोवळे बीजांकुर उठवितात आवाज,
'तू जगशील, तुम्ही जगाल.' काळ्या छातीचे कसदार मळे
चढवितात लंगोट लाललाल नद्यांचे ठोकतात शड्डू मेघांच्या हातांनी आणि
देतात मृत्यूला आव्हान. हिरव्या गवताची टोकदार पाती
होतात ताठ; थरथरते, थरथरते अवघे चराचर जगण्याच्या जाणीवेने.

पण या ओळीतली कल्पकता आणि सजीवता यांचा आस्वाद घेण्यापेक्षा त्यातल्या 'लाललाल नद्यांना' घाबरून हे प्रचारकी काव्य आहे म्हणून ओरडत सुटणारांची समजूत कोण घालणार? काव्यात काय किंवा ललित वाङ्‌मयाच्या इतर प्रकारात काय, कवीची श्रद्धा कशावर आहे या गोष्टीपेक्षा ती श्रद्धा– प्रसंगी अश्रद्धेवरील श्रद्धा– तो किती उत्कृष्ट, सुंदर आणि प्रभावी रीतीने प्रकट करू शकतो या गोष्टीला अधिक महत्त्व आहे.

'मृद्‌गंधा'तील वरील कविता एक प्रकारच्या आशावादाने उजळलेल्या असल्या, तरी आजचा मानव आणि आजचा समाज यांचे जीवन नाना तऱ्हांनी कसे दुभंगून गेले आहे याची त्यांना पुरेपूर जाणीव आहे. त्या जीवनाला आलेली निर्जीव कळा 'तेच ते' मध्ये त्यांनी वर्णन केली आहे. 'मुखात उरते काही कडवट', 'कुरुक्षेत्रही असेल हसले', 'नाही रे झेपत', 'दातापासून दाताकडे' इत्यादी कवितात आजच्या जीवनाच्या भग्न स्वरूपाचे कवि विविध रीतींनी चित्रण करतो. 'सुवर्णाच्या रथात बसून सत्य इथून पळून गेले आहे' या जाणीवेने तो पुनः पुन्हा बेचैन होतो तो यामुळेच! 'माणूस मिथ्या, सोने सत्य' हे चालू जमान्याचे तत्त्वज्ञान त्याला साफ नामंजूर आहे. 'सोने मिथ्या, माणूस सत्य' हे ज्या दिवशी या जगात सर्वत्र अनुभवाला येईल, त्या दिवशी त्याला आलेली विद्रूप कळा नाहीशी होईल अशीच त्याची श्रद्धा आहे.

माणसाने गमावलेली ही माणुसकी परत कशी येईल याचा विचार आज सर्वत्र

चालला आहे. 'नवे जग', 'नवा मनुष्य', हे शब्द प्रत्यही आपल्या कानांवर पडत आहेत. पण कवीच्या मते शास्त्रज्ञ व कलावंत हे दोघेच हे कार्य करण्याला अधिक समर्थ आहेत. कारण हे दोघेच 'आत्म्याच्या प्रकाशात इंद्रियांची पूजा' करीत असतात. या दोघांच्या जीवनकार्याचे वर्णन त्याने 'आम्ही दोघे' या कवितेत केले आहे (पृ. ३०). कवी आइनस्टीनचे स्तोत्र गातो किंवा 'यंत्रावतार' सारख्या कवितेत 'ये ये फिरवित अपुले चक्र सुदर्शन' असे आवाहन करतो याचे कारण त्याची ही विशिष्ट श्रद्धाच होय.

करंदीकरांच्या अशा प्रकारच्या कवितांची बैठक सामान्यतः वैचारिक आहे. त्या वैचारिकतेला कल्पकतेची व ओजस्वी शैलीची जोड मिळाल्यामुळे त्या परिणामकारक वाटतात. मात्र तो परिणाम विजेच्या चकचकाटासारखा आहे. प्रसन्न अथवा प्रशांत चांदण्याचा अनुभव त्यात येत नाही.

मात्र असे चांदणेही 'मृद्गंधा'त अनेक पानांवर पसरले आहे. या संग्रहातल्या प्रेमकविता भावनेच्या विविध छटा आणि कल्पनेची तरल वलये यांच्यामुळे अतिशय हृद्य वाटतात. 'असेच होते म्हणायचे तर', 'मृगजळात मी भरली घागर', 'असे काही तुला द्यावे', 'तू नसतिस तर', 'अजुनी ना जखम बुजे', 'तुझे नि माझे अपुरे मीलन', 'तुझिया ओठावरचा मोहर' या कविता कुणालाही मोहक वाटतील. प्रीतीच्या आर्ततेप्रमाणे तिची मोहकता आणि दाहकता व्यक्त करण्यात करंदीकरांची कला दिसून येते. मोकळेपणाची जोड मिळाली असल्यामुळे ती कला अधिकच खुलते.

पण या कवीची प्रतिभा केवळ सामाजिक आणि प्रेमविषयक अनुभूतींनीच स्फुरण पावते असे नाही. ती विविध संवेदनातील सौंदर्य लीलेने टिपून घेत जाते आणि ते कल्पक रीतीने व्यक्त करते. 'हे माडांनो', 'पश्चिम समुद्रात', 'पांथस्थ पक्षी', 'भल्या पहाटे', 'ऊन हिवाळ्यातील शिरशिरता', 'नको नको ते मनात येते', 'चिवचिवणारी वाट असावी', 'सुखाच्या शोधात' इत्यादी कविता या दृष्टीने उल्लेखनीय आहेत.

'मृद्गंध' वाचताना या सर्व कवितांनी आपापल्यापरी मला आनंद दिला. केव्हा कल्पनेचा, केव्हा भावनेचा, केव्हा विचाराचा, केव्हा संमिश्र, केव्हा एखाद्या क्षणिक दिव्य भासाची आठवण करून देणारा. मात्र या गुलाबी आनंदाचा आस्वाद घेताना माझ्या मनाला कुठेच काटे बोचले नाहीत असे नाही. विद्यार्थिदशेत माझी गणित विषयात चांगली गती होती. पण या संग्रहातील एका कवितेचे $\sqrt{-1}$ हे शीर्षक पाहून माझी थोडीशी घाबरगुंडी उडाली! विशिष्ट विषयातील ज्ञानावर अवलंबून असलेल्या त्या अशा प्रकारच्या कल्पनांना काव्यात स्वैरसंचार करू देणे इष्ट होईल काय?

ग्रीक पौराणिक कथांचे संदर्भ जवळजवळ याच प्रकारात मोडतील. आपल्याकडल्या रसिकांचा अशा कथांशी कितीसा परिचय झालेला असतो? शास्त्रीय ज्ञानाशी संबंध असलेल्या कल्पनांचा सर्रास वापर कितपत योग्य आहे? सामाजिक कवितेत एक

प्रकारची विचारप्रधानता अपरिहार्य आहे. पण तिची मर्यादा कोणती? विशेषतः मुक्त छंद आणि 'पादाकुलका' सारखी गद्याशी जवळचे नाते असलेली जाती यातच कवी सर्व कविता लिहू लागला म्हणजे या वैचारिक कवितेला– त्याला नकळत– गद्याची कळा येणार नाही काय? गायचे असो अथवा वाचायचे असो, ते प्रथम काव्य असले पाहिजे हे उघड आहे. या तत्त्वाचे पालन आजकाल काटेकोरपणाने होते काय? काव्य स्फुरते, रचले जात नाही, हे म्हणणे तत्त्वतः कुणीही मान्य करील; पण एका विशिष्ट छंदात अथवा जातीतच त्याचा नेहमी रसपरिपोष होऊ शकेल काय?

अशा प्रकारचे अनेक प्रश्न केवळ करंदीकरांच्याच नव्हे, तर आजकाल लिहिल्या जाणाऱ्या आणि पुढील दशकात निर्माण होणाऱ्या कवितेच्या बाबतीत उत्पन्न होतील. त्यांचा विचार करण्याची जागा ही नव्हे. 'मृद्गंध' वाचून एका गोष्टीची खात्री पटते; ती म्हणजे केशवसुत– टिळक, बालकवी– गोविंदाग्रज, बी– तांबे, यशवंत– माधव जूलियन, बोरकर– कुसुमाग्रज आणि रेगे– मर्ढेकर यांच्याकडून आलेले मराठी कवितेचे लोण करंदीकरांनी पुढील पाटीपर्यंत मोठ्या तडफेने पोचविले आहे. तिच्या पुढच्या पाटीत करंदीकर केव्हा व कसे शिरतात हे मराठी वाचक मोठ्या कौतुकाने पाहत राहतील.

– १९५५

महात्मा गांधी

प्रा. गोवर्धन पारीख यांचे महात्मा गांधी हे पुस्तक आकाराने छोटे असले तरी गुणांनी मोठे आहे. गांधींच्या विषयी त्यांच्या हयातीतच विपुल वाङ्मय निर्माण झाले. त्यांच्या मृत्यूनंतर पुन्हा एकदा त्याची लाट उसळली. पण गांधीजी व गांधीवाद यांच्याविषयी लिहिणाऱ्या लेखकात श्रद्धा, भक्ती, आदर इत्यादिकांनी प्रेरित होऊन लिहिणारेच अधिक. त्या सर्वांच्या वाङ्मयावर विभूतिपूजेची छाया कळत नकळत पसरलेली दिसते. विभूतिपूजा ही नेहमीच सत्याच्या शोधाला मारक ठरते. गांधीजींच्यावर अनेकांनी कडकडून टीकाही केल्या आहेत. एकीकडून हिंदुमहासभावादी व दुसरीकडून मार्क्सवादी विचारकांनी आणि प्रचारकांनी वेळोवेळी त्यांच्यावर निकराचे हल्ले चढविले आहेत. पण विभूतिपूजकांप्रमाणे विरोधकांनाही सत्याचे दर्शन संपूर्णपणाने होत नाही. प्रा. पारीख यांचे पुस्तक या दोन्ही वर्गाच्या अनेक दोषांपासून अलिप्त आहे. त्यांना गांधीजींविषयी आदर आहे; पण अंधभक्ती मुळीच नाही. चिकित्सा म्हणजे वेडीवाकडी चिरफाड नव्हे, हे ते पूर्णपणे जाणतात. पण रोग्यावर शस्त्रक्रिया करताना डॉक्टराने आपला हात कापू देता कामा नये, याचा त्यांना कधी विसर पडत नाही. तात्त्विक विवेचन करताना काव्य किंवा पांडित्य यांचा आश्रय करणारे आपल्या उद्दिष्टापासून दूर भटकत जातात, हेही त्यांना माहीत आहे. पांडित्यप्रदर्शनाचा किंवा आपले प्रतिपादन अलंकृत करून मांडण्याचा मोह या पुस्तिकेतल्या पाच लेखात त्यांनी स्वतःला कुठेही होऊ दिलेला नाही. त्यामुळे गांधीजींकडे एक थोर ऐतिहासिक व्यक्ती या दृष्टीने पाहू इच्छिणाऱ्या आणि त्यांच्या जगभर गाजलेल्या तत्त्वज्ञानातले गुणदोष प्रामाणिकपणाने जाणू इच्छिणाऱ्या वाचकांच्या विचाराला या पुस्तिकेत बरेच खाद्य मिळेल.

उदाहरण म्हणून गांधीवाद व समाजवाद यांच्याविषयीचे पारीख यांचे विवेचन पाहावे. मध्यंतरी दहा-बारा वर्षे तरी गांधीवाद व समाजवाद यांच्या स्वरूपात साम्य आहे, जणू काही ते दोघे जुळे भाऊ आहेत, त्यांचा समन्वय सहज करता येईल, अशा प्रकारचे प्रतिपादन आपल्याकडले मोठमोठे पंडित करीत होते. कठोर वस्तुस्थितीपेक्षा मोहक स्वप्नरंजन मनुष्याला स्वभावतःच प्रिय असल्यामुळे जनता त्याच्यावर विश्वास ठेवीत होती. प्रा. पारीख यांनी त्या गोड भ्रमाचा बुडबुडा आपल्या पुस्तकात स्पष्टपणे

फोडला आहे. ते म्हणतात, "उत्पादनाच्या साधनात भरपूर वाढ झाली असल्याकारणाने समाजवादाला अभिप्रेत असलेल्या समाज-व्यस्थेत सर्वांनाच आपापल्या गरजा पुऱ्या करता येतात. हे समाज-व्यवस्थेत आदर्शभूत चित्र गांधीवादात बसू शकत नाही. वर्गविहीन समाजवचनेचा आदर्श पुढे ठेवताना समाजवादाने लावलेले मोजमाप ऐहिक आहे. व्यक्तिस्वातंत्र्य व व्यक्तीच्या विकासाला संधी हे त्याचे खरे सार आहे. गांधीवादाचा आदर्श ऐहिक मोजमापाने ठरतच नाही. . . ज्यात एका वर्गाचे दुसऱ्या वर्गाकडून शोषण होते, एका वर्गाची श्रमशक्ती खर्च होऊन निर्माण झालेली संपत्ती दुसऱ्याच्या जीवनाचे साधन बनते, अशा प्रकारची आजची अर्थोत्पादन पद्धती हीच अनेक आर्थिक अनिष्टांचे मूळ आहे, असे समाजवादाचे स्पष्ट मत आहे. उलट गांधीवादाने या बाबतीत विश्वस्ताचा सिद्धांत मांडला आहे. हा फरक केवळ मार्गापुरता नाही, हे ध्यानात घेतले पाहिजे. मानवजातीवरील प्रेम व तिचे आर्थिक शोषण एकत्र नांदू शकतात हे स्वतः गांधीजींचेच उद्गार आहेत. . . केवळ जीवनाबद्दल दया असावी, सर्वांनी प्रेमाने, बंधुभावाने वागावे, एवढीच शिकवण गांधीवादात आहे. विश्वबंधुत्वावर अधिष्ठित असा समाज निर्माण करण्याचा ज्ञानावर अधिष्ठित असलेला मार्गही त्यात कोठेच आढळत नाही. बंधुत्व निर्माण करावयाचे म्हणजे शत्रुत्व का उत्पन्न होते याचा विचार करणे आवश्यक आहे. त्याचीही सुसंगत चिकित्सा व चर्चा त्यात कोठेच दिसत नाही. . . गांधीवादाच्या तीस वर्षांच्या शिकवणुकीने जीवनाकडे पाहण्याच्या सामान्य माणसाच्या दृष्टिकोनात कोणताही मौलिक वा मूलभूत बदल घडून आला नाही. उलट भ्रामक समजुती, जुने विचार, जुनी दृष्टी यांना पोषक असेच सांस्कृतिक वातावरण देशात कायम राहिले. त्यात अडाणीपणा, असहिष्णुता, स्वमताबद्दलचा हेकटपणा इत्यादी गोष्टी वाढतच गेल्या. गांधीवादाची शिकवण धार्मिकतेवर आधारलेली असल्यामुळे ढोंगीपणा आपोआपच निर्माण झाला."

प्रा. पारीख व या पुस्तकाचे प्रस्तावनाकार तर्कतीर्थ लक्ष्मणशास्त्री जोशी या दोघांनाही गांधीजींविषयी प्रेम व आदर आहे. गांधी या व्यक्तीचे माहात्म्य ते पुरेपूर जाणतात. पण गांधींनी प्रवर्तित केलेले व भारतीय जीवनाच्या सर्व क्षेत्रात एक पिढीभर अनिरुद्धपणे संचार करीत असलेले हे तत्त्वज्ञान सदोष आहे, हे स्पष्टपणाने प्रतिपादन करायला व ते शास्त्रशुद्धतेच्या निकषावर घासून पाहायला ते कचरत नाहीत.

प्रा. पारीख म्हणतात, "गांधींचे अमरत्व त्यांच्या मानव-प्रेमात आहे. तीच त्यांची खरी शिकवणूक आहे. ती श्रद्धेवर, धर्मावर आधारलेली असल्यामुळे प्रभावी होऊ शकली नाही. तथापि ती बुद्धीवर अधिष्ठित करून त्यांचे कार्य पुढे नेणे शक्य आहे. असे झाले तरच गांधी इतिहास घडविणारे होतील. आज देशात असलेल्या परिस्थितीचे त्यांना निर्माते म्हणणे हा त्यांच्या व्यक्तित्वाचा अपमान आहे. त्याचे अपुरे राहिलेले कार्य पुढे नेणे की त्यांची मंदिरे बनवून, पुतळे उभारून त्यांना विसरणे हा

मागे राहिलेल्या व शोक करणारांच्या पुढील खरा प्रश्न आहे.''

गांधीजींच्या वधानंतर लगेच प्रा. पारीख यांनी हे लेख लिहिले. त्या लेखनाला आता दोन वर्षे झाली आहेत. या चोवीस महिन्यात घडलेल्या सर्व घडामोडी लक्षात घेतल्या, मोठमोठ्या मंत्र्यांनी आणि पुढाऱ्यांनी ठिकठिकाणी केलेली लांबलचक प्रवचने वाचली, साखरेपासून पाकिस्तानपर्यंतचे निरनिराळे प्रश्न आपण कसे हाताळीत आहो हे पाहिले, चिघळत चाललेल्या नव्या-जुन्या अनेक संघर्षांना प्रगतिशील दृष्टीने तोंड द्यायची आपली कितपत तयारी आहे, याचा विचार केला म्हणजे गांधीजींच्या तत्त्वापासून आणि त्यांच्या ध्येयवादापासून आपण हळूहळू दूर जात आहो असे निश्चित वाटू लागते. मीरा बेन यांनी एके ठिकाणी म्हटले आहे, ''उभ्या जगात खरा गांधी-आश्रम एकच आहे. तो म्हणजे बापूंची गादी आणि त्यांचे लिहिण्याचे बैठे मेज यांना व्यापणारी ती काही चौरस फुटांची जागा.'' आजची परिस्थिती पाहिली म्हणजे या सूचक वर्णनातले कटु सत्य मनाला तीव्रतेने बोचते. वाटते, गांधीजींना आम्ही साऱ्या लोकांनी फसविले. त्यांच्या व्यक्तिमत्त्वाने दिपून जाऊन त्यांच्या शिकवणुकीच्या प्रत्येक शब्दाला आम्ही अंधपणाने मान डोलावली. पारतंत्र्याविरुद्ध लढायला आम्हाला एक जबरदस्त पुढारी हवा होता. तो मिळावा म्हणून त्यांच्या सर्व अटी आम्ही मुकाट्याने मान्य केल्या; पण लढाई संपल्यावर त्या पाळायची जरुरी नाही असे मनात म्हणतच! त्यांची उदार शिकवण हा काही केवळ राजकारणातला एक डाव नव्हता. मानवी जीवनाची विस्कटलेली घडी नीट बसावी म्हणून धडपडणाऱ्या एका महात्म्याने आत्मक्लेशाने शोधून काढलेली ती पाऊलवाट होती. त्या पाऊलवाटेवर काटे असतील, वेडीवाकडी वळणे घेत घेत ती कुठे जात आहे, याची पाहणाराला कल्पना येत नसेल. कदाचित ती एखाद्या दुर्गम अरण्यात लुप्त होत असेल! प्रचलित राजमार्ग सोडून त्या पाऊलवाटेने जाण्यात धोका आहे, असे अनेकांना प्रामाणिकपणाने वाटले असते तर त्यात गैर असे काय होते? पण ज्यांना त्या वाटेने जायचे नव्हते त्यांनी आपण तिकडे वळलो आहो असा भास उत्पन्न करून गांधींच्या डोळ्यात धूळ फेकायला नको होती!

ही आत्मवंचना आता तरी भारतीय जनतेने कटाक्षाने टाळली पाहिजे. विनोबाजी भाव्यांसारखी संपूर्ण गांधीवाद पचविणारी माणसे व्यक्तिशः कितीही चांगली असली, तरी सामाजिक अधःपाताला ती आळा घालू शकत नाहीत, ही गोष्ट दोन वर्षात पुनः पुन्हा उघड झाली आहे. मागे– मला वाटते इंदूरलाच– विनोबाजी काळा बाजार करणाऱ्या व्यापाऱ्याविरुद्ध जीव तोडून बोलले होते. पण जगातली दुर्जनता सत्ताहीन सज्जनांच्या निषेधाला तृणवत् लेखते, हा सनातन अनुभवच त्या वेळी त्यांना आला. आजकाल गांधीवादाचा आत्मा असलेली नैतिक मूल्ये मूठभर प्रामाणिक लोकांकडून व्यक्तिजीवनात पाळली जात असली, तरी आपले सर्वसामान्य सामाजिक जीवन

अधिक खालच्या पातळीवर घसरले आहे. मोठमोठ्या शहरातून फिरून पाहावे, विविध व्यवहार करणारांशी बातचीत करावी, ज्या संस्कृतीचा आपण अभिमान बाळगतो ती हॉटेल-संस्कृती किंवा सिनेमा-संस्कृती बनू पाहत आहे हे चटकन ध्यानात येईल. हिरवी नोट ही आजच्या हिंदी समाजातली सर्वश्रेष्ठ देवता आहे. आपल्या भक्ताला ही कुठलाही वर देऊ शकते! गांधीजी श्रमपावित्र्याचा सतत पुरस्कार करीत राहिले. पण आजच्या जीवनात हरएक क्षेत्रात दलालांचा, बांडगुळांचा आणि उपटसुंभांचा एक भला मोठा नवा वर्ग निर्माण झाला आहे. जुन्या भारतीय संस्कृतीतली उच्च मूल्ये आम्ही कधीच गमावली! मात्र पाश्चात्त्य संस्कृतीतल्या श्रेष्ठ मूल्यांचा विचारपूर्वक स्वीकार करण्याची आम्हाला अजून तादृश आवश्यकता भासत नाही. आमचे विद्यार्थी अद्यापी विज्ञानपराङ्मुख आहेत. आमचे शेतकरी अडाणी आणि धर्मभोळे आहेत. आमचे व्यापारी दलाल आहेत. आमचे सुशिक्षित लोक कुणाचे ना कुणाचे बंदे गुलाम आहेत. कुठल्याही प्रकारच्या ध्येयवादाने जनता उजळलेली नाही, भारावलेली नाही. त्यामुळे विकलता आणि विफलता यांच्या भेसूर छाया सामाजिक जीवनावर प्रत्यही अधिक मोठ्या प्रमाणात पसरत आहेत.

असे का व्हावे? उज्ज्वल सूर्यप्रकाशाने नटलेल्या एका शिखराकडे आपण जात आहो, अशी गेली पंचवीस-तीस वर्षे आपली खात्री होती. पण आज आपण कुठे आहोत? तर काळोखाने भरलेल्या एका खोल दरीच्या तोंडाशी! आपली पावले डळमळत आहेत, पायांखालची जमीन खचत असल्याचा आपल्याला भास होत आहे. या दरीत आपण केव्हा फेकले जाऊ, ही भीती प्रत्येकाच्या चेहऱ्यावर प्रतिबिंबित होत आहे. गांधीजींच्या पाव शतकाच्या अलौकिक कर्तृत्वानंतर भारतीय जीवनात इतकी अशाश्वती आणि दुर्बलता निर्माण व्हावी, ही जितक्या लज्जेची आणि दुःखाची तितकीच भविष्यकालाच्या दृष्टीने भीतीची आणि चिंतेची गोष्ट आहे.

आजकालच्या विफलतेत, विकलतेत, अशाश्वतीत आणि अस्थिरतेत सर्व दोष आपलाच आहे असे नाही, गेल्या तीन तपात सारे जग धरणीकंपाच्या धक्क्यांनी पुनः पुन्हा हादरत आहे. या धक्क्यांनी बहुतेक जुनी मंदिरे आणि घरे ढासळून पडत आहेत. सर्व जीवनमूल्यांचा– एकेकाळी शाश्वत मानल्या गेलेल्या नीतिमूल्यांपासून यंत्रयुगाने निर्माण केलेल्या चंचल आर्थिक मूल्यांपर्यंत सर्वांचा– फेरविचार आणि पुनर्घटना केल्याशिवाय जगात शांती प्रस्थापित होणे अशक्य आहे. जीवनातला हा गोंधळ मोठमोठ्या पाश्चात्य लेखकांना सुद्धा अत्यंत तीव्रतेने जाणवू लागला आहे. या धुक्यातून बाहेर पडण्याची धडपड ते अधिक अधिक प्रमाणात करीत आहेत. लेविस ममफोर्डचे 'Faith for living', ॲलेक्सिस कॅरेलचे 'Man, the unknown', आल्डस् हक्स्लेचे 'Ends and the means', जोडचे 'Decadence' ही पुस्तके वाचताना गांधीजींची आणि त्यांच्या तत्त्वज्ञानाची आठवण झाल्यावाचून

राहत नाही याचे कारण हेच होय. हे सर्व विचारवंत प्रथमतः निरनिराळ्या ठिकाणांहून प्रवासाला निघाले असतील. पण पुढल्या पर्यटनात त्यांच्या वाटा आणि गांधीजींचे मार्ग एकाच दिशेने जात आहेत हे लक्षात घेतले म्हणजे गांधींच्या आध्यात्मिक व्यक्तित्वाविषयींचा आपला आदर वृद्धिंगत झाल्यावाचून राहत नाही.

पण आध्यात्मिक क्षेत्र हे त्या त्या व्यक्तीपुरते स्वतंत्र असते. कुठल्याही क्षेत्रातला व्यक्तीचा विकास निरनिराळ्या कारणांनी त्वरित होण्याची शक्यता कोण नाकारील? बुद्धीची कुशाग्रता आणि भावनांची उत्कटता लाभलेल्या व्यक्तीच्या जीवनात अल्पकाळात अभूतपूर्व आध्यात्मिक स्थित्यंतर होऊ शकते. स्टीफान झ्वाइगने टॉल्स्टॉयच्या आयुष्यात घडलेल्या असल्या परिवर्तनाचे मोठे सूक्ष्म आणि मार्मिक वर्णन 'The Living Thoughts Library' मधल्या टॉल्स्टॉयच्या वेचक उताऱ्यांच्या प्रस्तावनेत केले आहे. पन्नाशीच्या घरात येईपर्यंत टॉल्स्टॉय बहिर्मुख वृत्तीचा होता. त्या वेळी ऐहिक सुखाची सर्व साधने हात जोडून त्याच्यापुढे उभी होती. बुद्धि, कला, प्रतिष्ठा, आरोग्य, कौटुंबिक जीवन, कुठल्याही गोष्टीत त्याला कशाचीही न्यूनता नव्हती. असे असून आयुष्याच्या मध्यभागी तो एकदम अस्वस्थ होऊन गेला. अनामिक औदासीन्याने त्याचे मन काजळून गेले. पत्नी, मुले, लेखन, कशातच त्याचे मन रमेना. जणू काही सारा जीवनरस आटला; आत्महत्येच्या भीतीने त्याने आपली शिकारीची बंदूक कडीकुलुपात घालून ठेवली. शेवटी त्या अस्वस्थतेच्या मुळाशी तो गेला. तेव्हा अनेक अज्ञात प्रश्न त्याच्यापुढे उभे राहिले. तो विचार करू लागला– माझ्या जीवनाचा अर्थ काय आहे? पाप आणि पुण्य यांची जी तीव्र जाणीव माझ्या मनामध्ये आहे तिचा जीवनाच्या प्रगतीशी काय संबंध आहे? आयुष्य कसे घालविले असताना मला पूर्ण समाधान मिळेल?

गांधीजींच्या पूर्व आयुष्यात असलेच अनेक प्रश्न दत्त म्हणून त्यांच्यापुढे उभे राहिले होते. त्यांची उत्तरे शोधून काढण्याचा प्रयत्न करता करता ज्याला आपण गांधीवाद हे नाव देतो ती तत्त्वप्रणाली त्यांच्या जीवनात रूढ होत गेली. व्यक्तीच्या आत्मविकासाच्या दृष्टीने ती पुष्कळ उपयुक्त व बरीचशी निर्दोष आहे यात शंका नाही. आपल्या अभिनवतेमुळे तिने एका बलाढ्य साम्राज्यशाहीशी थोड्याफार यशस्वीपणाने टक्कर दिली, हेही इतिहासाला मान्य करावे लागेल. पण ते तत्त्वज्ञान सामाजिक मनाला जसेच्या तसे लागू करण्यात दंभाचा आणि आत्मवंचनेचा फार मोठा धोका निःसंशय होता. व्यक्तिमन आणि सामाजिक मन यांच्यात नेहमीच दोन धृवांचे अंतर असते. 'Man is kind; but men are cruel' या टागोरांच्या उक्तीत ते अंतर अत्यंत स्पष्टपणाने सूचित केले गेले आहे. व्यक्ती प्रसंगी चटकन अंतर्मुख होऊ शकते; पण समाज नेहमी बहिर्मुखच राहतो. त्याची भक्ति आणि भीति, प्रीति आणि द्वेष ही सर्व विचारापेक्षा विकारातून उगम पावतात. व्यक्तिमनाला उच्च

जीवनमूल्यांचे त्वरित आवाहन होऊ शकते. एवढेच नव्हे तर ती तिच्या आचरणातही प्रकट होतात. सामाजिक मन त्या दृष्टीने जड, बधिर व अगतिक असते. त्याच्या वरच्या थरात नव्या तत्त्वप्रणालीची बीजे पडली की थोडे दिवस तिथे हिरवे अंकुर दिसतात. पण ते लवकरच करपतात.

शिवाय गांधीजींनी ज्या समाजात आपली आध्यात्मिक मूल्ये रुजविण्याचा प्रयत्न केला तो संघटित, सुसंस्कृत आणि सुविकसित नव्हता. जातिभेदाने पोखरलेला, धर्मभेदाने भग्न झालेला, अस्पृश्यतेचा हिडीस कलंक जडलेला, आर्थिक विषमतेच्या सडू लागलेल्या जखमांनी बुजबुजलेला भारतीय समाज उद्‌ध्वस्त वास्तूच्या भिंती रंगवू लागावे तसा त्याच्या बाबतीत गांधीजींच्या शिकवणुकीचा प्रकार झाला!

या समाजात पवित्र प्राचीन संस्कृतीच्या गप्पा मारणारे लक्षावधी लोक होते. पण जनावराचे जिणे जगणाऱ्या आपल्या देशबांधवांना आणि धर्मबांधवांना पोटाशी धरण्यापर्यंत त्यांची मजल कधीच पोचली नाही! परलोक आणि परमेश्वर यांच्यावरल्या श्रद्धेच्या बेड्या सर्वांच्याच पायात असल्यामुळे समाज या नावाने संबोधिल्या जाणाऱ्या या प्रचंड तुरुंगात मोठमोठे दंगे फारसे होत नसत हे खरे आहे. पण इंग्रजी शिक्षण सुरू होऊन ज्या क्षणी परलोकावरला आणि परमेश्वरावरला सामान्य मनुष्याचा विश्वास डळमळला, त्याच क्षणी या शतकानुशतके झोपी गेलेल्या ज्वालामुखीच्या स्फोटाची पूर्वतयारी सुरू झाली.

क्षणाक्षणाने आणि कणाकणाने कमी होत चाललेल्या सामान्य मनुष्याच्या या धर्मश्रद्धेकडे गांधींनी दुर्लक्ष केले. ते आपल्यावरून जग ओळखीत होते. हजारो लोक त्यांच्या प्रार्थनांना जमत, 'वैष्णव जन' आणि 'रघुपति राघव' म्हणत. पण महात्माजींची ईश्वरावर जी श्रद्धा होती, तिचा ओझरता स्पर्श तरी त्या हजारांपैकी एखाद्याला झाला असेल किंवा काय याची शंकाच आहे. तो व्हावा तरी कसा? जीवनात धर्मनिष्ठेची जागा अर्थनिष्ठेने घेतलेली. जुन्या काळातल्या कृत्रिम आध्यात्मिक पातळीवरून प्रत्येकाचे मन आधिभौतिक पातळीवर आलेले. त्याला खऱ्याखुऱ्या आध्यात्मिक पातळीवर नेण्याचा गांधीजींनी प्रामाणिक प्रयत्न केला. तो निष्फळ आहे हे त्यांना कधीच जाणवले नसेल असे म्हणवत नाही! पण आदर्शामागे लागलेल्या महापुरुषाची स्थिती मृगजळामागे धावणाऱ्या हरिणासारखी होते. त्याला मध्ये थांबता येत नाही; मागे परतता येत नाही; पुढे दूरवर लखलखणाऱ्या जळाचे सौंदर्यही काही केल्या कमी होत नाही. नौखालीच्या हत्याकांडापासून मृत्यूच्या दिवसापर्यंत गांधीजींचे सर्व उद्‌गार वाचले, दिल्ली डायरी बारकाईने चाळली, म्हणजे महापुरुषांची दुःखे किती मोठी असतात या जाणीवेने सामान्य माणसाचे मन भयचकित झाल्याशिवाय राहत नाही.

आध्यात्मिक जीवनमूल्यांवर गांधीजींनी दिलेला भर व्यक्तिजीवनात अनेक दृष्टींनी बरोबर होता. पण धार्मिक, आर्थिक आणि सामाजिक भेदांनी ग्रासलेल्या

भारतीय समाजाच्या मनामध्ये त्याचा विकास होणे शक्य नव्हते. त्यामुळेच त्यांच्या निर्याणानंतर त्यांचे अनेक शिष्य-प्रशिष्य मस्तकावरला मणी नाहीसा झालेल्या अश्वत्थाम्याप्रमाणे भासत आहेत आणि 'महात्मा गांधी की जय' म्हणून गर्जना करीत आलेला समाज अगतिक होऊन कपाळाला हात लावून बसला आहे!

निसर्गातली अंदाधुंदी आणि माणसातले पशुत्व यांच्याविरुद्ध सतत युद्ध करणाऱ्या गांधीजींचा जीवनसंदेश तात्त्विक दृष्ट्या मनुष्यजातीला मोलाचा वाटत राहील, हे सांगायला कशाला हवे? पण तो पुस्तकात अथवा एखाद्या आश्रमात पडून राहायचा नसेल, तर त्याची अंमलबजावणी होण्याकरिता विशिष्ट सामाजिक परिस्थिती आपण आधी निर्माण करायला हवी. जिथे हरएक प्रकारची कृत्रिम विषमता जास्तीत जास्त प्रमाणात नाहीशी झाली असेल अशा समाजरचनेतच गांधीजींचे तत्त्वज्ञान रुजू शकेल. त्याची गोड फळे कधी ना कधी मिळण्याची शक्यता निर्माण होईल. या दृष्टीने गांधीवाद समाजवादाला पूरक आहे. पण जगाची किंवा जीवनाची नवी घडी बसवायला सद्यःस्थितीत तो पूर्णपणे असमर्थ आहे. समाजवादाची नवी घडी बसवायला सद्यःस्थितीत तो पूर्णपणे असमर्थ आहे. समाजवादाची प्राथमिक तत्त्वे सुद्धा ज्या समाजाच्या पचनी पडलेली नाहीत, तिथे गांधीवाद यशस्वी होणे अशक्य आहे. पायावाचून मंदिर आणि मंदिरावाचून कळस उभारण्याचा हा चमत्कार प्रथमदर्शनी कुतूहलजनक वाटला, तरी अंती अयशस्वी होणार हे भविष्य वर्तवायला ज्योतिष्याची मुळीच जरुरी नाही.

प्रा. पारीख सांगतात त्याच मार्गाने यापुढे आपल्याला गेले पाहिजे. ते म्हणतात, 'नैतिकतेवर आधारलेले जीवन निर्माण करण्याचा मार्ग म्हणजे लोकशिक्षणाचा मार्ग होय. गांधींच्या विचारसरणीत ऐहिक व नैतिक जीवन यांची सांगड घालण्याऐवजी 'ऐहिक' नैतिकतेच्या कक्षेच्या बाहेर टाकण्यात आले. त्यामुळे जीवनात नीतिमत्ता निर्माण होऊ शकली नाही, यात फारसे आश्चर्य वाटण्याचे कारण नाही.'

ही नीतिमत्ता केवळ संयमाच्या उपदेशाने, ईश्वराच्या प्रार्थनेने किंवा संन्यस्त वृत्तीच्या मूठभर सेवकांच्या दर्शनाने निर्माण होणे शक्य नाही. मनुष्यातल्या भलाईवर गांधीजींचा फार विश्वास होता. पण सामान्य मनुष्य सच्चा नाही आणि लुच्चाही नाही. तो प्रवाहपतित आहे. यतिधर्म किंवा सेवाधर्म या गहन गोष्टी आहेत. या कानाने त्या तो ऐकतो व त्या कानाने सोडून देतो. मनुष्याचे जीवन केवळ भाकरीने पूर्ण होत नाही हे त्याला कळते. पण जीवनात प्रथम भाकरीची सोय झाली पाहिजे, मग आत्म्याची झाली तरी चालेल, असा त्याचा आजचा अट्टाहास आहे. तोंडावर कुठले तरी चार शिळेपाके तुकडे टाकूनही त्याला आता संतुष्ट ठेवता येणार नाही. लेविस ममफोर्ड म्हणतो तेच खरे आहे. 'आजच्या जगाचे हे भोक पडलेले गलबत चालू वादळातून निभावून न्यायचे असेल, तर त्याच्यात भरलेला माल समुद्रात फेकून द्यायची आपली

तयारी पाहिजे.' सुखाच्या, संस्कृतीच्या, वैयक्तिक जीवनाच्या समाजरचनेच्या ज्या ज्या कल्पना यापुढे निरुपयोगी ठरणार असतील त्यांचा त्यांचा तत्क्षणी आपण त्याग केला पाहिजे. नवे जग किंवा नवा मानव आपणहून कधीच निर्माण होणार नाही. ती कष्टाने आणि कौशल्याने, जीवननिष्ठेला विज्ञानाची जोड देऊन, घडविली पाहिजेत.

– १९५०

❖

ललित साहित्याची तीन तपे

जीवनाप्रमाणे वाङ्मयाचेही सिंहावलोकन करण्यात विविध प्रकारचा आनंद असतो. पिढीपिढीला अभिरुची कशी बदलते, सामाजिक घडामोडींचे परिणाम साहित्यावर कसे होतात, लोकप्रियतेच्या शिखरावर उभी असलेली ग्रंथांची आणि ग्रंथकारांची नावे काही काळाने विस्मृतीच्या दरीत कशी लुप्त होतात, आणि दीर्घकाळ लोकप्रिय राहणाऱ्या साहित्यात अक्षरवाङ्मयाच्या पढिक कल्पनांनी गौरविलेल्या गुणांपेक्षा कोणते निराळे गुण आढळतात, इत्यादी गोष्टींचे अशा वाङ्मयीन सिंहावलोकनात मोठे मजेदार दर्शन घडते. वळणावळणाने वाहत जाणाऱ्या नदीच्या काठाने स्वच्छंद सहल करण्यात जो आनंद असतो, तोच साहित्याच्या अशा सिंहावलोकनातही लाभतो.

या दृष्टीने गेल्या तीन तपातल्या साहित्याकडे पाहिले तर मराठी ललितवाङ्मयाने घेतलेली दोन मोठी वळणे नजरेत भरतात. १९१९ ते १९३९ व १९३९ ते १९५६ असे या कालखंडाचे दोन भाग पाडणे अनेक दृष्टींनी इष्ट आहे. १९३९ मध्ये रविकिरण मंडळाचे एक प्रमुख कवी माधव ज्यूलियन यांचे निधन झाले. १९१९ साली झालेल्या गोविंदाग्रजांच्या मृत्यूनंतर ललित वाङ्मयाने घेतलेले नवे वळण या वेळी जुने होऊन गेले होते. याच वर्षी दुसरे महायुद्ध सुरू झाले. या महायुद्धाचे आर्थिक व सामाजिक परिणाम फार मोठे झाले. जीवनच या महायुद्धाने अंतर्बाह्य बदलून टाकले. या स्थित्यंतराची प्रतिक्रिया ज्यांच्या लेखनात प्रथमच तीव्रतेने दिसून आली, ते मर्ढेकर १९५६ साली दिवंगत झाले. समुद्राच्या भरतीची सीमा ही जशी ओहोटीची सुरुवात असते, तसा एका वाङ्मयीन रीतीचा किंवा प्रवृत्तीचा पूर्ण आविष्कार झाला, की ती मागे पडून दुसऱ्या रीतीचा किंवा प्रवृत्तीचा उदय होऊ लागतो. नवकथा, नवकाव्य, वगैरे नावांनी सूचित होणाऱ्या वाङ्मयीन प्रवृत्तींची गेल्या तीन वर्षांत जी डोळस चिकित्सा होऊ लागली आहे, ती लक्षात घेतली म्हणजे १९३९ नंतरचे मराठी ललित वाङ्मय पुन्हा नव्या वळणापाशी येऊन थबकले आहे, हे स्पष्ट दिसते.

अशा वेळी गेल्या तीन तपात आपल्या ललित साहित्याने नवे काय मिळविले आणि जुने काय गमावले, याचा ऐतिहासिक दृष्टीने विचार करणे आवश्यक आहे. तो करू लागले की, आरंभीच एक गोष्ट लक्षात येते. ती म्हणजे १९१९ ते १९३९

या कालखंडाला सामान्यांचा कालखंड म्हणण्याची पडलेली पद्धत. या पद्धतीत शास्त्रापेक्षा रूढीचाच भाग अधिक आहे! कुसुमावती देशपांड्यांनी रविकिरण-मंडळाच्या काव्याची चिकित्सा करताना ते सामान्यांचे काव्य आहे, अशा अर्थाचे एकदा उद्‌गार काढले. या उद्‌गारांची सत्यासत्यता पारखण्याचे काम कुणीच कसोशीने केले नाही. उलट, कुणाची रसिकता फार उच्च श्रेणीची म्हणून, याची ना त्याची टोपी उडविली म्हणजे टीकाकार होता येते असे कुणाला वाटले म्हणून, कोऱ्या करकरीत पाश्चात्य वाङ्मयाने आणि त्यातील टीकामूल्यांनी कुणी दिपून गेले म्हणून, असे काही लिहिले म्हणजे पांडित्याने पद्धतशीर प्रदर्शन होते असे कित्येकांना अनुभवाने पटले म्हणून, नाना गटातली आणि निरनिराळ्या गोटातली मंडळी या कालखंडाला सामान्यांचा कालखंड म्हणून संबोधू लागली.

पण साहित्य-गुणांच्या दृष्टीने खरोखर हा कालखंड सामान्यांचा होता काय? तांबे, वरेरकर, वा. म. जोशी, डॉ. केतकर, चिं. वि. जोशी, फडके, माधव ज्यूलियन, पु. य. देशपांडे, अत्रे, यशवंत, माडखोलकर, साने गुरुजी, य. गो. जोशी, अनिल, काणेकर, विभावरी शिरूरकर यांचे ऐन उमेदीतले सर्व कर्तृत्व याच काळात घडलेले आहे. या सर्वांच्या साहित्यावर 'सामान्य' हा सवंग शेरा मारणे सोपे आहे. पण तो शेरा मारणारांनी पुढील प्रश्नांची उत्तरे प्रामाणिकपणाने शोधणे जरुरीचे आहे. या कालखंडात मराठी शैलीचा विकास झाला नाही काय? हरिभाऊ व केळकर यांच्यासारखे प्रसन्न शैलीचे लेखक १९२० पूर्वी झाले असूनही मराठी ललित शैलीला नव्या काळाला अनुरूप असे स्वरूप प्राप्त झाले नव्हते. त्या शैलीवर पांडित्याची व त्यामुळे येणाऱ्या अवजडपणाची– प्रसंगी रुक्षतेचीसुद्धा– दाट छाया तरंगत होती. पण हरिभाऊ-केळकरांची शैलीची प्रसन्नता कायम ठेवून तिला माधुर्याची, लवचिकपणाची आणि विविध सौंदर्याचा सहजतेने आविष्कार करण्याच्या शक्तीची जोड फडके, अत्रे, साने गुरुजी, काणेकर, विभावरी शिरूरकर प्रभृती लेखकांनी दिली नाही काय? भरतीच्या वेळी किनाऱ्यालगतचे खडक जसे पाण्याखाली जाऊन दिसेनासे होतात, तसे हरिभाऊंच्या कादंबरी-लेखनातले दोष त्यांच्या प्रतिभेच्या आणि जिव्हाळ्याच्या प्रकाशात उजळून निघाले आहेत. पण १९२० पूर्वीच्या इतर लेखकांच्या कादंबऱ्या पाहिल्या म्हणजे त्या दोषांची पूर्ण कल्पना येते. त्या काळातल्या कितीशा कादंबऱ्या आता वाचनीय वाटतात? अशा स्थितीत ज्या फडक्यांनी कादंबरीला नवे नीटनेटके रूप दिले, आणि ज्या लेखकांनी कादंबरीच्या कक्षा वाढवून तत्त्वचिंतनापासून काव्यविलासापर्यंत आणि राजकारणापासून समाजशास्त्रापर्यंत तिचा संचार घडवून आणला, त्यांना 'सामान्य' लेखणे हा जसा वाङ्मयाच्या शुद्ध रसास्वादाचा मार्ग नव्हे, तसा ऐतिहासिक दृष्टीने वाङ्मयाचे मूल्यमापन करण्याचाही मार्ग नव्हे! हा इतिहास होत नाही! कितीही जाडजूड पुस्तक

लिहिले तरी ते इतिहासाचे विडंबन होते.

कोणत्याही कालखंडातील वाङ्मय-निर्मितीचे मूल्यमापन करताना विविध लेखकांच्या प्रतिभांची स्वरूपे, त्या काळातील विशिष्ट परिस्थिती आणि त्या काळच्या वाचकवर्गाच्या आवडीनिवडी व आशा-आकांक्षा या सर्वांचा विचार करणे आवश्यक असते. प्रत्येक लेखकाची शक्ती हीच शेवटी त्याची मर्यादा ठरते, या सूत्राचाही समीक्षकाने स्वतःला विसर पडू देता कामा नये. लेखकाची प्रतिभा प्रफुल्लित किंवा प्रज्वलित करण्यात काळाचाही काही भाग असतो. तो नाकारून चालणार नाही. इतकेच नव्हे तर त्या त्या काळच्या वाचकवर्गाच्या आवडी-निवडी, आशा-आकांक्षा, सुख-दुःखे यांच्यामुळेही लेखकाच्या निर्मितीचे स्वरूप अंशतः निश्चित होते. हरिभाऊंसारख्या अपार कणवेच्या आणि असामान्य प्रतिभेच्या साहित्यिकाने अस्पृश्य, दलित आणि वंचित अशा बहुजनसमाजाच्या कुठल्याही भागाला एकाही कादंबरीत आपला संजीवक स्पर्श करू नये, याचे काळ आणि वाचकवर्ग यांच्याखेरीज दुसरे कोणते कारण सांगता येईल?

१९१९-२० साली मराठी ललितवाङ्मयाच्या गाडीने आपले रूळ बदलले. सामर्थ्याच्या उपासनेकडून ते सौंदर्याच्या उपासनेकडे वळण्याचा प्रयत्न करू लागले. निबंध, नाटक व कांदबरी हे ध्येयवादाला अधिक अवसर देणारे वाङ्मयप्रकार थोडेसे मागे पडले. त्यांची जागा लघुकथा, लघुनिबंध, शब्दचित्र, नाट्यछटा, वगैरे सूचक व तत्त्वप्रतिपादनापेक्षा कलाविलासाला पोषक अशा वाङ्मयप्रकारांनी घेतली.

असे होण्याची कारणे अनेक होती. १९२० पूर्वीच्या मध्यमवर्गाच्या मनाची बैठक मुख्यतः लढाऊ होती. आता त्याच वर्गातून एक सुशिक्षित सुखवस्तू असा वर्ग निर्माण झाला होता. या काळातले अनेक लेखक याच वर्गातले होते– निदान त्याच्या आसपास वावरत होते, त्याच्याशी सहज समरस होते होते. मागच्या दोन पिढ्यांना स्फूर्ती देणारी इंग्रजी साहित्यातली दैवतेही या वेळी बदलली. त्यांची जागा नव्या दैवतांनी घेतली. शिवाय कलेचे मूल्य स्वतंत्र आहे, ती नीतिनिरपेक्ष, ध्येयनिरपेक्ष अशी वस्तु आहे, हा विचार बळावण्याला अतिशय अनुकूल अशी परिस्थितिही अनेक कारणांनी निर्माण झाली. "जादूगार कादंबरी लिहिताना अमुक एक विषय प्रतिपाद्य म्हणून मी काही योजिला नव्हता." हे फडक्यांचे उद्गार या संदर्भात फार महत्त्वाचे आहेत.

१८८० ते १९२० या कालखंडात मराठी मन ध्येयवादाच्या कल्पनांनी सतत पेटत, जळत राहिले होते. त्या तीव्रतेच्या मागे असलेल्या भावनांची प्रतिक्रिया म्हणून ते पुढे चिकित्सेकडे वळू लागले; उत्कटतेपेक्षा समतोलपणा आणि संश्लेषणापेक्षा विश्लेषण यात ते रमू लागले. न. चिं. केळकर, वा. म. जोशी व डॉ. केतकर ही या संक्रमणाची ठळक उदाहरणे आहेत. नेमके याच सुमारास राजकारणातले नेतृत्व

महाराष्ट्राबाहेर गेले. ब्राह्मण-ब्राह्मणेतर वादाने समाजकारणातल्या ध्येयवादाला नानाप्रकारचे फाटे फुटले. गांधीजी देशाचे नवे नेते झाले होते. त्यांचे तत्त्वज्ञान केवळ तर्काच्या, बुद्धिवादाच्या किंवा सुवर्णमध्याच्या कसोटीवर घासून पचनी पडण्याजोगे नव्हते. साहजिकच बुद्धिवादी म्हणवून घेणाऱ्या मध्यवर्गीय मराठी मनाची वृत्ती या नव्या ध्येयवादाविषयी साशंक झाली.

दुसरी गोष्ट म्हणजे १९२० नंतरचे मराठी मन हे आगरकर किंवा सावरकर यांच्या पिढ्यातल्या मनासारखे वैचारिक दृष्टीने एकाग्र, एकसंघ राहिले नाही. रशियातली राज्यक्रांती, सत्यशोधक समाजाची चळवळ, गांधी, मार्क्स व फ्रॉइड यांची परस्परविरुद्ध तत्त्वज्ञाने, या व अशा प्रकारच्या अनेक गोष्टींनी मराठी लेखकांच्या भावनात्मक जगात गोंधळ निर्माण झाला. त्यामुळे प्रतिभेच्या प्रस्फुरणापेक्षा बुद्धि, तर्क, तंत्र इत्यादिकांचा अधिक प्रमाणात अवलंब करणे अनेक कलाकारांना सोयिस्कर वाटू लागले.

तिसरी महत्त्वाची गोष्ट म्हणजे इंग्रजी वाङ्मयाचा वेगाने वाढणारा परिचय. या परिचयामुळे नव्या नव्या पाश्चात्य वाङ्मय-प्रकारांविषयी तरुण कलावंतांच्या मनात कुतूहल निर्माण होणे स्वाभाविक होते. ते सर्व वाङ्मयप्रकार मराठीत रूढ करण्याच्या नादात ते निमग्न झाले. १९२० ते १९३५ हा काल निबंध आणि नाटक यापेक्षा लघुकथा, लघुनिबंध, शब्दचित्र, नाट्यछटा इत्यादिकांनीच गाजविला. याचा अर्थ उघड आहे. या कालखंडातल्या साहित्याचे कार्य विकासापेक्षा विस्ताराचे होते. विषय, शैली, तंत्र, रचना, इत्यादी बाबतीत या काळात झालेली प्रगती लक्षात घेतली म्हणजे हा कालखंड सामान्यांचा होता असे म्हणणाऱ्यांचे मोठे नवल वाटते. नवी क्षेत्रे पादाक्रांत करणे निराळे व ती नांगरून पिकविणे निराळे. ती पिकविणारांचे मोठेपण कुणीच अमान्य करू नये. पण ती पादाक्रांत करायला अंगी पराक्रम असावा लागतो, हे त्यांच्या विरोधकांनीही विसरू नये.

१९२० पूर्वीच्या कालखंडातली किर्लोस्कर, देवल, हरिभाऊ, केशवसुत, गोविंदाग्रज, बालकवी, खाडिलकर, श्रीपाद कृष्ण, शिवरामपंत परांजपे अशी हाताच्या बोटांवर मोजता येण्याजोगी नावे सोडली तर 'असामान्य' हे विशेषण अंशतः तरी ज्यांना लावता येईल अशी कितीशी नावे आपल्याला सापडतात? त्या कालखंडाभोवती ध्येयवादाचे उज्ज्वल वलय तळपत होते. त्याचा प्रकाश परावर्तित होऊन तो अनेक सामान्य लेखकांच्या वाट्यालाही आला. त्यामुळे तो काळ असामान्यांचा आहे, असा भास निर्माण झाला. सूर्य मावळला तरी त्याचा प्रकाश जसा मागे रेंगाळत राहतो, त्याप्रमाणे ध्येयवादाने उजळलेल्या त्या कालखंडातल्या वाङ्मयाची उज्ज्वल स्मृती अजूनही महाराष्ट्राच्या मनात तरंगत आहे– आजही त्याने केलेल्या लोकजागृतीचे कृतज्ञतेने स्मरण केले जात आहे. केशवसुत, बालकवी

यांच्या जोडीने विनायकांचे नाव अजून घेतले जाते ते यामुळेच!

पण केवळ साहित्यगुणांच्या दृष्टीने पाहिले तर नंतरच्या पिढीतल्या लेखकांना ज्यांची उंची गाठता आली नाही, अशी शिखरे १९२० पूर्वींच्या काळात कितीशी आहेत? हरिभाऊंची उज्ज्वल आणि समतोल प्रतिभा, गडकऱ्यांची उत्कट पण उच्छृंखल कल्पकता, केशवसुतांची ज्ञाताच्या कुंपणांवरून पलीकडे जाण्याची धडपड करणारी अंतर्मुख काव्यात्मता, श्रीपाद कृष्णांनी विनोदाला व भाषेला लावलेले कलात्मक वळण यांच्याशी तुल्यबल असे मधल्या काळात फारसे काही दाखविता येणार नाही, ही तक्रार निराधार नाही; पण हरिभाऊ, श्रीपाद कृष्ण, गडकरी आणि केशवसुत यांच्यासारखे साहित्यिक प्रत्येक पिढीला जन्माला येत नाहीत, हेही त्याचबरोबर लक्षात घ्यायला नको काय?

हे लक्षात घेऊन १९१९-१९३९ या कालखंडातल्या वाङ्मयाकडे पाहू लागले, म्हणजे त्याने पुढील काळातल्या प्रवासाची शिदोरी म्हणून, मराठी मनाला काय काय दिले याची नीट कल्पना येते. यमुनेपासून (पण लक्षात कोण घेतो?) पद्मेपर्यंत (मायेचा बाजार) हरिभाऊ स्त्रीच्या दुःखाची आणि दास्याची करुण कहाणी सांगत होते. ते कारुण्य पुढील कालखंडातही कायम राहिले. पण या नव्या कालखंडातली स्त्री अगतिक राहिली नाही. बंडखोरपणाची बीजे तिच्या मनात रुजू लागली– फुलू लागली. निर्मलेपासून (दौलत) अचलेपर्यंतच्या (हिंदोळ्यावर) नायिका या दृष्टीने अभ्यसनीय आहेत. एवढेच नव्हे तर इंदु (इंदु काळे आणि सरला भोळे) व कालिंदी (ब्राह्मणकन्या) यांच्या रूपाने ज्या समस्या १९३०-३५ च्या दरम्यान सूचित झाल्या, त्याच आज १९५९ साली अधिक विचित्र व अधिक विक्राळ रूप धारण करून आपल्यापुढे उभ्या आहेत असे दिसून येईल.

१९१९ ते १९३९ ला कालखंडाने कितीतरी अविस्मरणीय कथा निर्माण केल्या. 'मृणालिनीचे लावण्य' व 'दंडकारण्यातली प्रणयिनी' (दिवाकर कृष्ण), 'माणूस जगतो कशासाठी' व 'न्याय' (ना. सी. फडके), 'शेवग्याच्या शेंगा' आणि 'वहिनीच्या बांगड्या' (य. गो. जोशी), 'बेबी' व 'जखम' (वि. वि. बोकील), 'कुत्र्याचा पट्टा' व 'निर्णय' (दौंडकर)– अशी किती लेखकांची आणि किती कथांची व कथाकारांची नावे सांगावीत?

माधव ज्यूलियन यांच्या कवितेतून झालेला प्रेमभावनेचा मोकळा आविष्कार आणि यशवंतांच्या काव्यातून विविध रीतींनी व्यक्त झालेली कौटुंबिक प्रेमाची उत्कट भावना यांचा अनुभव केशवसुत, गोविंदाग्रज वा बालकवी या प्रतिभासंपन्न पूर्वसूरींच्या काव्यात कितीसा येतो? तांब्यांच्या प्रतिभाविलासाची क्षेत्रे केशवसुतांच्या मानाने मर्यादित आहेत. पण त्या दोघांची तुलना करणे म्हणजे शरदातल्या चांदण्याशी वसंतातल्या उन्हाची तुलना करण्यासारखे आहे. तांब्यांचा आवाका कमी होता हे

कबूल केले तरी त्यांनी साध्यासुध्या तुमच्या-आमच्यासारख्या सामान्य माणसांच्या, पिठामिठाची विवंचना करणाऱ्या आणि तेलातिखटाने माखून गेलेल्या दैनंदिन संसाराचे मंथन करून जे मधुर काव्य निर्माण केले, त्याचे मोल कमी लेखून कसे चालेल?

'प्राप्तकाल हा विशाल भूधर। सुंदर लेणी तयात खोदा। निजनावे त्यावरती नोंदा।' किंवा 'ज्ञाताच्या कुंपणावरून। उड्डाण करून। चिद्घनचपला ही जाते। नाचत तेथे चकचकते। अंधुक आकृती। तिस दिसताती। त्या गाताती। निगूढ गीति। त्या गीतींचे ध्वनि निघती। झपूर्झा गडे झपूर्झा' या ओळीत जेवढे काव्य आहे, तेवढेच 'संसार सतारीवरि तारा। तू, मीही मदन वाजविणारा।' किंवा 'गुलाब हृदयी माझ्या फुलला। रंग तुझ्या गालांवर खुलला' या ओळीतही आहे.

फडक्यांच्या 'गुजगोष्टी', काणेकरांची 'पिकली पाने', चिं. वि. जोश्यांचे 'चिमणराव', अत्र्यांचे 'झेंडूची फुले', रघुवीर सामंतांचे 'हृदय', विठ्ठलराव घाट्यांचे 'काही म्हातारे व एक म्हातारी', लक्ष्मीबाई टिळकांची 'स्मृतिचित्रे', इत्यादी या कालखंडातली पुस्तके अभिजात अभिरुचीच्या कसोटीला उतरतील अशीच आहेत. अशा पुस्तकांच्या निर्मितीला १९२० पूर्वीचा काळ मुळीच अनुकूल नव्हता. त्यात नव्या ध्येयवादाची उग्रता होती, अभिनव सामाजिक भावनांचा पहिला पूर होता. साहजिकच आवाहन करणे व आव्हान देणे हीच त्या काळातल्या ललितलेखनाची कळत नकळत मुख्य कार्ये झाली. हरिभाऊ किंवा खाडिलकर हे त्या काळातले थोर कलावंत पण त्यांची कला मुख्यतः भावना आणि विचार यांच्या प्रक्षोभातून निर्माण झाली आहे. समुद्रमंथनातून लक्ष्मी बाहेर यावी तशी! तिला स्वतःच्या सौंदर्याची जाणीव नाही. उलट, 'गुजगोष्टी' सारख्या लघुनिबंधांना काय, 'काही म्हाताऱ्या' सारख्या व्यक्तिचित्रांना काय किंवा 'स्मृतिचित्रां'सारख्या आत्मवृत्ताला काय, ही प्रक्षोभाची पाश्र्वभूमी पोषक झाली नसती. सूर्यविकासी आणि चंद्रविकासी कमळांप्रमाणे ध्येयाच्या प्रेरणेने निर्माण होणारे वाङ्मय आणि कलेच्या प्रेरणेने निर्माण होणारे वाङ्मय असे भेद साहित्यात पडतातच. मात्र ध्येयवादी साहित्य कलाशून्य असते किंवा कलावादी साहित्य ध्येयविन्मुख असते, असा या भेदांचा धोपट अर्थ करणे म्हणजे साहित्यनिर्मितीच्या क्रियेविषयी अक्षम्य अज्ञान दाखविण्यासारखे आहे. एका कालखंडात काही कारणांनी जसे ध्येयाला प्राधान्य मिळते, तसे दुसऱ्या कालखंडात अन्य कारणांनी कलेचे कोडकौतुक केले जाते.

१९१९-१९३९ या कालखंडात ही दुसरी प्रवृत्ती वाढीला लागली. केळकर-कोल्हटकरांसारख्यांनी वाङ्मयचिकित्सा करताना या प्रवृत्तीचा पुरस्कार केला होता. पण खुद्द त्यांच्या साहित्यात कलामूल्यांइतकीच इतर मूल्यांची बूज राखण्याचा प्रयत्न होत होता; त्यामुळे 'कलेसाठी कला' या पंथाचे डौलाने फडकणारे निशाण साहित्य-क्षेत्रात दिसू लागले ते १९२० नंतरच. या पंथाचे प्रमुख पुरस्कर्ते ना. सी.

फडके हे होत. 'दौलत' कादंबरीच्या निर्मितीची कथा त्यांनी नुकतीच आकाशवाणीवरील एका भाषणात सांगितली आहे. त्यात ते म्हणतात, "ही कादंबरी लिहावयास घेताना एक विषय माझ्या मनात घोळत होता, आणि कादंबरीची रंजकता न बिघडविता तो पुढे मांडता येतो की नाही याचा प्रयोग मला करावयाचा होता." ही कादंबरी फडक्यांना स्फुरली ती धंद्यामुळे मिळणारी प्रतिष्ठा आणि पैसा हाच परमेश्वर मानून त्याच्या उपासनेत प्रीति, वात्सल्य, करुणा इत्यादिकांचे जे अमृतघट कौटुंबिक जीवनात भरलेले असतात त्यांच्याकडे पाठ फिरविणाऱ्या एका कर्तबगार पण अभागी माणसांचे जीवन पाहून. 'दौलत' कादंबरीचे हे बीज जितके नाजूक तितकेच करुण आहे. त्याचा संपूर्ण कलात्मक विकास झाला असता तर 'दौलत' दुःखांत झाली असती. तिच्यातले भय्यासाहेबांचे दुःख हे किंग लियरच्या दुःखाच्या पंक्तीत बसले नसते. मात्र त्याच्या मागच्या रांगेत कुठेतरी त्याला निश्चित जागा मिळाली असती! पण–

इथेच १९१९-१९३९ या कालखंडातल्या शेकडा ऐंशी टक्के ललित वाङ्मयाची खरी शोकांतिका आहे. या कालखंडाने कलेचे निशाण फडकवले खरे. पण केवळ भगवी वस्त्रे अंगावर धारण करून जसा कुणी थोर साधु होत नाही, त्याप्रमाणे कलेचे बाह्यांग जी कारागिरी तिचा आश्रय करून कुणालाही अक्षरवाङ्मय निर्माण करता येत नाही. कारागिरीचे सौंदर्य हे कागदी फुलांसारखे असते; उलट कलेचे सौंदर्य हे बकुळीच्या फुलांसारखे असते.

'रंजकता किंवा कादंबरी चित्तवेधक आणि चटकदार झाली पाहिजे हा मनातला अट्टाहास' हे फडक्यांसारख्या या कालखंडातल्या अव्वल दर्जाच्या कलावादी साहित्यिकाचे आणि त्यांच्या निशाणाखाली गोळा झालेल्या अनेक तरुण लेखकांचे मुख्य सूत्र बनून गेले. काही काळ तंत्र व कला हे शब्द एकाच अर्थाचे आहेत असा भ्रम उत्पन्न झाला. त्यामुळे खोल, नाजूक किंवा उत्कट अनुभूतींकडे आणि त्याच्या आविष्काराकरिता लागणारी कलात्मक भाववृत्तीची पातळी प्राप्त करून घेण्याकडे या कालखंडातल्या चांगल्या चांगल्या लेखकांचे दुर्लक्ष झाले. रंजकता व रचनाचातुर्य हेच अनेकांचे लोकप्रियतेचे परवल बनले. नांगराप्रमाणे प्रेमकथांचेही कारखाने काढता येतात व स्वप्नाळू स्थितीत वावरणाऱ्या सुखवस्तू मध्यमवर्गातल्या वाचकांच्या मदतीने ते चालू शकतात, हे ध्यानात येताच कलावंताला (Artist) अभिप्रेत असलेला सिद्धीचा अवघड मार्ग सोडून कारागिराला (Artificer) लाभणाऱ्या तात्पुरत्या यशस्वितेचा सोपा मार्ग या कालखंडात पुष्कळांनी चोखाळला. त्यामुळे १९४० च्या आगेमागे या काळातल्या लिखाणातही एक प्रकारचा तोचतोचपणा, नीरसपणा आणि निर्जिवपणा जाणवू लागला. या परिस्थितीतच दुसरे महायुद्ध सुरू झाले. त्यात केवळ वॉर्सासारखी शहरेच जळून बेचिराख झाली नाहीत. आपल्याकडल्या

सुखवस्तू आणि स्वप्नाळू मध्यमवर्गाची दिवास्वप्नेही त्या ज्वालांच्या ओझरत्या स्पर्शाने भस्मसात झाली. महायुद्धात युरोपातल्या अनेक देशातली हजारो बालके जशी निर्वासित झाली, तशी भारतीय समाजाने पिढ्यान् पिढ्या जोपासलेली अनेक जीवनमूल्येही देशोधडीला लागली. मर्ढेकरांसारख्या चिंतनशील कवीने 'स्वार्थ बोले ओठी ओठी। सत्ता बैसे पैशापाठी;। येरागबाळांच्या गाठी। अर्ध पोट।।' 'कुठे गया, कुठे मक्का। हत्याकांड येथे फुका। भुके कंगालिस्तान का। झिंदाबाद' 'पृथ्वीची तिरडी। (एरव्ही परडी। फुलांनी भरली!) जळो देवा, भली!' असे तळमळून उद्‌गार काढावेत, अशीच ही परिस्थिती होती.

मर्ढेकर, गोखले, गंगाधर गाडगीळ प्रभृति १९४० नंतर ललितवाङ्मयाच्या आघाडीवर आलेल्या आणि जुन्या चाकोऱ्यांतून बाहेर पडून लिहू लागलेल्या साहित्यिकांचे मूल्यमापन करताना त्यांच्या लेखनाला लागलेले नवे वळण तीन प्रकारच्या तीव्र प्रतिक्रियांतून निर्माण झाले हे लक्षात ठेवले पाहिजे. तसे पाहिले तर कुसुमाग्रज, बोरकर, चोरघडे, कुसुमावती देशपांडे इत्यादी मंडळी कालदृष्ट्या या साहित्यिकांना अगदी जवळची होती. कलादृष्ट्या त्यांच्यापैकी प्रत्येकाने आपले वैशिष्ट्य प्रकट केले होते. पण असे असूनही कुसुमाग्रज-बोरकर व रेगे-मर्ढेकर आणि चोरघडे-देशपांडे व गोखले-गाडगीळ यांच्यामध्ये एक रुंद दरी पसरलेली दिसते. याचा अर्थ उघड आहे. मराठी साहित्याला मर्ढेकर-गाडगीळांच्या द्वारे जे नवे वळण लागले ते संथ संक्रमणातून निर्माण झालेले नाही. मागच्या कालखंडाला पुढच्याशी जोडणारा पूल इथे आढळत नाही. कोंडाणा सर करताना सूर्याजीने जसे दोर कापून टाकून पळपुट्या मावळ्यांना मागे फिरणे अशक्य करून सोडले, तशी आपली स्थिती झाली आहे, आपण भूतकाळाशी कोणत्याच दृष्टीने समरस होऊ शकत नाही, असे या नव्या ललितलेखकांना वाटू लागले. त्यांची ही मनःस्थिती तीन प्रकारच्या प्रतिक्रियांनी घडविली. मध्यमवर्गीय, जागतिक आणि कलात्मक अशा त्या भिन्न भिन्न प्रतिक्रिया होत्या.

दुसरे महायुद्ध अन्ननियंत्रण घेऊन आले; लाखो लोकांना टाचा घाशीत प्राण सोडायला लावणारा बंगालमधला दुष्काळ घेऊन आले. मग जागेच्या टंचाईमुळे तरुणांच्या जीवनाची कुतरओढ सुरू झाली. एकच कर्ता पुरुष मिळविता असायचा अशी परंपरा असणाऱ्या मध्यमवर्गाला न परवडणारी महागाई थैमान घालू लागली. यातल्या प्रत्येक चटक्याने मध्यमवर्गाचे स्वप्नाळू मन किंचाळत उठले, थोडेफार जागे झाले! पण ते जागे झाले मात्र चिडक्या मनःस्थितीत! ध्यानी, मनी, स्वप्नी नसलेले असुरक्षित जीवन त्याच्यापुढे 'दत्त' म्हणून उभे राहिले होते! हे नवे जीवन जगताना जुन्या मूल्यांचा आधार पुरा पडेना! नव्या मूल्यांचा स्वीकार हसतमुखाने (आणि उघड्या डोळ्यांनी करायला लागणारे मानसिक धैर्य आणि शारीरिक बळ)

पिढ्यानपिढ्या सुरक्षित घरकुलात वाढलेल्यांच्या ठिकाणी कुठून येणार? महायुद्धाने आणि यंत्रयुगाने निर्माण केलेल्या नव्या सामाजिक आणि मानसिक गुंतागुंतीची उदाहरणे जुन्या बालबोध रीतींनी सुटतात! साहजिकच निराशा, वैफल्य, अश्रद्धा यांची काळी छाया मध्यमवर्गाच्या जीवनावर पसरली. माणसाची स्वतःवरली श्रद्धा उडाली की त्याची जगावर असली नसली श्रद्धाही उडून जाते. तसेच थोडेसे या कालखंडाच्या प्रारंभी घडले.

दुसऱ्या महायुद्धाने परंपरागत मानवी मूल्यांचा चोळामोळा करून टाकला होता. निती, दया, माणुसकी हे शब्द सद्भावाने उच्चारले तरी ते ढोंगीपणाचे वाटावे, इतके जपान-रशियापासून जर्मनी-अमेरिकेपर्यंतचे समाज बधीर झाले होते. पहिल्या महायुद्धापासूनच पाश्चात्य कलावंतांचे मन मानवी जीवनाचे आजपर्यंत न दिसलेले भेसूर रूप पाहून भांबावून गेले होते. त्याचा अर्थ बुद्धी किंवा भावना, धर्म किंवा नीती यांना लावता येत नाही असे पाहून तो वासना व तिची क्षणिक तृप्ती यांच्या द्वारे लागतो की काय याचा शोध घेत होते. फ्रॉइडसारख्या शास्त्रज्ञांच्या मदतीने या नवीन शोधाला अंतिम सत्याची प्रतिष्ठा प्राप्त करून देण्याचा ते प्रयत्न करीत होते. त्यामुळे तिकडील ललित वाङ्मयाची बैठक मुळापासून बदलू लागली होती. दुसऱ्या महायुद्धाने तो बदल दृढ केला. या बदलामुळे आपल्या साहित्यिकांची दैवते बदलली! शेले-वर्डस्वर्थचे स्थान इलियट-पाऊंड प्रभृति मंडळींनी पटकाविले. शेक्सपिअर-मोलिअरच्या स्थानी शॉ-इब्सेन बसू पाहत होते. पण मधल्या मध्येच त्यांचे उच्चाटन होऊन तिथे पिरेंडेलो-टेनेसी विल्यम्स यांना बसविण्यात आले. स्कॉट-डिकेन्स किंवा ओ हेन्री-चेकॉव्ह ही कथाक्षेत्रातली दैवते दूर फेकली गेली. त्यांच्या जागी बेट्स-हेमिंग्वे आणि जॉइसकाल्डवेल यांची पूजा सुरू झाली. इतकेच नव्हे तर साहित्यकलेविषयींच्या परंपरागत कल्पनांपेक्षा अगदी भिन्न अशा कल्पना प्रमाण मानून १९४० नंतरच्या कालखंडातले ललितवाङ्मय आपली पावले पुढे टाकू लागले.

१९३९ नंतरच्या या कालखंडातल्या लेखनाविषयी अजून आपल्याकडे वादविवाद सुरू आहेत. साहित्यसंमेलनाचे अध्यक्ष त्याचे दोषदिग्दर्शन करण्यात दंग होत आहेत. कुणी या काळातल्या लेखनावर अव्यवस्थित प्रज्ञेचा आक्षेप घेत आहेत, कुणी त्यात जंतुवादी क्षुद्रत्व आहे म्हणून नाके मुरडीत आहेत. व्यक्तिशः मला असे वाटते की, १९३९ नंतरच्या पहिल्या दशकात जुन्याला कंटाळलेल्या टीकाकारांनी आणि रसिकांनी त्याचे स्वागत करताना जसे त्याच्या दोषांकडे दुर्लक्ष केले, तसे आज त्याचे मातबर विरोधक त्याच्या गुणांकडे काणाडोळा करीत आहेत. मराठी ललित वाङ्मयाच्या विकासाला या कालखंडाने निश्चित हातभार लावला आहे. या काळातले मर्ढेकर, विंदा करंदीकर, इंदिरा संत प्रभृति कवी, गोखले, गाडगीळ, व्यंकटेश माडगूळकर इत्यादी कथाकार, दुर्गा भागवत, ना. ग. गोरे, इरावती कर्वे

वगैरे ललितनिबंधकार, पु. ल. देशपांडे, विजय तेंडुलकर, पु. शि. रेगे (रंगपांचालिक) प्रभृति नाटककार– यांच्या प्रतिभेविषयी कोण शंका घेईल? त्यांनी केलेले अनेक प्रयोग फसले असले तरी त्यांच्या अयशस्वी प्रयोगांनी मराठी काव्य, कथा, नाट्य, निबंध यांची आशय आणि अभिव्यक्ती या दोन्ही बाबतीत नव्या वाटांनी प्रगती झाली. ती अमान्य करणाऱ्या मनुष्याची आणि रसिकतेची उभ्या जन्मात गाठ पडली नसावी असेच म्हणावे लागेल!

या कालखंडातल्या निर्मितीत पहिली मोठी गोष्ट घडली ती ही की, मराठी ललितवाङ्मय कलेच्या दृष्टीने पूर्णपणे अंतर्मुख झाले. विस्तार हाच मागच्या कालखंडाचा स्थायीभाव असल्यामुळे आणि १९२० पूर्वीच्या अंतर्मुखतेचा सामाजिक चिंतनाशी अधिक संबंध असल्यामुळे व्यक्तिमनाचे सूक्ष्म चित्रण त्यात सदैव आढळत नसे. पण १९४० नंतरची अंतर्मुखता सामाजिक जाणीवेने किंवा परंपरागत संकेतांनी बांधली गेलेली नव्हती. त्यामुळे व्यक्तीच्या मनात व जीवनात अधिक खोल जाण्याची शक्ती तिच्या अंगी निर्माण झाली.

या अंतर्मुखतेमुळे ललितवाङ्मयाला नव्या प्रकारची काव्यात्मता लाभली. श्रीपाद कृष्ण, शिवरामपंत परांजपे, गडकरी, शिरवाडकर, पु. भा. भावे इत्यादिकांच्या गद्यात काव्य नव्हते असे नाही. पण त्या काव्यात चमत्कृति, अलंकरण, कल्पनाविलास यांना प्राधान्य होते. १९४० नंतरच्या ललितवाङ्मयातली काव्यात्मता ही अधिक नाजुक व संवेदनशील झाली. मनाच्या भावमधुर किंवा भावकरुण छटा टिपण्यात तिने मराठीला पूर्वी अपरिचित असलेले कौशल्य प्रकट केले. मर्ढेकरांच्या ज्या कवितेला विरोधक नाके मुरडीत आले, तो मूलतः कविमनाच्या सामाजिक प्रतिक्रियेचा आविष्कारच आहे! पण तशा प्रकारची मर्ढेकरांची कविता सोडून दिली तरी 'न्हालेल्या जणू गर्भवतीच्या', 'आला आषाढश्रावण', या त्यांच्या कवितात नव्या प्रकारचे सौंदर्य काय कमी आहे? गंगाधर गाडगीळांच्या 'उद्ध्वस्त विश्व', 'तलावातले चांदणे', 'कबुतरे', 'काजवा' या चार कथा वाचल्या तरी मराठी कथेने १९४० नंतर काय कमावले याची नीट कल्पना येते. रेग्यांचे 'रंगपांचालिक' व पु. ल. देशपांड्यांचे 'तुझे आहे तुजपाशी' याची गोडी अगदी भिन्न प्रकारची आहे, पण नाट्याच्या विकासाच्या दृष्टीने ही निश्चित पुढे पडलेली पावले आहेत, 'माणदेशी माणसे', 'ऋतुचक्र', 'डाली', 'गारंबीचा बापू', 'परिपूर्ति', 'स्पर्शाची पालवी', 'वाटचाल'– ज्यांचे सौंदर्य एखाद्या दशकात कोमेजून जाणार नाही, अशी अनेक पुस्तके या कालखंडात निर्माण झालेली आहेत. कथा व काव्य या क्षेत्रात कितीतरी भिन्नभिन्न प्रकारच्या प्रतिभा बहरून त्यांच्या फुलांचा सडा पडला आहे. सूक्ष्म प्रकारची काव्यात्मता आणि कलात्मक अलिप्तता यांची जोड या कालखंडात मराठी वाङ्मयाला निश्चित मिळाली. इतकेच नव्हे, तर रंजन, भावनांना आवाहन, आणि अनुभूतींचे

सामाजिक मूल्यमापन यांच्या पलीकडे जाऊन शुद्ध जीवनदर्शनाच्या पातळीला स्पर्श करण्याचाही नव्या कलावंतांनी प्रयत्न केला आहे.

असे असूनही या कालखंडाचे एका काळचे पुरस्कर्ते आज त्याचे टीकाकार झालेले दिसत आहेत! १९२० नंतरच्या कालखंडाच्या शेवटी तोचतोचपणा, नीरसता आणि निर्जीवता यांचे प्राबल्य झाले होते. १९४० नंतरच्या श्रेष्ठ लेखकांच्या आंधळ्या अनुकरणाने आणि सामान्यांना न पेलणाऱ्या प्रयोगशीलतेने तीच परिस्थिती आज पुन्हा निर्माण झालेली दिसत आहे. इथल्या जीवनापेक्षा पाश्चात्य पुस्तकांवर नजर लावून केलेल्या प्रयोगांतून क्लिष्टता, दुर्बोधता व नीरसता निष्पन्न झाली नाहीत तरच नवल! वास्तवाच्या नावाखाली जीवनातल्या– बहुधा मूठभर मर्यादित लोकांच्या– अमंगलाचे (विशेषतः कामवासनेच्या विपरीत आविष्काराचे) नावीन्य म्हणून प्रथम कौतुक झाले. पण उबग यावा इतका या प्रकाराचा अतिरेक झाला आहे. या बाबतीत वामनराव जोश्यांनी 'वाङ्मयीन महात्मते'च्या प्रस्तावनेत दिलेला इशारा कलावंत म्हणविणारांनी सदैव लक्षात ठेवला पाहिजे. वामनराव म्हणतात, "केवळ इंद्रियजन्य सुखाची आठवण करून देणारी आणि गुप्तसुप्त इच्छेची पूर्ती करून आनंद देण्यास प्रवृत्त झालेली शृंगारिक वर्णने ही खरोखर शृंगाररस निर्माण करणारी नसून रसोत्पत्ती करण्याच्या मिषाने, प्रच्छन्नतेने इंद्रियसुख देणारी साधने आहेत. . . प्रच्छन्नतेने केवळ इच्छापूर्ती करू पाहणारी वर्णने, गाणी, चित्रे, वगैरे अतृप्त जीवास प्रिय वाटतील, त्यांना बाजारभाव असेल; पण ती कलादृष्ट्या मूल्यवान, आदरणीय व शिष्टसंमत होऊ शकणार नाहीत."

हे सर्व लक्षात घेऊन १९३९ ते १९५६ या कालखंडाने रूढ केलेल्या अनेक वृत्तींचा व प्रवृत्तींचा आज-उद्याच्या तरुण ललितलेखकांनी विचार करणे जरूर आहे. सूक्ष्म प्रकारची काव्यात्मता व अलिप्ततेतून येणारी असामाजिकता हेच ललित वाङ्मयातले परवल झाले की भव्य कलाकृति निर्माण करण्याची कुवत कमी होते, असा गेल्या दीड तपातला अनुभव नाही काय? या दीड तपात मराठी कादंबरी फारशी फुलली नाही. जी फुलली ती फक्त प्रादेशिकतेच्या दिशेने– म्हणजे विशाल जीवानातला एक लहान व सोईस्कर असा हस्तिदंती तुकडा कापून घेऊन त्याच्यावर चिमुकली मूर्ती कोरण्याकरिता! गेल्या दहा-पंधरा वर्षात हरिभाऊंच्या विशाल अनुभूतीच्या मार्गाने जाण्याची धडपड जशी कादंबरीत झाली नाही, (अपवाद फक्त दिघ्यांचा. पण ते १९४० पूर्वीचेच लेखक) तसा नाटकात शोकांतिकेकडे वळण्याचाही कुणी फारसा प्रयत्न केला नाही. विजय तेंडुलकरांची असल्या प्रकारची नाटके शोकांतिकांना आवश्यक असणाऱ्या काव्यात्मतेच्या अभावी फिक्की पडली आहेत. वसंत कानेटकरांचे 'वेड्याचे घर उन्हात' हे तंत्र आणि मनोविश्लेषण यांच्या जाळ्यात अडकल्यामुळे अपेक्षित उंची गाठू शकत नाही. साहजिकच बऱ्या-वाईट विनोदी नाटकांना ऊत

आला आहे आणि या विनोदावर कळस म्हणूनच की काय 'करायला गेलो एक' हे नाटक आपले सर्वात अधिक प्रयोग झाले म्हणून मोठ्या ऐटीने मिरवीत आहे!

हे कवी दुसरे केशवसुत आहेत, ते कादंबरीकार तिसरे हरिभाऊ आहेत, अशा प्रकारच्या घोषणांनी काही नवे केशवसुत किंवा नवे हरिभाऊ निर्माण होत नाहीत. मनाच्या खोलीइतकीच त्याची उंची गाठण्याची शक्ती ज्यांच्या प्रतिभेत असेल, इतर कला असामाजिक होऊ शकल्या तरी साहित्याला तसे होता येत नाही, ते तसे झाले की मूठभर शहरी सुशिक्षितांच्या कोंडाळ्यापलीकडे ते जाऊ शकत नाही, याची जाणीव ज्यांच्या रोमरोमी भिनली असेल असे नव्या दमाचे प्रतिभावान लेखकच आता ललितवाङ्मयाला पुढले नवे वळण लावू शकतील. श्रेष्ठ प्रतीची सर्जनशील प्रतिभा विशाल जीवन आणि त्याचे नवनिर्मितीचे नानाविध प्रयत्न यांच्याशी स्वभावतःच समरस होते व कधी न कोमेजणाऱ्या आपल्या फुलोऱ्याला आवश्यक असा जीवनरस त्यातून मिळविते. शेक्सपिअरपासून शरच्चंद्रापर्यंतचे सर्व साहित्यिक याच अमरपथावरले श्रेष्ठ यात्रिक आहेत.

– १९५९

गंधर्वकन्ये, काय बोलू?

आज देवलांचे 'शापसंभ्रम' नाटक चाळण्याचा योग आला. त्याची पहिली सात-आठ पाने वाचली न वाचली तोच मन चिमणे झाले. भुर्रकन उडाले. या चिमणीने अर्धशतकाचा विस्तीर्ण कालसागर एका क्षणात ओलांडला. माझे कुमारवय माझ्या भोवती पिंगा घालू लागले. गणपतीच्या देवळाजवळचे ते आमचे माडीचे घर, घरावर चवऱ्या ढाळणारे ते कडुलिंबाचे झाड, त्या झाडावरल्या गोड लागणाऱ्या पिक्या निंबोण्या, ती बुधवार-शनवारची नाटके, सारेसारे आठवू लागले.

त्या वेळचा एक दिवस माझ्या डोळ्यांपुढे चित्रपटातल्या दृश्याप्रमाणे हळूहळू उलगडू लागला. उशिरा उठलो होतो मी त्या दिवशी!– आदल्या रात्रीच्या नाटकाच्या जाग्रणाने मला गळल्यासारखे अगर आळसावल्यासारखे वाटत होते. वायुलहरीच्या हिंदोळ्यावर बसून आपण झोके घेत आहोत, कुठल्यातरी अपरिचित पण अद्भुत रम्यसुंगधाने आपल्याला धुंद करून सोडले आहे, असा मला सारखा भास होत होता.

तो सारा दिवस माझ्या कुमारमनाने त्या धुंदीतच काढला. ती धुंदी 'शापसंभ्रमा'तल्या गोड गाण्यांची होती. 'मधुर किती कुसुमगंध सुटला,' 'ये अशी बैस मजसरसि', 'मित्रा मम जन्मकथा पुशिलि का तिने?', 'तेथेच उभी की आले,' 'धाडुनि दिधले दासीसह मी', 'सज्ज करुनि चाप मदन येत मागुनी' अशा कितीतरी ओळी काही अर्धवट, काही पूर्ण, माझ्या कानात गुंजारव करीत होत्या, मनाला पुनःपुन्हा गुदगुल्या करून जात होत्या. मला ही पदे पाठ येत नव्हती. पण अभ्यासाची पुस्तके गुंडाळून ठेवून ही सारी पदे पाठ करून टाकावीत अशी तीव्र इच्छा मनात निर्माण झाली होती.

छे! त्या दिवशीची ती धुंदी केवळ देवलांच्या प्रसन्न, मधुर आणि प्रवाही गीतरचनेची नव्हती. बाणभट्टाच्या कल्पकतेचाही तिच्यात मोठा भाग होता. देवलांच्या गीतांइतकीच पुंडरीक आणि महाश्वेता यांच्या लोकविलक्षण प्रेमकथेनेही माझ्यावर मोहिनी घातली होती. प्रथमदर्शनी जडणारे आणि काव्यपूर्ण रीतीने व्यक्त होणारे प्रेम हे कुमार-मनाच्या पूजेचे स्थान असते. त्यामुळेच की काय, शाकुन्तलाच्या पहिल्या अंकाइतकाच 'शापसंभ्रमा'चा पहिला अंकही मला आवडला होता.

इतकाच? छे! अधिक! याला कारणही तसेच होते. 'शापसंभ्रमा'तला नायक

पुंडरीक हा खराखुरा स्वप्नाळू प्रेमिक आहे. 'शाकुन्तला'तल्या दुष्यंताच्या व्यवहारी मनाचा त्याला स्पर्शही झालेला नाही. एखाद्या बालकासारखे त्याचे मन अजाण आहे. महाश्वेतेला पाहताच तो प्रेमात पडतो. प्रीतीचा हा जितका मोहक तितकाच दाहक असा अनुभव त्याला सर्वस्वी नवीन आहे. म्हणूनच तो उत्कट आहे. पण त्याचे मन महाश्वेतेकडे ओढ घेऊ लागताच त्याच्यातला तपस्वी जागा होतो. तो या प्रेमिकाला बजावतो, 'विषयासक्त जनाप्रमाणं स्त्रीविषयक गोष्टींचा इतका विचार करून तुझ्यासारख्या विरक्ताला कोणता लाभ होणार?' त्या तपस्व्याचे हे बोलणे ऐकताच पुंडरीक डोळे मिटून ध्यानस्थ बसतो.

पण ध्यानाकरता डोळे मिटले म्हणून माणसाचे मन थोडेच स्थिर होते? पुंडरीकाची मोठी पंचाईत होते. तो स्वत!शीच म्हणतो, 'सच्चिदानंद स्वरूपाचं ध्यान करण्याकरता मी तर डोळे मिटून बसलो, परंतु या कुमारीचीच नखशिखान्त मनोहर मूर्ती दृष्टीसन्मुख उभी राहते, हे का? कदाचित हिचं अद्वितीय लावण्य पाहून या नेत्रांची तृप्ती झाली नसेल म्हणून असा प्रकार होत असावा! तर या डोळ्यांची एकदा तृप्ती करून सोडतो. या सुंदरीकडं नुसतं अवलोकन केल्यानं काय होणार?'

पुंडरीक डोळे उघडून महाश्वेतेकडे पाहू लागतो. आश्रमात लहानाचा मोठा झालेला आणि वेदाध्ययनात सर्व काळ कंठीत आलेला बिचारा भोळा ब्रह्मचारी! मदनाने त्याच्याकरता पसरलेल्या या नाजूक, अदृश्य जाळ्याची त्याला कुठून कल्पना असणार? महाश्वेतेकडे टक लावून पाहत असताना तो उद्गारतो– 'अरे, हा काय चमत्कार? ही मघापेक्षा आता अधिकच सुंदर दिसू लागली.' त्याने डोळे उघडलेले पाहून महाश्वेता त्याला नमस्कार करते. तिला आशीर्वाद देतादेताच पुंडरीक स्वतःशी म्हणतो, 'नमस्कार करताना हिनं आपला पदर सारखा केला. त्या पदराचा वारा अंगाला लागून जर मला इतका आनंद होतो, तर प्रत्यक्ष हिच्या अंगस्पर्शानं तो किती होईल?' त्याचे मन अनावर होते. तो उठून महाश्वेतेला म्हणतो, 'ये अशी। बैस मजसरसि। उगिच का भीशि। नाही कुणी दुसरे। दे सोडुनी अवधी शंका बिंबाधरे।'

प्रीतीच्या उन्मादक प्याल्यातल्या पहिल्या घुटक्याने बेभान झालेला पुंडरीक महाश्वेतेचा हात धरू लागतो. इतक्यात दुरून एक हाक ऐकू येते, 'पुंडरीका!' ही हाक कपिंजलाची असते. ती ऐकताच पुंडरीक दचकतो, घाबरतो, मागे सरकतो. तो पुटपुटतो, 'अरेरे! घात झाला. हा सर्व प्रकार माझ्या मित्राने चोरून पाहिला वाटतं?'

लहानपणी 'शापसंभ्रम' पाहताना या कपिंजलाचा मला फार राग येई. तो मुलखाचा अरसिक आहे असे वाटे. अगदी अवेळी पुंडरीकाला हाक मारून साऱ्या रंगाचा भंग करण्याचे त्याला काय कारण होते? 'शांकुतला'च्या पहिल्या अंकात नायकाचा असला मूर्ख मित्र नाही! तिथे नायिकेच्या मैत्रिणी आहेत. पण त्यांच्यामुळे

दुष्यन्त आणि शकुंतला यांच्या प्रेमप्रवाहाला अडथळा येत नाही; उलट शकुंतलेच्या या मैत्रिणी तिला शेवटपर्यंत सर्वपरींनी साहाय्य करीत असतात. या तुलनेमुळेच की काय, त्या वेळी 'शापसंभ्रमा'तला कपिंजल मला एखाद्या खलपुरुषासारखा भासत असे. त्याच्या नावातल्या पहिल्या दोन अक्षरांचा फायदा घेऊन मी मित्रमंडळीत त्याची कधी टर उडवली नाही हे त्याचे भाग्य!

पण आज अर्धशतक उलटून गेल्यावर 'शापसंभ्रम' पुन्हा वाचताना या कपिंजलाचे अगदी भिन्न असे दर्शन मला होत आहे. या नाटकाच्या पहिल्या अंकात पुंडरीक व महाश्वेता यांचे प्रेम जडते. दुसऱ्या अंकात ते विजेच्या वेगाने वाढते. तिसऱ्या अंकात विरहाने व्याकुळ झालेल्या प्रियकरापाशी महाश्वेता पोचण्याच्या आधीच पुंडरीक मृत्यु पावतो. पुंडरीकाला एकदाच भेटलेली, आणि मस्तकावर मंगलाक्षता न पडलेली महाश्वेता विरक्त तपस्विनी होऊन दिवस कंठू लागते. या सर्व कथाभागात प्रथम पुंडरिकाची खरडपट्टी काढायची व तो विरहव्यथेने विकल होताच महाश्वेतेकडे जाऊन ते सांगायचे एवढेच कपिंजलाचे काम आहे असे मला पूर्वी वाटत असे. पण पन्नास पावसाळे उलटून गेल्यावर, प्रियजनांच्या मन पोखरून टाकणाऱ्या मृत्यूपासून मनाला धीर देणाऱ्या निरपेक्ष स्नेहापर्यंतच्या असंख्य आठवणींनी हृदय भरून गेल्यावर, जीवनातले नानाविध कडूगोड अनुभव चाखल्यावर, माणसाच्या मनाचा गोफ किती चित्रविचित्र धाग्यांनी गुंफलेला असतो याची तीव्र जाणीव झाल्यावर, आणि केवळ सुखदुःखाच्याच नव्हेत तर जीवनाची उंची, खोली, विस्तार आणि विकास यांच्यासंबंधीच्या सर्व कल्पनाच बदलून गेल्यावर कपिंजलाचा आज प्रथमतः मी विचार करीत आहे. माझ्या नकळत मी त्याच्याशी समरस होत आहे. त्याच्या अंतरंगात प्रवेश करून त्याचे दुःख मी समजावून घेत आहे.

पुंडरीक आणि महाश्वेता यांचे प्रेम दुर्दैवाने सफल होत नाही. प्रियकराला सर्वस्व दान करण्याकरता गंधर्वकन्या महाश्वेता अपरात्री आपल्या वाड्यातून बाहेर पडते. पण ती वनात पोचते तेव्हा पुंडरीकाचे निर्जीव शरीर तेवढे या हतभागिनीच्या दृष्टीला पडते. या निरागस प्रेमिकांचे हे दुःख आपल्याला व्याकुळ करून सोडते. कपिंजलाचे दुःख असे सहज लक्षात येणारे किंवा क्षणार्धात मनाला विकल करून टाकणारे नाही. पण तेही तितकेच उत्कट आहे, सनातन आहे. नियतीच्या लहरीपेक्षा मनुष्याच्या स्वभावाशी ते निगडीत झाले आहे. कपिंजल तापट असला, तरी पुंडरीकावर त्याचे खरेखुरे प्रेम होते– सख्ख्या भावापेक्षाही अधिक! त्याचा मित्रभाव अगदी बावनकशी होता. आपल्या बुद्धीवान आणि वैराग्यशील मित्राने एक सुंदर तरुणी दिसताच तिच्या प्रेमात पडावे हे त्याला सहन होत नाही. हा आपला स्वतःचा– किंबहुना जगातल्या साऱ्या तपस्येचा पराभव आहे, असे त्याला वाटते.

हा सारा प्रसंगच हृदयगम आहे. पुंडरीकाच्या कानावर असलेल्या स्वर्गीय

मंजिरीचा सुवास महाश्वेतेला आकृष्ट करतो. हे लक्षात येताच पुंडरीक ती मंजिरी तिच्या कानावर ठेवतो. ती ठेवताठेवता त्याचे मन इतके चंचल बनते, की आपल्या डाव्या हातातून जपाची स्फटिकमाळ गळून पडली आहे हेही त्याला कळत नाही. महाश्वेता मिस्किलपणाने ती माळ उचलते आणि चालू लागते. कपिंजलाला फसविण्याकरता पुंडरीक म्हणतो, 'मित्रा कपिंजला, तू भलभलत्या शंका घेऊन मला व्यर्थ दूषणं देत आहेस. माझ्या हातून झालं काय ते तरी सांग.' कपिंजल रागाने विचारतो, 'झालं काय? अरे कामांधा, त्या पोरटीनं तुझी स्फटिकमाळ नेली, ती तर तुला दिसली नाहीच! आता ती तुझं हृदय घेऊन चालली आहे ते तरी आवरून धर!'

कोपिष्ट कपिंजल सद्हेतूने पुडंरीकाला ताडताड बोलतो. पुंडरीक महाश्वेतेवर रागावल्याचे नाटक करतो. महाश्वेता ते पाहून भ्याल्याचे नाटक करीत परत येते. स्फटिकमाळ म्हणून गळ्यातला मोत्यांचा हार काढून ती तो पुंडरीकाला देते. 'ही आणली पाहा स्फटिकमाळ' म्हणून पुंडरीक कपिंजलापुढे तो हार करतो. आता कपिंजलाचा संताप अनावर होतो. 'विचारशून्य कामांधा! धर्ममार्गपराङ्मुखा। दुराचारा भ्रष्टचित्ता। नको संबंध यापुढे।।' अशी आपल्या मित्राची निर्भर्त्सना करीत तो निघून जातो.

पण कपिंजलाचे मित्रप्रेम उत्कट आहे, जातिवंत आहे. मातृप्रेमापेक्षाही ते निरपेक्ष आहे. तो रागारागाने पुंडरिकाला सोडून निघून जातो खरा! पण जिवलग मित्राचा विरह त्याला सहन होत नाही. 'माझा प्राण बाहेर गेला आणि हे शरीर त्याला शोधीत वनात चोहोकडे भ्रमण करीत आहे' असे त्याला वाटत राहते. तो पुंडरीकाला शोधून काढतो. त्याची नाना प्रकारांनी समजूत घालण्याचा प्रयत्न करतो.

'असा कोण रे मदन तो वारि त्याते। काय भीसी तया पामराते?' असा उपदेश करून पुंडरीक ज्या जाळ्यात सापडला आहे त्याचे पाश तो तोडू पाहतो. पण मदनाला पामर म्हटल्याने त्याचे बळ थोडेच कमी होते! अनंग असूनही तो प्राणिमात्राला अंकीत करीत असतो. पुंडरीकाच्या हृदयावर कपिंजलाच्या बुद्धिवादाचा काही परिणाम होत नाही. उफाळलेले मनोविकार शाब्दिक उपदेशाने कधी शांत झाले आहेत का?

कपिंजल स्वभावतः संयमी आणि कठोर आहे. मदन त्याचा पराभव करू शकला नव्हता. पण आता मित्रप्रेमाने तो पराभव त्याला मान्य करावा लागतो. पुंडरीकाला महाश्वेता मिळाल्याशिवाय त्याचे प्राण वाचणार नाहीत हे त्याच्या लक्षात येते. कर्मठ आणि कठोर कपिंजल मुकाट्याने आपली पावले गंधर्वनगरीकडे वळवितो. तो महाश्वेतेच्या मंदिरात जातो. तिने दिलेल्या आसनावर बसतो. 'काय बोलायचं असेल ते खुशाल बोलावं' असे महाश्वेता त्याला मोठ्या आदराने म्हणते. कपिंजल उत्तरतो, 'गंधर्वकन्ये, काय बोलू? लज्जेनं माझी वाणीच चालत नाही.' पण असे म्हणत असतानाही तो प्रेमविव्हल पुंडरीकाची स्थिती वर्णन करून सांगतो.

तो महाश्वेतेपाशी मित्राच्या प्राणांची भीक मागतो. मात्र या वेळीही त्याचा स्वाभिमान जागा असतो. तो म्हणतो, 'आता अशा स्थितीत त्याच्या भेटीला योग्य, आमच्या येण्याला शोभेल आणि तुला स्वतःला रुचेल असं करायला तू समर्थ आहेस. माझा मित्र वनातल्या लतामंडपात एकटा आहे, म्हणून मी तुझा निरोप घेतो. माझ्या मित्रावर दया कर. त्याला प्राणदान दे. हात जोडून हीच भिक्षा मी तुझ्याकडे मागत आहे. माझी दुसरी काही इच्छा नाही.'

महाश्वेतेपुढे पदर पसरून पुंडरीकाच्या प्राणाची भिक्षा मागताना कपिंजलाच्या मनाला मरणप्राय वेदना झाल्या असतील. तो स्वभावतःच वैराग्यशाली होता. तो आणि पुंडरीक गंधर्वनगरीजवळच्या वनात फिरत फिरत आले, तेव्हा दैवाने आपल्यापुढे कोणते ताट वाढून ठेवले आहे याची त्याला काडीमात्रही कल्पना नसेल! पुंडरीकही आपल्याइतकाच विवेकी आणि संयमी आहे अशी त्याला कल्पना होती. बिचारा कपिंजल! सदैव नाकासमोर जाणारा आणि जीवनाच्या संमिश्र स्वरूपाची कल्पना नसणारा एक तपस्वी! दैवाची वाट किती वाकडी असते, मदनाचे जाळे किती सूक्ष्म आणि चिवट असते, याचा त्याला अनुभव नव्हता. असल्या गोष्टींचा त्याने कधी विचारही केलेला नाही. पुंडरीकाचा तो बाळमित्र. असे असूनही त्याने पुंडरीकाला पूर्णपणे ओळखले नव्हते!

पुंडरीक भावनाप्रधान आहे, विकारशील आहे. तो तुमच्या-आमच्यासारख्या लाखो माणसांचा प्रतिनिधी आहे. वैराग्याच्या लगामाने त्याने आपले मन ताब्यात ठेवले आहे, असे कपिंजलाला वाटत होते, पण—पण घोडा चौखूर उधळतो, तेव्हाच लगामाची वादी किती बळकट आहे याची परीक्षा होत असते! महाश्वेता दृष्टीला पडताच पुंडरीकाच्या कफनीचा भगवा रंग क्षणार्धात गुलाबी होतो, या घटनेत अस्वाभाविक असे काय आहे? बाणभट्टाने कल्पिलेली ही नाजुक प्रणयकथा पिढ्यानपिढ्या लोकप्रिय होऊन राहिली, याचे कारण तिच्यात सर्वसामान्य माणसाच्या यौवनसुलभ भावनांचे आणि जीवनातल्या चत्रपालवीचे प्रतिबिंब पडले आहे. तरुणतरुणींची योगायोगाने दृष्टभेट किंवा गाठभेट व्हावी आणि पुष्पबाणाने ही संधी साधून त्यांच्यावर शरसंधान करावे ही गोष्ट मानवजातीच्या प्रारंभापासून घडत आली आहे. आजही ती सर्वत्र घडत आहे. जगाच्या अंतापर्यंत ती अशीच घडत राहील. दुष्यंत-शकुंतला, पुंडरीक-महाश्वेता, रोमिओ-ज्यूलिएट, जयन्त-लीला, देवदास-पार्वती यांच्यासारख्यांची जीवने प्रतिभाशाली कवी वर्णन करतात; आणि घडीघडीला नवे शोध लागत असले, जीवनक्रम विजेच्या वेगाने बदलत असला, तरी जग या प्रेमकथांची पारायणे करीत राहते! याचे कारण एकच आहे. या कथात जीवनातले एक सनातन सत्य अंतर्भूत झाले आहे. स्त्री-पुरुषांचे प्रेम ही काय चीज आहे हे जेव्हा मला नीट कळतही नव्हते, अशा वयात मी 'शापसंभ्रम' पाहून या कथेवर मोहित झालो होतो. पुंडरीक

आणि महाश्वेता यांच्या भावना व्यक्त करणारी गोड गाणी गुणगुणत होतो, याचेही कारण हेच असावे! कुठल्याही सनातन सत्याचे आकर्षण सर्वांना सहज होऊ शकते.

पण सनातन सत्यातही दोन जाती असतात. प्रीति, वात्सल्य इत्यादी निसर्गातून उगम पावणाऱ्या भावना निराळ्या, आणि मैत्री, करुणा इत्यादी निसर्गाशी निकटचा संबंध नसलेल्या भावना निराळ्या! या दुसऱ्या भावना मानवी संस्कृतीच्या निदर्शक असतात. पहिल्या प्रकारच्या भावनांचा आवेग तुफान किंवा झंझावात या सृष्टीतल्या गोष्टींप्रमाणे मोठा असतो. त्यामुळे कोणत्याही वयात माणसाला त्याचे आकलन होते. दुसऱ्या प्रकारच्या भावना त्या मानाने शांत असतात. संथपणे वाहतात. त्यांचे स्वरूप कळायला जीवन जगावे लागते. जीवनातल्या उन्हाचे चटके खावे लागतात. मुसळधार पावसात चिंब भिजावे लागते. थंडीच्या कडाक्यात गारठून जावे लागते. प्रसंगी संकटाच्या निखाऱ्यावरून फरफटत जाण्याची पाळी येते. प्रसंगी कंटकातून येणाऱ्या सूक्ष्म सुगंधात स्वर्ग शोधावा लागतो! म्हणूनच जीवन जगल्याशिवाय या दुसऱ्या प्रकारच्या भावनांची किंमत कळत नाही, त्यांचा खोलपणा जाणवत नाही. रुक्ष आयुष्याला त्यांच्यामुळे जो ओलावा येतो, त्याची जाणीव होत नाही. किंबहुना मानवी जीवन जितके अर्थपूर्ण तितकेच अर्थशून्य आणि जितके विकृत तितकेच उदात्त आहे, हे मुळी लक्षातच येत नाही.

कपिंजल हा पुंडरीक आणि महाश्वेता यांच्या प्रेमाआड येणारा एक माथेफिरू तापसी आहे, अशीच माझी लहानपणी समजूत झाली होती. त्या वेळी मी त्याच्याकडे तुच्छेतेने पाहत होतो. पण आता पन्नास वर्षांनी त्याची आणि माझी भेट होत आहे. आता मी त्याच्याकडे उपहासाने किंवा तिरस्काराने पाहू शकत नाही. जीवनातल्या एका चिरंतन अनुभूतीचा आविष्कार त्याच्या रूपाने झाला आहे, असे मला वाटते. आता पुंडरीक आणि महाश्वेता यांची वनातली ती उन्मादक पहिली भेट मला पूर्वीइतकी आकृष्ट करीत नाही. प्रथम-दर्शनी जडणारे प्रेम अजूनही मला खोटे वाटत नाही. पण आता ते माझ्या मनाला गुदगुल्या करू शकत नाही. माझ्या अंतःकरणात पुंडरीक आणि महाश्वेता या दोघांच्या लाजऱ्याबुजऱ्या उद्गारांचे गोड प्रतिध्वनी पूर्वीइतकेच उमटत नाहीत. कथानकातला एक दुवा एवढीच पूर्वी मी कपिंजलाची किंमत मानीत होतो. हे मूल्यमापन किती चुकीचे होते हे आज मला कळत आहे. कपिंजलाची मैत्री ही महाश्वेता-पुंडरीक यांच्या प्रीती इतकीच मला नाट्यपूर्ण वाटत आहे. विश्वाच्या या विशाल पटावर माणसांच्या सोंगट्या किती विचित्र रीतीने नाचविल्या जातात याची जाणीव होऊन मन एका बाजूने विस्मयाने भरून जात आहे, दुसऱ्या बाजूने भयाने भारावून जात आहे.

स्वतःसाठी काही मागण्याकरता कपिंजलाने प्रत्यक्ष परमेश्वरापुढेसुद्धा तोंड उघडले असते असे मला वाटत नाही. असा प्रसंग त्याच्यावर आला असता तर

आत्महत्या हे पाप आहे हे शास्त्रवचन ठाऊक असूनही, त्याने कुठल्यातरी सरोवरात समाधी घेतली असती. पण पुंडरीकाच्या बाबतीत त्याची स्थिती मोठी चमत्कारिक झाली. तो संतापी होता, स्वाभिमानी होता, वैराग्यशील होता. परंतु त्याचबरोबर मैत्रीच्या वज्रकठोर पण कुसुमकोमल अशा पाशाने तो पुंडरीकाशी बांधला गेला होता. 'भोग आपल्या कर्माची फळं!' म्हणून पुंडरीकाला वनात सोडून त्याला कुठेही दूर निघून जाता आले असते. तपस्वी जीवनाचे नियम लक्षात घेता त्यात काही गैर आहे असे कुणीच म्हटले नसते. पण कपिंजलाला ते जमले नाही. 'यापुढे तुझा संबंध नको' म्हणून पुंडरीकाला सांगून तो दूर जाऊ लागला. पण त्याचे पाय त्याला पुढे नेत होते आणि त्याचे मन त्याला मागे ओढीत होते! बाह्यतः उग्र भासणाऱ्या या कठोर तपस्व्याच्या रक्ताचा कण आणि कण मैत्रीच्या जिव्हाळ्याने फुललेला होता. ते रक्त त्याला थोडेच पुढे जाऊ देणार? तो मुकाट्याने पुंडरीकाकडे परत आला. इतकेच नव्हे, तर स्वप्नातही त्याच्या हातून जे घडणे शक्य नव्हते, ते करायला तो प्रवृत्त झाला. महाश्वेतेच्या दारी तो गेला– एखाद्या याचकासारखा! 'गंधर्वकन्ये, काय बोलू?' असे म्हणाला. पण दुसऱ्याच क्षणी भडभडून त्याने आपल्या मित्राची सारी कर्मकहाणी तिला सांगितली. तो अंहकार विसरला, अभिमान विसरला, संताप विसरला, वैराग्य विसरला, तापसी जीवनाचे सारे यमनियम विसरला! जणू जगातल्या सर्व गोष्टींची त्याला विस्मृती पडली. त्याला दिसत होती फक्त एक गोष्ट. वनात, लतामंडपात तळमळत पडलेला आपला प्रिय मित्र पुंडरीक. काही करून त्याचे प्राण वाचविले पाहिजेत या एका जाणीवेखेरीज त्याच्या इतर सर्व संवेदना बधिर झाल्या होत्या. म्हणून तर ज्या महाश्वेतेला तो एरवी शाप द्यायला निघाला असता, तिच्यापुढे पदर पसरून त्याने मित्राच्या प्राणांची भिक्षा मागितली.

किती विलक्षण नाट्य आहे हे! जितके विलक्षण तितकेच करुण! नियतीने पुंडरीक व कपिंजल यांना मैत्रीच्या पाशाने बांधून टाकले. या मैत्रीतून आपली कसोटी पाहणारा प्रसंग पुढे निर्माण होणार आहे याची कपिंजलाला कधीच कल्पना आली नसेल! पण तो त्या कसोटीला उतरला. त्याचे मोठेपण या प्रसंगाने उजळून निघाले.

हे मोठेपण मला लहानपणी समजले नव्हते, उमजले नव्हते. पण आज 'शापसंभ्रम' चाळताना मला पुनः पुन्हा वाटत आहे, बाणभट्टाच्या कपीजलाचे आणि गडकऱ्यांच्या सिंधूचे जवळचे नाते आहे. अस्थिर, असंयमी सुधाकराशी सिंधूची सांगड घालणाऱ्या देवानेच कपिंजलाला पुंडरीकाच्या मैत्रीच्या पाशाने बांधून टाकले. नियती नेहमीच असे खेळ खेळत असते. जणु माणसाची सत्त्वपरीक्षा पाहण्याकरताच तिच्या या क्रूर क्रीडा चालतात! तिच्या कठोर कसोटीला ज्या व्यक्ती उतरतात– मग त्या कल्पित असोत वा सत्य असोत- त्यांना आपल्या मनातल्या देवघरात स्थान मिळते. कपिंजल ही अशा व्यक्तीपैकी एक आहे. जगात पुंडरीक पुष्कळ भेटतात!

पण आपली व कपिंजलाची भेट मात्र क्वचितच होते. पण ज्याला जीवनाच्या खाचखळग्यांनी भरलेला प्रवास धीराने करायचा आहे, कार्यकारणभाव नसलेल्या अनेक दुःखाचे विष हसतमुखाने प्यावयाचे आहे, त्याला पुंडरीकाची सोबत फार वेळ उपयोगी पडत नाही. त्याने कपिंजलाचीच ओळख करून घ्यायला हवी. या एककल्ली पण प्रेमळ तपस्व्याच्या अंतरंगात हळुवारपणाने प्रवेश करायला हवा. जगातल्या उदात्ततेचे दर्शन त्याला तिथे होईल.

– १९६०

खाडिलकरांचा आत्माविष्कार

(दारावरली घंटा वाजते. मी पुस्तकातून मान वर करून पाहतो. घरातून कुणी तरी लगबगीने येते आणि दार उघडते. आलेल्या गृहस्थांचे माझ्याकडेच काम असावे. तो आत येतो. पंचवीस वर्षांचा अपरिचित तरुण! त्याचे आपल्याकडे काय काम असावे, असा विचार करीत मी त्याला खुर्चीवर बसायला सांगतो.)

तो– (किंचित हसून) परवा आपल्याला पत्र पाठविलं होतं, तो मी!

मी– (मला दररोज एकच पत्र येत असावे अशी याने का कल्पना करून घ्यावी, हे लक्षात न आल्यामुळे) तुमचं काही काम–

तो– परवाच्या पत्रात लिहिलं होतं मी. खाडिलकरांवर एक प्रबंध लिहिण्याचा विचार आहे माझा, मधे बेळगावला आपलं जे व्याख्यान झालं त्याचा सारांश मी वर्तमानपत्रात वाचला.

मी– (हसून) नि त्यामुळं तुमचा गैरसमज झाला; असंच ना?

तो– तसंच काही नाही. पण–

मी– वर्तमानपत्रात भाषणाचे सारांश येतात ना? त्यात पुष्कळदा सार राहतं बाजूला! मग कुठला तरी अंश– त्या बातमीदाराला जो महत्त्वाचा वाटला असेल तो– वर्तमानपत्रात छापून येतो! तो वाचून तुमच्यासारख्यांचा एखादे वेळी गैरसमज होतो.

तो– माझी मुख्य शंका तशी एकच आहे-

मी– ती कोणती?

तो– खाडिलकरांच्या नाटकात आत्माविष्काराचा भाग आहे असं तुम्ही म्हणता!

मी– खाडिलकरांचीच गोष्ट कशाला हवी? कोणत्याही ललित लेखकाच्या बाबतीत हे एक त्रिकालाबाधित सत्य आहे. व्यक्ती, काल व कला, या तिन्हींचे मिळून जे एक विलक्षण रसायन बनतं, तेच ललितलेखनाच्या निर्मितीच्या मुळाशी असतं!

तो– सर्व लेखकांच्या?

मी– हो लेखक कितीही वस्तुनिष्ठ असू दे, कितीही अलिप्त मनोवृत्तीनं लिहिण्याचा ललितलेखक प्रयत्न करू दे. त्याच्या व्यक्तित्वाचं, व्यक्तिजीवनातल्या

सुखदुःखाचं, आवडीनावडीचं, कामभावना आणि प्रेमकल्पना यांचं, आणि जीवनाच्या तत्त्वज्ञानाचे प्रतिबिंब त्याच्या वाङ्मयात पडलेलं आढळतं. ते एखादे वेळी फार अंधुक असतं, एखादे वेळी फार स्पष्ट दिसतं. पण पाण्यात टाकलेल्या वाळ्याचा वास जसा पाण्यापासून दूर करता येत नाही, त्याप्रमाणे–

तो– केशवसुत, गडकरी, बालकवी वगैरे कवींच्या काव्यात आत्माविष्कार आहे हे पटतं मला. पण–

मी– अहो, तो हरिभाऊ आपट्यांच्या कादंबऱ्यातही आहे. डॉ. भिंगारे यांनी या मुद्याचं सविस्तर विवेचन केलं आहे आपल्या पुस्तकात! ते जरूर वाचा.

तो– पण हरिभाऊ हे भावनाप्रधान लेखक होते.

मी– इथंच तुमचं चुकतंय्! भावनाप्रधान ललितलेखकाच्या लेखनातच काय तो आत्माविष्कार होतो, असं तुम्हांला वाटतंय. आता तुम्हीच मला सांगा, डॉ. केतकर किंवा वामनराव जोशी हे तर भावनाप्रधान लेखक नव्हते ना?

तो– छे! छे! ते दोघंही विचारप्रधान, किंबहुना अतिविचारी, फार चिकित्सक म्हणूनच प्रसिद्ध होते. त्यांनी कादंबऱ्या लिहिल्या असल्या तरी–

मी– त्यांच्या कादंबऱ्या कलेच्या दृष्टीनं कोणत्या दर्जाच्या आहेत याविषयी मतभेद होतील. पण त्यात आत्माविष्कार नाही असं म्हणणं चुकीचं होईल. अहो खरं सांगायचं तर विषयाच्या निवडीपासूनच ललितलेखकाचा आत्माविष्कार सुरू होतो. वामनरावांची 'रागिणी' किंवा 'इंदु काळे व सरला भोळे' आणि डॉ. केतकरांनी 'आशावादी' किंवा 'परागंदा' या कादंबऱ्याच का लिहिल्या, याचा विचार केला म्हणजे हे सहज लक्षात येते. ललित लेखकाला वाटेल त्या विषयावर लिहिण्याचं स्वातंत्र्य आहे असं पुष्कळांना वाटतं. अमका लेखक तमुक विषयावर का लिहीत नाही, म्हणून लोक नेहमी विचारतात! पण ललितलेखकाला जसे प्रतिभेचे पंख असतात, तशाच त्याच्या पायात व्यक्तित्वाच्या बेड्या असतात! स्वाभाविक ओढीमुळं किंवा आवडीमुळं ज्या विषयाशी तो समरस होऊ शकतो, तोच तो स्वच्छंदानं आणि उत्कटतेनं रंगवू शकतो. लोहचुंबक फक्त लोखंडच आपल्याकडं आकर्षित करू शकतो. तसेच आहे हे!

तो– खाडिलकरांच्या बाबतीतही असंच झालं आहे? मला नाही पटत हे! पौराणिक आणि ऐतिहासिक नाटकात एखाद्या लेखकाचा आत्माविष्कार कसा होऊ शकेल?

मी– खाडिलकरांच्या नाट्याच्या कलात्मक प्रेरणेचा उगम शेक्सपिअरमध्ये आहे. पण त्यांनी जे ऐतिहासिक व पौराणिक विषय निवडले, त्याचे मूळ अंशतः त्यांच्या काळात असले, तरी मुख्यतः ते त्यांच्या व्यक्तिमत्वांतच आहे.

तो– ते कसं?

मी– खाडिलकर व कोल्हटकर हे अगदी समकालीन नाटककार. देवल दोघांहून वडील. पण हे दोघे पुढे आले, त्या वेळीच देवलांनी 'शारदा' लिहिली. हा काळ जसा सामाजिक सुधारणांच्या पुरस्काराचा होता, तसाच पारतंत्र्याविरुद्ध धुमसू लागलेल्या आणि नाना वाटांनी बाहेर पडू पाहणाऱ्या राजकीय असंतोषाचाही होता. देवल-कोल्हटकर सामाजिक विषयातच रमले. त्यांच्या व्यक्तित्वाच्या त्या मर्यादा होत्या. उलट खाडिलकरांनी तत्कालीन सामाजिक सुधारणेच्या कोणत्याही विषयाला सहसा स्पर्श केला नाही. क्वचित केला असला, तर तो विडंबनाच्या रूपाने! याचं कारण उघड आहे. ते म्हणजे उग्र, तेजस्वी, राजकीय पारतंत्र्यानं बेचैन झालेले आणि लोकमान्य टिळकांच्या मार्गाने हे पारतंत्र्य नाहीसं करता येईल अशी श्रद्धा बाळगणारे खाडिलकरांचे व्यक्तित्व!

तो– कलावंत वस्तुनिष्ठ असला पाहिजे, तो तटस्थ असला पाहिजे, वगैरे तत्त्वांचा या आत्मनिष्ठेशी मेळ कसा घालायचा?

मी– हे पाहा, कलेला तटस्थता किंवा अलिप्तपणा पोषक होतो हे खरं आहे. पण तो केव्हा? लेखकाला प्रथम तद्रूपता किंरा समरसता प्राप्त झाली असेल तर! नुसता तटस्थ मनुष्य कितीही बुद्धिवान असला तरी कलानिर्मिती करू शकणार नाही! बुद्धी तटस्थ राहू शकेल; प्रतिभा तशी राहत नाही. प्रतिभा प्रथम तद्रूप होते. तोच तर तिचा गुणविशेष आहे. ती ज्या मानानं परिणत असेल, त्या मानानं तद्रूपतेतली अनुभूती न गमावता तटस्थपणाने त्या अनुभूतीचे चित्रण करू शकते. पण या साऱ्या पुढच्या गोष्टी आहेत. खाडिलकरांचे व्यक्तित्व भोवतालच्या राजकीय असंतोषाशी, संघर्षांशी आणि स्वप्नांशी तद्रूप होऊ शकलं, म्हणूनच 'कांचनगडची मोहना', 'कीचकवध', 'भाऊबंदकी' ही रंगदार नाटकं त्यांच्या लेखणीतून निर्माण झाली.

तो– म्हणजे खाडिलकरांचा आत्माविष्कार त्यांच्या विषयात दिसून येतो असं तुमचं म्हणणं?

मी– आत्मविष्काराचा संबंध केवळ विषयाशी नसतो. तो निर्मितीच्या सर्व अंगांशी, तिच्यातल्या काव्याशी, नाट्याशी, तत्त्वज्ञानाशी किंबहुना प्रत्येक महत्त्वाच्या घटकाशी असतो. ललितकृती उत्कट व रसपूर्ण होते ती लेखकाच्या अंतरंगातल्या या सुगंधामुळेच! मी वर उल्लेखिलेल्या खाडिलकरांच्या नाटकातले नायक पाहा; त्यांच्या समोर असलेल्या समस्या लक्षात घ्या; त्या सोडविण्यासाठी त्यांनी जे प्रयत्न केले त्यांच्या मागचं तत्त्वज्ञान बघा; म्हणजे माझं म्हणणं तुमच्या लक्षात येईल.

तो– मी ही नाटकं अभ्यासिली आहेत.

मी– त्या अभ्यासात 'कांचनगडची मोहना' मधील प्रतापराव, 'कीचकवधा' मधील भीम व 'भाऊबंदकी' मधील रामशास्त्री या प्रत्येक स्वभावरेखेला लेखकाच्या आत्माविष्काराचा आधार आहे, हे तुमच्या लक्षात आलं होतं का?

तो– नाही.

मी– खाडिलकरांनी 'कांचनगडची मोहना' हे नाटक लिहिलं तेव्हा त्यांची नुकती कुठे पंचविशी उलटली होती. पारतंत्र्याच्या वेदनांनी आणि स्वातंत्र्याच्या कल्पनांनी त्यांचं रक्त तापले होते. पण तरुण रक्त जितके गरम तितकेच अविचारी असतं! 'कांचनगडच्या मोहने'तली प्रतापरावाची व्यक्तिरेखा अशीच आहे. विजापूरचा वकील राघोजीराव येतो, तेव्हा व्यवहारचतुर दौलतराव वकिलाला उठून खडी ताजीम दिली पाहिजे, असे प्रतापरावाला सुचवितो. पण प्रतापराव जागेवरून उठत नाही! वृद्ध राघोजीराव त्याला शरणागतीचा उपदेश करतो, तेव्हा तो एकदम संतापतो आणि उसळून उद्गारतो, 'हरामखोरा, विजयानगरास सुळावर चढविणाऱ्या मात्रागमन्या नरपशो, कुणाला हे ब्रह्मज्ञान शिकवितोस?'

तो– पण 'कीचकवधा'तील भीम सुद्धा असाच तापट आणि उतावळा नाही का?

मी– प्रतापराव हे उतावळ्या क्रांतिकारकाचं चित्र आहे. १८९८ च्या पार्श्वभूमीवरच त्याच्या चित्रणातलं पूर्ण मर्म तुमच्या लक्षात येईल. भीम तितकाच तापट आहे हे खरे! पण त्याच्यावर धर्माचं नियंत्रण आहे. तो शेवटी कीचकाचा वध करतो तो धर्मानं त्या कृत्याला संमती दिल्यावरच; आधी नाही. खाडिलकरांनी 'कीचकवध' लिहिलं, तेव्हा त्यांची पस्तीशी उलटली होती. दुष्ट प्रतिपक्षांचं पारिपत्य करायचं असलं तरी उतावळेपणानं केवळ शक्तीचा अवलंब करून हे काम होत नाही. याची जाणीव त्यांना चांगल्या रीतीनं झाली होती. 'कीचकवधा'तला पाचव्या अंकाचा पहिला प्रवेश मुद्दाम वाचा. त्यात नाट्य मुळीच नाही. खाडिलकरांसारख्या कुशल नाटककाराने एरवी असला प्रवेश कधीच लिहिला नसता! पण लेखकाच्या मनात धर्म आणि अधर्म यांचा संघर्ष सुरू झाला होता. केवळ शास्त्राच्या किंवा शरीराच्या शक्तीने जगातल्या मंगल-अमंगलाच्या झगड्याचा निकाल लावू पाहणे अंती यशस्वी ठरत नाही, याची जाणीव खाडिलकरांनी झाली होती. ती जाणीव व्यक्त करण्याकरताच त्यांनी धर्म आणि भीम यांचा हा प्रवेश लिहिला आहे. खाडिलकर १९२० नंतर गांधीवादी झाले. उतरती कळा लागलेली प्रतिभा आणि गांधीवादी तत्त्वज्ञानाचा अट्टाहास यांच्यामुळे 'द्रौपदी' पासूनची त्यांची पुढची नाटके हळूहळू नीरस होत गेली, हे खरे आहे. पण धर्म कोणता आणि अधर्म कोणता, धर्म आणि अधर्म यांच्या संघर्षात धर्माचा केवळ शस्त्रशक्तीने विजय होईल काय, की तिथे आत्मशक्तीची आवश्यकता आहे, इत्यादी प्रश्नांचे काहूर गांधीवादानं त्यांच्या मनाची पकड घेण्यापूर्वीच त्यात उसळले होते.

तो– असं होण्याचं कारण काय?

मी– कारण लेखकाचं व्यक्तित्व. खाडिलकर स्वभावतः जेवढे तत्त्वचिंतक होते, तेवढे काव्यात्म नव्हते! नाट्यतंत्रावरल्या प्रभुत्वामुळं व गांधीवादाच्या आहारी

जाण्याच्या आधीच्या नाटकात त्यांचं तत्त्वचिंतन नाट्यवस्तूत पूर्णपणे मिसळून गेलं असल्यामुळं त्यांची वैचारिकता प्रेक्षकांना सहसा खटकली नाही. 'भाऊबंदकी'तली रामशास्त्रींची स्वभावरेखा ही केवळ त्यांच्या नाट्यकौशल्याचीच नव्हे, तर त्यांच्या तत्त्वचिंतनाची उच्च पताका आहे. त्यांच्या 'भाऊबंदकी' मागच्या नाटकातील स्वभावरेखांच्या पार्श्वभूमीवर तुम्ही या स्वभावरेखेचा जरूर अभ्यास करा; म्हणजे स्वतःला पडलेले धर्माधर्माचं कोडं रामशास्त्र्यांच्या रूपाने त्यांनी कसं सोडविलं आहे, हे तुमच्या लक्षात येईल.

तो– ठीक आहे, तुम्ही म्हणता त्या दृष्टीनं हे सर्व वाचून मग पुन्हा चर्चा करायला मी येईन.

मी– अवश्य या, पण खाडिलकरांचा काय किंवा दुसऱ्या ललित लेखकांचा काय, अभ्यास करताना हा आत्माविष्काराचा मुद्दा नेहमी लक्षात ठेवा. तो नीट हाताळला, तरच तुम्ही त्या लेखकाला न्याय देऊ शकाल. शेक्सपिअरसारखा एखादा लेखक या बाबतीत आपल्याला दाद देत नाही हे खरं आहे! पण टॉलस्टॉयच्या 'वॉर अँड पीस' मधल्या दोन्ही नायकांच्या सुंदर स्वभावरेखासुद्धा त्याच्या दुहेरी व्यक्तित्वातूनच निर्माण झाल्या आहेत हे कधीही विसरू नका.

(तरुण नमस्कार करून निघून जातो.)

– १९५८

केशवसुत

प्राध्यापक रा. श्री. जोग यांचा केशवसुतांवरला प्रदीर्घ प्रबंध मी प्रथम पाहिला तेव्हा माझ्या मनाला विलक्षण आनंद झाला. ३५० पृष्ठांचे सुंदर छपाईचे केशवसुतांच्यावरले हे पुस्तक म्हणजे त्यांचे एक प्रकारचे वाङ्मयीन स्मारकच आहे असे मला वाटले. सर्वच अविस्मरणीय माणसांची जगात स्मारके होतात असे नाही. जन्म, लग्न आणि मृत्यू यांच्याप्रमाणे स्मारक हाही मानवी आयुष्यातला एक अपघात आहे, असे म्हणण्यात पूर्ण नसले तरी अर्धसत्य खास आहे.

गडकऱ्यांसारख्या प्रतिभावंताला प्रेरक होण्याची पात्रता अंगी असलेल्या आधुनिक मराठी कविकुलगुरूवर विस्तृत विवेचनात्मक ग्रंथ निर्माण व्हायला त्याचा मृत्यूनंतर चाळीस वर्षांचा काळ लागावा, ही गोष्ट टीकात्मक वाङ्मयाविषयी आपल्यामध्ये वसत असलेल्या उदासीनतेचेच द्योतक आहे असे म्हणावे लागेल. एखादे निसर्गरमणीय स्थळ पाहून ज्याने त्याने कौतुकाने उद्गार काढावेत, तिथल्या एखाद्या वृक्षराजाच्या तळाशी पडलेल्या देवाच्या चिमुकल्या मूर्तीला प्रत्येकाने आदराने वंदन करावे, पण तिथे छोटेसे का होईना मंदिर बांधून त्यात त्या मूर्तीची स्थापना करण्याची कामगिरी मात्र कुणाच्याही हातून होऊ नये, तसे काहीसे केशवसुतांच्या बाबतीत झाले होते. हरिभाऊ आपट्यांसारखा स्नेही लाभला असूनही त्यांचा कवितासंग्रह मृत्यूनंतर एका तपाने प्रसिद्ध झाला. आणि या कवितेचे कन्यादान हरिभाऊंनी केले ते तरी कसे? तर अंगावर गुंजभर सुद्धा सोने न घालता! एखाद्या दरिद्री पालकाने मुलीचे लग्न करावे तसे! पुढे डॉ. गुणे, प्रि. राजवाडे, रहाळकर, प्रो. लागू वगैरेंनी केशवसुतांच्या काव्याची यथाशक्ती परीक्षणे केली. पण त्यात कौतुकाचा, आदराचा, कर्तव्याचा आणि पांडित्याचाच भाग अधिक होता. ही आदराची लाट ओसरताच माधवराव पटवर्धनांनी केशवसुत मानले जातात तेवढे मोठे नाहीत हे सिद्ध करण्याचा तर्ककर्कश अट्टाहास केला. 'स्त्रैण न व्हा तर' असा आवेशाने उपदेश करणारा कवी स्त्रैण होता असा पुढे माडखोलकरांनी जावईशोध लावला. अशा परिस्थितीत जोगांनी शक्य तेवढ्या साक्षेपाने आणि समतोलपणाने लिहिलेल्या या प्रबंधाने मराठी टीकावाङ्मयात फार दिवस जाणवणारी एक उणीव दूर होत आहे याबद्दल केशवसुतांचे असंख्य चाहते त्यांना धन्यवाद देतील.

जोगांचा हा टीकाग्रंथ वाचता वाचता अनेक आठवणी माझ्या मनःचक्षूंपुढे तरळू लागल्या. इंग्रजी शाळेत असताना 'काव्यदोहन' या तत्कालीन शालेय काव्यसंग्रहात केशवसुतांची 'तुतारी' ही कविता प्रथम मी वाचली. तिच्यातल्या 'पूर्वीपासुनि अजुनि सुरासुर। तुंबळ संग्रामाला करिती। संप्रति दानव फार माजती। देवावर झेंडा मिरवीती। देवांच्या मदतीस चला तर।' या शेवटच्या कडव्यात मानवी जीवनात सत् आणि असत् ह्यांचा जो चिरंतन संग्राम सुरू असतो, त्याचे केशवसुतांनी केलेले सूचक चित्रण कळण्याचे माझे ते वय नव्हते. पण या एकाच कवितेमुळे त्यांची विशाल कल्पकता आणि उत्कट ओजस्विता यांची माझ्या बालमनावर छाप पडली. "प्राप्त काल हा विशाल भूधर। सुंदर लेणी तयात खोदा। निजनामे त्यावरती नोंदा।" या ओळी केशवसुतांनी ज्या काळात लिहिल्या त्या काळाइतक्याच त्या चालू घटकेलाही लागू आहेत. अजून त्यांची प्रेरकता रतिमात्रही निःसत्त्व झालेली नाही. "धार धरलिया प्यार जिवावर। रडोत रडतिल रांडापोरे। गत शतकांची पापे घोरे। क्षाळायाला तुमची रुधिरे। पाहिजेत रे, स्त्रैण न व्हा तर।" या ओळी गेल्या तीन तपात मी अनेक वेळा वाचल्या आहेत, शिकविल्या आहेत, एकांतात गुणगुणलो आहे. त्यांच्यातला जिव्हाळा, आर्तता, आवेश आणि विशाल दृष्टिकोन ही सर्व बाळपणाइतकीच प्रौढपणीही मला आकर्षक वाटत आली आहेत.

कॉलेजात गेल्यानंतर गडकऱ्यांचा परिचय होण्याची सुसंधी मला मिळाली. केशवसुतांविषयीचे माझे प्रेम गडकऱ्यांच्या सहवासात जितके उत्कट तितकेच डोळस झाले. या वेळी केशवसुतांच्या कविता एकत्रित करण्याचा विचार कुणा धंदेवाईक प्रकाशकाच्या डोक्यात सुद्धा आला नसावा. पण गडकरी रंगात येऊन केशवसुतांच्या एखाद्या कवितेचे आपल्या सुंदर रसवंतीने विवरण करू लागले म्हणजे माझ्या मनाची मोठी तगमग होई. त्या कवितेत विशेष भव्य, रम्य किंवा उदात्त असे काहीतरी आहे हे मला जाणवे. पण अस्फुटपणाने जाणवणाऱ्या त्या सौंदर्याचे पूर्ण आकलन होण्याकरिता केशवसुतांच्या विविध कवितांची पारायणे करण्याचा मार्ग मात्र मला उपलब्ध नव्हता. पुढे काही दिवसांनी गडकऱ्यांनी स्वतःच्या हस्ताक्षराने उतरून काढलेल्या केशवसुतांच्या अनेक कविता असलेली एक वही मला मिळाली. त्या वहीतल्या साऱ्या कविता नकलून घेताना गुप्तधन सापडल्याचा आनंद मला झाला. त्या वेळी मराठी काव्यप्रेमी जग 'मासिक मनोरंजना'तून प्रसिद्ध झालेल्या गडकरी आणि बालकवि यांच्या 'राजहंस', 'मुरली', 'फुलराणी', 'निर्झरास' इत्यादी कवितांच्या मोहिनीने मुग्ध होऊन गेले होते. मीही त्या कवितांचा परम भक्त होतो. पण साध्या एक्झरसाइज बुकात उतरून घेतलेल्या केशवसुतांच्या कविता वाचताना अनेकदा माझ्या मनात येई, 'गडकरी आणि बालकवी हे चांगले कवी आहेत हे खरे! पण केशवसुत नुसते चांगले कवी नाही. ते मोठे कवी आहेत.

या महानद्या आहेत. केशवसुत समुद्र आहेत. नदी कितीही मोठी झाली तरी तिला समुद्राची सर येईल का? जीवनातले आर्तत्व, भव्यत्व, विशालत्व, विविधत्व आणि उदात्तत्व केशवसुतांच्या इतके कुणाही आधुनिक कवीच्या कवितेत प्रतिबिंबित झालेले नाही. त्यांच्या काव्यात बाह्य सौंदर्य कमी असेल; पण अंतःसौंदर्य विपुल आहे यात शंका नाही. सोन्याची खाण पृथ्वीच्या पोटात असते आणि तिथेही सोने मातीत मिसळलेले असते. त्या सोन्यासारखे केशवसुतांचे कवित्व आहे. चटकन् लोकप्रिय व्हायला लागणारे गुण त्यांच्या काव्यात कमी असतील, पण त्यांचा पिंड अभिजात कवीचा आहे, श्रेष्ठ साहित्यिकाचा आहे.'

विद्यार्थिदशेत केशवसुतांच्या कवितेविषयी माझे हे जे मत बनले, ते तीस वर्षांचा काळ लोटून गेला तरी अजूनही कायम आहे. एखादे रंगविलेले नवे घर प्रथमदर्शनी मोठे मोहक दिसते. पण काही वर्षांनी त्याच्या भिंतीचा रंग उडून गेला आणि वरची लाल मंगलोरी कौले काळवंडली, की त्याची ती मोहकता नाहीशी होते. प्रसिद्धीबरोबर लोकप्रिय होणाऱ्या वाङ्मयाच्या बाबतीतही हा अनुभव वारंवार येतो. अशा वाङ्मयाचे खरे आयुष्य पहिल्या पाच-दहा वर्षांपुरतेच मर्यादित असते. सिनेमातली नटी किंवा शर्यतीतला घोडा यांच्याप्रमाणे अशा वाङ्मयकृतीचा थोडे दिवस फार गाजावाजा होतो; आणि मग पुढे त्या विस्मृतीच्या धुक्यात लुप्त होतात. केशवसुतांची कविता या वर्गातली नाही. ती एखाद्याला फारशी आवडणार नाही. पण ज्याला ती आवडते त्याची ती जन्माची जिवलग मैत्रीण होऊन बसते. तिच्यातली मोहकता आणि दाहकता हे दोन्ही गुण कालांतराने फिक्के होत नाहीत, उलट जीवनातल्या अनुभूतींच्या अभावी विशीपंचविशीत त्यांच्या ज्या कवितांचे मर्म आपल्याला पूर्णपणे कळलेले नसते त्या प्रौढपणी अधिक हृदयंगम वाटू लागतात.

आधुनिक काव्याचा प्रणेता म्हणून यथार्थपणे गौरविल्या गेलेल्या अशा या श्रेष्ठ कवीवरला हा प्रबंध वाचायला सुरुवात करताना आपले मन पूर्वग्रहांपासून सर्वस्वी अलिप्त ठेवण्याची माझी इच्छा मात्र अनेक नियतकालिकांनी सफल होऊ दिली नाही. एक आणा टाकला की यंत्रातून जसे फलाटाचे तिकीट मिळते, तशी हल्लीच्या नियतकालिकातून हुकमेहुकूम परीक्षणे तयार होत असतात! वाङ्मयाशी बरेच दूरचे नाते असलेले लोकही झटपट रंगारी बनून अशा वेळी आपले संपादकीय कर्तव्य पार पाडतात! या पुस्तकावरली असली काही परस्परविरोधी परीक्षणे वाचून माझे मन आरंभी थोडेसे गोंधळून गेले. एकाने म्हणावे, 'प्राथमिक शाळेतल्या पंतोजीच्या पद्धतीने जोगांनी केशवसुतांच्या कवितांचा अन्वय आणि अर्थ या पुस्तकात दिला आहे.' दुसऱ्याने सांगावे, 'या पुस्ताकाने मराठी टाकावाङ्मयाची उंची वाढविली आहे!' अशा स्थितीत बिचाऱ्या वाचकाची स्थिती वैद्य आणि डॉक्टर यांच्या तडाक्यात सापडलेल्या तळिरामासारखी होत असली तर त्यात नवल कसले?

पण ‘म्हातारा आणि त्याचा बैल’ या गोष्टीतला म्हातारा किंवा बैल होण्याची माझी इच्छा नसल्यामुळे हे सर्व अजब अभिप्राय विसरून जाण्याचा मी शिकस्तीने प्रयत्न केला आणि जोगांचे पुस्तक वाचून काढले. टीकाकार या नात्याने जोगांच्या अंगी काही विशेष गुण निश्चित आहेत. ते व्यासंगी अभ्यासक आहेत; साक्षेपी संकलक आहेत; निःपक्षपाती रसिक आहेत. पै न् पैचा हिशेब ठेवणाऱ्या एखाद्या सावकाराप्रमाणे केशवसुतांच्या बारीकसारीक गुणदोषांची नोंद त्यांनी मोठ्या कसोशीने केली आहे. इंग्रजी, संस्कृत व मराठी साहित्यशास्त्राचे त्यांनी जे अध्ययन केले आहे आणि त्यावरून त्यांनी जे निष्कर्ष काढले आहेत, त्यांच्या निकषावर केशवसुतांच्या काव्याचे मूल्यमापन करण्याचा प्रयत्न त्यांनी प्रामाणिकपणाने केला आहे. प्रेमकाव्य, निसर्गपूजा, गूढगुंजन, सामाजिक तत्त्वज्ञान, अशी कवितांची विभागणी केल्यामुळे आणि प्रत्येक कवितेचे गुणदोष थोडक्यात सांगायची पद्धत अंगीकारिल्यामुळे त्यांच्या लेखनशैलीला भरघोस असे स्वरूप कुठेही प्राप्त झालेले नाही हे खरे! पण याचे मर्म त्यांच्या मर्यादांतच आहे. सौंदर्याच्या आस्वादात अगदी भान विसरून रंगून जाण्याचा त्यांचा स्वभावच नाही. त्यांची रसिकता सर्वसामान्य संसारी गृहस्थाची आहे. ती सौंदर्यावरून जीव ओवाळून टाकणाऱ्या कलावंताची नाही. मात्र त्यांच्या टीकालेखनाला चटकदारपणा दुःसाध्य आहे असे मुळीच नाही. ‘केशवसुतांचे आक्षेपक’ या प्रकरणात त्यांची लेखनपद्धती थोडी अधिक प्रवाही व आकर्षक झाली आहे असे दिसून येईल. केशवसुतांवर घेण्यात येणाऱ्या अनेक आक्षेपांचा उल्लेख करून ते म्हणातात, ‘यातील एक विधान सोडून बाकी साऱ्या विधानात अल्पसंख्य कवितांचा विशेष बहुसंख्य कवितांवर लादला गेला आहे. अल्पसंख्याकांची बहुसंख्याकांवर होणारी ही कुरघोडी सध्याच्या राजकारणाप्रमाणेच वाङ्मयकारणात आली की काय अशी शंका येते!’ केशवसुतांनी कित्येक स्थळी निसर्ग व कविता याविषयी उत्कट प्रेम व्यक्त केले असल्यामुळे त्यांना पत्नी-प्रेमापेक्षा याच गोष्टी अधिक प्रिय होत्या असा आक्षेप घेणाऱ्या वावदूकांना उद्देशून ते उद्गारतात, ‘पत्नीप्रेम, काव्यप्रेम आणि निसर्गप्रेम यात खरोखर विरोध नाही. कवी हा मुलांनी आणि पत्नीप्रेमाने भरलेल्या गृहात राहूनही काही काळ निसर्गप्रेमामुळे घरातून बाहेर पडू शकतो. त्याप्रमाणेच पत्नीवर प्रेम असूनही तो कवितेवर प्रेम करू शकतो. तिच्यावर स्त्रीचे रूपक केल्याने लगेच काही द्विभार्यात्वाचा गुन्हा होत नाही, किंवा पहिली नावडती होऊन दुसरीकडे लक्ष लागले असे होत नाही.’

केशवसुतांच्या लहान-मोठ्या सर्व कवितांचा जोगांनी सुबोध व चर्चात्मक परिचय करून देण्याचा या पुस्तकात प्रयत्न केला असल्यामुळे कवीशी अपरिचित किंवा अल्प परिचित असलेल्या वाचकांना ते फार उपयुक्त वाटेल यात शंका नाही. परीक्षार्थी विद्यार्थ्यांच्या बाबतीतही ते बहुमोल ठरण्याचा संभव आहे. एखाद्या नवख्या

गावात जाऊन तिथली प्रेक्षणीय स्थळे झटपट पाहायची असली तर स्टेशनावर भेटणारा मार्गदर्शक जसा आपल्या उपयोगी पडतो, तसे हे पुस्तक केशवसुतांच्या सर्वसामान्य वाचकांना स्थूल पण सर्वस्पर्शी परिचय करून देण्याच्या दृष्टीने निःसंशय यशस्वी झाले आहे. पण या गुणांमुळेच त्यात अतिशय मोठी अशी काही वैगुण्ये राहून गेली आहेत. केशवसुतांच्या कवितांचे गुणदोष जोगांनी अगदी काटेकोरपणाने सांगण्याचा प्रयत्न केला आहे. पण केशवसुतांच्या प्रभावी प्रतिभेचे स्वरूप आणि तिच्या पोषणाला प्रेरक झालेले त्यांचे व्यक्तित्व यांची आपल्या वाचकांना स्पष्ट कल्पना आणून देण्याचे अवघड काम त्यांच्या लेखणीला साधलेले नाही. 'कविता ही वीज आहे. तिला धरू पाहणाऱ्या शंभर लोकांपैकी नव्याण्णव जळून अथवा होरपळून जातात. तिच्या मागून धावणाऱ्या शंभरातला एखादाच तिला पकडू शकतो!' अशा अर्थाचे केशवसुतांचे उद्गार प्रसिद्ध आहेत. या उद्गारात काव्यनिर्मितीविषयी केशवसुतांची जी कल्पना व्यक्त झाली आहे तिच्या अनुरोधाने त्यांच्या काव्यगुणांचे मूल्यमापन अवश्य व्हायला हवे होते. त्याशिवाय त्यांना न्याय मिळाला असे होणारच नाही. पण जोगांनी हा दृष्टिकोनच स्वीकारलेला नाही.

केशवसुतांनी पालग्रेव्हची गोल्डन ट्रेझरी पुनः पुन्हा वाचली असावी. त्यातल्या थोड्या कवितांची रूपांतरे त्यांनी केली असून त्यांच्या इतर काही कवितांवरही त्या काव्यसंग्रहातल्या कवितांची छाया आहे, ही पूर्वीपासून अनेक टीकाकारांनी सांगितलेली गोष्ट लक्षात घेऊन केशवसुतांच्या वाङ्मयऋणाचा एका स्वतंत्र प्रकरणात त्यांनी अगदी चोख हिशेब केला आहे. परंतु ही गोल्डन ट्रेझरी केशवसुतांच्या मूळच्या सौंदर्यनिष्ठ पण बंडखोर अशा कविप्रकृतीचा विकास व्हायला कितपत व कशी उपयोगी पडली असेल याची तात्त्विक मीमांसा करण्याच्या फंदात ते कुठेच पडले नाहीत. शेले, कीट्स. बायरन् व वर्डस्वर्थ या सर्वांचीच काव्ये केशवसुतांनी थोडीफार अभ्यासिली असावीत. पण त्यांचे कविमन कीट्स व बायरन् यांच्यापेक्षा शेले व वर्डस्वर्थ यांच्याशी अधिक जुळते होते. त्या दृष्टीने जोगांनी केशवसुतांच्या कवितांचे वर्गीकरण करून आपले विवेचन रंगविले असते तर ते अधिक रसाळच नव्हे, तर अधिक उद्बोधकही झाले असते. केशवसुतांची कविता जितकी व्यक्तिनिष्ठ तितकीच कालनिष्ठ आहे. त्याही दृष्टीने जोगांना त्यांच्या व्यक्तित्वावर आणि कवित्वावर विशेष प्रकाश टाकता आला असता. प्रेमकाव्य, सामाजिक काव्य, निसर्गकाव्य तत्त्वज्ञानपर काव्य असे फराळाच्या डब्यासारखे स्थूल विभाग कल्पून काव्यविवेचन करण्याची पद्धत त्यांनी अंगीकारल्यामुळे त्यांची टीका अनेकस्थळी निव्वळ अभिप्रायवजा झाली आहे. जीवन व साहित्य यांचे संबंध जितके निकट तितकेच सूक्ष्म असतात. त्यांचे गुंतागुंतीचे धागेदोरे उलगडून दाखविण्याचे कौशल्य या ग्रंथात प्रकट झालेले नाही. केशवसुतांचे पहिले पंधरा सोळा वर्षांचे आयुष्य

कोकणात गेले. कविमनाच्या दृष्टीने महत्त्वाचे असे अनेक संस्कार त्यांच्यावर याच काळात झाले. त्यांच्या जीवनाचे तीन कालखंड कल्पून 'भृंग' या कवितेपर्यंतच्या पहिल्या एकेचाळीस कवितांचा एक विभाग 'भृंगा'पासून 'वातचक्रा'पर्यंतचा एक विभाग व 'वातचक्रा'पासून 'हरपले श्रेय' या कवितेपर्यंतचा एक विभाग, अशी वाटणी विवेचनाच्या सोईकरिता जोगांनी केली असती तर केशवसुतांच्या कल्पकतेचा, भावनांच्या विविधतेचा आणि सूक्ष्मतेचा, जीवनाविषयक तत्त्वज्ञानाचा आणि त्यांच्या सामाजिक मनाचा विकास कसकसा होत गेला, याचा आलेख त्यांना काढता आला असता. अशा आलेखाच्या साहाय्यानेच सामान्य वाचक श्रेष्ठ साहित्यिकाच्या आत्म्याशी समरस होऊन त्याच्या सहवासात सौंदर्य व साधुत्व यांचा अलौकिक आस्वाद घेऊ शकतो.

केशवसुतांची शैली त्यांच्या संग्रहाच्या पूर्वार्धात फारशी मधुर किंवा प्रसन्न नाही हे सर्वश्रुतच आहे. उत्तरार्धात त्यांची आविष्काराची शक्ती विकसित झालेली दिसते यात शंका नाही. पण टिळकांचा प्रसाद, गोविंदाग्रजांची मोहकता किंवा बालकवींचे माधुर्य व संगीत त्यांच्या शैलीत विशेषत्वाने कधीच प्रकट झाले नाही. असे होण्याची अनेक कारणे असू शकतील. त्यातले एक कारण केशवसुतांच्या कविप्रकृतीचे घराणे निराळे आणि त्यांच्या भाषाशैलीचे घराणे निराळे हे असू शकेल. हे विचित्र प्रकारचे अंतर्द्वंद्व आहे. पण ते अनेक लेखकात आढळते. कलेचे शरीर आणि कलेचा आत्मा यात संवादित्व नसल्यामुळे गडकऱ्यांसारख्या प्रथम श्रेणीच्या कलावंतातसुद्धा हे वैगुण्य जाणवते. शेले आणि वर्डस्वर्थ या एकोणिसाव्या शतकातल्या सौंदर्यवादी इंग्रजी कवीचे केशवसुतांच्या प्रतिभेवर कळत नकळत अनेक संस्कार झाले. त्या संस्कारांनी त्यांच्या कलेचा आत्मा फुलविला. या विशिष्ट प्रतिभेच्या आविष्काराला योग्य अशी भाषाशैली तुकाराम, श्रीधर किंवा लावणीकार आणि पोवाडेकार कवी यांच्यात बाळपणापासून रमणारा कलावंत कमावू शकला असता. पण या कवीपेक्षा केशवसुतांच्याकडून मोरोपंताचेच अध्ययन लहानपणी अधिक झाले असावे असे दिसते. 'कचाप्रत देवयानी' व 'राजा शंतनु' या त्यांच्या कविता या दृष्टीने वाचनीय आहेत. मनुष्याचे मन व शरीर यांच्यात विरोध उत्पन्न झाला म्हणजे माणसाच्या हातून जसे असंबद्ध वर्तन होऊ लागते, तशी ललित लेखकाची आत्मप्रकृति आणि त्याची आविष्काराची शैली यात मूलभूत विरोध असला तर त्याच्या भाषेतही एक प्रकारची क्लिष्टता किंवा कृत्रिमता उत्पन्न होते. जोगांनी अशा दृष्टीने केशवसुतांच्या शैलीचा विचार कुठेच केलेला दिसत नाही.

या व अशा प्रकारच्या अनेक गोष्टींकडे जोगांचे दुर्लक्ष होण्याचे मुख्य कारण टीकाकार या नात्याने त्यांनी घेतलेल्या भूमिकेच्या संकुचितपणातच आहे. मोरोपंत व तुकाराम यांच्या कवित्वाच्या भूमिका स्वभावतःच भिन्न नाहीत काय? टीकाकारातही

असेच दोन वर्ग पडतात– बहिर्मुख आणि अंतर्मुख. बर्हिमुख टीकाकार कलाकृतीच्या आत्म्यापेक्षा तिच्या शरीराच्या सौंदर्याचीची चिकित्सा करण्यात गढून जातो. "Who touches a book touches a man" हे व्हिटमनचे उद्गार त्यांच्या कानावर बहुधा पडलेलेच नसतात. फडक्यांचा 'प्रतिभासाधना'त अनेक चिरंतन वाङ्मयीन सिद्धान्तांना जे केवळ तांत्रिक स्वरूप प्राप्त झाले आहे, त्याचे मूळ बहिर्मुख पद्धतीने वाङ्मयाचा विचार करण्याच्या फडक्यांच्या सवयींतच आहे. ही पद्धती पूर्णपणे सदोष, अशास्त्रीय किंवा निरुपयोगी आहे, असा मात्र याचा अर्थ नाही. एका मर्यादेपर्यंत ती वाचकाला वाङ्मयाचे रसग्रहण करण्याच्या कामी सहाय्य करते. पण समुद्राच्या पृष्ठभागावर लीलेने तरंगता आले म्हणून काही कुणाला समुद्राच्या तळाशी असलेले मोत्यांचे शिंपले वर काढता येत नाहीत. बहिर्मुख पद्धतीला अंतर्मुख पद्धतीची जोड मिळाली, तरच कोणत्याही कलाकृतींचे सजीव, प्रेरक आणि यथार्थ मूल्यमापन होऊ शकते. रवींद्रांचा 'शंकुतला'वरला लेख किंवा शिवरामपंत परांजप्यांचे 'प्रणयिनीचा मनोभंग' या चित्राचे रसग्रहण ही या अंतर्मुख टीकापद्धतीची रमणीय उदाहरणे आहेत. स्टीफन झ्वाइग हा तर अशा प्रकारच्या लेखकांचा मुकुटमणि मानला जातो. Three Masters या पुस्तकात डिकेन्सवरती त्याने अवघी पंचेचाळीस पाने लिहिली आहेत. पण तेवढ्यात हजारो सुरस पृष्ठे लिहिणाऱ्या एकोणिसाव्या शतकातल्या त्या महान कादंबरीकाराचे किती सूक्ष्म, मार्मिक आणि परिणामकारक शब्दचित्र त्याने रेखाटले आहे! त्यातल्या चिकित्सेमुळेच ते अधिक रसाळ झाले आहे. त्याने त्याच्या या टीकात्मक निबंधातल्या छोट्या प्रकरणांचे नुसते मथळे पाहिले तरी झ्वाइगच्या अंतर्मुखतेची कल्पना येईल– 'लोकांच्या प्रीतीला सर्वांत अधिक पात्र झालेला साहित्यिक,' 'इंग्लिश परंपरेचा मूर्तिमंत चित्रे उभी करणारा जादूगार', 'नाटकी आणि नीतिवादी कादंबरीकार', 'सर्वसामान्य मनुष्याचे दुःख हलके करणारा लेखक.' डिकेन्सच्या काळातला इंग्लिश समाज, त्याच्या आशा आणि आकांक्षा, त्या समाजाची विशिष्ट गुणदोषांनी युक्त अशी परंपरा, सामान्य इंग्रज माणसात सुद्धा प्रतिबिंबित होणारा परंपरागत गुणदोषांचा आविष्कार इत्यादी अनेक गोष्टींनी डिकेन्सचे वाङ्मय कसे घडविले याचे मोठे मार्मिक वर्णन झ्वाइगने केले आहे. एके ठिकाणी तो म्हणतो, 'डिकेन्सच्या सर्व कलाकृतींना आधारभूत असे जे जीवनविषयक तत्त्वज्ञान आहे ते स्वतंत्र कलावंताचे नाही; ते तत्कालीन इंग्रज नागरिकांचे तत्त्वज्ञान आहे.' दुसरीकडे तो उद्गारतो, 'डिकेन्स ज्या देशात आणि समाजात जन्माला आला त्याच्या गरजा त्या काळी विशिष्ट प्रकारच्या होत्या. श्रेष्ठ लेखक या दृष्टीने डिकेन्सचे हे दुर्दैव होते.' तिसऱ्या ठिकाणी तो डिकेन्सचा गौरव करतो, 'एकोणिसाव्या शतकातल्या साहित्यसृष्टीतले सर्व अतिरथी महारथी घेतले तरी त्यात जगातला आनंद वृद्धिंगत करण्याचे श्रेय इतरांपेक्षा डिकेन्सलाच अधिक द्यावे लागेल.'

या अंतर्मुख पद्धतीने केशवसुत, त्यांचे जीवन, त्यांचा समाज आणि त्यांचे काव्य यांची संगती लावून जोगांनी विवेचन केले असते, तर या पुस्तकातली सर्व महत्त्वाची माहिती कायम राहूनही त्यात अधिक रसिकता, अधिक मार्मिकता आणि वाचकाच्या अंतःकरणात कवीने अनुभवलेल्या सुंदर व उदात्त संवेदना निर्माण करण्याइतकी परिणामकारकता येऊ शकली असती. टीका ही सुद्धा एक प्रकारची कलाकृतीच आहे; आणि कुठल्याही कलेचे अमर आकर्षकत्व निर्मात्याच्या विश्लेषणाच्या शक्तीपेक्षा संयोजनाच्या कौशल्यावर अधिक अवलंबून असते. जोग बाह्य विश्लेषणातच अधिक रमतात. त्यामुळे त्यांनी दर्शविलेले अनेक कवितातले लहान लहान गुणदोष वाचकाला पूर्णपणे पटत असले तरी त्याचे परीक्षण त्याला सौंदर्याची किंवा समरसतेची रम्य अनुभूती देऊ शकत नाही. दवाखान्यात ठेवलेल्या एखाद्या स्त्रीच्या शरीराचा सांगाडा आणि एखाद्या शिल्पकाराने तयार केलेला तिचा सुंदर पुतळा यात जसे आणि जेवढे अंतर पडेल, तसे आणि तेवढेच अंतर विश्लेषणप्रधान टीका आणि संयोजनचतुर टीका यांच्यात आहे. फुलाची एक एक पाकळी घेऊन आणि तिच्या रंगारूपाचे यथार्थ वर्णन करून त्या फुलाच्या सुगंधाची प्रेक्षकांना पूर्णत्वाने कल्पना आणून देणे कुणाही वक्त्याला शक्य आहे काय? केशवसुतांच्या अनेक वैशिष्ट्यपूर्ण कवितांच्या बाबतीत जोगांची हीच गत झाली आहे. त्यांनी लावलेला कवितेचा अर्थ स्थूलमानाने बरोबर असतो. पण तिच्यातले सौंदर्य मात्र नेमके त्यांच्या हातात सापडत नाही. पुस्तकी पांडित्य व साहित्यशास्त्रातले सिद्धान्त आणि संकेत यांच्यावर अनेकदा रसग्रहणाची सर्व भिस्त ठेवल्यामुळे कित्येक स्थळी इच्छा नसूनही त्यांच्या हातून केशवसुतांना अन्याय घडला आहे. त्यांची भूमिका हातात ताजवा घेऊन माल विकणाऱ्या दुकानदाराची किंवा गंभीर मुद्रेने रोग्याच्या छातीला रबरी नळी लावणाऱ्या डॉक्टराची वाटते. आपल्या साथीने गायनाचा गोडवा वाढविणाऱ्या सारंगियाचा कलावंतपणा त्यांच्यात नाही.

उदाहरणार्थ एक अगदी सरळ, सुबोध पण सरस अशी केशवसुतांची कविता आपण घेऊ. 'गोष्टी घराकडील मी वदता गड्या रे' हे तिचे नाव आहे. केशवसुतांच्या प्राथमिक लेखनातील ही एक चांगल्यापैकी कविता आहे. सारे बाळपण आणि थोडा फार मुग्धपणाचा काळ कोकणात घालविल्यानंतर केशवसुतांना पुढील शिक्षणाकरिता पुण्यासारख्या दूरच्या गावी जावे लागले. घरापासून दुरावलेल्या भावनाशील पोर जीवाला परठिकाणी किती चुकल्याचुकल्यासारखे होते ही प्रत्येकाच्या परिचयाची गोष्ट आहे. केशवसुतांनी सुद्धा याच अनुभवावर 'आई, आई' ही आणखी एक कविता लिहिली आहे. त्या कवितेत शिक्षणाकरिता एक मुलगा परगावी जातो आणि नेहमीच्या सवयीप्रमाणे तिथे रात्री झोपेत 'आई, आई' म्हणून हाका मारू लागतो, अशी भूमिका आहे. याच अनुभूतीवर 'गोष्टी घराकडील मी वदता गड्या रे' ही

कविता आधारलेली आहे. प्रियजनापासून दूर जावे लागलेल्या मनुष्याला दिवसाच्या व्यापातापात आपल्या आवडत्या माणसांची, त्यांच्या प्रेमलापांची, त्यांच्या सुखद स्पर्शांची आणि त्यांच्या सहवासातल्या अनुपम आनंदाची विशेष तीव्रतेने आठवण होत नाही. पण रात्र झाली, कामधाम संपवून तो बिऱ्हाडी परत आला, जेवणखाण आटपून त्याने अंथरुणावर अंग टाकले, की त्याच्या मनातल्या साऱ्या मधुर स्मृति जाग्या होतात. अशा वेळी एकमेकांपासून दूर असलेली मायलेकरे, रमणी-वल्लभ किंवा पतिपत्नी ही शरीराने अंथरुणावर असली, तरी मनाने आपल्या प्रियजनांच्या अवतीभोवती घिरट्या घालीत असतात. पत्नीच्या विरहाने व्याकुळ होऊन मेघाबरोबर संदेश पाठविणारा यक्ष हा जेवढा काव्यदृष्ट्या सुंदर विषय आहे, तेवढाच प्रियजनांच्या विविध आठवणींनी बेचैन होऊन मनाने त्यांच्याकडे धावत जाणारा सामान्य मनुष्य हेही कविता-कामिनीचे क्रीडास्थान आहे. सर्व काळी आणि सर्व स्थळी प्रत्येकाला जाणवणाऱ्या या करुणरम्य अनुभूतीवर केशवसुतांनी आपली ही कोमल भावनांनी युक्त अशी कविता लिहिली आहे. आता तिच्यावरले जोगांचे भाष्य पाहा.

शरीराने पुण्यात आपल्या बिछान्यावर पडलेला पण मनाने कोकणातल्या आपल्या घरापाशी आलेला कवी कवितेच्या आरंभीच आपल्या मित्राला म्हणतो,

'हे देख म्हैस पडवीमधिं बांधलेली
रोमंथभाग हळू चावित बैसलेली'

ह्या दोन ओळींवर जोग मल्लिनाथी करतात, 'कवितेच्या आरंभीच हा म्हशीचा उल्लेख हास्योत्पादक वाटतो.' जोगांनी कोकण पाहिले आहे किंवा काय याची मला कल्पना नाही. म्हैस ह्या प्राण्याविषयी त्यांचे फार वाईट मत होण्याचे काही मानसशास्त्रीय कारण आहे किंवा काय, (उदाहरणार्थ, लहानपणी एखाद्या म्हशीचे अणकुचीदार शिंग लागल्यामुळे मनामध्ये त्या भीतीचा गंड निर्माण होऊन बसणे) हेही मला ठाऊक नाही. म्हशीचा प्राणनाथ हा शब्दप्रयोग नेहमी विडंबनाकरिताच वापरला जात असल्यामुळे म्हैस हा शब्द हास्योत्पादक आहे अशी तर त्यांची समजूत झालेली नाही ना? कवी रात्रीच्या वेळी कोकणातल्या खेड्यात असलेल्या आपल्या घरी मनाने येतो. त्या वेळी आंब्याच्या झाडावरून कोकिळा पंचमात गात होती किंवा माडांच्या राईतून चंद्राची कोर अमृतसिंचन करीत होती, असे काहीतरी वर्णन कवीने केले असते तर जोगांनी त्याच्यावर हास्योत्पादकतेचा शिक्का खास मारला नसता. कारण त्या कल्पना प्रचलित सौंदर्याच्या संकेतांना मंजूर आहेत. पण केशवसुत संकेतांच्या चाकोरीतून जाणारे कवी नव्हते. कवितेच्या आरंभी त्यांनी नमनालाच म्हैस पुढे उभी केलेली पाहून तांबड्या चिंधीला बुजणाऱ्या बैलासारखी जोगांच्या रसिकतेची स्थिती झाली आहे. ते म्हणतात, 'कवितेच्या प्रारंभीच हा

म्हशीचा उल्लेख हास्योत्पादक वाटतो. पण वस्तुस्थिती तशी असल्याने कवीचा नाईलाज झाला.' वस्तुस्थिती अशी आहे की, जोगांच्या सौंदर्याच्या कल्पना अनुभूतीपेक्षा परंपरेने पुनीत केलेल्या संकेतांवर आणि भावनेच्या तृप्तीपेक्षा बुद्धीच्या संतोषावर अधिक अवलंबून आहेत. त्यामुळेच ते पडवीत बांधलेल्या केशवसुतांच्या घरच्या गरीब म्हशीकडे असे मारक्या दृष्टीने पाहत आहेत! कविमनापुढे कोकणातल्या घरच्या आठवणींची जी चित्रे उभी राहिली त्यात पडवीत रवंथ करणारी म्हैस दिसणे अत्यंत स्वाभाविक आहे. खेडवळ जीवनक्रमात घरातल्याच एखाद्या माणसासारखा भासणारा तो मुका प्राणी! या म्हशीच्या दुधावरच घरातल्या साऱ्या माणसांची नित्याची ताकाची तहान भागायची, लहान मुलांचे पोषण व्हायचे! तिला चरायला सोडणे, चोळून धुणे, तिच्यापुढे वेळोवेळी चारा घालणे, तिची धार काढणे, हे घरातल्या लहान मुलांचे आणि म्हाताऱ्या माणसांचे आवडते व्यवसाय असायचे. अशा रीतीने घराशी पूर्णपणे एकरूप झालेल्या या उपयुक्त प्राण्याबद्दल कविमनाला ममता वाटण्यातच त्याचे मोठेपण नाही काय? ह्या आत्मीय भावनेनेच केशवसुतांनी प्रारंभीच्या या दोन ओळी लिहिल्या. नाईलाजाने नव्हे! इथे सक्तीचा प्रश्नच नव्हता! या दोन ओळींनी आपल्या काव्याच्या सौंदर्याची हानी होईल अशी केशवसुतांची कल्पना असती, तर त्यांना पडवीत म्हशीऐवजी कुत्रा दाखविता आला असता किंवा पडवीवरून अलगद उडी मारून एकदम घरात प्रवेश करता आला असता. ते कविता लिहीत होते; कोकणातल्या घराचा काही नकाशा काढीत नव्हते. खरी स्थिती अशी आहे की, जोगांच्या व केशवसुतांच्या सौंदर्यविषयक विचारप्रणालीतच मूलभूत भेद आहे. घराची सेवा करणारा मुका उपयुक्त प्राणी या दृष्टीने केशवसुतांना घरातल्या म्हशीचीही आठवण आहे. केवळ वास्तवाचे चित्र म्हणून नव्हे तर प्रेमळ कविमनाचे दर्शन म्हणूनही या वर्णनात अनुचित असे काहीच नाही. राजवाड्याचे वर्णन करता करता काही केशवसुतांनी त्याच्या रत्नजडित महाद्वारात म्हैस दाखविलेली नाही. बर्न्स किंवा वर्डस्वर्थ यांच्या काव्यात रसपरिपोषक ठरलेले अशा प्रकारचे उल्लेख सहज काढून दाखविता येतील.

पुढे घरात प्रवेश केल्यावर कवी आपल्या वडिलांपाशी झोपलेल्या धाकट्या भावाला पाहून खालील उद्‌गार काढतो,

बापू गड्या ध्वज उभा करशील काय?
तू देशकारण करू झटशील काय?
बापू, जनात दिवटी धरशील काय?
स्वातंत्र्यदेव मनसा भजशील काय?

या चार ओळींचे जोगांचे रसग्रहण पाहा– 'वडिलांच्या शेजारी धाकटा भाऊ बापू

झोपला आहे. तो हुशार असल्याने केशवसुतांना त्याच्याविषयी प्रेम वाटते. पुढे देशकारण करून स्वातंत्र्यदेवीची उपासना त्याने करावी अशी आशा ते प्रकट करतात. त्या बापूने (सीताराम केशव दामले) आपल्या परीने देशकारण केले व स्वातंत्र्य-देवाची उपासना केली ही गोष्ट परिचितच आहे.'

या चार चरणांची गोडी बापू ऊर्फ सीताराम केशव दामले यांनी पुढील आयुष्यात काय केले यावर मुळीच अवलंबून नाही. आपल्या धाकट्या भावाने काही तरी देशकार्य केले पाहिजे, ही केशवसुतांची तळमळ या श्लोकात प्रकट झाली आहे. ती पुढे सफल झाली किंवा नाही हा इतिहासाचा भाग आहे; काव्याचा नाही! वाचकाला हा श्लोक सरस वाटतो, याचे कारण एकच आहे. ते म्हणजे त्यात प्रतिबिंबित झालेले केशवसुतांचे देशाच्या स्वातंत्र्यासाठी तडफडणारे आणि समाजाच्या प्रगतीसाठी तळमळणारे मन! ते या वेळी अवघे एकवीस वर्षांचे होते. त्यांच्या प्रपंचाचा जम अजून बसायचा होता. पण त्याचे अंतर्मन आपल्या वैयक्तिक संसाराची काळजी करीत नव्हते. ते सामाजिक विचारांनी व्यग्र झाले होते. साठ वर्षांपूर्वीच्या त्या काळात सर्वसामान्य सुशिक्षितांना सुखवस्तुपणाची स्वप्ने दिसत असताना केशवसुत मात्र निराळीच स्वप्ने पाहत होते. 'हल्ला करण्या तर दंभावर, शूरांनो या त्वरा करारे', 'वैर तयांना जे गरिबी शिकवितात बालांस', 'ब्राह्मण नाही, हिंदुही नाही, न मी एक पंथाचा। तेच पतित की जे आखडिती प्रदेश साकल्याचा', 'देवदानवा नरे निर्मिले हे मत लोका कवळू द्या', इत्यादी तेजस्वी चरण ज्या कविमनातून पुढे प्रकट झाले त्याचे विशीच्या आतबाहेरचे स्वरूप इथे आपल्याला चांगल्या रीतीने प्रतीत होते.

जोगांची काव्यविवेचनाची पद्धती कशी बहिर्मुख आहे हे या कवितेतल्या सोळाव्या श्लोकाची त्यांनी जी संभावना केली आहे तिच्यावरूनही दिसून येईल. तो श्लोक असा आहे :

कांताच ही मम! अहा! सखये मदीय
स्वप्ने अता तुज गडे दिसतात काय?
आता असो, पण पुढे तुजला दिसेन
स्वप्ने तुझी मग समग्र तुला पुसेन!

जोग म्हणतात, ''तत्कालयोग्य अशा विनयाने आपल्या पत्नीचा उल्लेख अगदी शेवटी करून माझी स्वप्ने तुला पडत आहेत काय? आता नाही पण पुढे मी तुला दिसेन व सारी स्वप्ने विचारून घेईन, असे आश्वासन देऊन आपले वळणे गाव सोडून कवी परत पुण्यात खाजगीवाले यांच्या वाड्यात परत येतो. कांतेला मी आज नाही पण पुढे दिसेन व सारी स्वप्ने विचारून घेईन असे म्हणणे हेही आताचे

येणे खरे नव्हे, याची जाणीव असल्याचे द्योतक आहे. या कवितेत पत्नीचा शेवटी उल्लेख करण्यात केवळ सामाजिक संकोचाचा भाग नाही. कलादृष्टीही त्याला कारणीभूत झाली आहे. जीवनातल्या प्रीतिस्थानांचा नैसर्गिक अनुक्रम हाच आहे. गोड घास शेवटी घेण्याकरिता बाजूला काढून ठेवतात ना? तसे इथे केशवसुतांनी केले आहे. पण जोगांचे या गोष्टीकडे लक्षच नाही. 'स्वप्ने तुझी मग समग्र तुला पुसेन' या ओळीत जी हृदयंगम सूचकता आहे तिचा सविस्तर परामर्श घेण्याचे भानही त्यांना राहिलेले नाही.

ध्वन्यर्थापेक्षा वाच्यार्थाला आणि कल्पनेच्या अथवा भावनेच्या सूक्ष्म विलासापेक्षा व्यावहारिक बुद्धीला प्राधान्य देऊन कवितेचा रसास्वाद घ्यायला जाणे म्हणजे फुले चोखून त्यांचे सौंदर्य अजमावण्याचा प्रयत्न करण्यासारखे आहे. या पद्धतीचा आश्रय केल्यामुळे अनेक ठिकाणी जोगांना कविमनच पुरे कळले नसावे असा भास होतो. 'पद्यपंक्ती' या चिमुकल्या पण विचारगभ कवितेचे रहस्य विशद करताना त्यांनी केलेली कसरत या विशिष्ट दृष्टीने पाहण्याजोगी आहे. ही चौदा छोट्या ओळींची कविता अशी आहे :

आम्ही नव्हतो अमुचे बाप

उगाच का मग पश्चात्ताप?
आसवे न आणू नयनी
मरून जाऊ एक दिनी
अमुचा पेला दुःखाचा
डोळे मिटनी प्यायाचा,
पिता बुडाशी गाळ दिसे,
त्या अनुभव हे नाव असे!
फेकुनी द्या तो जगावरी
अमृत होऊ तो कुणा तरी
जे शिकलो शाळेमाजी
अध्याहृत ही टीप तया
द्वितीय पुरुषी हे योजी
प्रथम पुरुष तो सोडुनिया!

जोग या कवितेची अवघ्या तीन वाक्यात भलावण करतात. ते म्हणतात, 'आम्ही नव्हतो अमुचे बाप। उगाच का मग पश्चात्ताप?' या तिखट सुभाषिताला योग्य ती प्रसिद्धी मिळाली नाही. 'जे शिकलो शाळेमाजी। अध्याहृत ही टीप तया। द्वितीय पुरुषी हे योजी। प्रथम पुरुष तो सोडुनिया! या सुभाषितामधील अर्थ संदिग्ध असला

तरी जगाच्या व्यवहाराचे मार्मिक ज्ञान दर्शवितो.' संदिग्ध अर्थ मार्मिक ज्ञान दर्शवितो! त्याचे तिसरे वाक्य असे आहे : 'अमुचा पेला दुःखाचा वगैरे ओळीत नैराश्य असले तरी कणखरपणा व्यक्त होतो.' नैराश्य व कणखरपणा ह्यांची जोगांनी घालून दिलेली जोडी सुद्धा मोठी विनोदी वाटते. उद्या वैराग्य आणि शृंगार सुद्धा हातात हात घालून फिरू लागतील असे यावरून म्हणायला हरकत नाही.

जोग मानतात तशी ही चार-दोन तिखट उक्तींनी नटलेली सुभाषितवजा कविता नाही. प्रामाणिकपणाने जीवन जगताना भावनाशील मनुष्याला येणाऱ्या कटु अनुभवांचे ते चित्रण आहे. आजच्या जगात सत्प्रवृत्त ध्येयवादी जीव कितीही धडपडला, त्याने प्रयत्नांची अगदी पराकाष्ठा केली, तरी आपल्या नशिबीचे अपयश तो चुकवू शकत नाही. समाज सुधारावा, भोवतालचे जग बदलावे, सारी माणसे सुखी व्हावीत, या भावनेने आमरण काम करणाऱ्यांच्या हातात सुद्धा अनेकदा आपल्या सात्त्विक आकांक्षांची राखच उरते. या कटु अनुभवांनी मनुष्य नुसता निराशच नव्हे, तर प्रसंगी जीवनाविषयी अश्रद्ध (Cynic) होण्याचा संभव असतो. पंचविशीत ध्येयवादी दिसणारी माणसे चाळिशीत प्रवाहपतित झालेली दिसतात! याचे मूळ असल्या अश्रद्धेतच आढळेल. पण हे सर्व अनुभव घेऊनही कविमन आशावादी राहते. त्याची मानवतेवर असीम श्रद्धा आहे. मनुष्य मर्त्य असला तरी मानवता अमर आहे हे तो जाणतो. झुंजार व्यक्तीच्या जखमांतून वाहणाऱ्या रक्तातूनच जगाला संजीवनी देणारे अमृत मिळते हे त्याला पटलेले असते. म्हणून तो म्हणतो, 'तुम्हाआम्हाला सद्बुद्धीने हाती घेतलेल्या कार्यात यश आले नाही म्हणून निराश किंवा दुःखी होण्याचे काय कारण आहे? आपणाला जी पापे धुऊन काढायची आहेत ती काही लहानसहान नाहीत. ती सारी काही आपल्या हातून झालेली नाहीत. मागच्या अनेक पिढ्यांची साठत आलेली पातके आहेत ती. म्हणून धैर्य न सोडता, डोळ्यातून एक टीपही न गाळता आपण लढत राहू या, झुंजत राहू या! या युद्धात एके दिवशी लढता लढता आपण कामी येऊ हे खरे आहे! पण आपले मरण निश्चित जगाच्या उपयोगी पडेल. आपल्या आयुष्याचा प्याला दुःखाने भरलेला असेल! पण त्या दुःखाच्या तळाशी जो अनुभव आहे तो कधीही फुकट जाणार नाही. आपल्या प्याल्यातल्या आजच्या विषाचे उद्या अमृत होईल.'

या कवितेतल्या पहिल्या दहा ओळीतल्या प्रतिपादनाचा रोख अशा प्रकारचा आहे. शेवटच्या चार ओळीत या विचाराला थोडी निराळी कलाटणी दिली आहे. जोगांनी डोळ्यांवर चढविलेला सुभाषिताचा चष्मा थोडा बाजूला ठेवून पाहिले असते, तर सुनीताशी सदृश अशा पद्धतीने आपल्या विचारगर्भ कल्पना मांडण्याची केशवसुतांना जी हौस होती तिच्यातूनच ही कविता स्फुरली आहे हे त्यांच्या सहज लक्षात आले असते. या कवितेतल्या ओळी तोकड्या आहेत, कलाटणी आठ किंवा बारा

ओळींनंतर यायची ती या कवितेत दहा ओळींनंतर आली आहे. खरी प्रतिभा नेहमीच प्रयोगशील असते. त्या दृष्टीनेच या रचनेकडे पाहिले पाहिजे. पहिल्या दहा ओळींमध्ये जो जीवनविषयक गंभीर विचार व्यक्त केला आहे, त्याला पोषक अशाच पुढच्या चार ओळी आहेत. मात्र या कलाटणीत कवी हसत खेळत जगातल्या कटु अनुभवांचा स्वीकार करीत आहे. तो थोडासा मिस्किल झाला आहे. म्हणून तो म्हणतो, 'लहानपणी शाळेत आपण खूप सुंदर गोष्टी शिकतो, अनेक मधुर स्वप्ने पाहतो, भावी जीवनाची मोहक चित्रे रेखाटतो. पण त्या चिमण्या जगात फक्त एकच गोष्ट आपल्या लक्षात येत नाही. ती म्हणजे शाळेतल्या व्याकरणात प्रथम पुरुषाला मान आहे. पण जीवनाच्या व्याकरणात त्याचे मुळीच महत्त्व नाही.'

कवीच्या सूक्ष्म, कोमल किंवा उदात्त अनुभूतीशी समरस होऊन काव्यातले सौंदर्य वाचकांच्या अंतःकरणापर्यंत नेऊन पोचविणे हे जे टीकाकाराचे मुख्य काम ते जोगांच्या स्थानी अस्थानी वर डोके काढणाऱ्या व्यावहारिक बुद्धीमुळे अनेक ठिकाणी मुळीच साधले नाही, हेही या ग्रंथातले एक वैगुण्य आहे. 'दिवस व रात्र' ही केशवसुतांची कविता केवळ कल्पना-चमत्कृतीच्याच दृष्टीने नव्हे, तर अंतर्मुख मनाला येणाऱ्या काव्यात्मक अनुभूतीच्या दृष्टीनेही सुंदर आहे. पण तिचा चांगुलपणा थोडाफार कबूल करूनही शेवटी जोग तिच्यावर शेर मारतात : 'पण मुळातच 'दिवस व रात्र' यामधला हा विरोध ज्यांना खरा आहे असे वाटत नाही, त्या दोन्हीसही अनुकूल तसेच प्रतिकूल असे बोलणे शक्य आहे, हे ज्यांच्या लक्षात येते, त्यांना या कवितेत अर्थचमत्कृतीचे कौतुक यापलीकडे काही विशेष दिसत नाही हे योग्यच आहे.' कविता म्हणजे शाळेतली वादविवादसभा आहे अशी का जोगांची समजूत आहे? कधी ना कधी रात्रीच्या एकांतात ज्याचे मन नकळत अंतर्मुख, चिंतनशील किंवा काव्यात्म झाले नाही, असा एक तरी प्रौढ, संवेदनशील जीव जगात असेल काय? मग ही तपासणी– उलट– तपासणीची भानगड काव्यचर्चेत कशाला? 'रांगोळी घातलेली पाहून' या कवितेची ते अशी ओळख करून देतात : 'दररोज दरवाजापुढे सडासंमार्जन करणाऱ्या हजारो युवतींच्या मनात आणि त्यांनी काढलेल्या रांगोळ्या प्रत्यही पाहणाऱ्या तितक्याच व्यक्तींच्या मनात स्वच्छता व सौंदर्यदर्शन यापलीकडे रांगोळ्या पाहून आणखी काही विचार येत नसेल. त्यात कवीने एवढाच आशय न पाहता आणखी काही गंभीर आशय न पाहिला तर तो कवी कसचा? रांगोळ्यात चंद्र, सूर्य, स्वस्तिक, गोष्पदे, चक्रे, कमळे इत्यादी आकृती येतात. सर्वसाधारण सामान्य स्त्रीला काढता याव्यात अशा या आकृती आहेत. त्यांना काही थोडा धार्मिक अर्थ प्रथम असेल. नाही असे नाही. पण आज तो बहुशः विस्मृत झाला आहे. आता सारवलेली जागा अगदी मोकळी चांगली दिसत नाही, म्हणून त्यातली एकता काढून टाकण्याकरिता काढलेल्या आकृती यापेक्षा रांगोळीला विशेष अर्थ नाही.'

विनोदी लेखक म्हणून जोगांचा काही महाराष्ट्रीय लौकिक नाही. तो असता तर ही टीका हा त्यांच्या विनोदाचा एक प्रकार आहे असे समजून तरी माझ्यासारख्याला आपले समाधान करून घेता आले असते! या दहा ओळींच्या टीकेत चिकित्सा म्हणजे चिरफाड अशी आपली समजूत करून घेऊन त्यांनी उद्‌गार काढले आहेत ते सौंदर्याच्या तर सोडाच, पण तर्कशुद्धतेच्या निकषावर तरी क्षणभर टिकू शकतील काय? म्हणे रांगोळी पाहून स्वच्छता व सौंदर्यदर्शन यापलीकडे कुठलाही विचार ती घालणाऱ्या तरुणीच्या किंवा ती पाहणाऱ्या प्रेक्षकाच्या मनात येत नाही. कदाचित येत नसेलही! रांगोळीच्या दर्शनाने अंतर्मनातले उदात्तत्व जागृत होण्याइतके किंवा सुंदर कल्पना सुचण्याइतके त्यांचे व्यक्तित्व विकसित झालेले असते, तर त्यांनी केशवसुतांसारखी काव्येच लिहिली असती! संध्याकाळी मुकी असलेली एक कळी रात्री हळूहळू खुलत प्रातःकाळी संपूर्णपणे फुलते ही गोष्ट अनादी कालापासून जगातले अगणित जीव पाहत आले आहेत. पण तिच्यातून मधुर काव्य फक्त एका बालकवींनीच निर्माण केले. दाढी करताना आपल्या चेहऱ्यावर डोकावणारा पांढरा केस प्रथमच पाहून सर्व देशात शेकडो प्रौढ पुरुष दररोज दचकत असतील. पण या साध्या अनुभूतीच्या आधारावर सुंदर गुजगोष्ट फक्त फडकेच लिहू शकले. दारात घातलेली रांगोळी पाहून ज्या कल्पना सामान्य माणसांच्या मनात येत नाहीत, त्या केशवसुतांना सुचल्या, हा कवी या नात्याने जोग त्यांचा गुन्हा समजतात की काय? रांगोळीविषयी आता विशेष धार्मिक कल्पना लोकांच्या मनात राहिल्या नाहीत, अर्थात केशवसुतांनी रांगोळीत जे दिव्यत्व, सौंदर्य आणि पावित्र्य पाहिले ते कृत्रिम आहे, असेही ते जाता जाता सुचवितात. पण केशवसुतांनी ही कविता पन्नास वर्षांपूर्वी लिहिली आहे या गोष्टीचे त्यांना अचानक विस्मरण का व्हावे हे कळत नाही. अर्धशतकापूर्वी रांगोळी हिंदुसमाजात किती पवित्र मानली जात होती, याचे संशोधन करण्याची पाळी जोगांसारख्या पंडितावर यावी, ही मोठ्या दुःखाची गोष्ट आहे!

जिथे साध्या सरळ कवितांचा रसास्वाद घेताना जोग सौंदर्याच्या साक्षात्काराचा असा अभाव दाखवितात, तिथे 'क्षणात नाहीसे होणारे भास', 'झपूर्झा' आणि 'हरपले श्रेय' या तीन कविता केशवसुतांनी आयुष्याच्या निरनिराळ्या कालखंडात लिहिल्या असल्या, तरी त्या एकाच प्रकारच्या मनोवृत्तीतून स्फुरल्या आहेत आणि त्या पद्धतीने त्यांचे विवेचन केल्यास केशवसुतांच्या व्यक्तित्वावर अधिक प्रकाश पडण्याचा संभव आहे हे त्यांच्या लक्षात येईल अशी अपेक्षा बाळगण्यात काय अर्थ आहे? आत्मदर्शन, समाजदर्शन व जीवनदर्शन ही जी उच्च कलेची प्रमुख अंगे असतात त्यांचा केशवसुतांच्या कवितेत झालेला आविष्कार मोठा हृद्य व अभ्यसनीय आहे; पण त्याकरिता त्यांच्या कवितांच्या वर्गीकरणाची परंपरागत पद्धत सोडून दिली पाहिजे, त्यांच्या कवित्वाला आधारभूत असलेल्या सतेज व स्वतंत्र व्यक्तित्वाशी

समरस होऊन त्यांच्या अंतरंगात प्रवेश केला पाहिजे.

'The poet does good for the words not by adding to men`s knowledge or their comforts, but by extending the range of human sensibility.' (कवी हा मानवजातीच्या व्यावहारिक ज्ञानात किंवा पार्थिव सुखात भर घालीत नाही, तो तिच्या आत्म्याची संस्कारिता आणि संपन्नता वृद्धिंगत करतो) या उक्तीचा उपमर्द आपल्या हातून होणार नाही, ही दक्षता समीक्षकाने सदैव घेतली पाहिजे. जोगांना ते जमलेले नाही. मात्र प्रत्येक लेखकात काही विशिष्ट शक्ती असते, तशा त्याला अनेक मर्यादाही असतात. जोगांच्या अशा मर्यादा लक्षात घेऊन या ग्रंथाकडे पाहिले तर त्यांनी आपले काम चोखपणाने बजावले आहे हे कुणालाही कबूल करावे लागेल. वटवृक्षाला हापूस आंबे लागत नाहीत म्हणून त्याला दोष देण्यात अर्थ काय आहे? रखरखीत उन्हात चालून श्रांत झालेल्या वाटसरूंना त्याच्या छायेत विसावा मिळतो हे काय थोडे आहे? पुढल्या पिढीतल्या केशवसुतांच्या अंतर्मुख अभ्यासकांना सुद्धा जोगांच्या या टीकाग्रंथाविषयी अशीच आपुलकी वाटेल यात शंका नाही

– १९४८

❖

हरिभाऊ

'हरिभाऊ' हा डॉ. भिंगारे यांचा टीकाग्रंथ अनेक दृष्टींनी स्वागतार्ह झाला आहे. डेमी ४५० पृष्ठांचा हा विस्तृत प्रबंध लेखकाने पी. एच. डी. साठी लिहिला. पण पी. एच. डी. साठी जे ग्रंथलेखन केले जाते, त्यात पुष्कळदा संशोधनापेक्षा संकलनाचा भागच अधिक असतो! अंगापिंडाने सुदृढ दिसणारा मनुष्य कुबड्या घेऊन चालताना दिसला म्हणजे मनाचा विरस होतो ना? पी. एच. डी. साठी लिहिले गेलेले काही काही ग्रंथ वाचताना नेमका हाच अनुभव येतो. हे ग्रंथ चांगले जाडजूड असतात. त्यात भरपूर माहिती असते. प्रसंगी पोत्यात धान्य ठेचून भरावे तशी ती वाटते. संदर्भग्रंथ म्हणून अशा पुस्तकांचा निःसंशय उपयोग होऊ शकतो. पण अस्सल टीकाग्रंथाला प्राणभूत असणारा स्वतंत्र दृष्टिकोन, नवे संशोधन, निर्भीड प्रतिपादन इत्यादी गोष्टी त्यात अभावरूपानेच आढळतात. भिंगारे यांचा 'हरिभाऊ' स्वागतार्ह वाटतो तो हे दोष त्यांनी कटाक्षाने टाळण्याचा प्रयत्न केला आहे म्हणूनच! त्यांनी आपला विषय आत्मसात केलेला आहे; त्याच्या अभ्यासात आणि चिंतनात वर्षेच्या वर्षे घालविली आहेत; आणि स्वतंत्र बुद्धीने केलेल्या या अध्ययनातून निघणारे निष्कर्ष सडेतोडपणे मांडले आहेत.

१८२० ते १९२० या शतकात महाराष्ट्राच्या जीवनाप्रमाणे मराठी वाङ्मयही आमूलाग्र बदलले. या काळात अनेक साहित्यिकांच्या प्रतिभांचे नवे नवे उन्मेष आणि विलास मराठी रसिकतेने पाहिले. आता हा प्रदीर्घ कालखंड ऐतिहासिक झाला आहे. त्यामुळे या काळातल्या ललित लेखनाचे तटस्थपणाने मूल्यमापन करताना कुणालाही अवघडल्यासारखे होण्याचे कारण नाही. या सिंहावलोकनात इतरांपेक्षा अधिक उंच आणि म्हणूनच चटकन डोळ्यात भरणारी अशी तीन शिखरे मला दिसतात– हरिभाऊ, केशवसुत व गडकरी. या तिन्हीतही हरिभाऊ हे सर्वात उत्तुंग असे शिखर!

हरिभाऊंसारखा ग्रंथकार शतकातून एखाद्दुसराच निर्माण होतो. अशा लेखकाच्या वाङ्मयाचा परामर्श दशकादशकाला बदलत्या दृष्टिकोनातून घेतला जाणे आवश्यक आहे. शेक्सपीअर आणि डिकेन्स यांच्यावर नवी पुस्तके झाली नाहीत असे एखादे वर्षसुद्धा इंग्रजी वाङ्मयात उजाडत नसेल! या दृष्टीने डॉ. भिंगारे यांच्या या अभ्यासपूर्ण प्रबंधाने मराठी टीकावाङ्मयातली एक पोकळी भरून काढली आहे,

असे म्हणायला हरकत नाही. कारण हरिभाऊ दिवंगत होऊन चाळीस वर्षे होत आली तरी, त्यांच्या मृत्यूनंतरची चार-दोन पुस्तके व वेणूताई पानसे यांचे मोठे पण परिचयपर असे पुस्तक सोडल्यास हरिभाऊंच्या वाङ्मयाचा खराखुरा परामर्श अद्यापी घेतला गेलाच नव्हता, असे म्हणावे लागेल. मग काल, कला, व्यक्तित्व इत्यादिकांचे यथार्थ मूल्यमापन करून चिकित्सक वृत्तीने केलेले टीकालेखन दूरच राहिले!

डॉ. भिंगारे यांनी सामाजिक कादंबऱ्या व ऐतिहासिक कादंबऱ्या असे स्थूल वर्गीकरण करून हरिभाऊंच्या वाङ्मयाचे मूल्यमापन करण्याची रूढ पद्धती त्याज्य मानली, हे फार चांगले झाले. त्यामुळे त्यांच्या सर्व विवेचनाला एक प्रकारचा ताजेपणा आला आहे. आपल्या विवेचनाचा केंद्रबिंदू म्हणून 'व्यक्तीतून वाङ्मयाकडे' या सूत्राचा त्यांनी स्वीकार केला आहे. साहजिकच वाङ्मयाचे मूल्यमापन करताना त्यांनी कालानुक्रमाचा अवलंब केला आहे. त्यामुळे 'मी' या सामाजिक कादंबरीच्या पाठोपाठ 'उषःकाल' या ऐतिहासिक कादंबरीचे ते विवेचन करतात. लेखकाच्या अंतरंगात शिरण्याच्या दृष्टीने ही पद्धती निःसंशय उपयुक्त आहे.

१८९५ साली 'मी' संपविता संपविता हरिभाऊ ऐतिहासिक कादंबरीकडे का वळले, याची '१८९५ साली शिवाजी उत्सव सुरू होऊन रायगडस्मारकाच्या कल्पनेला मूर्त स्वरूप येऊ लागले.' अशी अनेक बाह्य कारणे असतील; पण या सर्वांपेक्षा अधिक प्रभावी कारण निराळेच आहे. 'मी' मध्ये भाऊचा मानसिक विकास चित्रित करता करता हरिभाऊंची प्रतिभा अशा एका जागी येऊन पोचली, की तिथे सामाजिक सुधारणांकरिता जिवाचे रान करणारा समाजसेवक आणि देशाच्या स्वातंत्र्याकरिता धडपडणारा व धारातीर्थी पडणारा शूर वीर हे अगदी जवळजवळ उभे असल्याची– जणू काही ते एकरूप असल्याची– जाणीव तिला तीव्रतेने झाली. प्रतिभावंताला नवनिर्मितीची प्रेरणा होते ती अशा विलक्षण रीतीने. कोणत्याही कारणाने उजळून गेलेल्या उत्कट मनःस्थितीतच! ही मनःस्थिती– ज्ञाताच्या कुंपणावरून पलीकडे जाण्याची ही प्रेरणा– 'मी' लिहिताना हरिभाऊंना लाभली. भावानंदाच्या मृत्यूच्या पलीकडे उभे असलेले रोमहर्षक हौतात्म्य त्यांच्या कल्पनाचक्षूंपुढे उभे राहिले. सामाजिक कादंबरीची चौकट कितीही विशाल केली तरी तिच्यात त्या अद्‌भुतरम्य त्यागाची चित्रे सामावण्यासारखी परिस्थिती नव्हती. साहजिकच हरिभाऊंना शिवाजीउत्सव दिसला, मराठ्यांच्या ऐतिहासिक पराक्रमाचे आवाहन जाणवले; आणि ते ऐतिहासिक कादंबरीकडे वळले. भिंगारे यांच्या विवेचनामुळे असले अनेक बारकावे लक्षात येणे शक्य झाले आहे. हा या ग्रंथाचा महत्त्वाचा विशेष आहे.

वानगी म्हणून 'हरिभाऊ' व 'आत्माविष्कार' ही शंभर पानांची दोन प्रकरणे वाचली तरी डॉ. भिंगारे यांची अभ्यासपद्धती आणि त्यांचे स्वतंत्र निष्कर्ष यांची पूर्ण कल्पना येते. त्यांनी परिश्रमाने नवी माहिती गोळा करून तिची जुन्या माहितीशी

चांगली सांगड घातली आहे. बारीकसारीक गोष्टीतसुद्धा अचूकपणा असावा, अशी दक्षता त्यांनी घेतली आहे. त्यामुळे हरिभाऊंच्या काळाच्या पाश्र्वभूमीवर त्यांची वाङ्मयीन मूर्ती उभी करण्यात ते यशस्वी झाले आहेत.

पण या यशापेक्षाही त्यांचे मोठे यश आहे ते हरिभाऊंचे जीवन आणि वाङ्मय यांचा मेळ घालण्याच्या प्रयत्नांतून निर्माण झालेल्या निष्कर्षात– त्या निष्कर्षामुळे अनेक रूढ वाङ्मयीन निर्णयांना त्यांनी दिलेल्या धक्क्यात! त्यांचे अनेक निष्कर्ष विवाद्य आहेत; पण वाचकांच्या विचारांना चालना देण्याचे सामर्थ्य त्यात आहे. हे एक उदाहरण पाहा. ते म्हणतात, 'पण लक्षात कोण घेतो?' च्या यशाला कारणीभूत होणारे इतर सर्व घटक विचारात घेऊन आणि स्त्रियांची परवशता या विषयाला तत्काली असलेले महत्त्व जमेस धरूनही ही शोकांतिका यमुनेची म्हणता येईल काय? पतीचा अनपेक्षितपणे मृत्यु झाला, केशवपनाचा दुर्धर प्रसंग आला व त्याची परिणती यमुनेच्या मृत्यूत झाली. मरणाचे दुःख सर्वात मोठे आहे; पण ते मेलेल्यांना होत नाही. नायिका आणि तिचा नवरा मरण पावल्यामुळे शोकांतिका होते; पण ती त्यांचीच काय, हा प्रश्न आहे. यमुनेची दुःखे केवढीही मोठी असली तरी ती त्यांच्या पलीकडे गेल्यानंतर खरी शोकांतिका गणपतरावदादाची होते. बहिणीचा सुखी संसार पाहण्याचाही विरंगुळा ज्याला उरला नाही, घरी कोणाची सहानुभूती नाही; सार्वजनिक जीवनातल्या आशा-आकांक्षा कोळपल्या आहेत, मृत्यूही सुटका करीत नाही, अशा जिवंत मरणाच्या तडाख्यात सापडलेल्या गणपतरावदादाची ही सर्वात भीषण शोकांतिका आहे. तिचे यश यमुनेच्या आत्मनिवेदनपर चित्रणापेक्षा 'दादा'च्या परोक्ष चित्रणात अधिक आहे. स्त्रीदास्यविमोचक पुरुषांची ही परवशता आहे. 'पण लक्षात कोण घेतो?' असेच या अंगाबाबत म्हणावे लागते.'

'पण लक्षात कोण घेतो?' ही यमूची शोकांतिका नसून ती तिच्या दादाची शोकांतिका आहे, हे डॉ. भिंगारे यांचे विधान विचारप्रेरक आहे यात शंका नाही. मात्र शोकांतिका काय केवळ मृत्यूनेच होते? या त्यांच्या प्रश्नांचे उत्तर कॅरेल कॅपेकच्या शब्दातच देणे बरे! तो म्हणतो, 'ऑथल्लोने जर शेवटी आत्मघात करून घेतला नसता आणि डेस्डिमोनाच्या खुनाची शिक्षा भोगण्याचा प्रसंग त्याच्यावर आला नसता, तर चार बिल्ले लावून फिरणारा एक सामान्य लष्करी अधिकारी म्हणून तो उरलेले आयुष्य कंठीत राहिला असता!'

मात्र शोकांतिकेसंबंधीचा हा मुद्दा बाजूला ठेवला तर एक गोष्ट मान्य केलीच पाहिजे. ती म्हणजे हरिभाऊंच्या पिढीने किंबहुना त्यांच्यानंतरच्या पिढीनेही 'पण लक्षात कोण घेतो?' या कादंबरीतल्या गणपतरावाचे दुःख थोड्याफार उपेक्षेनेच पाहिले. टागोरांनी रामायणात ऊर्मिला उपेक्षित राहिल्याची मोठी काव्यमय तक्रार केली आहे ना? गणपतरावाच्या बाबतीतही भिंगाऱ्यांना तेच म्हणता येईल. किंबहुना

साताराचे एक रसिक व मार्मिक लेखक श्री. शि. गो. भावे यांच्या एका हस्तलिखितात गणपतराव या पात्रासंबंधीचे अशा अर्थाचे विवेचन मी वाचलेही आहे.

हे सर्व खरे असले तरी 'पण लक्षात कोण घेतो?' ही डॉ. भिंगारे म्हणतात त्याप्रमाणे गणपतरावाची शोकांतिका मानणे योग्य होईल काय? हरिभाऊंना या गोष्टीची जाणीव होती असे वाटत नाही. ते भारावून गेले होते. यमुनेच्या दुःखाने आपण मुख्यतः तिचीच करुण कहाणी चित्रित करीत आहो, अशीच त्यांची भावना होती. तत्कालीन मध्यमवर्गातल्या स्त्रीचे सर्व प्रकारचे दुःख हाच त्यांच्या मते या कादंबरीचा केंद्रबिंदू होता. यमू, यमूची आई, दुर्गी, उमासासूबाई या सर्वांची चित्रणे, कुठलीही सूक्ष्म छटा न गमावता, हरिभाऊंनी केली आहेत त्याचे कारण हेच आहे. यमूच्या जीवनात दादाला आणले ते कथाकार हरिभाऊंमधल्या कारागिराने! त्याला रंगविले ते त्यांच्यातल्या कलावंताने!

लहानपणी माझ्या एका मामींना ही कादंबरी वाचून दाखविल्याचे मला आठवते. त्या चुलीपाशी सैंपाक करीत बसलेल्या असत. मी जवळच बसून प्रकरणामागून प्रकरणे वाचीत असे. त्या वाचनाची प्रतिक्रिया अजून मला स्मरते. यमूचे किंवा यमूच्या आईचे दुःख वर्णन करणारे प्रसंग ऐकताना मामींचे डोळे पाणावून जात. मात्र यमूप्रमाणे गणपतरावाचे म्हणून काही दुःख आहे हे त्यांना कादंबरी ऐकताना जाणवले असावे असे मला वाटत नाही. त्यांच्यासारख्या अशिक्षित गृहिणीची गोष्ट कशाला हवी? त्या पिढीतल्या सुशिक्षित तरुणांनाही– त्यांच्यापैकी अनेकांना स्वानुभवाने गणपतरावाच्या दुःखाची जाणीव असूनही– ते यमूच्या दुःखाइतके तीव्र वाटले नाही. श्रीपाद कृष्ण कोल्हटकरांचे हरिभाऊंवरील लिखाण या दृष्टीने अभ्यसनीय आहे. यमुना व शंकरमामंजी या पात्रांना मराठी वाङ्मयात जे अपूर्व स्थान प्राप्त झाले, ते 'पण लक्षात कोण घेतो?' ही यमुनेची– म्हणजेच पर्यायाने सर्वतोपरी परवश असलेल्या स्त्री– जातीची– कहाणी आहे, अशी मोठमोठ्या साहित्यिकांपासून सर्वसामान्य वाचकांपर्यंत सर्वांची समजूत असल्यामुळेच!

पुरुषांना त्या काळी दुःखे नव्हती असे नाही! पण त्या काळच्या स्त्रीच्या दुःखाच्या नगाऱ्याच्या आवाजात बिचाऱ्या पुरुषाच्या दुःखाची टिमकी कुणाला ऐकू जाणे शक्य होते? १८७०-८० नंतर पाश्चात्य स्त्रीचे व तिच्या जीवनाचे जे सुधारलेले व पुढारलेले स्वरूप तिकडल्या साहित्याच्या द्वारे आपल्या डोळ्यांपुढे उभे राहिले, त्याच्याशी तुलना करता आपल्याकडील स्त्री नाना प्रकारच्या बंधनांनी जखडून गेली आहे, हीच गोष्ट पावलोपावली उठून दिसू लागली. साहजिकच मध्यमवर्गातले स्त्रीजीवन, त्या स्त्रीची परवशता, तिची नानाविध दुःखे यांनाच ललित वाङ्मयात महत्त्व प्राप्त झाले. हे महत्त्व केवळ हरिभाऊंच्या काळापुरतेच मर्यादित होते, असेही नाही. त्यांच्या नंतरची पिढीसुद्धा पुरुषजीवनापेक्षा स्त्री-जीवनाच्या

चित्रणातच अधिक रंगून गेली होती, हे सहज सिद्ध होण्याजोगे आहे.

डॉ. भिंगारे म्हणतात त्याप्रमाणे 'पण लक्षात कोण घेतो?' मधल्या गणपतरावाचे दुःख खरोखरच मोठे आहे, पण ते त्या पिढीला तीव्रतेने का जाणवले नाही, याचे उत्तर त्या काळच्या परिस्थितीत, भावनात आणि समजुतीतच शोधले पाहिजे.

पुरुष सर्व दृष्टींनी स्वतंत्र, स्त्री सर्व दृष्टींनी परतंत्र. पुरुषाला पराक्रमाची सर्व क्षेत्रे मोकळी, स्त्रीला मात्र घराच्या चार भिंतींबाहेर पडण्याची चोरी! चटकन लक्षात येणाऱ्या या विलक्षण विरोधावरच त्या वेळी सुशिक्षित समाजाचे मन केंद्रित झाले होते. त्यामुळे पुरुषाचे दुःख – मग ते कितीही खरे असो वा तीव्र असो – त्या काळात समाजाच्या काळजाला भिडणे शक्य नव्हते. किंबहुना पुरुषाच्या भावजीवनाकडे पाहायला त्या वेळी कुणाला फुरसदच नव्हती! हा त्या काळाचा महिमा आहे.

कलाकृतीवर विशिष्ट काळ आपली सत्ता कशी गाजवितो याचे 'कीचकवध' हे नमुनेदार उदाहरण आहे. पन्नास वर्षांपूर्वी कर्झनशाहीच्या ऐन अमदानीत ते रंगभूमीवर आले, तेव्हा संयमाच्या गोष्टी बोलणारा धर्म लोकांना नेभळट वाटे; उलट, त्यातला संतापी, साहसी आणि पावलोपावली कीचकाचा सूड घेण्याकरिता अस्तन्या वर करणारा भीम वाक्यावाक्याला टाळ्या घेत असे. तो लोकांना त्या वेळच्या जहाल विचारसरणीचा प्रतिनिधीच वाटे. पुढे गांधीयुगात या नाटकाचे पुनरुज्जीवन झाले. पण या वेळी कालचक्राचा फेरा उलट दिशेला गेला होता. अहिंसेचा उद्घोष वातावरणात दुमदुमत होता. अत्याचारी प्रवृत्तींविषयी जनतेच्या मनात पूर्वीइतकी सहानुभूती नव्हती. उलट सत्य, प्रेम, शांती, अहिंसा यांचे पाठ ती पढत होती. साहजिकच संयमी धर्माच्या वाक्याला टाळ्या मिळू लागल्या आणि बिचाऱ्या भीमाची लोकप्रियता नकळत ओहोटीला लागली!

कलाकृतीकडे पाहण्याचे विविध दृष्टिकोन असतात व त्यातील काही काळावर अवलंबून असतात. हे सूचित करण्याकरिताच ही कथा सांगितली. डॉ. भिंगारे म्हणतात त्याप्रमाणे 'पण लक्षात कोण घेतो?' मधल्या गणपतरावांचे दुःख निःसंशय मोठे आहे. ते दुसऱ्या कुणाला सांगून हलके करता येण्याची शक्यतासुद्धा त्याला नाही. कादंबरीत यमू आत्मकथन करीत असल्यामुळे गणपतरावाचे दुःख आपोआपच सूचक रीतीने व्यक्त झाले आहे. सूचकतेत एक प्रकारचे उत्कट सौंदर्य असते. ते या चित्रणातही आहे. शिवाय ते दुःख हरिभाऊंच्या पिढीपेक्षा या चालू पिढीला सहज समजण्यासारखे आहे. कारण पुरुष हासुद्धा स्त्रीसारखाच एक मानवी प्राणी आहे आणि त्याचीही स्त्रीप्रमाणे संसारात व समाजात नाना प्रकारची कुचंबणा होऊ शकते, हे सत्य गेल्या तपा-दीडतपात आपल्याला नव्यानेच उमजू लागले आहे! पण हे सर्व मान्य करूनही डॉ. भिंगारे म्हणतात त्याप्रमाणे 'पण लक्षात कोण घेतो?' ही कादंबरी कधी काळी गणपतरावांची शोकांतिका मानली जाईल असे मला वाटत

नाही. तिची संपूर्ण रचना, तिचा पानोपानी जाणवणारा हेतू, हरिभाऊंनी तिच्यातल्या विशिष्ट पात्रप्रसंगांवर निःसंदिग्धपणाने दिलेला भर इत्यादी गोष्टी लक्षात घेता ती यमुनेचीच शोकांतिका ठरेल.

मात्र डॉ. भिंगारे यांच्या विवेचनामुळे गणपतरावांच्या चित्रणाकडे वाचकांचे लक्ष यापुढे अधिक वेधेल आणि 'पण लक्षात कोण घेतो?' चा आस्वाद ते अधिक चांगल्या रीतीने घेऊ शकतील यात शंका नाही. त्यांच्या प्रबंधाचा हा मी मुख्य गुण मानतो. ते रूढ समजुती बाजूला ठेवून आपले मत प्रतिपादन करतात. त्यामुळे विचारमंथनाला मदत होऊन उपेक्षित किंवा दुर्लक्षित गोष्टींवर नवा प्रकाश पडतो.

त्यांच्या अशा स्वतंत्र मतांपैकी काही थोडी चांगलीच प्रक्षोभक आहेत. वानगी म्हणून त्यांच्या विवेचनाचा आत्मा असलेल्या एक-दोन विधानांचा उल्लेख करता येईल. ते म्हणतात, 'हरिभाऊंच्या चरित्रात असामान्य, अलौकिक असे काही नाही. पण आपट्यांचा जीवनक्रम सामान्य होता, हे त्यांचे वैशिष्ट्य फार महत्त्वाचे आहे. सामान्याचा जीवनक्रम आणि असामान्य जीवननिष्ठा यांच्या घर्षणातून पडणाऱ्या ठिणग्या म्हणजे हरिभाऊंचे व्यक्तिमत्त्व होय!'

हे वाचून सहजच मनात येते, त्या पिढीतल्या लेखकांपैकी केवळ हरिभाऊंच्या बाबतीतच हे खरे होते काय? टिळक-आगरकर-सावरकर यांच्यासारखे हाताच्या बोटांवर मोजण्याजोगे काही साहित्यिक सोडून दिले, तर ज्याला 'असामान्य' म्हणता येईल असा जीवनक्रम गेल्या पाऊणशे वर्षांत कितीशा मराठी साहित्यिकांच्या वाट्याला आला? परांजपे-खाडिलकर यांचा जीवनक्रम कदाचित आपटे-कोल्हटकर किंवा गडकरी-केशवसुत यांच्याइतका मिळमिळीत नसेल! पण तो काही 'असामान्य' म्हणता येणार नाही. मग या दोघांच्या वाङ्मयातील तेजस्वीपणाचा व ध्येयवादित्वाचा उगम कुठे शोधायचा? त्यांनी जे लिहिले ते तसेच का लिहिले याचे उत्तर केवळ सामान्य जीवनक्रम आणि असामान्य जीवननिष्ठा यांच्या संघर्षात शोधून चालेल काय? लेखकाच्या लौकिक व्यक्तित्वाइतकाच त्याच्या आंतरिक व वाङ्मयीन अशा दोन्ही प्रकारच्या व्यक्तित्वांशी पूर्ण परिचय झाल्याशिवाय अशा प्रश्नांची समर्पक उत्तरे देणे मोठे कठीण असते.

कित्येक लेखकात या तिन्ही व्यक्तित्वांची एकरूपता– निदान समरसता– असते (उदाहरणार्थ, खाडिलकर व डॉ. वा. म. जोशी). कित्येकात या तिन्ही व्यक्तित्वांचे संघर्ष सतत किंवा अधूनमधून सुरू असतात (उदाहरणार्थ, गडकरी व मर्ढेकर). या व्यक्तित्वांपैकी आंतरिक व्यक्तित्वाची खरीखुरी कल्पना टीकाकारांना येणे फार कठीण असते. लौकिक व्यक्तित्व व वाङ्मयीन व्यक्तित्व यावरूनच त्याची आपण कल्पना करतो. त्यामुळे बीजगणितातल्या तीन संख्यांपैकी दोन्हीही किंमत ठाऊक असावी, पण तिसऱ्या क्ष मुळे गुणाकाराचे स्वरूप संदिग्ध राहावे, तसे

पुष्कळदा होते. हरिभाऊंचे आंतरिक व्यक्तित्व हे कोमल आणि भावनाशील होते, असे मला वाटते. पण ते सौंदर्याच्या किंवा भावनेच्या आहारी जाणाऱ्या कवीचे व्यक्तित्व मात्र नव्हते. 'वज्राघाता'चे पहिले प्रकरण सोडले तर सौंदर्याने मुग्ध होऊन गेलेले हरिभाऊ एवढ्या विपुल आपटेवाङ्मयात क्वचितच दिसतात. शाकुंतलाचे किंवा शेक्सपिअरचे भक्त असलेले हरिभाऊ निराळे आणि कादंबरीकार हरिभाऊ निराळे असे वाटण्याइतके हरिभाऊंचे वाङ्मय मुक्त सौंदर्यविलास आणि उत्कट भावनोद्रेक यांच्यापासून दूर आहे. कोल्हटकर, हरिभाऊ, खाडिलकर व गडकरी या एका पिढीतल्या चार मातबर साहित्यिकांची ही तिन्ही प्रकारची व्यक्तित्वे अभ्यासून त्यांच्या साहित्यनिर्मितीशी या व्यक्तित्वाचा किती व कितपत संबंध आहे हे अभ्यासिले तर या प्रश्नावर अधिक प्रकाश पडू शकेल. डॉ. भिंगारे यांच्या 'सामान्याचा जीवनक्रम आणि असामान्य जीवननिष्ठा यांच्या घर्षणातून पडणाऱ्या ठिणग्या म्हणजे हरिभाऊंचे व्यक्तिमत्त्व होय.' या विधानात थोडे मानसशास्त्रीय सत्य आहे. पण हरिभाऊंच्या साहित्यनिर्मितीवर प्रकाश पाडणारे ते संपूर्ण सत्य नव्हे. त्या सत्याचा तो एक लहान अंश आहे.

'हरिभाऊंचा जीवनातील पराभव' (पृ. ६३), 'हरिभाऊ आणि आगरकर' (पृ. ६७) इत्यादी परिच्छेदातील डॉ. भिंगारे यांची मतेही सर्वांनाच पटतील असे नाही. 'हरिभाऊ हे आगरकरांचे पूजक आणि अनुयायी राहिले', असे ते म्हणतात. पण या विधानात एक गोम आहे. १९०० नंतरच्या तरुणांना आगरकरांचे कर्तृत्व मोठे वाटले यात शंका नाही. त्यांच्या वाङ्मयातून १९०० नंतरच्या पिढीला सामाजिक सुधारणेचे आवाहन मिळाले हेही खरे! पण त्यामुळे हरिभाऊंच्या पिढीतल्या तरुण लेखकांनाही ते तसे मिळाले असावे असा तर्क करणे योग्य होणार नाही. वस्तुस्थिती तशी नाही. या बाबतीतला माझा अनुभवच सांगतो. कै. श्रीपाद कृष्ण कोल्हटकरांशी बोलताना त्यांना रानड्यांविषयी वाटणारा आदर चटकन लक्षात येई. पण आगरकरांविषयी ते आत्मीयतेने कधीच बोलत नसत. 'सुदाम्याचे पोहे' वाचणाऱ्या वाचकांनी हवे तर कोल्हटकरांना आगरकरांचे अनुयायी म्हणावे. ते स्वतः तसे कधीच मानीत नव्हते. त्यांचे वाङ्मयीन गुरु चिपळूणकर होते, वैचारिक गुरु रानडे होते. 'सुदाम्याचे पोहे' त्यांनी अर्पण केले ते राजारामशास्त्री भागवतांना; आगरकरांना नाही. हरिभाऊंची स्थितीही अशीच असावी. त्यांच्या काय किंवा कोल्हटकरांच्या काय, सौम्य व मृदु वृत्तीला आगरकरांच्या तीव्र मनोवृत्तीचे आकर्षण कधीच वाटले नाही. एका दृष्टीने हेसुद्धा मानसशास्त्राला धरूनच झाले.

हरिभाऊंच्या कादंबऱ्यांत त्यांचा आत्माविष्कार उत्कृष्ट रीतीने झालेला आहे, हे भिंगाऱ्यांचे मत कुणीही मान्य करील; पण त्या आत्माविष्काराचा संबंध त्यांच्या ऐतिहासिक कादंबऱ्यांपर्यंत नेऊन भिडविणे कितपत बरोबर आहे? कादंबरीतील

स्वभावरेषा ही लेखकाच्या संपूर्ण व्यक्तित्वातून निर्माण होत नाही. अनेकदा ती त्याच्या एखाद्या आत्मीय भावनेच्या अगदी चिमुकल्या अंशातून निर्माण होते. `A character in a novel is built up not of the whole of the authour's personality, but often of a very tiny fragment of his ego.' हे आंद्रे मोर्वाचे उद्गार या बाबतीत चिंतनीय आहेत.

डॉ. भिंगारे यांच्याशी वाचकाचा अशा प्रकारे पुष्कळ मतभेद होऊ शकेल. पण साधनसंकलन व विचारमंथन ही दोन्ही कार्ये या ग्रंथाने चांगल्या रीतीने पार पाडली आहेत असे म्हणतच तो 'हरिभाऊ' खाली ठेवील.

– १९५८

शाहूमहाराजांच्या आठवणी

माधवराव बागल महाराष्ट्रात मशहूर आहेत ते कोल्हापूरचे एक पुढारी म्हणून; एक मैदानी वक्ते म्हणून! सुमारे एक तपापूर्वी त्यांनी कोल्हापुरात आणलेला शेतकऱ्यांचा मोर्चा, त्यानंतर त्यांनी केलेले कोल्हापूर प्रजापरिषदेचे नेतृत्व, पुढे आपल्या 'अखंड भारत' साप्ताहिकांतून हिरीरीने प्रतिपादिलेला समाजवाद इत्यादी गोष्टी लोकांच्या जितक्या परिचयाच्या आहेत, तितके त्यांचे लेखन किंवा चित्रकलाकौशल्य नीटसे परिचित नाही. दलित वर्गाविषयीच्या त्यांच्या अनेक लघुकथात जिव्हाळा आढळतो. 'कला व कलावंत' या पुस्तकातली त्यांची मार्मिकता आणि रसिकता हे गुण सामान्य वाचकालासुद्धा हृद्य वाटतील असेच आहेत. त्यांची निसर्गचित्रे पाहिली म्हणजे मनात येते, माधवरावांनी केवळ चित्रकलेलाच स्वतःला वाहून घेतले असते, तर महाराष्ट्रातल्या विद्यमान चित्रकारांच्या जोडीने त्यांचे नाव नेहमी उच्चारले गेले असते; एक अभिजात चित्रटीकाकार महाराष्ट्राला मिळाला असता!

सर्वसामान्य मराठी माणसाला त्यांच्या व्यक्तित्वाचा हा अत्यंत महत्त्वाचा पैलू अगदी अज्ञात नसला तरी नीटसा माहीत नाही. मला वाटते, त्यांचा मनःपिंड मुख्यतः कलावंताचा आहे! तो राजकारणी पुरुषाचा नाही; आणि मुत्सद्याचा तर नाहीच नाही! स्वभावतः ते भावनाप्रधान आहेत. राजकारणात मनुष्य जितका अधिक वस्तुनिष्ठ असेल, तितका तो अधिक यशस्वी होण्याचा संभव असतो. राजकारणात प्रसंगी लीलेने या बोटावरली थुंकी त्या बोटावर करावी लागते! कलावंताला ते नीट जमत नाही. कदाचित बोटावरची थुंकी ही कल्पनाच त्याला ओंगळ वाटत असावी.

या बाबतीत एक गोष्ट लक्षात घेण्याजोगी आहे. लोकमान्य टिळक वारंवार म्हणत, 'मी राजकारणात पडलो ते काही मोठ्या हौसेने नाही. देश स्वतंत्र असता, समाज सुखी असता, तर कुठल्यातरी कॉलेजात प्रोफेसर होऊन गणिताचे संशोधन करण्यात मला अधिक आनंद वाटला असता.' माधवरावांची काय किंवा त्यांच्याप्रमाणे गेल्या तीन पिढ्यात राजकारणात आणि समाजकारणात ओढल्या गेलेल्या अनेक कर्तबगार लोकांची काय, हुबेहुब अशीच स्थिती आहे. भोवतालचे दुःख भावनाशील हृदयाला सहन होत नाही! आंधळ्या अन्यायाचे क्रूर तांडव डोळ्यांना पाहावत नाही! नंगा नाच घालणारी विषमता मन पदोपदी अस्वस्थ करून सोडते आणि अंतर्मनातल्या मानवतेला आवाहन

देते! म्हणूनच ही मंडळी राजकारणाच्या किंवा समाजकारणाच्या काट्याकुट्यांनी भरलेल्या क्षेत्रात उड्या टाकतात! आग लागलेली दिसताच निर्भय मनुष्य तिकडे धावत जातो; ती विझावी याकरिता तो शिकस्तीचे प्रयत्न करतो. तो जितका भावनाप्रधान असेल तितका आपल्या प्राणांची पर्वा न करता त्या आगीत शिरतो! हे सारे खरे आहे; पण एवढ्यावरून त्या मनुष्याचा धंदा आग विझविण्याचा आहे असे काही आपण म्हणत नाही. राजकारणात पडलेल्या अनेक व्यक्तींच्या बाबतीत हे अंशतः तरी सत्य आहे असे दिसून येईल. साने गुरुजींच्या व्यक्तित्वाचे पृथक्करण करीत आपण खोलखोल गेलो तर टिळकांचे उद्‌गार त्यांच्या तोंडीसुद्धा शोभून दिसले असते, असे वाटल्यावाचून राहत नाही.

राजकारणात पडलेल्या माणसाच्या इतर तेजस्वी पैलूंकडे आपल्या देशात अनेकदा दुर्लक्ष होते. जवाहरलालांच्या राजकीय नीतीविषयी तावातावाने उलटसुलट बोलताना ते मोठे रसिक, मार्मिक व चिकित्सक लेखक आहेत, याची आठवण आपल्यापैकी कितीजणांना असते? पावसाळ्यातल्या पूर आलेल्या नदीचे पाणी केवळ अमर्यादपणामुळेच आकर्षक वाटते. पोहणाराच्या मनावर ते रुद्ररूप चटकन ठसते. उलट, शरद ऋतूतल्या सरितेच्या मर्यादित पण प्रसन्न प्रवाहाची प्रेक्षकाला तितकीशी ओढ वाटत नाही. राजकारण व कलासाधना यांचे मूल्यमापन करताना सर्वसामान्य मनुष्य पहिल्याला प्राधान्य देतो याचे कारण बहुधा हेच असावे!

गेली बारा वर्षे मी माधवरावांना पाहत आलो आहे, त्यांच्याशी अनेक वेळा दोन-दोन, चार-चार तास गप्पागोष्टी केल्या आहेत. त्या गप्पात गांधीवाद, समाजवाद, राजकारण इत्यादी विषयी आले, तरी वाङ्मय आणि कला यांची चर्चा झाली नाही अशी आमची बैठक क्वचितच झाली असेल! आमची भेट झाली म्हणजे ते मला प्रथम विचारतात, 'हल्ली काही नवं वाचलंय का?' त्यांच्या रसिकतेची आठवण म्हणून एक गोष्ट सांगण्यासारखी आहे. पर्ल बक्‌चे 'पॅव्हिलियन ऑफ वुमेन' हे पुस्तक त्यांच्या वाचनात आले. मला त्या कादंबरीचे नावही ठाऊक नव्हते. पण माधवराव ती कादंबरी घेऊन मुद्दाम माझ्याकडे आले. तसे पाहिले तर त्या कादंबरीतला विषय चाळिशी उलटलेल्या, यौवन मागे पडल्यामुळे शरीराने आणि मनाने बदलू लागलेल्या एका शांत, विवेकी, चिनी स्त्रीचे कौटुंबिक जीवन हा आहे. समता आणि समाजवाद या माधवरावांच्या आवडत्या सामाजिक विषयांशी ह्या कथेचे दुरूनसुद्धा नाते लागणार नाही. पण माधवरावांना ती कादंबरी फार आवडली होती. त्यांच्या आग्रहामुळेच मी ती वाचली. ती वाचताना पूर्वी अनेकदा प्रत्ययाला आलेली एक गोष्ट मला पुन्हा तीव्रतेने जाणवली. ती म्हणजे अस्सल कलावंत हा जीवनाचा रसिक उपासक असतो. व्यावहारिक कार्यक्षेत्रात त्याला ज्या भूमिका कळत नकळत स्वीकाराव्या लागतात, त्यांच्यावरून त्याची संपूर्ण पारख करणे म्हणजे चारुदत्ताचे काम करणारा नट खाजगी जीवनात तितकाच उदार आहे अथवा कण्वाची भूमिका

करणारा माणूस खरोखरच वृद्ध आहे, असे मानण्याइतकेच शहाणपणाचे होईल!

'श्री शाहूमहाराजांच्या आठवणी' हे माधवरावांचे नवे पुस्तक त्यांच्या या रसिक पण सामाजिक मनाचे प्रत्यंतर आहे. शाहूमहाराज दिवंगत होऊन आता दोन तपांपेक्षा अधिक काळ लोटला आहे. त्यांचे व्यावहारिक चरित्र प्रसिद्ध झाले असले, तरी त्यांच्या वैचित्र्यपूर्ण व्यक्तित्वाची कल्पना करून देण्याला ते असमर्थ आहे. शिवाय प्रभावी माणसाचे मोठेपण समकालीन समाजाच्या पचनी पडतेच असे नाही. विशेषतः राजकीय किंवा सामाजिक संघर्षातल्या आपल्या कर्तबगार प्रतिस्पर्ध्याचे गुण मान्य करायला बहुतेक माणसे तयार नसतात. टिळकांच्या आत्यंतिक कैवारामुळे महाराष्ट्रातल्या सर्वसामान्य माणसाला गोखल्यांच्या मोठेपणाचे नीटसे आकलन कधीच झाले नाही, हे ऐतिहासिक सत्य आहे. शाहूमहाराजांच्या बाबतीतही असेच घडले. सामाजिक समतेच्या तीव्र जाणीवेने आणि दलित समाजाविषयीच्या अंतःकरणात भरलेल्या जिव्हाळ्याने त्यांनी कोल्हापूर संस्थांनात जी अनेक स्थित्यंतरे घडवून आणली, त्यांचे सत्य स्वरूप महाराष्ट्रीय जनतेला समजावून सांगण्याचे प्रयत्न त्यांच्या हयातीत फार थोडे झाले.

स्त्रीशिक्षण आणि पुनर्विवाह या संकुचित सुधारणांपलीकडे पाऊल न टाकणाऱ्या पांढरपेशा सुधारकांचीसुद्धा त्या काळात महाराष्ट्रात डाळ शिजत नसे! शाहूमहाराजांचे ध्येय व धोरण त्या मानाने कितीतरी कडवे. जातिभेदाचे आणि विषमतेचे विषवृक्ष समूळ नाहीसे करण्याकरिता हातात कुऱ्हाड घेऊन ते सज्ज झाले होते. त्या कुऱ्हाडीला त्यांच्या उपजत तीव्र बुद्धीची धार होती. राजसत्तेच्या दांड्याचा तिला भरभक्कम आधारही होता. साहजिकच त्यांच्या प्रहारात तीव्रता आली आणि ती अनेकांना दुःसह झाली. सामाजिक संघर्षात ज्यांच्या परंपरागत हक्कांवर– मग ते कितीही अन्यायमूलक असोत– गदा येते, ते बहुधा सुधारणेचे विरोधक होतात. विशेषतः ज्या हक्कांचा आर्थिक स्वास्थ्याशी निकट संबंध असतो त्यांचे उच्चाटन होऊ लागले की माणसे कासावीस होतात; सारे ब्रह्मज्ञान विसरतात! देवळात पुराणिकांचे प्रवचन ऐकताना अद्वैताच्या गोष्टी सर्वांना आवडतात. 'सर्वभूती परमेश्वर आहे' हे तत्त्व भरल्या पोटी ऐकताना आपल्यापैकी कुणीही सहसा कुरकूर करीत नाही. पण त्या तत्त्वाची अंमलबजावणी व्हावयाची वेळ आली की सारे गडबडतात. त्यांची स्वार्थाची आणि मालकी हक्काची जाणीव उफाळून उठते. 'दुसरा मेला तरी बेहत्तर आहे, पण मी जगलो पाहिजे' ही मूलभूत जीवप्रवृत्ती चवताळून जागी होते! मानवी मन शृंगारणारे धर्माचे आणि संस्कृतीचे सारे अलंकार अशा वेळी गळून पडतात!

अंध, रूढिप्रिय आणि प्रवाहपतित अशा या सामाजिक मनोवृत्तीशी शाहूमहाराजांना केवढा मोठा झगडा करावा लागला असेल, याची कल्पना आणून देणाऱ्या अनेक आठवणी या संग्रहात आहेत. तो वाचून हातावेगळा केल्यावर चरित्रनायकाच्या कार्यापेक्षाही लहानसहान गोष्टीतून प्रकट झालेले त्याचे वैचित्र्यपूर्ण व्यक्तित्व वाचकांना

अधिक आकर्षक वाटते. एका मोठ्या आत्म्याशी आपली ओळख झाल्याचा त्याला आनंद होतो. शरीराप्रमाणे मनाचा मोठेपणा महाराजांच्या ठिकाणी किती विपुल प्रमाणात होता, मराठी मनाच्या मोठेपणाला मिळालेली मिस्किलपणाची जोड त्यांच्या कृतीतून प्रकर्षाने कशी प्रकट होत असे, पढिक पांडित्यावर त्यांची निसर्गदत्त कुशाग्र बुद्धी वेळोवेळी किती सहजतेने मात करीत असे, याची अनेक मनोरंजक उदाहरणे या स्मृतिसंग्रहात विखुरली आहेत.

मनुष्याला मुद्दाम फोटोकरिता बसवावे तसा व्यक्तीचा चरित्रग्रंथ वाटतो. नाही म्हटले तरी त्यात एक प्रकारचा कृत्रिमपणा येतो. आपण एका असामान्य व्यक्तीचे चित्र रेखाटीत आहो, ही जाणीव चरित्रलेखक काही केल्या सर्वस्वी विसरू शकत नाही. त्यामुळे चरित्राने मार्गदर्शन केले तरी ते जिव्हाळा निर्माण करू शकत नाही. आठवणींचे तसे नाही. त्यांच्यातून प्रतिबिंबित होणारे व्यक्तिचित्र अधिक अकृत्रिम आणि म्हणूनच अधिक आकर्षक वाटते. नेहमीचे व्यवहार मनुष्य मोकळेपणाने करीत असताना त्याला नकळत त्याची छबी एखाद्या छायालेखकाने चटकन काढावी, तशी आठवण असते. महाराजांच्या अशा छोट्या पण गोड छायाचित्रांचा हा संग्रह जितका मनोरंजक तितकाच उद्‌बोधक वाटतो याचे कारण हेच आहे. उद्या शाहूमहाराजांची जीवनकथा पडद्यावर आणायची झाली (ती अवश्य चित्रित झाली पाहिजे असे माझे मत आहे. गेल्या शतकात महाराष्ट्रात होऊन गेलेल्या व्यक्तीत त्यांच्याइतका वैचित्र्यपूर्ण जीवनक्रम अन्यत्र क्वचितच आढळेल; शिवाय विशाल सामाजिक आशयाच्या दृष्टीनेही त्यांची चरित्रकथा महत्त्वाची आहे.) तर त्या चित्रपटाच्या लेखकाला व दिग्दर्शकाला मनोमन महाराजांची मूर्ती तयार करायला या पुस्तकाचे मोठे साह्य होईल. गडकऱ्यांनी महाराष्ट्राचे वर्णन करताना तो जसा दगडांचा देश आहे तसाच फुलांचा देश आहे असे मोठे मार्मिक उद्‌गार काढले आहेत. शाहूमहाराजांच्या बाबतीतही ते तितकेच सार्थ आहेत. ‘व्हिक्टर व्हॅन गो’ या चित्रकाराच्या चरित्राला कादंबरीचा वेष चढवून ते आयर्व्हिंग स्टोनने ‘लव्ह फॉर लास्ट’ या पुस्तकात मोठ्या सुंदर रीतीने मांडले आहे. आणखी एक-दोन पिढ्या उलटल्या म्हणजे महाराजांच्या चरित्राचेही प्रतिभाशाली महाराष्ट्रीय कादंबरीकारांना तसेच आकर्षण वाटेल.

महाराजांच्या ठिकाणी वीरत्व आणि व्यावहारिकत्व यांचे मोठे विलक्षण मिश्रण झाले होते. त्यांची सर्व जीवनमूल्ये या मिश्रणातूनच निर्माण झाली आहेत. बडोद्याच्या सयाजीराव महाराजांसारखा द्रष्टेपणाचा लाभ झालेला एखादद्‌दुसरा संस्थानिक सोडून दिला, तर महाराजांचे समकालीन असलेले हिंदुस्थानातले बहुतेक राजेमहाराजे व्यक्ती या नात्याने त्यांच्यापुढे अगदी फिक्के पडतात. त्या वेळचे बहुतेक संस्थानिक ब्रिटिश सरकारच्या ताटाखालची मांजरे होती. आपल्या संस्थानाला गव्हर्नर जनरलचे पाय कधी लागतील, आपल्याला अकरा तोफांचा मान आहे त्यात चार-दोन तोफांची भर कशी

पडेल, बादशाहाच्या वाढदिवशी एखादे पदवीचे शेपूट आपल्या नावाला केव्हा चिकटेल, अशा प्रकारच्या महत्त्वाकांक्षा बाळगण्यात आणि कुत्री, घोडी, दारू व बाया यांच्यावर गोरगरिबांच्या निढळाच्या घामातून निर्माण झालेली संपत्ती खर्च करण्यात शेकडो संस्थानिकांचे आयुष्य जात असे. आपण प्रजेचे काही देणे लागतो, तिच्याविषयी राजाचे काही विशेष कर्तव्य आहे व त्यात आपण चुकत आहो, इत्यादी गोष्टी त्यांना पूर्णपणे अपरिचित होत्या. परकीय ब्रिटीश सत्तेच्या पायातल्या बेड्या त्यांना कधी रुतल्या नाहीत, खुपल्या नाहीत. रानडे आणि ज्योतिराव फुले, टिळक आणि आगरकर ही मोठी माणसे त्यांच्या अवतीभोवती वावरत असतानाही, त्यांचा ध्येयवाद त्यांना कधी कळला नाही. त्यांनी राजवाड्यातल्या एकांतातसुद्धा 'वंदे मातरम्' कधी म्हटले नसेल! टिळकांना मंडालेला किंवा सावरकरांना अंदमानाला पाठविण्यात आले तेव्हा त्यांच्या डोळ्यात क्षणभरसुद्धा अश्रु उभे राहिले नसतील! दैन्य, दारिद्र्य, अज्ञान आणि आळस यांनी पोखरलेल्या आपल्या समाजाविषयी त्यांना कधीच पान्हा फुटला नाही.

दैवयोगाने कुठल्यातरी गादीवर बसलेल्या असल्या भरजरी बाहुल्यापेक्षा शाहूमहाराजांची गोष्ट सर्वस्वी निराळी होती. 'स पिता पितरस्तासां केवलं जन्महेतवः' हे कालिदासाचे वचन ठाऊक असण्याइतका पढिकपणा त्यांच्यामध्ये नव्हता! पण कालिदासाने जे वर्णन केले ते त्यांनी आचरणात आणून दाखविले यात शंका नाही. भूतदयेचा ओलावा, समतेची चाड आणि अन्यायाची चीड यांची त्यांच्या वीरमनाला जी जोड मिळाली होती त्यामुळे ते स्वभावतःच सुधारक बनले, सामाजिक क्रांतीच्या कल्पनांचे हसतमुखाने स्वागत करू शकले. आकाशातल्या पर्जन्यधारांनी उन्हाने भाजून काढलेल्या आणि तहानेने व्याकुळ झालेल्या काळ्या मातीत मिसळून तिला आपले जीवन द्यावे आणि मग तिच्यातून मधुर गंध बाहेर पडावा तसे महाराजांच्या बाबतीत झाले. बहुजन समाजाशी, कष्टाचे जीवन जगणाऱ्या जनतेशी, दीनदलितांशी ते मनात समरस झाले. या पुस्तकातल्या विविध स्मृतींतून जो सुगंध दरवळत आहे त्याचा उगम त्यांच्या या वृत्तीत आहे. त्यांच्या गुणदोषांचे किंबहुना आत्म्याचे यथार्थ आकलन करायचे असेल तर ही गोष्ट अवश्य लक्षात ठेवली पाहिजे. त्यांच्या या वैशिष्ट्यावर प्रकाश टाकणारी बॅ. केळवकर यांची आठवण विशेष उल्लेखनीय आहे; म्हणून ती येथे उद्धृत करतो :

'मी दुसरे दिवशी महाराजांच्याकडे गेलो. पण माझी काही दाद लागली नाही. भोरेखान आले. त्यांनी विचारले, 'तुम्ही का बाहेर?' निरोप पाठविला आहे म्हणून मी सांगितलं. पण तो निरोप हुजऱ्यांनी पोचविला नसावा. कारण, भोरेखानांनी कळवताच मला घ्यायला खुद्द महाराजच माडीवरून खाली चालत आले. बोलता बोलता ते म्हणाले, 'काय करावं बोवा, सरकार आमची काही दाद घेत नाही. कोल्हापूरला धान्याची तूट आली आहे; लोकांचे हाल व्हायला लागले आहेत आणि

हे काही आम्हाला धान्य देईनात.’

त्यावर मी म्हणालो, ‘महाराज, आपण स्वतः या खटपटीत कशाला पडता? आमच्यासारखी माणसं हे करू शकतील.’

महाराज म्हणाले, ‘तुम्ही काय कराल ते सांगा.’

‘मी जरूर हे काम करीन; त्याच धंद्यात मी आहे.’

‘मग चला पाहू आताच. मीही येतो तुमच्याबरोबर.’

‘छे! आपण येऊ नये. आपण आल्यानं काम होणार नाही. त्यांच्या अपेक्षा वाढतील.’

‘अहो, तुम्ही माझं नाव सांगू नका म्हणजे झालं. मी आपला तुमचा नोकर म्हणून येतो. मग कोण ओळखणार मला?’

‘महाराज, तुम्ही दडून राहू शकणार नाही.’

‘बरं, मी आत येत नाही. आपला बाहेरच बसतो म्हणजे झालं.’

आणि खरोखरच महाराजांना कामाची इतकी आतुरता व निकड लागली होती की, मी आत जाऊन वाटाघाटी पुऱ्या करीपर्यंत महाराज अगदी इतर सर्वसाधारण लोकांत एका साध्या बाकावर दोन तास बसून राहिले होते!’’

माधवरावांच्या पुस्तकाचा आणखी एक विषय सांगण्याजोगा आहे. त्यातल्या आठवणी वाचताना महाराजांच्या चरित्रावर तर सौम्य, सुंदर प्रकाश पडतोच; पण चरित्रनायकाखेरीज इतर अनेक लहानमोठी पात्रे लेखकाने कौशल्याने चित्रित केली असावीत आणि त्यांच्या छोट्या पण मनोहर स्वभावरेखांनी वाचकाला निराळ्याच प्रकारचा आनंद द्यावा, तसा अनुभव या आठवणी वाचताना येतो. विविध स्वभावांच्या माणसांचे एक छोटेसे संमेलनच या पुस्तकात भरले आहे. या छोट्या जगात जशी सच्ची माणसे आहेत, तशी लुच्चीही आहेत. मोठ्या जगातले मूर्खपणाचे, ढोंगीपणाचे, शहाणपणाचे, सत्यप्रियतेचे आणि इतर स्वभावविशेषांचे सर्व प्रकारचे नमुने इथेही आपल्याला पाहायला मिळतात.

पण याहीपेक्षा महत्त्वाची गोष्ट म्हणजे जगाच्या दृष्टीने सामान्य असलेली, या आठवणीतसुद्धा अनामिक राहिलेली, पण माणूस या नात्याने मोठी असलेली जीवने या आठवणी चाळताचाळता आपणाला दिसतात आणि मग वाटते, आज आपल्याभोवती जो अश्रद्धेचा, अप्रामाणिकपणाचा अंधार पसरला आहे, तो सर्वस्वी प्रतिकूल परिस्थितीतून निर्माण झालेला नाही. परिस्थितीचा अंधार कितीही काळाकुट्ट असला तरी त्याचा भेद करणाऱ्या आत्मप्रकाशाच्या असंख्य रेखा या जगात पूर्वी चमकून गेल्या आहेत; आताही चमकत आहेता, पुढेही चमकत राहतील. या आपल्याला सध्या दिसत नाहीत. कारण आपणच आंधळे झालो आहो. असमर्थनीय भोगवादाची झापड आपल्या डोळ्यांवर आली आहे. त्यामुळे त्यांचे अस्तित्व जाणून घेण्याची आपली इच्छा लोप पावली आहे.

या संग्रहातली अशी एक प्रकाशरेखा इथे देण्याचा मोह मला आवरत नाही.

शेणी विकून पोट भरणाऱ्या खेड्यावरल्या एका अडाणी बाईची गोष्ट आहे ही. शेणींनी भरेलला मोठा हारा घेऊन ती खेड्यावरून शहराकडे येत होती. शाहूमहाराज त्या वाटेने गाडीतून जात होते. डोकीवरल्या ओझ्याने बाई अगदी भारावून गेली होती, मोठ्या कष्टाने चालत होती. महाराजांना तिची दया आली. त्यांनी तिला दोन रुपये दिले आणि त्या पैशाबरोबरच शेणी तिथेच फेकून आनंदाने घरी परत जाण्याचा सल्ला दिला. ती बाई शेणी टाकायला तयार होईना. 'हव्या तर शेणी विकत घ्या' असे ती म्हणू लागली. शेवटी महाराजांनी त्या आपल्या गाडीत घेतल्या. पण त्यांनी त्या शेणींचे देऊ केलेले रुपये मात्र ती बाई काही केल्या घेईना! 'शेणींची किंमत बारा आणेच आहे. मी दोन रुपये कसे घेऊ?' असा सरळ, साधासुधा प्रश्न तिने महाराजांना केला. तिची समजूत घालण्याकरिता ते म्हणाले, 'मी खुषीनं हे दोन रुपये तुला देतोय. ते घ्यायला तुझं काय जातं? घे मुकाट्यानं!' तरी ती बाई ते पैसे घ्यायला तयार होईना. ती पुनः पुन्हा म्हणू लागली, 'असं कसं होईल? पापाचं पैसं मी कसं घेऊ?' शेवटी या विलक्षण द्वंद्वात महाराजांचा पराभव झाला. बारा आणे घेऊन ती बाई समाधानाने चालू लागली.

माधवरावांच्या पुस्तकातली त्या अनामिक बाईची ही हकीकत वाचताना माझ्या मनात आले, गांधींचे नाव त्या बाईने बहुधा ऐकले नसेल. हा प्रसंग घडला त्या वेळी गांधीजी कदाचित आफ्रिकेत असतील. पण खरा गांधीवाद तिला कळला होता; तिने तो पूर्णपणे पचविला होता. अक्षर ओळखीच्या दृष्टीने ती अडाणी होती; पण जीवनातले अक्षर असे एक मूल्य तिने आपल्या पवित्र परंपरेतून आत्मसात केले होते.

विचार आणि भावना यांना अशा रीतीने चालना देणाऱ्या अनेक आठवणी या संग्रहात आहेत. त्या वाचताना एका असामान्य आत्म्याच्या सहवासात वावरल्याचा आनंद प्रत्येकाला निःसंशय होईलच. पण त्या आनंदाच्या पाठोपाठ त्याच्यापुढे अनेक प्रश्नचिन्हे उभी राहतील : ज्या सामाजिक विषमतेशी शाहूमहाराजांनी टक्कर दिली, तिचे निर्मूलन गेल्या दोन तपात कितीसे झाले आहे? कोट्यावधी लोकांच्या पायातल्या दैन्य, दारिद्र्य आणि अज्ञान यांच्या शृंखला कितीशा तुटून पडल्या आहेत? त्या अद्यापी तुटल्या नसतील तर त्या तोडण्याकरिता आपण काय प्रयत्न करीत आहो? ते प्रयत्न योग्य दिशेने होत आहेत काय?

ह्या प्रश्नचिन्हांची उत्तरे प्रामाणिकपणाने देणे आणि त्यातून जे निष्कर्ष निघतील त्यांच्या अंमलबजावणीकरिता निष्ठेने कार्य करीत राहणे हाच शाहूमहाराजांसारख्या थोर पुरुषांची स्मृती अमर राखण्याचा एकमेव मार्ग आहे.

– १९५०

मला न्याल तुमच्याबरोबर?

रवींद्रनाथांच्या जन्मशताब्दीनिमित्त साहित्य अकादमीत त्यांच्या एकवीस निवडक कथांचा संग्रह 'एकविंशती' या नावाने प्रसिद्ध केला आहे. या संग्रहात मला परिचित व प्रिय असलेल्या 'काबुलीवाला', 'पोस्टमास्टर', 'क्षुधित पाषाण' या कथा तर आहेतच, पण यापूर्वी इंग्रजी अगर मराठी अनुवादात न वाचलेल्या 'अतिथी', 'नष्ट नीड', 'पात्र आणि पात्री' इत्यादी कथाही आहेत.

रवींद्रांच्या कथा मी प्रथम वाचल्या त्या इंग्रजीतून. बुरख्यातूनही एखाद्या युवतीच्या डौलदार बांध्याची आणि सुंदर चेहऱ्याची कल्पना यावी, तशी इंग्रजी अनुवादातूनही कथाकार रवींद्रांच्या प्रतिभेची चमक मला जाणवली होती. त्यांच्या कथांतले कोमल काव्य, भावनेचा सूक्ष्म धागा घेऊन त्याच्याभोवती दोन-तीन पात्रांच्या आधाराने कथा गुंफण्याचे त्यांचे कौशल्य, निसर्ग आणि मनुष्य यांच्यातल्या आंतरिक सुसंवादाचे किंवा विसंवादाचे सूर आळविण्यातली त्यांची सहजता आणि एखाद्या चित्रकाराने कलमाच्या चार फटकाऱ्यांनी जिवंत दृश्य निर्माण करावे, त्याप्रमाणे अतिशय अल्प सामग्रीतून भावजीवन चित्रित करण्याचे त्यांचे सामर्थ्य या गोष्टींचा आस्वाद मी १९२५ सालीच घेतला होता.

त्या आनंदाच्या भरात आमच्या शिरोड्याच्या शाळेत इंग्रजी पाचव्या यत्तेला शीघ्र वाचनाकरिता 'टागोरांच्या कथा' (स्टोरीज फ्रॉम टागोर) हे पुस्तक मी लावले. ते मीच शिकवीत असे. त्या वेळच्या विद्यार्थ्यांच्या इंग्रजीची प्रकृती आजच्यापेक्षा पुष्कळच धडधाकट होती. तथापि कठीण शब्दांच्या विपुलतेमुळे आणि संमिश्र व लांबट वाक्यरचनेमुळे ते पुस्तक विद्यार्थ्यांना जड वाटे. मी मात्र ते शिकविताना रंगून जाई. तास संपल्याची घंटा झाली की माझ्या कपाळाला आठ्या पडत. कथा मध्येच अगदी ऐन रंगात सोडावी लागे. केवळ माझाच नव्हे, तर विद्यार्थ्यांचाही मनोभंग होई. माझ्या शिकविण्याच्या कौशल्यामुळे नव्हे, तर टागोरांच्या रसवत्तेमुळेच अवघड शब्दांचे आणि क्लिष्ट वाक्यरचनेचे खडक फोडून कथेतील भावपूर्ण आशय खळाळत बाहेर येई. मुलांची मने त्यात यथेच्छ डुंबत. विहिरीत पोहायला पडलेल्या मुलांना बाहेर बोलावले म्हणजे ती जशी हिरमुसली होतात, तसा हा तास चटकन संपला की विद्यार्थ्यांचा विरस होई.

रवींद्रांच्या कथांचे सर्व गुणविशेष आपणाला कळले आहेत असे त्या वेळी मला वाटे. आता तीन तपांनी 'एकविंशती' वाचताना आनंदाचे ते जुने क्षण तर नवे रूप धारण करून परत आलेच! इतकेच नव्हे तर एखाद्या चमत्काराने कोमेजलेली फुले पुन्हा टवटवीत व्हावीत, तशा 'पोस्टमास्तर', 'काबुलीवाला', 'क्षुधित पाषाण' या कधीकाळी वाचलेल्या कथा अतिशय आकर्षक वाटू लागल्या. या परिचित व इतर अपरिचित कथा वाचता वाचता कथाकार रवींद्रांचे मला एक निराळेच दर्शन होऊ लागले.

अभिजात साहित्यकाराचे काही विशेष आपणाला त्याच्या पहिल्या भेटीतच जाणवतात. त्या गुणांमुळेच आपण त्याच्या साहित्याचे चाहते होतो. पहिल्या दृष्टिक्षेपातच एखाद्या युवतीचे रूपवैशिष्ट्य जाणवावे ना? तसे हे घडते. पण त्या रमणीच्या रूपविभ्रमांच्या आत जी प्रेमळ पत्नी किंवा वत्सल माता असते, तिचे अस्तित्व मात्र प्रथमदर्शनी आपल्या लक्षात येत नाही. कलेच्या बाबतीतही असेच घडते. आयुष्याच्या प्रवासात निरनिराळ्या टप्प्यांवर एकाच कलाकृतीचे आपल्याला किती भिन्न स्वरूपात दर्शन होते! तुकोबांचे अभंग, उमर खय्यामच्या रुबाया, 'शाकुंतल', 'हॅम्लेट', ग्रेची 'एलेजी', केशवसुतांची 'हरपले श्रेय' यांचे विद्यार्थी दशेत केलेले वाचन आणि याच ललितकृतींचे प्रौढ वयात जाणवणारे समृद्ध अंतरंग यात जमीन-अस्मानाचे अंतर असते!

आज तीन तपांनी जीवनाच्या सायंकाळी रवींद्रांच्या पूर्वपरिचित कथा वाचताना मला त्यांच्या अंतरंगीची एक गूढ व्यथा तीव्रतेने प्रतीत होत आहे. रवींद्रांनी आपली प्रिय वंगभूमी व पूज्य जन्मभूमी महाकवीच्या डोळ्यांनी पाहिली असेल; पद्मेच्या तरंगातरंगाबरोबर त्यांच्या प्रतिभेने तरल नृत्य केले असेल; दोघीही जोडीने प्रक्षुब्ध झाल्या असतील; मिनी कलकत्त्यातल्या ज्या घरात राहते त्या घरातला कण नि कण 'काबुलीवाल्या'च्या वात्सल्याने रवींद्रांनी सजीव केला असेल; पण या बहुरंगी प्रतिभेच्या मागे एक व्यथा आहे. या व्यथेची कथाच ते पुनः पुन्हा लिहितात. ही व्यथा जीवनातल्या अंतिम सत्याचा शोध घेण्याचा प्रयत्न करते. अफगाणिस्थानातून आलेला, धिप्पाड देहाचा आणि आडदांड वृत्तीचा काबुलीवाला असो किंवा 'घाट' कथेतली पती जिवंत असूनही वैधव्यदुःख भोगणारी कोमल मनाची कुसुम असो, प्रत्येकाच्या जीवनात हीच व्यथा प्रतिबिंबित झाली आहे. त्या व्यथेचे नाव आहे 'एकलेपण.'

'पोस्टमास्तर' ही रवींद्रांची चिमुकली गोष्ट पाहा. तिच्यात फक्त दोन पात्रे आहेत. एका कुग्रामात पोट भरण्यासाठी पोस्टमास्तर म्हणून आलेला एक तरुण आणि त्याचे घरकाम करणारी त्या खेड्यातली बारा-तेरा वर्षांची एक अनाथ पोर– रतन! हा तरुण मूळचा कलकत्त्याचा. त्याला या कुग्रामात करमत नाही. तळ्यातला

मासा डबक्यात आणून सोडावा तशी त्याची स्थिती होते. कुटुंबातली मंडळी नाहीत, समवयस्क सोबती नाहीत, रंजनाची साधने नाहीत. विशीच्या आतबाहेर जी एक अंधुक कल्पनारम्य वृत्ती मनाला हुरहूर लावते, ती या पोस्टमास्तरलाही बेचैन करून सोडते. त्याच्या या हुरहुरीचे रवींद्रांनी मोठे नाजूक चित्रण केले आहे– 'पावसाळ्यातल्या एका दिवशी आकाशातले ढग विरळले असता दोन प्रहरच्या वेळी थोडीशी गरम आणि गोडगोड हवा येत होती. भिजलेले गवत आणि झाडपाला यावर ऊन पडल्यामुळे एक प्रकारचा गोड सुवास दरवळत होता. याच वेळी कुठला तरी एक हटवादी पक्षी एकसुरी आवाजात साऱ्या दुपारच्या नैसर्गिक दरबारात अत्यंत करुण स्वराने वारंवार ओरडत होता. पोस्टमास्तरच्या हाती त्या वेळी काही काम नव्हते. पावसाने धुतलेले नाजुकनाजुक पालवीचे धुमारे त्याला समोर दिसत होते. पळून गेलेल्या पावसातल्या उरल्यासुरल्या ढगांचे, उन्हाच्या प्रभावाने पांढरेशुभ्र झालेले थर आकाशात वावरत होते. पोस्टमास्तर हे सारे पाहत होता आणि कल्पना करीत होता. या वेळी कुणीतरी एक अगदी आपली अशी व्यक्ती हृदयाला खिळूनभिडून गेलेली हृदयाची पुतळी– मानवमूर्ती असती तर? विचार करताना त्याला वाटू लागले, की तो पक्षीसुद्धा हेच बोलत असावा!'

या तरुणाला विरंगुळा मिळतो तो रतनमुळे. एक खेडवळ, प्रेमळ जीव होता तो! लौकिक दृष्ट्या तिचे पोरवय संपले नव्हते. पण झोपायला जमीन आणि पांघरायला आभाळ एवढेच या जगात ज्यांच्या मालकीचे असते अशा पोरांच्या अंगी येणारे पोक्तपण रतनच्या अंगीही बाणलेले असते. इमानी कुत्र्यासारखी ती पोस्टमास्तरच्या अवतीभोवती वावरते. त्याला स्वयंपाकात मदत करते. ती चुलीत विस्तव पेटवते, त्याला तंबाखू भरून देते, सारे काही करते. वेळ जावा म्हणून तो तिला शिकवू लागतो. घटका दोन घटका मोलकरणीऐवजी ती त्याची विद्यार्थिनी बनते. थोड्याच दिवसात जोडाक्षरे वाचू लागण्याइतकी ती प्रगती करते. असल्या लहानलहान पण कोमल धाग्यांनी तिचे मन पोस्टमास्तरच्या जीवनात गुंतून जाते. रतन कुठेही असो, याची हाक कानांवर पडली की धापा टाकीत ती त्याच्यापुढे येऊन उभी राहते. "काय दादाबाबू?" म्हणून मोठ्या अदबीने त्याला विचारते. पेरूच्या झाडाखाली बसून कच्चे पेरू खात असतानासुद्धा त्याची हाक ऐकली की हातातले पेरू तसेच टाकून ती पळत सुटते. दादाबाबू हा नकळत तिच्या जीवनाचा केंद्रबिंदू बनतो.

एके दिवशी पोस्टमास्तरला ताप येतो. दादाबाबू अंथरुणावर पडलेले पाहताच रतनचे उरलेसुरले पोरपण पार पळून जाते! प्रत्येक बालिकेत सुप्त रूपाने माता वास करीत असते की काय कुणाला ठाऊक! दादाबाबूंना ताप आलेला पाहताच ही बारा-तेरा वर्षांची खेडवळ पोरगी वैद्याला बोलावून आणते. त्याने दिलेली औषधे वेळेवर देते. दादाबाबूंच्या उशाशी बसून सारी रात्र जागून काढते. त्यांच्या पथ्यापाण्याकडे

डोळ्यात तेल घालून लक्ष देते. 'काय हो दादाबाबू? आता जरा बरं वाटतंय ना?' असे प्रेमळ स्वराने पुनः पुन्हा विचारते. आपल्या चिमण्या अंतःकरणातल्या मायेच्या महासागराचा ती त्याच्यावर वर्षाव करते.

पोस्टमास्तर लवकरच बरा होतो. पुढे सात-आठ दिवसांनी तो रतनला हाक मारतो आणि म्हणतो– 'उद्या मी जातोय रतन.' रतन चमकून विचारते, 'कुठं?' तो उत्तरतो, 'घरी जातोय मी. आता फिरून मी येणार नाही.' त्याने आपली बदली करून घेतलेली असते!

दादाबाबू जाणार हे कळताच रतनचा जीव उडून जातो. गेले कित्येक दिवस ही अल्लड एकाकिनी केवळ त्याच्यासाठीच जगली होती. त्याचे प्रत्येक काम करण्यात धन्यता मानीत होती. नकळत तिने त्याच्या आणि आपल्या जीवनाचा गोफ विणून टाकला होता. दैवयोगाने लाभलेल्या या दिवलीच्या प्रकाशात आयुष्याच्या निर्जन अरण्यातली काटेरी पायवाट ती मोठ्या आनंदाने तुडवीत चालली होती!

त्यामुळे दादाबाबू इथून जाणार, ही कल्पना तिला वज्राघातासारखी वाटते. हातातली दिवली विझावी आणि अरण्यातल्या काळोखाने गिळायला पुढे यावे तशी तिची स्थिती होते. शेवटी मोठा धीर करून ती त्याला म्हणते, 'दादाबाबू, तुम्ही मला आपल्या घेऊन जाल?' तो उत्तरतो, 'असं कधी झालंय?' तिची समजूत घालण्याकरिता तो पुढे म्हणतो, 'रतन, माझ्या जागी जे गृहस्थ येणार आहेत त्यांना मी तुझ्याबद्दल सांगेन. तू काही काळजी करू नकोस.' रतन घाईघाईने उत्तरते, 'नको, नको. माझ्याबद्दल कुणालाच काही सांगू नका. मी इथं राहणार नाही.'

पोस्टमास्तरला तिच्या या बोलण्याचे आश्चर्य वाटते. पण त्याचे मन आधीच कलकत्त्याची वाट चालू लागलेले असते. छे! ते कलकत्त्यातल्या आपल्या घरी जाऊन पोचलेले असते. आईबहिणींशी गुजगोष्टी करण्यात आणि चिरपरिचित रस्त्यावरून चिरपरिचित दृष्ये पाहण्यात ते गुंग होऊन गेलेले असते. त्या मनाला रतनच्या या आर्त उद्गारातले कारुण्य जाणवत नाही. जाताना दादाबाबू तिला थोडे पैसे देऊ लागतो. रतन ते घेत नाही. दादाबाबू होडीत बसून जाऊ लागतो. रतनच्या आठवणीने त्याचे अंतःकरण कळवळते. त्याला वाटते, मागे फिरावे आणि रतनला बरोबर घेऊन यावे. पण ही हृदयाची तार हालते ती क्षणभरच! होडीच्या शिडात वारा भरतो. ती वेगाने जाऊ लागते. दिसेनाशी होते. मागे एकटी, अगदी एकटी राहिलेली रतन वेड्यासारखी पोस्टऑफिसभोवती फिरत राहते. तिच्या डोळ्यातून आसवांच्या धारा वाहत असतात.

रवींद्रांच्या 'पोस्टमास्तर' या कथेत एवढेच घडते. हे जे घडते ते व्यवहाराला धरूनच आहे. या जगात नेहमी असेच घडत आले आहे. संयोगवियोगाचे हे चक्र अनादि कालापासून असेच फिरत राहिले आहे. झोपड्यात, राजवाड्यात, माणसांनी

गजबजलेल्या शहरात, निसर्गाच्या कुशीत, शांतपणे विसावलेल्या खेड्यात, सर्वत्र, सर्वकाळ हे चक्र फिरत राहिले आहे. महासागरात दोन लाकडे दोन बाजूंनी वाहत यावीत, काही काळ त्यांनी एकमेकांच्या सोबतीने वहावे, जोडीने आणि गोडीने थोडा प्रवास करावा आणि एखाद्या लाटेच्या तडाख्याने पुन्हा दूर होऊन निरनिराळ्या दिशांनी वाहत जावे, अशी जगरहाटीच आहे. दैवाची एक लाट माणसांना जोडते, त्याची दुसरी लाट त्यांना तोडते. जीवन हे असे आहे!

व्यवहाराची ही शिकवण रतनच्या दादाबाबूला परिचित आहे. ती त्याला स्वाभाविक वाट देते. पण बिचारी रतन-बारातेरा वर्षांची, अजाण, अनाथ, प्रेमळ पोर! व्यवहार फार कठोर आहे, हे प्रेम करण्याखेरीज दुसरे काहीच ठाऊक नसलेल्या त्या अश्राप जीवाला कसे माहीत असावे? योगायोगाने ती दादाबाबूच्या जीवनात आली. तो या खेड्यात अगदी नवखा होता, एकटा होता. हातगुंडा म्हणून घरकामाला कुणी मिळाले तर त्याला हवेच होते. रतन त्याला मिळाली. यापूर्वी ती दुपारची कठीण वेळ कशी काढीत होती आणि रात्री कुठल्या धरणीवर अंग टाकीत होती, हे रवींद्रांनी सांगितलेले नाही. पण कुणाच्या तरी घरी पडेल ते काम करून, मिळेल तो तुकडा खाऊन आणि पडवीतल्या रकट्यावर अंग टाकून चांदण्या मोजीत ती झोपी जात असावी! निद्रेने आपला प्रेमळ हात फिरवून सारा शीण घालविला की सकाळी उठून हसतमुखाने ती सोनेरी उन्हाचे स्वागत करीत असावी! वावटळीत एखादे पान भिरभिरत उडत जावे ना? तसे तिचे पोरके जीवन होते.

ते पान उडतउडत पोस्टाच्या इमारतीत येऊन पडले. दादाबाबूच्या जीवनाला चिकटले. घरकाम करताना, दादाबाबूची शुश्रूषा करताना, त्याच्यापाशी बसून मुळाक्षरे शिकताना रतनच्या शुष्क, स्नेहहीन जीवनाला नवी पालवी फुटली. दादाबाबूच्या जीवनाशी ती समरस झाली. दादाबाबूचे जेवण झाल्यावर उरेल ते खाऊन ती तृप्तीचे ढेकर देई. त्याची हाक ऐकली की ती वाऱ्यासारखी धावून येई. तो आजारी पडला तेव्हा ही मिऱ्याएवढी पोर बिलकुल डगमगली नाही. दादाबाबूवरच्या प्रेमाने तिच्या सर्व सुप्त शक्ती जागृत केल्या. जणू मिऱ्याच्या चिमण्या दाण्यात मेरू अवतरला! तिच्या लेखी तिचे जग त्या पोस्टाच्या छोट्या इमारतीत साठले होते. जीवनातले सारेसारे सुख दादाबाबूची सेवा करण्यात होते. रतनच्या या उत्कट, निरपेक्ष मायेचे मूळ एकाच गोष्टीत होते– दादाबाबूने तिच्या जीवनात प्रवेश केल्यापासून तिचे एकलेपण संपले होते. तिला जीव जगवायला जागा सापडली होती. माया करायला माणूस मिळाले होते.

म्हणूनच पोस्टमास्तरने जेव्हा गुपचूप आपली बदली करून घेतली तेव्हा मोठा धीर करून तिने त्याला विचारले, 'दादाबाबू, मला न्याल तुमच्याबरोबर?' रतनचा हा आर्त प्रश्न तिच्या अंतःकरणातल्या साऱ्या ओलाव्याने भिजून चिंब झाला आहे.

त्या प्रेमळ पोरीला व्यवहार कळत नव्हता. या जगात एकटे जगण्यापेक्षा दुसऱ्यासाठी जगण्यात जो आनंद आहे, तो तिने दादाबाबूच्या संगतीत चाखला होता. तो आनंद अखंड मिळावा एवढीच तिची इच्छा होती. दादाबाबू पृथ्वीच्या पाठीवर कुठेही जायला निघाला असता, तरी रतन त्याच्यामागून नाचत गेली असती! त्या प्रवासात काटे लागून तिची पावले रक्ताळली असती तरी ती मेंदीनेच लाल झाली आहेत असे तिने दादाबाबूला सांगितले असते!

रतनचे हे वागणे किती स्वाभाविक होते! एकटेपणासारखा या जगात माणसाचा दुसरा शत्रु नाही. उद्या पृथ्वीतलावर एकच मनुष्य शिल्लक राहिला, तर या पंचखंड पृथ्वीचे आपण स्वामी आहोत, या कल्पनेने त्याला क्षणभरही आनंद होणार नाही. अफाट आकाशाखाली आपण एकटे, अगदी एकटे आहोत, अमर्याद धरातलावर आपण एकटे, अगदी एकटे आहोत, या जाणिवेने तो बेचैन होईल. त्याला वेड लागायची पाळी येईल.

मनुष्यप्राणी स्वार्थी आहे हे खरे. तो कमालीचा आत्मपूजक आहे हेही खरे. पण त्याचबरोबर दुसऱ्यावर प्रेम करण्यात, दुसऱ्यासाठी झटण्यात आणि झगडण्यात, प्रसंगी दुसऱ्यासाठी सर्वस्व समर्पण करण्यात त्याला जीवनाच्या साफल्याचा साक्षात्कार होतो हेही तितकेच खरे आहे. या जगात माणुसकी जर कुठे प्रतीत होत असेल, तर ती माणसाच्या निरपेक्ष प्रेम करण्याच्या शक्तीत! सारे संत, कवि, तत्त्वज्ञ, समाजसेवक याचे साक्षीदार आहेत.

'माझ्या मागून येणारे मास्तर तुला घरकामाला ठेवतील' असे दादाबाबूने रतनला आश्वासन दिले. पण त्या आश्वासनाचा काय उपयोग होता? माणूस माणसावर प्रेम करतो ते अंतरात्म्याची तहान भागविण्याकरिता. ही तहान लौकिक नसते. ही गूढ निरपेक्ष ओढ भक्तीच्या स्वरूपाची असते. तिला पूजेसाठी भलतेसलते दैवत चालत नाही-स्वतःचेच दैवत लागते.

रतनला नुसता नवा मालक नको होता. तिला तिचे दादाबाबूच हवे होते. सूर्यफूल जसे सूर्याच्या दिशेने आपले तोंड वळवते, तशी तिची स्थिती झाली होती. माणसांनी गजबजलेल्या या जगात एकटेपणाची जाणीव प्रत्येक जीवाला अगदी लहानपणापासून होत असते. अंधारात आचवायला जाणाऱ्या मुलाच्या मनःस्थितीतच आपण बाळपणी, कुमारवयात, तरुणपणी, प्रौढवयात, म्हातारपणी आणि शेवटी मृत्यूच्या दारातही वावरत असतो. जो कधीही हलणार नाही, कलणार नाही, डळमळणार नाही, असा आधार आपल्याला हवा असतो. हा आधार फक्त निरपेक्ष प्रेम देऊ देऊ शकते. त्या प्रेमात मागचापुढचा विचार नसतो; नफ्यातोट्याचा हिशेब नसतो! असा आधार मिळाला म्हणजे वादळी समुद्रात हाताला फळी लागावी तसा मनुष्य निर्धास्त होतो. तो आपले एकटेपण विसरतो, दारिद्र्य विसरतो, दुःख

विसरतो, दूर कुठेतरी अंतराळात बाँबफेक्या विमानाप्रमाणे फिरत असलेल्या मृत्यूच्या अंधुक छायेची जाणीवही विसरतो!

दादाबाबू दिसण्यापूर्वी रतनला हा अनुभव आलेला नव्हता. तो त्याच्या रूपाने तिच्या जीवनात आला. ती स्वतःला विसरून गेली. तिचे एकाकीपण नाहीसे झाले. दादाबाबूने ते नाहीसे केले, एवढेच तिला कळत होते. दादाबाबूच्या जागी येणाऱ्या मास्तरांनी तिला कामाला ठेवले असते. पण तिला ग्रासू पाहणारे ते भयावह एकलेपण– ते त्यांच्याकडून कसे दूर होणार?

दादाबाबू चारचौघांसारखा वागला; जनरीतीप्रमाणे वागला; व्यवहाराप्रमाणे वागला; पण रतनची भावना व्यवहारापलीकडची होती. तिचे दुःख साधे नव्हते.

या अफाट जगात, अंतरंगात माणूस एकटाच असतो. ते एकलेपण जिच्या सहवासात नाहीसे होते अशी एखादी व्यक्ति, त्या व्यक्तीवर केलेले निरपेक्ष प्रेम, ती व्यक्ती जीवनातून दूर जाऊ लागताच भावबंधनाचे पाश तटातट तुटू लागल्यामुळे होणाऱ्या वेदना आणि पुन्हा चोहोबाजूंनी चटके देणाऱ्या एकलेपणाच्या ज्वाला– दादाबाबू कलकलकत्त्याला जायला निघाला त्या क्षणी रतनला जे दुःख झाले त्यात हे सारे सारे होते.

हे दुःख रवींद्रांनी आपल्या कथातून नानापरींनी चित्रीत केले आहे. 'काबुलीवाल्या'तला पठाण, शिकण्यासाठी दूर राहिलेला पण घरासाठी आसुसलेला 'सुट्टी'तला बालनायक, 'क्षुधित पाषाण' मधली शतकांच्या भिंती ओलांडणारी इराणी तरुणी, 'पात्र आणि पात्री'– मधला स्त्रीप्रेमाला भुकेलेला नायक आणि 'घाट' मधील कुसुम– अशा किती व्यक्ती सांगाव्यात? त्या सर्वांच्या दुःखाचा आत्मा एकच आहे. सूर्य-चंद्राच्या दिव्यांनी उजळलेल्या पण नाना प्रकारच्या अंधाराने माणसाला पावलोपावली भेडसावणाऱ्या आणि मधमाशांच्या पोळ्याप्रमाणे गजबजलेल्या पण प्रतिसादाच्या दृष्टीने निर्जन अरण्यासारख्या भासणाऱ्या या जगात माणसाच्या वाट्याला येणारे एकलेपण हा या दुःखाचा आत्मा आहे. हे एकलेपण नको असते म्हणून लहानपणी मूल आईच्या कुशीत लपते. तिला सदैव बिलगून असते. पुढे ते शाळेत जाऊ लागले की समवयस्क मित्रांशी गट्टी करते; कुमारवय मागे पडले म्हणजे हा शोध प्रीतीच्या वाटेने सुरू होतो; आयुष्यातला सहचर किंवा सहचरी मिळवून मनुष्य आपले एकलेपण नाहीसे करू पाहतो. तिथे सादाला प्रतिसाद मिळाला, संसाराच्या प्रदीर्घ प्रवासात सतत सावली देणारी सोबत लाभली तर त्याला धीर येतो. त्याची वृत्ती स्थिर होते. तसे घडले नाही तर ही एकलेपणाची आग शांत करण्याचा तो अन्य मार्गाने प्रयत्न करतो. भक्ती, सेवा, मैत्री, करुणा, वात्सल्य, सृष्टीप्रेम या साऱ्या भावनांच्या आविष्काराच्या मुळाशी मानवाची आपले एकलेपण विसरण्याची धडपड असते. प्रीतीला प्रतिसाद मिळाला नाही, इष्ट ध्येय भेटले नाही, की अशा अतृप्तीच्या

पोटी विकृती निर्माण होण्याचा संभव असतो. त्या विकृतीच्या मुळाशी जाऊन पाहिले तरी आपल्याला एक गोष्ट दिसून येईल– जिथे अंतरात्मा विसावेल अशा स्थानाचा शोध, चांदण्याचा चारा मिळावा म्हणून चाललेली भग्न पंखांची फडफड– जिच्या सुखदुःखात स्वतःला पूर्णपणे विसरता येते अशा व्यक्तीचा शोध.

'दादाबाबू, मला बरोबर न्याल?' हा हृदयभेदक प्रश्न केवळ साध्या भोळ्या रतनचा नाही. जगाच्या या विचित्र रंगभूमीवर आपण कुठून आलो आणि इथून आपल्याला कुठे जायचे आहे हे ज्याला माहीत नाही, नक्कल पाठ नसूनही भेदरलेल्या मनःस्थितीत ज्याला आपली भूमिका करावी लागत आहे, अशा प्रत्येक मनुष्याचा तो आर्त उद्गार आहे!

– १९६०

सामाजिक मनाचे शिल्पकार

इंग्रजी राज्याच्या प्रारंभी महाराष्ट्रापाशी दोन स्फूर्तिस्थाने होती. ज्ञानदेव-तुकाराम आणि एकनाथ-रामदास यांच्यासारख्या संतांची परंपरा व शिकवण हे त्यातले पहिले स्फूर्तिस्थान. छत्रपतींनी प्रज्ञा आणि पराक्रम यांच्या बळावर स्थापलेले, तानाजी-संभाजीसारख्या अनेक पुरुषसिंहांच्या बलिदानान समर्थ बनलेले, बाजीराव-महादजीसारख्या प्रतापी वीरांनी विस्तारलेले आणि थोरले माधवराव व नाना फडणवीस यांच्यासारख्या कर्तबगार पुरुषांनी पडत्या काळात सावरलेले स्वराज्य हे त्यातले दुसरे स्फूर्तिस्थान. ही दोन्ही स्फूर्तिस्थाने आपआपल्या परीने उज्ज्वल असली, तरी नवी विद्या, नवी शास्त्रे, नवी यंत्रे आणि नव्या कल्पना घेऊन राज्य करायला आलेल्या इंग्रजांशी सामना देण्याचे सामर्थ्य त्यांच्यात नव्हते. केवळ परंपरागत आध्यात्मिक कल्पनांवर आणि उज्ज्वल भूतकाळाच्या गौरवावर कोणताही समाज जगू शकणार नाही, मग त्याने सन्मानाने जगणे दूरच राहिले, असा डिंडिम वाजवीतच कालपुरुषाने एकोणिसाव्या शतकात प्रवेश केला होता. त्या डिंडिमाच्या घोषात जसे पराभूतांना आव्हान होते, तसे प्रज्ञावंतांनाही आवाहन होते. ते आव्हान आणि ते आवाहन यांचा महाराष्ट्राने मोठ्या हिरीरीने स्वीकार केला आणि एकोणिसाव्या शतकाच्या अखेरीस त्याचे तिसरे स्फूर्तिस्थान निर्माण झाले. टिळक-आगरकर-चिपळूणकरांचे कार्य हा या नव्या स्फूर्तिस्थानाचा केंद्रबिंदू आहे.

बाळशास्त्री, जांभेकर, लोकहितवादी, ज्योतिराव फुले, न्यायमूर्ती रानडे, विष्णुबुवा ब्रह्मचारी, विष्णुशास्त्री चिपळूणकर, टिळक, आगरकर, गोखले वगैरे अनेक अव्वल दर्जाच्या पुरुषांनी हे नवे स्फूर्तिस्थान घडविले यात शंका नाही. पण आजचे महाराष्ट्राचे राजकीय आणि सामाजिक जीवन सूक्ष्मपणे पाहिले तर टिळक-आगरकरांच्या संस्कारांनीच त्याच्या घडणीला अधिक साहाय्य केले आहे असे दिसून येईल. समुद्रात ओहोटी संपली की भरती सुरू होते. पण या भरतीच्या पहिल्या लाटा फार लहान असतात. त्या हळूहळू पुढे येतात आणि वाळवंटाचा थोडा थोडा भाग भिजवितात. कुठल्याही सामाजिक परिवर्तनाच्या वेळी, प्रारंभीच्या पुढाऱ्यांची स्थिती अशीच होते. त्यांचे काम पाया भरण्याचे असते. महाराष्ट्रात ही पायाभरणी १८७४ पर्यंत चालली होती. या वर्षी निबंधमालेचा जन्म झाला. निबंधमालेने केवळ मराठी

साहित्याच्या स्वरूपातच क्रांती केली असे नव्हे. चिपळूणकर व त्यांचे टिळक-आगरकरांसारखे सहकारी यांनी शिक्षणापासून राजकारणापर्यंत आणि साहित्यापासून सामाजिक सुधारणेपर्यंत सर्वत्र आपल्या पद्धतीने नव्या मूल्यांची मांडणी आणि नव्या जीवनाची आखणी केली.

या मंडळीचे नवेपण कशात होते? थोडक्यात उत्तर द्यायचे झाले तर ते त्यांच्या उत्कट मनोवृत्तीत होते असे मी म्हणेन. निबंधमालेतील साहित्य असो, न्यू इंग्लिश स्कूलमधील शिक्षण असो, किंवा केसरी-सुधारकांतील रोखठोक लेखन असो, या सर्वांमागे नवा ध्येयवाद व तो ध्येयवाद आचरणात आणण्याकरिता अवश्य तो त्याग करण्याची सिद्धता या गोष्टी उघड उघड उभ्या होत्या. जाज्वल्य मनोवृत्तीचे आवाहन महाराष्ट्राला नेहमीच झटकन् होत आले आहे. ही मुख्यतः संतांची व वीरांची भूमी असल्यामुळे आणि व्यापारासारख्या अनेक जीवनमार्गांकडे इथे पिढ्यानपिढ्या दुर्लक्ष झाल्यामुळे ही वृत्ती निर्माण झाली किंवा काय, हा समाजशास्त्राचा प्रश्न आहे. पण रानड्यांबद्दल टिळक व आगरकर यांना अत्यंत आदर असूनही राजकारण व समाजकारण यांच्याकडे पाहण्याचा त्यांचा सौम्य दृष्टीकोन या दोघांनाही पसंत पडला नाही, हे ऐतिहासिक सत्य आहे. रानड्यांबद्दल मनात सद्भाव असूनही स्वतःच्या अंतःकरण-प्रवृत्तीला अनुसरून या दोघांनी आपापला स्वतंत्र मार्ग काढला हे लक्षात घेण्याजोगे आहे. 'रानड्यांच्या पूर्वी महाराष्ट्र हा नुसता निर्जीव मातीचा गोळा होऊन पडला होता, त्यांनीच त्याच्यात चैतन्य ओतले,' अशा अर्थाचे टिळकांचे उद्गार सुप्रसिद्धच आहेत. आगरकरांनी पत्नीपाशी काढलेले उद्गारही असेच रानड्यांचे मोठेपण दर्शविणारे आहे. ते म्हणतात, 'पुण्यात काय किंवा संबंध महाराष्ट्रात काय, पुष्कळ लोक शिकून मानाच्या व अधिकाराच्या जागावर चढलेले आहेत; पण ते सर्व कोणी आपली संपत्ती वाढविण्याच्या खटपटीत आहेत, तर कोणी बायकामुलांत गुंग आहेत. पण रानड्यांच्या घरी केव्हाही जा, देशोन्नतीचे विचार, चर्चा आणि तळमळ याविषयी त्यांच्या आपल्या काहीतरी योजना सुरू आहेत.' पण रानड्यांची मनोमन पूजा करूनही या दोघांनी त्यांच्या लघुतम विरोधाच्या तत्त्वज्ञानाचा कधीच पुरस्कार केला नाही, याचे कारण स्वभावातले अंतर हेच होय.

विशिष्ट उत्कट मनोवृत्तीमुळेच टिळक-आगरकर एकत्र आले आणि मित्र बनले. डोंगरीच्या तुरुंगात रात्रीच्या रात्री देशाच्या उन्नतीची स्वप्ने पाहण्यात त्यांनी घालविल्या; आणि शेवटी मतभेद होताच मनोवृत्तीच्या या तीव्रतेमुळेच सार्वजनिक आयुष्यात ते परस्परांचे कट्टर विरोधक झाले. सत् व असत् यांचा कलह नाट्यपूर्ण असतो खरा. पण काही झाले तरी तो स्थूल प्रकारचा कलह होय. बुद्धीवान नाटककार तो रंगवू शकतो. पण टिळक आणि आगरकर हे दोघेही सत्याचे प्रामाणिक पूजक असूनही त्यांच्यामध्ये जो विलक्षण कलह झाला त्याचे चित्रण करायला अलौकिक प्रतिभेचाच

नाटककार हवा!

वर ज्या तीव्र मनोवृत्तीचा उल्लेख केला आहे ती टिळकांप्रमाणे आगरकरांच्या ठिकाणी स्वभावातच असावी असे दिसते. बाळपणात ती साहसाच्या रूपाने व्यक्त झालेली दिसते. अशाच एका प्रसंगी स्वारी झाडावर चढली असताना तिथे एक मर्कटराज उपस्थित झाले. त्यांनी छोट्या गोपाळाला पकडले. पण त्याने बेडरपणे त्या प्रसंगाला तोंड दिले! या साहसी वृत्तीची परिणति शिक्षणाकरिता गोपाळ आगरकर या विद्यार्थ्याने केलेल्या विलक्षण धडपडीत झाली. इंग्रजी चौथीसाठी गोपाळ कऱ्हाडहून पायी चालत रत्नागिरीला गेला! पुढे कॉलेजमध्ये त्याने एका सदऱ्यावर काही दिवस काढले! सदरा रात्री धुऊन वाळत टाकायचा आणि सकाळी वाळला की अंगात घालायचा! त्या काळी इंग्रजी विद्येची गोडी नुकती कुठे समाजाला लागत होती. या नव्या विद्यावृक्षावर फळेही विपुल येत. अगदी खालच्या फांद्यांवरसुद्धा ती लटकलेली असत. त्यामुळे म्युनिसिपालिटीच्या कंदिलाखाली अभ्यास करणारे अनेक गरीब विद्यार्थी त्या काळात निर्माण झाले असले तरी घरी अठराविश्वे दारिद्र्य असताना आणि पुढे कॉलेजात आनुवंशिक दम्याने पाठ पुरविली असताना आगरकरांनी ज्या दृढनिश्चयाने विद्यार्जन केले, त्याला सहसा तोड सापडणार नाही. त्यांच्या आयुष्याचा हा पहिला खंड विद्यार्थिजीवनाचा आदर्श म्हणून सदैव संस्मरणीय राहील.

मात्र आगरकरांचे खरे मोठेपण इतक्या कष्टाने विद्या मिळवून व त्या विद्येच्या साहाय्याने संसार सुखवस्तुपणाने चालेल, हे ठाऊक असूनही ध्येयाच्या वेदीवर सर्व सुखस्वप्नांचा हसतमुखाने बळी देण्यात आहे. देशाची दुःस्थिती पाहून टिळकांप्रमाणे त्यांचेही मन विलक्षण बेचैन झाले होते. हे दोघे मित्र डेक्कन कॉलेजजवळच्या सादिलबाबाच्या टेकडीवर वेळी अवेळी तास नि तास देशहिताच्या मार्गांची चर्चा आणि चिकित्सा करीत बसत. ते खरेखुरे ध्येयवेडे होते. साहजिकच शाळा व वृत्तपत्रे यांच्याद्वारे जास्तीत जास्त लोकांना शिक्षित व जागृत करणे हे आपले कर्तव्य आहे, असा कौल अंतःकरणाकडून मिळताच आगरकरांनी आईला पत्र लिहिले– 'आपल्या मुलाच्या मोठाल्या परीक्षा पास होत आहेत, आता त्याला मोठ्या पगाराची चाकरी लागेल व आपले पांग फिटतील, असे मोठाले मनोरथ, आई, तू करीत असशील! पण मी आताच तुला सांगून टाकतो की, विशेष संपत्तीची, विशेष सुखाची हाव न धरता मी फक्त पोटापुरत्या पैशांवर संतोष मानून, सर्व वेळ परहितार्थ खर्च करणार.'

टिळक-आगरकर हे गेल्या शतकातील महाराष्ट्राचे स्फूर्तिस्थान होण्याची जी अनेक कारणे आहेत, त्यातले एक प्रमुख कारण आगरकरांच्या वरील पत्रात स्पष्टपणे प्रतिबिंबित झाले आहे. अंग चोरून सुधारणा करू पाहणारे, स्वतःच्या पोटातले पाणी न हलू देता नव्या समाजरचनेचा पुरस्कार करणारे आणि खिशाला खार न लागू देता गरिबांकरिता डोळ्यात नक्राश्रु आणणारे पुढारी सर्वत्र, सर्व काळी

आढळतात. दंभ हा सामान्य मनुष्याचा सर्वांत मोठा मित्र आहे, हे त्यांच्याकडे पाहिले की चटकन मनाला पटते. पण महाराष्ट्राला या ढोंगी वृत्तीचे वावडे आहे. तो खऱ्याखुऱ्या त्यागाचा पूजक आहे. जमिनीत पेरावे तेव्हा उगवते हे तो जाणतो. पुढारी जेव्हा त्याग करतात, तेव्हाच समाजाची प्रगति होऊ शकते. पन्नास वर्षापूर्वी भारतात महाराष्ट्राला मानाचे स्थान मिळवून देणारा हा धडा आजचा महाराष्ट्र विसरत चालला आहे की काय अशी शंका अनेकदा मनाला चाटून जाते. आगरकरांचे पुण्यस्मरण करताना त्यांनी आईला लिहिलेल्या पत्राचे आपण सर्वांनी पुनः पुन्हा पारायण करणे आवश्यक आहे.

१८८०-८८ हा काळ आगरकरांच्या जीवनाचा दुसरा कालखंड. 'केसरी'चे संपादन, कोल्हापूर प्रकरणी झालेली शिक्षा, फर्ग्युसन कॉलेजची स्थापना वगैरे अनेक महत्त्वाच्या गोष्टी या काळात घडल्या. पण त्यातली सर्वात चिरपरिणामी गोष्ट म्हणजे एका ध्येयाने प्रेरित झालेल्या आणि गळ्यात गळा घालून सार्वजनिक कार्यात हिरीरीने पडलेल्या टिळक-आगरकरात उत्पन्न झालेला मतभेद ही होय. या मतभेदाची व तो वाढविण्याला कारणीभूत झालेली अनेक लहानमोठी, बरीवाईट कारणे आता इतिहासजमा झाली आहेत. त्यातील सत्यांश मान्य केला, तरी त्याबरोबरच या कलहाची मीमांसा करताना एक गोष्ट कबूल केलीच पाहिजे. ती म्हणजे टिळक-आगरकरांच्या मनोवृत्तीतला फरक व त्यामुळे सामाजिक गोष्टींकडे पाहण्याच्या त्यांच्या दृष्टिकोनात पडलेले अंतर ऐन पंचविशीतल्या ध्येयवादाच्या धुंदीत टिळक आणि आगरकर एकजीव झाल्यासारखे भासले खरे! पण प्रत्येकाचा प्रकृतीधर्म निराळा होता. त्यामुळे त्यांच्यात खरीखुरी एकरूपता येणे अशक्य होते. लोकशिक्षणाशिवाय या देशाच्या उद्धाराचा अन्य मार्ग नाही, ही या दोघांची श्रद्धा शेवटपर्यंत कायम राहिली. पण तत्त्वाकडून तपशीलाकडे वळण्याची पाळी येताच लोकशिक्षण या शब्दाचा अर्थ प्रत्येकाने आपल्या अंतःकरणाला प्रक्षुब्ध करून सोडणाऱ्या गोष्टींच्या आधारे केला.

१८९६ मध्ये टिळकांनी काढलेले पुढील उद्गार ते सामाजिक सुधारणेकडे कोणत्या दृष्टीने पाहत होते हे स्पष्टपणे दर्शवितात. ते म्हणतात. 'स्वंतत्रतेचा किंवा राष्ट्रीयत्वाचा अभिमान म्हणून जो काही जोम आहे तो जोपर्यंत जागृत असतो, तोपर्यंत समाजरचना कशीही असली तरी तिच्यातील दोष राष्ट्राच्या उन्नतीस अथवा भरभराटीस आड येत नाहीत.' याच संदर्भात ते पुढे म्हणतात. 'समाजरचनेपेक्षा लोकांमध्ये हरएक प्रकारचा आपल्या संस्थांबद्दल व देशाबद्दल अभिमान जागृत ठेवण्याची प्रत्येक देशकल्याणाकरिता झटणाऱ्या माणसाने आधी तजवीज ठेवली पाहिजे.' उलट 'गुलामांचे राष्ट्र' या आपल्या निबंधात आगरकर प्रतिपादन करतात : 'अभ्यासाच्या खोलीचे दार लावून घेऊन मनाच्या कपाटाची दारे खुली टाकण्यास

व त्यातून पाहिजे त्या विचारास बाहेर पडू देण्यास व पाहिजे त्यास आत शिरू देण्यास ज्याची छाती होत नाही, तो मनुष्य कुचक्या कस्पटापेक्षाही नादान होय, असे म्हणण्यास हरकत नाही, पण असलीच माणसे जगाच्या सांप्रत स्थितीत जेथे तेथे फार आढळतात; निदान हिंदुस्थानात तरी असावीत त्यापेक्षा फार फाजील आहेत! आणि हा फाजीलपणा आमच्या चिरकालीन दैन्यावस्थेस आद्य कारण झाला आहे. या देशात विचाराच्या कामी गतानुगतिक असलेल्या लोकांचा भरणा फार आहे; व या भरण्याचे प्रमाणे असेच राहणार असेल तर या देशाचे डोके वर निघण्याची आशा करणे शुद्ध वेडेपणा होय. पृथ्वीवर आजपर्यंत जे स्वतंत्र व सुखी देश होऊन गेले आणि आजमितीस ज्या देशात ती सुखे नांदत आहेत, त्या देशात मधून मधून स्वतंत्रपणे विचार करणारे अनेक पुरुष होऊन गेले व होत आहेत, हे स्पष्टपणे दाखविता येणार आहे. ज्या गोष्टींपासून त्रास किंवा अडचण होते त्या दूर करणे आणि ज्यापासून सोय व सौख्य होते त्या जवळ आणणे याचेच नाव सुधारणा. जेवढे जुने तेवढे निर्दोष वा चांगले असा आग्रह धरून बसून जर कोणी नवीन गोष्टींचे चिंतन वा चर्चा करणार नाही, तर रूढ विचारातले व आचारातले प्रमाद दूर होणार कसे व आचारांचे चांगुलपण प्रस्थापित होऊन ते रूढ होणार कसे?'

टिळक-आगरकरांच्या प्रकृतिधर्मांतले हे अंतर अनेक गोष्टींवरून स्पष्ट होते. टिळकांचा पिंड देशभक्त पंडिताचा होता; आगरकरांचा देशभक्त कवीचा होता. राष्ट्राचे पारतंत्र्य, त्याचे दारिद्र्य आणि त्याचे अज्ञान यांच्यामुळे टिळकांचे मन जसे व्यथित होत असे, तसे सामाजिक व वैयक्तिक जीवनातील पारतंत्र्य, दारिद्र्य आणि अज्ञान यांच्या दर्शनाने ते व्याकुळ होत असेल असे दर्शविणारी स्थळे त्यांच्या लेखनात आणि भाषणात आढळत नाहीत. सामाजिक दोषांची त्यांना जाणीव होती. पण सूर्य उगवला म्हणजे काळोख जसा नाहीसा होतो, रात्री स्वैरसंचार करणारी हिंस्त्र श्वापदे जशी आपापल्या गुहांचा आश्रय करतात आणि दिवाभीतांचे घूत्कार जसे ऐकू येईनासे होतात, त्याप्रमाणे हा देश स्वतंत्र झाला की त्याच्या सामाजिक जीवनातील अनेक दोष नाहीसे होण्याच्या मार्गाला लागतील असे त्यांना वाटे. आगरकरांना ही विचारसरणी मुळीच मान्य नव्हती. त्यांची मनोवृत्ती कवीची असल्यामुळे प्रत्येक सामाजिक अन्यायाच्या आड असहायपणे आक्रंदन करीत असलेल्या व्यक्तीचे दुःख त्यांना तीव्रतेने जाणवे. त्यांच्या पत्नीची एक आठवण या दृष्टीने उल्लेखनीय आहे. त्या म्हणतात, 'पुण्याला आमच्याकडे नेहमी अनेक लोक येत आणि गोपाळरावांशी त्यांचे कडाक्याचे वादविवाद चालत. वादविवादात अनेक सामाजिक व धार्मिक समजुतींवर व रूढींवर हे टीका करीत. त्यांना त्या सपशेल मूर्खपणाच्या वाटत. त्यातल्या त्यात स्त्रियांना सोवळे करण्याच्या रूढीच्या त्यांना अत्यंत संताप येई. ते म्हणत की जगलो वाचलो तर या रूढीचा नायनाट करीनच करीन. ही तांबडी लुगडी

अजिबात नाहीशी करीन.'

'ही तांबडी लुगडी अजिबात नाहीशी करीन' ही आगरकरांची प्रतिज्ञा या पुढल्या पिढ्यांना डॉन क्विक्झोटच्या पद्धतीची वाटेल! पण त्या काळी धर्माच्या नावाखाली केशवपनापासून तांबडे लुगडे नेसण्यापर्यंत केली जाणारी विधवेची विटंबना इतकी अभद्र स्वरूपाची होती की हरिभाऊ आपट्यासारख्या प्रतिभाशाली कादंबरीकाराच्या एका श्रेष्ठ कादंबरीचा ती आपोआप विषय बनली.

टिळक-आगरकरांसारख्या जिवलग स्नेह्यांमध्ये आधी राजकीय की आधी सामाजिक, या प्रश्नावरून निर्माण झालेले वितुष्ट आणि सतत सात वर्षे 'केसरी' व 'सुधारक' यांच्या द्वारे सुरू असलेला त्यांचा विचारकलह यांच्याकडे ऐतिहासिक दृष्टीने पाहिले, तर हे सारे केवळ अपरिहार्यच नव्हे तर आवश्यक होते, हे स्पष्ट दिसून येते. भारतावर पूर्वी अनेक परकीयांची आक्रमणे झाली होती. पण त्या आक्रमणात राजकीय व धार्मिक जुलुमाला टक्कर देण्यापलीकडे भारतीय समाजाला अधिक काही करावे लागले नव्हते. पण एकोणिसाव्या शतकात भारतात पसरू लागलेल्या इंग्रजी राज्याचे स्वरूप पूर्वीच्या सर्व राजसत्तांपेक्षा भिन्न होते. त्याचे बळ केवळ चतुरंग दलात नव्हते. ते बौद्धिक वर्चस्वात आणि नव्या जीवनदर्शनात होते. एक दृष्टीने ते नव्या जगाचे जुन्या जगावर आक्रमण होते. या आक्रमणाच्या मागे नवे शिक्षण उभे होते; नवे विज्ञान उभे होते. नवी राजकीय, सामाजिक, आर्थिक व सांस्कृतिक मूल्ये उभी होती. शतकानुशतके कसलाही विचार न करता एका चाकोरीतून गेलेल्या, सामाजिक दृष्ट्या शिलावस्था प्राप्त झालेल्या आणि नदीच्या पात्राप्रमाणे मानवी जीवनातील आचारविचार कालमानानुसार बदलत जातात हा साधा अनुभव पोथ्यापुराणांच्या दडपणाखाली विसरून गेलेल्या भारतीय समाजजीवनाला वैज्ञानिक संस्कृतीतून निर्माण झालेल्या आणि ऐहिक दृष्टिकोनांतून सर्व मानवी समस्यांचा विचार करणाऱ्या एका समर्थ सत्तेशी टक्कर घ्यायची होती. वासुदेवशास्त्री खऱ्यांच्या भाषेत सांगावयाचे तर त्यातले एक भांडे लोखंडाचे होते आणि दुसरे मातीचे होते. या दोन भांड्यांची टक्कर होताच कुठले फुटणार हे सांगायला काही ज्योतिष्याची जरुरी नव्हती.

आगरकरांना या भयंकर भविष्याची जाणीव तीव्रतेने झाली. राजकीय पारतंत्र्याइतकाच सामाजिक गुलामगिरीचा प्रश्न महत्त्वाचा आहे हे द्रष्टेपणाने त्यांनी जाणले. पाश्चात्य संस्कृतीबरोबर होणाऱ्या या अभूतपूर्व टकरीत दुर्बल झालेली आणि अंतरंगी पोखरून गेल्यामुळे निष्क्रिय बनलेली भारतीय संस्कृती टिकाव काढणार नाही हे त्यांनी अचूकपणे ओळखले. म्हणूनच आपले मातीचे भांडे लोखंडाचे झाले पाहिजे असा आग्रह त्यांनी धरला. 'सुधारकां'त वर्षानुवर्षे आगरकरांनी अपूर्व आवेशाने, विलक्षण तळमळीने आणि साहित्य गुणांनी नटलेल्या शैलीने नव्या सामाजिक मूल्यांचा

पुरस्कार केला. तो करताना सामाजिक जीवनाचे प्रत्येक अंग त्यांनी तर्काच्या कसोटीवर घासून पाहिले आणि त्यातील सर्व हिणकस भाग दाखवून लोकांच्या डोळ्यात अंजन घातले. त्यांच्या अनेक निबंधांचे विषय पाऊणशे वर्षांपूर्वीच्या समाजातील चालीरीतींशी संबद्ध आहेत. त्या चालीरीती आज लुप्तप्राय झाल्या आहेत. मात्र आज ते विषय जुने झाले असले तरी त्या निबंधाची गोडी अवीट आहे. हेतुप्रधान उत्कृष्ट साहित्याचे अनेक नमुने या निबंधात आढळतात. मराठी निबंधकारांच्या पंक्तींत केवळ कालदृष्ट्याच नव्हे तर गुणदृष्ट्याही त्यांचे स्थान चिपळूणकरांच्या शेजारीच आहे.

आगरकरांच्या स्वभावातील विलक्षण तीव्रता त्यांच्या निबंधात सर्वत्र प्रकट झाली आहे. पण ती तीव्रता चुकलेल्या मुलाला रागे भरणाऱ्या आईच्या अंतःकरणाची आर्तता आहे. जो जो सामाजिक अन्याय किंवा विसंवाद त्यांच्या दृष्टीस पडला, त्याच्या त्याच्यावर त्यांनी आपली सर्व शक्ती एकवटून प्रहार केले. त्या प्रहारात एक प्रकारचा कठोरपणा आहे, पण सामाजिक अन्यायाच्या बाबतीत आपला समाज बधिर झाला आहे, एका जागी डांबलेल्या खांबासारखी याची स्थिती झाली आहे, अंगावरून वारे गेलेल्या या समाजाला विचार करायला आणि आचार बदलायला शिकवायचे आहे, ही जाणीव सतत मनात जागृत असल्यामुळेच हा तिखटपणा त्यांच्या लेखनात निर्माण झाला आहे. लोखंडापासून एखादी वस्तू करावयाच्या आधी त्याचा रस होईल इतकी आच त्याला द्यावी लागते. समाजाने नव्या मूल्यांचा स्वीकार करावा म्हणून आगरकरांनी त्याच पद्धतीचा आपल्या लेखनात अवलंब केला. 'लोकमतान्तर' हा त्यांचा लेख या दृष्टीने अभ्यासनीय आहे. त्यात ते म्हणतात, 'नवीन गोष्टींचा सामान्य मनुष्यास जात्या मोठा कंटाळा असतो व तो असणे फार स्वाभाविक आहे. जुन्या गोष्टीत काही दोष असले तरी विशेष परिचयामुळे त्यांची अडचण वाटेनाशी झालेली असते. नवीन गोष्टींचा तसा प्रकार नसतो. अनुभवांनी त्या कशा दिसून येतील ते कोणासही सांगता येत नसल्यामुळे व त्यांचा विचार करणे प्रथमदर्शनी मोठ्या गैरसोईचे असल्यामुळे भावी विशेष सुखाच्या आशेवर हातचे सुख टाकून देण्याचे आणि त्रासदायक नवीन प्रयोग करून पाहण्याचे धैर्य सामान्य लोकांस होत नाही. याबद्दल त्यांना विशेष दोष लावणे हा असमंजसपणा होय. आचाराचा स्वीकार करण्याची मनाची प्रवृत्ती होण्यापूर्वी त्यावर विशेष प्रकाराच्या शिक्षणाचा संस्कार व्हावा लागत असतो. तो ज्या व्यक्तीच्या मनावर झाला नाही त्याने तुमचे सुधारक सांगतील ते निमूटपणे ऐकावे आणि तदनुसार वर्तन करण्यास तयार व्हावे, असे कसे होईल? तथापि ज्याला एखाद्याला नवीन गोष्ट लोकांनी पत्करली असता तीपासून त्यांचे हित होणार आहे असे खात्रीपूर्वक वाटत असेल त्याने उघडपणे तिची चर्चा न करावी व त्यानुसार होईल तेवढे आचरण करून

दाखविण्याचा प्रयत्न न करावा तर काय करावे? ज्याप्रमाणे हाती असलेली 'अर्धी भाकर' टाकून देऊन दुसऱ्याच्या हाती असलेल्या सगळ्या भाकरीसाठी धावत सुटणे हे वर्तन सामान्य लोकांस पसंत पडत नाही, त्याप्रमाणे आपल्या आसमंतातील स्थितीत असलेले दोष स्पष्टपणे नजरेस आले असून त्यांचा प्रतिकार करण्याचा प्रयत्न न करणे हेही एक प्रकारच्या विशेष प्रकृतीच्या लोकांस अत्यंत असह्य होते. जी गोष्ट निःसंशयपणे अंती देशास हितावह होईल अशी या लोकांची मनोदेवता त्यास रात्रंदिवस सांगत असते, त्या गोष्टीचा प्रसार करण्यास त्यास कितीही कष्ट पडले तरी त्याबद्दल त्यांना बिलकुल फिकीर वाटत नाही! किंबहुना ते कष्ट साहण्यात आपले जीवितसाफल्य आहे अशी त्यांची खात्री झाली असल्यामुळे ते कष्ट त्यास कष्टासारखे वाटेनासे होतात. असे नसते तर साक्रेटिसासारख्या संतशिरोमणीने आपल्या समकालीन लोकांकडून अनेक वर्षे 'छीः थू' कशासाठी करून घेतले असते आणि अखेरीस निष्ठुर व दुराग्रही देशबांधवांनी भरून दिलेला हॅमलॉक नावाच्या विषाचा पेला शांतपणे तोंडास लावून आनंदाने परलोकप्रयाण कशासाठी केले असते? मनास शुद्ध वाटलेल्या धर्माचा प्रचार करण्याविषयी परमेश्वराकडून आपणास आज्ञा झाली आहे, असे ख्रिस्तास व त्याच्या अनुयायांस न वाटते तर त्यांनी यहुदी व रोमन लोकांकडून आपला छळ कशाला करून घेतला असता? शेवटी मेरीतनय सुळी कशाला जाता?'

प्रतिपादनातला द्रष्टेपणा

आगरकरांचे खरे हृद्गत हे आहे. 'महाराष्ट्रीयांस अनावृत्त पत्र' या त्यांच्या सुंदर लेखातही ते अतिशय चांगल्या रीतीने प्रतिबिंबित झाले आहे. भारतीय समाजाच्या दुर्दशेचे मूळ केवळ राजकीय पारतंत्र्यात नाही! ते ऐहिकापेक्षा पारलौकिकाची किंमत सहस्रपटींनी अधिक मानणाऱ्या, इहलोकात दुःखे भोगावी लागली तर बेहेत्तर आहे, पण मेल्यानंतर सर्व सुखे मिळावीत म्हणून धडपडणाऱ्या, या धडपडीत तर्क, अनुभव, मानवी मनाच्या कोमल भावना आणि न्याय, करुणा वगैरे चिरंतन मूल्ये यांच्याकडे पाठ फिरवून जीवन जगू पाहणाऱ्या, अज्ञानजन्य किंवा भ्रममूलक रूढींचीच धर्म म्हणून पूजा करणाऱ्या, मडक्यात अडकलेले म्हशीचे तोंड बाहेर काढण्याकरिता तिची मान छाटण्याचा सल्ला देणाऱ्या उंटावरल्या शहाण्याप्रमाणे किंवा पडशावर प्राण जाणारे जहाल औषध देणाऱ्या वैदूप्रमाणे जीवनाच्या मुळावरच घाव घालणाऱ्या, रूढीपुढे मुकाट्याने मान तुकविणाऱ्या, सामान्य माणसाच्या दृष्टीने जीवनातल्या पुरुषार्थाची मांडणी करताना मोक्ष बाजूस अर्थ, काम व धर्म यांचाच प्रथम विचार केला पाहिजे हा अनुभव हरघडी येत असूनही दारिद्र्याच्या आणि

अज्ञानाच्या चिखलात जीवनशकट रुतून बसला तरी जुनी चाकोरी न सोडणाऱ्या आणि परिवर्तनाच्या व प्रगतीच्या दृष्टीने जड, बधीर व अगतिक झालेल्या आपल्या सामाजिक मनातही त्या दुःस्थितीची पाळेमुळे खोल गेली आहेत असे आगरकरांचे प्रतिपादन आहे. त्यांच्या या प्रतिपादनातला द्रष्टेपणा स्वातंत्र्यानंतरच्या नऊ वर्षांत अधिकाधिक स्पष्ट होऊ लागला आहे.

भारतीय समाज जागृत होऊन सर्व बाबतीत त्याने जगाची बरोबरी करावी, त्यातल्या प्रत्येक व्यक्तीला दुसऱ्याच्या स्वातंत्र्याआड न येता जास्तीत जास्त जेवढे स्वातंत्र्य मिळणे शक्य आहे तेवढे मिळावे, स्वर्गातील अप्सरेच्या प्राप्तीपेक्षा स्वतःच्या पत्नीच्या सहवासात आणि काल्पनिक अमृतापेक्षा निढळाच्या घामाने मिळविलेल्या खऱ्याखुऱ्या मीठभाकरीत माणसाला सुख लागते याची जाणीव प्रत्येकाला व्हावी, आणि मनुष्यतेचे ऐहिक सुखवर्धन हाच सार्वत्रिक भावी धर्म व्हावा, ही नवसमाजाची सोनेरी स्वप्ने आगरकरांच्या दृष्टीपुढे सदैव तरळत होती. ती स्वप्ने आज ना उद्या साकार होतीलच होतील, या दृढ श्रद्धेने त्यांनी सात वर्षे 'सुधारका' ची मशाल पाजळून महाराष्ट्रीय मनाला आणि महाराष्ट्राच्या सामाजिक जीवनाला पुढील मार्ग दाखविला.

कलावंतांप्रमाणे ध्येयवादी माणसेही आपल्या विषयाशी इतकी तद्रूप होतात की, त्यांना दुसऱ्या कुठल्याच गोष्टींचे भान राहत नाही. सर्व प्रकारच्या सुधारणेच्या तत्त्वांनी आणि स्वप्नांनी आगरकरांचे मन असेच भरून व भारून टाकले होते यात शंका नाही. या बाबतीत लोकमान्य टिळकांचे पुढील उद्गार सर्व दृष्टींनी महत्त्वाचे आहेत. ते म्हणतात, 'आगरकर हे पक्के स्वराज्यवादी होते आणि कै. विष्णुशास्त्री चिपळूणकरांप्रमाणे देशातील दारिद्र्य, परावलंबिता, चांगल्या पुरुषांचा तेजोभंग, गोऱ्या अधिकाऱ्याची चरणी व वरणी, व्यापारनाश वगैरे राजकीय व औद्योगिक अवनति पाहून त्यांचे चित्त केशवपनादी चालींच्या निरीक्षणापेक्षाही अधिक संतप्त व दुःखित होत असे.'

देशातल्या हरतऱ्हेच्या दुःखांविषयीची उत्कट तळमळ आणि ती दुःखे त्यागाने आणि विवेकनिष्ठेने दूर करण्याची धडपड हा मराठी मनाला आगरकरांपासून मिळालेला फार मोठा वारसा आहे. सामाजिक सुधारणांची त्यांची अनेक स्वप्ने आज साकार झाली आहेत आणि साकार होता होता त्यातून नव्या समस्या निर्माण होत आहेत. एका दृष्टीने हे स्वाभाविकच आहे. कारण प्रत्येक ध्येयाला अपूर्णतेचा शाप असतो. ती अपूर्णता हीच पुढच्या ध्येयवाद्यांची स्फूर्तिदेवता होते. आगरकरही काही या नियमाला अपवाद नाहीत. म्हणून त्यांच्या सर्व विचारांचे गेल्या साठ वर्षांतील महाराष्ट्रीय समाजाच्या अनुभवाच्या कसोटीवर पुन्हा मूल्यमापन होणे अत्यंत आवश्यक आहे. आंधळ्या, गतानुगतिक मूर्तीपूजकापेक्षा डोळस आणि स्वतंत्र बुद्धीने विचार करणारा मूर्तीभंजक हाच आगरकरांना अधिक प्रिय होता. या नव्या मूल्यमापनात

आगरकरांनी प्रतिपादिलेल्या अनेक गोष्टी तादृश महत्त्वाच्या वाटल्या नाहीत तरी व्यक्तिस्वातंत्र्य हे मानवी जीवनातील महत्त्वाचे मूल्य आहे, या जीवनाचे ऐहिक स्वरूप अंतर्बाह्य सुंदर करणे हेच मानवाचे ध्येय आहे, आणि या जीवनातले सर्व बिकट प्रश्न पोथीनिष्ठेने किंवा विभूतिनिष्ठेने सुटणार नाहीत, ते विवेकनिष्ठेनेच सोडविले पाहिजेत, हा आगरकरांचा संदेश मराठी मनाला आणि जीवनाला सदैव स्फूर्ती देत राहील.

– १९५६

❖

नाटककार टेंबे आणि जुने नाट्य

१. नाटककार टेंबे

कै. गोंविंदराव टेंबे यांचे अप्रतिम पेटीवादन अनेकांनी ऐकले नसेल. त्यांचे लोकप्रिय 'पट-वर्धन' नाटक पुष्कळांनी पाहिले नसेल. देवयानीने ज्याच्या प्रेमात सहज पडावे, असा रंगभूमीवर त्यांनी उभा केलेला देखणा कच पाहण्याचा योगही कित्येकांना आला नसेल! पण विविध क्षेत्रात यशस्वी संचार करणारे कलावंत म्हणून मराठी रसिकांना टेंबे पूर्णपणे परिचित आहेत. अशा अष्टपैलू कलाकाराचे वाङ्मयीन स्मृतिपूजन नियमितपणे व्हावे म्हणून यंदापासून ही व्याख्यानमाला सुरू होत आहे. म. सा. परिषद आणि टेंबे यांचे चिरंजीव यांच्या सहकार्याने हा उपक्रम मूर्त स्वरूप धारण करीत आहे. या उपक्रमाबद्दल मी त्यांना धन्यवाद देतो.

संस्कृतीच्या या संक्रमणकाळात अशा उपक्रमांची किती आवश्यकता आहे हे काय नव्याने सांगायला हवे? महाराष्ट्र-राज्य नुकतेच निर्माण झाले आहे. वनवास, अज्ञातवास, स्वकीयांशी युद्ध इत्यादी दिव्यातून पार पडून सिंहासनावर आरूढ होणाऱ्या द्रौपदीप्रमाणे मराठी भाषा विविध संकटांतून मुक्त होऊन लोकभाषा म्हणून आपल्या हक्काच्या सिंहासनावर विराजमान होत आहे. अशा वेळी साहित्याचे संगोपन आणि संयोजन, संस्कृतीचे विकसन आणि संवर्धन यांची नवी स्वप्ने साहित्यिकांनी आणि साहित्य-संस्थांनी पाहिली पाहिजेत. ती साकार व्हावीत म्हणून त्यांनी पराकाष्ठेचे प्रयत्न केले पाहिजेत. शिक्षित होत जाणाऱ्या बहुजनसमाजाच्या जीवनात अभिजात रसिकतेची बीजे कशी रुजतील आणि फुलतील हे त्यांनी पाहिले पाहिजे. अशा प्रकाराच्या व्याख्यानमाला या कामाला अल्पसा हातभार लावू शकतील असे मला वाटते.

टेंब्यांच्या नाट्यलेखनाचा विचार करताना एका गोष्टींचे मोठे आश्चर्य वाटते– टेंबे नाटककार झाले ते वयाची चाळिशी उलटल्यावर! असे होण्याचे कारण रंगभूमीशी त्यांचा निकटचा संबंध नव्हता हे नाही. नट, नाटकांचा भोक्ता, नाट्यसंस्थेचा चालक, नाट्यसंगीताला नवे वळण लावणारा संगीतज्ञ अशा कितीतरी नात्यांनी ऐन पंचविशी-तिशीत ते रंगभूमीशी निगडीत झाले होते. १९०० ते १९२० या

कालखंडात नाटके विपुलतेने लिहिली जात होती. कारण रंजनाचे व उद्बोधनाचे ते सर्वस्पर्शी साधन होते. त्या काळी निरनिराळ्या अभिरुचींच्या प्रेक्षकांचे रंजन करणाऱ्या विविध दर्जांच्या नाटकमंडळ्या अस्तित्वात असल्यामुळे कोणत्याही नाटकाला रंगभूमीवर येण्याच्या कामी फारसा प्रयास पडत नसे.

असे असूनही चाळीशी उलटण्यापूर्वी टेंबे नाट्यलेखनाकडे वळले नाहीत, याचे कारण एकच दिसते. साहित्य-कला हे त्यांचे जीवन होते. पण त्यांच्या आवडीच्या या विषयातही तरतमभाव होताच. एखाद्या राजाला दोन आवडत्या राण्या असल्या तरी त्यात अधिक आवडती कोण आहे हे शोधून काढणे फारसे कठीण नसते! या दृष्टीने टेंब्यांची एक आठवण लक्षात ठेवण्याजोगी आहे. एकदा श्री. तात्यासाहेब केळकर टेंब्यांना म्हणाले, 'तुम्ही चांगलं लिहू शकता. तुम्ही लिहीत का नाही?' टेब्यांनी उत्तर दिले, 'करायचं काय लिहून? मला माझ्या जुन्या जुन्या चिजांची उजळणी करण्यात इतका आनंद वाटतो की वेळ कुठं जातो हेसुद्धा समजत नाही.' ('गोविंद-गुण-गौरव,' पृष्ठ ३२).

साहित्यापेक्षा संगीताकडे अधिक ओढा असल्यामुळेच टेंबे नाट्यलेखनाकडे उशिरा वळले हे उघड आहे, त्यांचे हे लेखन मुख्यतः १९२० ते १९३० दशकात झाले. ऑस्कर वाइल्डचा 'The Importance of Being Earmest' या विनोदी नाटकाचे 'गंभीर घटना' हे त्यांनी केलेले रूपातंर १९३२ मध्ये प्रकाशित झाले. पण हे नाटकच त्यांनी प्रथम लिहिले असावे! कारण 'हे नाटक दहा-बारा वर्षे गुलदस्तांत पडून राहिले होते' असा त्या नाटकाच्या प्रस्तावनेत उल्लेख आहे. या रूपांतरानंतर त्यांनी 'पट-वर्धन' (१९२४), 'वरवंचना' (१९२५) (शेरिडनच्या 'ड्यूएना' या प्रहसनाचे रूपांतर), 'तुलसीदास' (१९२८) आणि 'वत्सलाहरण' ही नाटके लिहिली. 'मत्स्यवेध', 'ब्रह्मलिखित' वगैरे नाटकांचे संकल्प त्यांनी सोडले होते. त्यांच्या काही भागांचे लेखनही त्यांनी केले असावे. 'मत्स्यवेध' १९२० साली आरंभले पण ते १९४० साली पुरे झाले, असा उल्लेख त्यांच्या लिखाणात आहे. पण रंगभूमीवर आलेली आणि प्रकाशीत झालेली अशी त्यांची पाचच नाटके आहेत. आयुष्याच्या शेवटच्या दशकात त्यांची नाट्यप्रतिभा पुनः पल्लवित झाली. त्यांचे संगीतप्रेम व नाट्यप्रेम यांचा संगम होऊन 'महाश्वेता', 'जयदेव' व 'प्रतिमा' अशी तीन स्वरनाट्ये त्यांनी लिहिली.

टेंब्यांच्या तीन स्वतंत्र नाटकांपैकी 'पट-वर्धन' अनेक दृष्टीने महत्त्वाचे आहे. टेंबे यांनी आपल्या 'जीवन-विहारा'त 'पट-वर्धन' नाटकाच्या कथाबीजाची व त्याच्या विकासाची हकीकत सांगितली आहे. साहित्यनिर्मितीतल्या एका कूट प्रश्नावर प्रकाश पाडण्याच्या दृष्टीने ती उपयुक्त आहे. म्हणून टेंब्यांच्या शब्दात ती पुढे देतो. 'लोकमान्य टिळकांच्या मृत्यूनंतर मं. गांधींचे युग सुरू झाले. खादीचे माहात्म्य सर्व

हिंदुस्थानभर पसरले. हिंदुस्थान म्हणजे शेतकरी आणि हिंदुस्थानाचे राजकारण म्हणजे मजुरांना व शेतकऱ्यांना सुखी करणे. त्यांच्यावरच व्यापारउदीम आणि देशाची उन्नति व प्रगती अवलंबून. शेतकऱ्यांना बारा महिने उद्योग मिळणे आणि संपन्न नागरिकांनी आपल्या गरजा व प्रपंच निखालस देशी मालावर व खादीवरच भागवायचा असा निश्चय करणे हा एकच मार्ग हिंदुस्थानला स्वातंत्र्य देण्यास समर्थ आहे, असे महात्मा गांधींचे राजकारण सांगत होते. ते देशात फैलावू लागले होते.'

टेंबे पुढे लिहितात, 'गांधीची ही विचारसरणी माझ्या मनात बिंबली होती. युवराजाच्या टेबलावर देखील हा वाद होई. (म्हैसूरच्या महाराजांना संगीत शिकविण्याकरिता टेंबे काही वर्षे तिकडे गेले होते.) टिळक, गांधी व खादी यांच्या बाबतीत युवराज मुद्दाम मला डिवचत. त्या दिवसात मी चरख्यावर किंवा टकळीवर साठ नंबरपर्यंतचे सूत कातीत असे. खादी वापरीत असे. मात्र खादीचे कोट करून केवळ सदरा, टोपी व पंचा असा पोशाख मला मानवत नसे. आपण एक संगीतकलेचे उपासक, आपली मते आपल्या जवळच ठेवणे उचित, देशभक्ताचा गणवेश घालायचा आणि हातून काही कार्य होणे शक्य नाही, मग तो वेष कशाला? असे मला वाटे. पण गांधी, खादी वगैरेबाबतचे विचार मात्र मला स्वस्थ बसू देईनात. ते कोणत्यातरी रूपाने प्रकट होण्याची धडपड करीत होते. मनात असे राजकीय परिस्थितीचे विचार घोळत असताना सहज एकदा द्रौपदीवस्त्रहरणाचे आख्यान वाचनात आले आणि द्रौपदीभोवती भारतभूमातेच्या परिस्थितीचे वातावरण पसरू लागले.'

'याच सुमारास हातात निशाण घेतलेले हिंद-मातेचे एक रंगीत चित्र वरचेवर पाहण्यात येऊ लागले. एकदा ही रूपकाची साखळी सुरू झाल्यावर परदेशी व्यापारी व शकुनीचे कारस्थान, कौन्सिलप्रवेशाचा वाद म्हणजे द्यूतात सामील होण्याचा वाद इत्यादी साम्ये भासविण्यास व काही दुवे निर्माण करण्यास बुद्धी हौसेने मदत करू लागली. अशी रीतीने बहुतेक पात्रांची सांगड विद्यमान राजकारणी प्रसिद्ध पुरुषांशी घालून आणि त्यांच्या स्वभावांना व कृतींना उठाव मिळेल असे काही प्रसंग योजून कथानकाचा आराखडा तयार केला आणि पहिला अंक लिहून काढला. मयसभेतील प्रकारामुळे कौरव-पांडवांच्या तंट्याला तोंड लागले. शकुनीचा हात आत शिरकू लागला. शेवटी द्यूतसभेतील द्रौपदीच्या विटंबनेत त्याचा कळस झाला. अशा रीतीने आदि व अन्त्य घटना साधून घेतल्या. दुसरा अंक तितक्याच उठावाने पुरा करण्यास जरा अधिक वेळ लागला. त्यात कृष्णाचा व शकुनीचा विरोध व या दोन्ही भूमिकांचे राजकराणाचे डावपेच दाखवून आदिअन्ताच्या घटनांचा दुवा स्पष्ट करणे जरूर होते.' ('जीवन-विहार', पृष्ठ २४५).

कलाकृतीच्या निर्मितीत कळत-नकळत काळाचा हात किती मोठ्या प्रमाणात असू शकतो, हे टेंब्यांच्या वरील आत्मकथनवरून दिसून येईल. खाडिलकरांप्रमाणे

टेंबे काही राजकारणी पुरुष नव्हते. ते स्वभावात. संगीताचे भक्त, सौंदर्याचे चाहते आणि साहित्याचे उपासक. त्यांची कलाविषयक मते त्यांचे स्नेही प्रा. फडके यांच्याहून फारशी भिन्न नसावी. असे असूनही द्रौपदीवस्त्रहरणाची कथा केवळ कला म्हणून, मानवी मनोविकारांच्या संघर्षाने भीषण नाट्य म्हणून काही त्यांच्या मनात मूळ धरू शकली नाही. कौरवांच्या दरबारात दुःशासनाने केस धरून फरफटत ओढत आणलेली, पाच पराक्रमी पति समोर बसले असूनही आपली लाज कशी राखावी या विंवचनेत पडलेली, काल सम्राज्ञी म्हणून गौरविली गेलेली, पण आज दासी म्हणून हिणवली जात असलेली द्रौपदी कलावंताच्या डोळ्यापुढे उभी राहिली की विराट जीवचक्राच्या भयानक चढउताराचे आणि त्यातील बुद्धी बधीर करून सोडणाऱ्या करुणभीषण नाट्याचे विदारक चित्र त्याला दिसायला हवे! पण नाटककार टेंब्यांना द्रौपदी दिसली ती परतंत्र आणि दीनदरिद्री भारतमातेच्या रूपात!

असे होणे स्वाभाविक होते. त्या काळी पौराणिक नाटकांचा एकच आदर्श मराठी नाटककारांपुढे होता; तो म्हणजे खाडिलकरांची नाटके. शिवाय खुद्द खाडिलकरांनी कीचकवधात जी द्रौपदी रंगविली होती तीही अशीच! रूपकाचा आश्रय करून सैरंध्री आणि भरतभूमी, कीचक व लॉर्ड कर्झन, धर्म आणि मवाळपक्ष, भीम व जहालपक्ष या जोड्यातले साम्य अगदी सहज प्रेक्षकांच्या लक्षात यावे अशा पद्धतीने रंगविलेले. 'कीचकवध' टेब्यांनी ऐन पंचविशीतिशीत पाहिलेले. त्यामुळे त्यातल्या प्रभावी रूपकाचे संस्कार त्यांच्या मनात कुठेतरी खोल दडून बसलेले असावेत. साहजिकच त्यांनीही द्रौपदीवस्त्रहरणाच्या कथेवर १९२०-२५ या काळाला अनुरुप असे रूपक जुळविले आणि त्याचे धागेदोरे चातुर्याने गुंफीत कथानक विणले.

मात्र कीचकवधाप्रमाणे 'पट-वर्धना'तले रूपक प्रक्षुब्ध भावनेतून स्फुरलेले नाही. उन्मत्त कीचकाच्या द्वारे उद्दाम कर्झन सूचित करणे निराळे आणि खादीच्या चळवळीशी, स्वदेशीच्या व्रताशी, परदेशी कापडांनी भरलेल्या आपल्या बाजारपेठांशी आणि तलम परदेशी कपडा वापरण्यात भूषण मानणाऱ्या आपल्याकडील गुलहौशी श्रीमंत बायकांशी द्रौपदीवस्त्रहरणाच्या कथेचा संबंध जोडणे निराळे. त्यामुळे 'पट-वर्धना'तले रूपक मुख्यतः बुद्धिनिष्ठ राहिले. वस्त्रहरणाच्या कल्पनेतून लेखकाच्या अबोध मनाला या रूपकाची पहिली प्रेरणा मिळाली असावी असा तर्क केला तर तो निराधार वाटू नये.

हे रूपक बुद्धिनिष्ठ असले तरी त्याचे विविध धागे कुशलतेने जुळविण्यात टेंब्यांची कल्पकता चांगल्या रीतीने प्रकट झाली आहे. 'पट-वर्धन' नाटकाच्या पहिल्या अंकाची मांडणी या दृष्टीने पाहण्याजोगी आहे. राजसूय यज्ञाच्या निमित्ताने पाताळयंत्री शकुनी व दुर्योधनादि त्याचे मत्सरी भाचे यांच्याकडे पांडवांच्या जामदारखान्याच्या किल्ल्या येतात. शकुनी या संधीचा भरपूर फायदा उठवतो.

इंद्रप्रस्थाची कापडपेठ त्याच्या गांधार देशाच्या मालाने भरून जाते. 'व्यापारी धोरणाने परराष्ट्रातील पैशाचा प्रवाह एकदा आपल्याकडे वळवून घेतला म्हणजे राजचिन्हांचा शुष्क पाचोळा आपोआप त्या प्रवाहाबरोबर वाहत येतो,' ही खूणगाठ शकुनीने मनाशी बांधली आहे. गांधारच्या रंगीबेरंगी आणि आकर्षक मालाच्या द्वारे इंद्रप्रस्थांतल्या लोकांना आणि यज्ञाकरिता जमलेल्या राजेरजवाड्यांना लुटणे हा शकुनीच्या कारस्थानाचा एक भाग आहे. त्याच्या गांधार देशाला जशी इंद्रप्रस्थाची कापडपेठ काबीज करायची आहे, तसे पांडवांचे इंद्राला लाजविणारे वैभवही आपल्या भाच्यांच्या पदरात पडेल असा व्यूह खुद्द शकुनीला रचावयाचा आहे. गांधारच्या मालाला इंद्रप्रस्थात नेहमी गिऱ्हाईक मिळायला हवे असेल तर त्यासाठी त्याला राजाश्रय हवा! हे लक्षात घेऊन शकुनी या कामी आपली भाची दुःशला हिची योजना करतो.

दुःशला ही शंभर कौरवांची लाडावलेली एकुलती एक बहीण आहे. सुंदर दिसण्याच्या जबर वेडाने तिला झपाटले आहे. नाजूक व सुंदर कपड्यांना चटावलेल्या या भाचीकडून गांधारचा अत्यंत तलम शालू अहेर म्हणून द्रौपदीला द्यायचा आणि दुःशलेने तिला तो नेसायला लावायचा असा शकुनीचा कावा आहे. द्रौपदीच गांधारच्या तलम वस्त्रांच्या आहारी गेली, म्हणजे गांधारच्या मालावर राजाश्रयाचे शिक्कामोर्तब होईल आणि गांधारची चंगळ अखंड सुरू राहील, असा त्याचा होरा आहे. त्या दृष्टीने शकुनी डाव टाकतो. पण कृष्णाचा मुत्सद्दीपणा, त्याची गोरगरिबांविषयीची करुणा आणि द्रौपदीची कृष्णाविषयीची नितान्त भक्तीची भावना यांच्यामुळे हा डाव सफल होत नाही.

'पट-वर्धना'च्या पहिल्या अंकांत या कल्पनेचा रंजक रीतीने विकास करण्यात टेंबे यशस्वी झाले आहेत. ही कल्पना फुलविताना त्यांनी अनेक परंपरागत पौराणिक कल्पनांचा कुशलतेने उपयोग केला आहे. दुःशलेच्या द्रौपदीशी विरोधी अशा भूमिकेचा वर उल्लेख केलाच आहे. रुक्मिणी व सत्यभामा यांची नाटककाराने केलेली योजनाही चातुर्याची द्योतक आहे. सत्यभामेमुळे नाटकाच्या प्रारंभीच गांधारच्या व्यापारी आक्रमणाची सूचना कृष्णाला मिळते.

पहिल्या अंकाच्या तिसऱ्या प्रवेशात भोजनमंडपाच्या मागच्या बाजूला कृष्ण ब्राह्मणांची उष्टी टाकायला येतो असा प्रसंग कल्पिला आहे. इथेही राजसूय यज्ञांत ऋषीमुनींची उष्टी काढण्याचे काम कृष्णाने आपल्याकडे घेतले होते, या गोष्टीचा टेंब्यांनी चातुर्याने उपयोग केला आहे. कृष्ण ती उष्टी पाने एका भिकाऱ्याच्या पदरात टाकतो. पण तो भिकारी नेहमी भीक मागणारा मनुष्य नाही हे त्याच क्षणी त्याच्या लक्षात येते. तो इंद्रप्रस्थांतला एक कुशल विणकर असतो. आताही त्याच्यापाशी एक शालू, एक पीतांबर व एक उत्तरीय अशी त्याने विणलेली वस्त्रे असतात. तो त्या वस्त्रांची कर्मकहाणी कृष्णाला ऐकवतो. तो म्हणतो, 'महाराज, घरात होत

नव्हतं तेवढं विकून रेशीम, जरतार वगैरे कच्चा माल खरेदी केला आणि सहा महिन्यांच्या सतत मेहनतीनं हे नग तयार केले. राजवाड्यात माल खपविण्याची आशा बाजूलाच राहिली. पण पेठेत किंवा गावातसुद्धा उघडपणे आपला माल आम्हाला विकता येत नाही. तो कोणी विकत घेतही नाही! गांधारच्या मालाची खोटी लकाकी आम्ही कोठून आणावी?'

कृष्ण या विणकाराकडले नग घेतो. त्यातला शालू आपला स्वतःचा आहेर म्हणून द्रौपदीकडे पाठवून देतो. द्रौपदी दुःशलेचा तलम शालू नेसत नाही. आपल्या भावाने दिलेला शालू म्हणून मोठ्या आवडीने ती कृष्णाचा शालू नेसते. ती तो नेसते न नेसते, तोच तिला भेटायला आलेल्या कृष्णाच्या करंगळीतून रक्त वाहत असलेले तिला दिसते (इथेही टेंब्यांनी एका परंपरागत कथेचा चांगला उपयोग करून घेतला आहे.) सत्यभामा आणि रुक्मिणी या पतीचे बोट बांधण्याकरिता धांदलीने चिंधी शोधू लागतात. पण द्रौपदी गोंधळत नाही, गडबडत नाही. ती चटकन् नेसलेला शालू फाडते, आणि कृष्णाचे बोट बांधते. मग बोलण्याच्या ओघात ती म्हणते, 'आजच्या या प्रसंगाची स्मृती सतत जागृत राहावी म्हणून मी प्रतिज्ञा करते की, आजपासून तू दिलेल्या साडीवाचून मी दुसऱ्या वस्त्राला स्पर्श करणार नाही. ही माझी प्रतिज्ञा पुरी करण्याचा भार, देवा तुझ्यावर आहे. तुझ्या या लाडक्या बहिणीची साडीचोळी, कृष्णा, तूच पुरवली पाहिजे.' वस्त्रहरणाच्या विपरीत प्रसंगी कृष्ण द्रौपदीला वस्त्रे पुरवितो, या मूळच्या पौराणिक प्रसंगाची पूर्वसूचना अशा रीतीने पहिल्या अंकाच्या शेवटी नाटककाराने दिली आहे.

'पट-वर्धन' नाटकातला पहिला अंक नाटककाराने मोठ्या कुशलतेने रचला आहे. मूळ कथेची रूपकाच्या द्वारे त्याने ज्या आधुनिक विषयाशी सांगड घातली आहे, त्याचा विकास या अंकात झाला आहे. पण मूळ कथेचे धागेदोरे व रूपकाचे धागेदोरे यांची नाट्यपूर्ण गुंफण दुसऱ्या अंकात आढळत नाही. असे होण्याचे कारण उघड आहे. कुसुमाग्रजांच्या पृष्ठा दोन पृष्ठांची रूपककथा किंवा शिवरामपंत परांजप्यांचा आठ-दहा पृष्ठांचा रूपकात्मक ललितलेख यांचे दुहेरी सौंदर्य टिकविणे हे तितकेसे कठीण काम नाही. पण सबंध नाटकभर एखादे रूपक खेळवून त्याचे निरनिराळे पैलू दाखविणे आणि त्या रूपकाचे सौंदर्य कोमेजू न देणे ही मोठी अवघड गोष्ट आहे.

नाट्यकथेचे अगदी जवळचे नाते लघुकथेशी आहे; कादंबरीशी नाही. त्यामुळे नाट्यकथेचे उद्दिष्ट दुहेरी किंवा तिहेरी असणे हे बहुधा रसोत्कटतेला मारक ठरते. ते उद्दिष्ट जितके एकेरी तितकी नाट्यकथेची धार अधिक. याच पौराणिक कथेवर रूपक बसविण्याचा खाडिलकरांचा 'द्रौपदी'तला प्रयत्न यशस्वी झालेला नाही. पण मुळात त्या नाटकाचे उद्दिष्ट एकेरी आहे. त्यामुळे पात्रांची किंवा प्रसंगांची गर्दी न होऊ देता, एखाद्या तीराप्रमाणे त्यातील नाट्य थेट आपल्या उद्दिष्टाकडे जाते. निरनिराळ्या

धाग्यादोऱ्यांवर नाटककार प्रेक्षकांचे लक्ष केंद्रित करू लागला की त्या धडपडीत त्याला ते एके ठिकाणी उत्कटतेने खिळवून टाकता येत नाही. 'पट-वर्धनात' नेमके हेच घडले आहे. हे नाटक वाचताना आजचा वाचक लेखकाच्या कल्पना-चातुर्याची व निरनिराळे धागेदोरे जुळविण्याच्या त्याच्या कौशल्याची तारीफ करील. पण एकच भावना, एकच मनोविकार किंवा एकच संघर्ष ज्या नाटकात चित्रित झालेला असतो, तिथे प्रेक्षकांच्या मनाला नाट्याचा जो जिवंत साक्षात्कार होतो तो अगदी निराळा असतो. द्रौपदी ही या नाटकाची नायिका आहे. पण नाटक तिच्यावर केंद्रित झाले आहे असे पहिल्या दोन अंकात वाटत नाही. टेंब्यांचे या नाटकातले रूपक खाडिलकर-पद्धतीचे असले तरी ते केवळ बुद्धिनिष्ठ आहे. त्यामुळे त्यांची नाट्यकथेची जडणघडण कोल्हटकर-पद्धतीची झाली आहे. साहजिकच 'पट-वर्धन' नाटकात लेखकाच्या कल्पकतेची जेवढी प्रचीती येते, तेवढी काही त्याच्या रसनिर्माणाच्या सामर्थ्याची येत नाही.

'पट-वर्धन'च्या तिसऱ्या अंकात कौरव-पांडवांचे द्यूत व त्यातून निर्माण होणारा वस्त्रहरणाचा प्रसंग हाच कथानकाचा मुख्य भाग आहे; पण तो चित्रित करताना दुःशला व द्रौपदी यांच्यातल्या संघर्षाचा स्फुल्लिंग टेंब्यांनी पुनः फुलवला आहे.

द्रौपदीला गांधारचा शालू नेसविण्याचा शकुनी व दुःशला यांचा हट्ट व तो न नेसण्याचा तिचा निर्धार कायम असतो. अशा स्थितीतच द्रौपदी कौरवांची दासी होते. त्यामुळे वस्त्रहरणाच्या प्रसंगात या शालू-प्रकरणालाच अवास्तव महत्त्व प्राप्त होते.

ही सर्व गुंफण एखाद्या बुद्धिबळाच्या डावासारखी वाटते. नाटककाराने त्या गुंफणीतला आपला प्रत्येक दुवा चतुराईने जोडला आहे. मूळची पौराणिक कथा व आपली कल्पित कथा यांचे प्रवाह अगदी अलग वाहू नयेत अशी दक्षता घेतली आहे. त्यामुळे त्याच्या कारागिरीने बुद्धीला आनंद होतो. पण कुठलेही नाट्य, त्या नाट्यातील संघर्ष किंवा तो संघर्ष व्यक्त करणारा समरप्रसंग यांचे सौंदर्य केवळ बुद्धिनिष्ठ किंवा कल्पनानिष्ठ राहिले तर त्याची प्रभाविकता निस्तेज होते. प्रेक्षकांची अंतःकरणे उचंबळवून सोडण्याचे सामर्थ्य अशा नाट्यकृतींतून प्रकट होत नाही. प्रबळ मनोविकारांचा संघर्ष, उत्कट भावनांचा कल्लोळ, दोन हत्तींची टक्कर सुरू व्हावी त्याप्रमाणे विरोधी तत्त्वे, स्वभाव, भावना अथवा जीवनमार्ग यांचा अंतिम स्वरूपाचा संग्राम ही नाट्याची बलिष्ठ स्थाने होत. 'पट-वर्धन' नाटकात चातुर्य आहे, रंजकता आहे, कल्पकता आहे, मानवी स्वभावांचे निरनिराळे नमुने आहेत; पण महाभारतातल्या मूळच्या विशाल पार्श्वभूमीवरील रागालोभांच्या आणि मत्सर-अहंकारांच्या संघर्षाचे प्रभावी चित्रण इथे नाही. मूळच्या नाट्यातल्या उग्रतेवर रूपकाचे मखमली आवरण पडल्यामुळे त्या नाट्याची तीव्रता कमी झाली आहे. साहजिकच दरबारात फरफटत ओढीत आणलेली आणि दुर्योधनाला व इतर दरबारी

लोकांना निरुत्तर करणारी खाडिलकरांची द्रौपदी इथे दिसत नाही.

'पट-वर्धन' नाटकातील विविध प्रसंगांचे संवाद टेंब्यांनी रसिकतेने आणि रंजक शैलीने लिहिले आहेत. पहिला कृष्ण-रुक्मिणी-सत्यभामा यांचा प्रवेश आणि द्यूताचे निमंत्रण स्वीकारावे की नाही, याविषयीचा दुसऱ्या अंकातला पांडवांचा प्रवेश हे या दृष्टीने वाचण्याजोगे आहेत. नर्म विनोद हा टेंब्यांच्या लेखणीचा एक विशेष आहे. पण त्याच्याच जोडीने शकुनी किंवा द्रौपदी यांच्या तोंडून ते योग्य वेळी मार्मिक सुभाषितेही वदवितात. 'वैऱ्यांची मंदिरं उद्ध्वस्त करण्यात फायदा नाही. वैऱ्यांची संपत्ती, वैऱ्यांचं वैभव, वैऱ्यांची मंदिरं आपल्या हस्तगत करून त्यांचा दिमाखानं उपभोग घेता येईल, अशा प्रकारे सूड साधून घेण्यात शहाणपणा असतो.' 'मर्मस्थानी घाव घातल्यावाचून वैऱ्याचं वैभव प्राप्त होत नसतं.' 'प्राक्तनाचा खर्डा परमेश्वरानं कर्तृत्ववानांकरता कायमचा कोरा ठेवलेला असतो.' ही शकुनीची वाक्ये वाचताना सूत्ररूपाने एखादे ठाशीव विधान करणाऱ्या खाडिलकरांच्या शैलीची आठवण झाल्यावाचून राहत नाही. रंजक संवादांना नादमधुर, अर्थपूर्ण आणि प्रसन्न रचनेने व रसानुकूल चालींनी नटलेल्या पदांची जोड 'पट-वर्धनां'त मिळाली आहे. 'पट-वर्धन' रंगभूमीवर येताच त्याला जी लोकप्रियता मिळाली तिचे पुष्कळसे श्रेय टेंब्यांच्या सुंदर पदांना दिले पाहिजे.

'वत्सलाहरण' हे टेंब्यांचे दुसरे पौराणिक नाटक. बालनटांच्या 'आनंद संगीत मंडळी' करिता त्यांनी ते लिहिले. बालनटांसाठी मुद्दाम लिहिलेले नाटक म्हणजे कादंबरीची संक्षिप्त आवृत्तीच होय. अशा नाटकात तरुण, प्रौढ व वृद्ध पुरुषांच्या भूमिका असतात. पण त्या वठविल्या जातात मिस्रूड न फुटलेल्या मुलांकडूनच! मग प्रसंगी परकऱ्या पोरीवर नऊ वारी साडी नेसणाऱ्या प्रौढेचे काम करण्याचा प्रसंग येतो. त्यामुळे बाल नटनटींच्या वयोमर्यादा आणि त्यांच्या इतर मर्यादा लक्षात घेऊनच लेखकाला नाट्यरचना करावी लागते. अशा नाटकात कुणाच्या प्रतिभेचा स्वच्छंद विलास प्रकट होणे शक्य आहे?

हे नाटक लिहिताना टेंब्यांच्या डोळ्यांपुढे साधे, सरळ, सुंदर व सरस असे 'सौभद्र' उभे असावे! तसे या कथानकाचे सौभद्राच्या कथेशी साम्यही आहे. सौभद्र ही अर्जुन व सुभद्रा यांच्या प्रेमविवाहाची कथा. वत्सलाहरण ही अर्जुनाचा मुलगा अभिमन्यू व सुभद्रेची भाची वत्सला यांच्या प्रेमविवाहाची कथा. या दोन्ही नाटकात खलनायक नाही; पण कृष्णकारस्थान मात्र आहे. कारण कृष्ण हा प्रेमविवाहाचा कट्टा पुरस्कर्ता असावा! स्वतःच्या प्रेमविवाहापासून मित्राचा प्रेमविवाह, भाच्याचा प्रेमविवाह, नातवाचा प्रेमविवाह (उषा आणि अनिरुद्ध यांच्या प्रेमाची कथा) या सर्वप्रकरणात त्याने मोठ्या चविष्टपणाने भाग घेतलेला दिसतो.

अशा रीतीने वत्सलाहरणाचे सौभद्राशी साम्य असले तरी टेंब्यांचे हे नाटक

सामान्य उतरले आहे. या नाटकाला आधारभूत असलेला मायाबाजाराचा भाग मूलतःच एखाद्या प्रहसनाला शोभण्यासारखा आहे. शिवाय एखादे कमल हळूहळू उमलत जावे, तशी सहजता सौभद्रात आहे. वत्सलाहरणात ती कला नाही. 'पट-वर्धना'नंतर हे नाटक वाचले म्हणजे एखादा भारदस्त राग आळवल्यानंतर रुचिपालट म्हणून गवयाने हलकेफुलके गीत म्हणावे तसे हे नाटक वाटते.

'तुलसीदास' हे टेंब्यांचे तिसरे स्वतंत्र नाटक. 'जुने नाट्य' या नावाने संबोधिल्या जाणाऱ्या रंगभूमीचे १९२० नंतरचे स्वरूप या नाटकात प्रतिबिंबित झाले आहे. म्हणून पुढील लेखांकात त्या विषयाच्या अनुषंगाने मी या नाटकाचा परामर्श घेणार आहे.

२. जुने नाट्य

टेंबे यांच्या नाटकांचा परिचय करून देताना 'पट-वर्धन' हे खाडिलकरी वळणाचे नाटक आहे आणि 'वत्सला-हरण' हे किर्लोस्करी पद्धतीचे नाटक आहे असे मी म्हटले. 'तुलसीदास' या त्यांच्या तिसऱ्या नाटकाची रचना गडकरी-पंथाची आहे. जुन्या रंगभूमीवरल्या या तीन भिन्न वळणांचा आश्रय करून टेंब्यांनी आपली नाट्यरचना केली. यावरून या निरनिराळ्या संप्रदायांशी त्यांचा किती निकटचा परिचय होता आणि त्या त्या पद्धतीने नाट्यवस्तू हाताळण्याची कुशलता त्यांच्या लेखणीने कशी कमावली होती हे दिसून येते. मात्र ही गोष्ट त्यांच्या रसिकतेइतकीच त्यांच्या मर्यादांचीही द्योतक आहे. नदी पर्वत-पठारावरून मैदानात उतरते, तेव्हा तिचे वळण निश्चित नसते. पण ती मैदानातून वाहू लागली की तिचा प्रवाह रुंदावतो, पात्र खोल होत जाते. मग त्या प्रवाहाची दिशा आपोआप निश्चित होते. प्रतिभेचेही तसेच आहे. आविष्काराच्या पहिल्या धडपडीत ती अनेकदा अनुकरणाचा मार्ग चोखाळते; पण तिचे स्वतःचे जग तिला सापडले म्हणजे तिचा आविष्कार एका बाजूने वैशिष्ट्यपूर्ण (Unique) आणि दुसऱ्या बाजूने विश्वस्पर्शी (Universal) होऊ शकतो.

टेंबे यांच्या नाट्यलेखनात असे काही घडले नाही. जुन्या रंगभूमीचा उत्कर्षकाल संपण्याच्या सुमारास ते नाटककार झाले. १९२० ते १९३० हे दशक नाटकांनी गजबजलेले दिसते हे खरे! या दशकात वरेरकर, वीर वामनराव जोशी, माधवराव जोशी यांनी रंगभूमी गाजवली हेही खरे! पण आता त्या काळाचे सिंहावलोकन केले म्हणजे हे दशक विपुलतेचे असले तरी वैभवाचे नव्हते. वरेरकरांसारख्या एखाद्या नाटककाराच्या प्रयोगशीलतेचे असले तरी प्रतिभेच्या आविष्काराचे नव्हते, असेच म्हणावे लागेल.

किर्लोस्कर, खाडिलकर व गडकरी यांच्या वळणाची नाटके टेंब्यांनी लिहिली. त्यांनी देवलांच्या प्रसन्न पद्यरचनेचा वारसाही उत्तम रीतीने चालविला. श्रीपाद कृष्ण कोल्हटकरांविषयी त्यांना वाटणारा नितांत आदर 'जीवन-विहार', 'जीवन-व्यासंग'

इत्यादी पुस्तकात स्पष्टपणे प्रतिबिंबित झाला आहे. या सर्वांच्या नाट्यरचनेच्या संस्कारांनी त्यांचे मन घडविले होते. साहजिकच टेंबे यांच्या नाटकात जुन्या मराठी रंगभूमीची काही वैशिष्ट्ये व अनेक वैगुण्ये आढळतात. यामुळेच जुन्या नाट्याचा ऐतिहासिक व कलात्मक अशा दोन्ही दृष्टींनी विचार करण्याच्या दृष्टीने त्यांची नाटके उपयुक्त आहेत.

हा विचार सद्यः स्थितीत जितका इष्ट तितकाच आवश्यक आहे. कथा व काव्य या बाबतीत जुने आणि नवे असे वर्गीकरण करण्याची पद्धत पडून पुष्कळ दिवस झाले. या क्षेत्रातल्या दोन्ही पक्षांच्या कट्टर पुरस्कर्त्यांनी परपक्षावर पुष्कळ प्रहार केले. मात्र फारच थोड्या मर्मज्ञांनी दोन्ही पक्षांची सामर्थ्ये व त्यांच्या मर्यादा यांचा ऐतिहासिक व कलात्मक अशा दोन्ही दृष्टींनी विचार केला. कथाकाव्यांच्या बाबतीत जे वादंग माजले, त्यात काथ्याकूटच पुष्कळ झाला. त्या मानाने फलप्राप्ती फारशी झाली नाही. टीका हे धर्मक्षेत्र आहे, हे विसरून ते कुरुक्षेत्र आहे, या अभिनिवेशाने जोपर्यंत बरेचसे टीकालेखन केले जाते, तोपर्यंत अशा प्रकारच्या पिष्टपेषणांतून मराठी रसिकतेचे पोषण होईल असे वाटत नाही.

'तुलसीदास' हे टेंबे यांचे तिसरे स्वतंत्र नाटक. एका दृष्टीने स्वतंत्र पण दुसऱ्या दृष्टीने परतंत्र. परतंत्र अशा दृष्टीने की, ते टेंब्यांना स्फुरलेले नाही. या बाबतीत तुलसीदासाच्या प्रस्तावनेतील त्यांचे निवेदनच पाहावे. ते म्हणतात, 'प्रिय पत्नीचा वियोग अल्पकाळही सहन न झाल्यामुळे तिच्या मंदिरात कवी तुलसीदास बेभान होऊन भयंकर काळसर्पावरून चढून गेले, व तेथे पत्नीच्या कानउघाडणीमुळे त्यांनी तत्काळ संसाराचा त्याग केला.' ही कथा आबालवृद्धांच्या परिचयाची आहे. परंतु या पतिपत्नींचा पुनः सहवास घडवून अखेर रामायण-महाकाव्याची पूर्तता पत्नीच्या आत्मयज्ञामुळे झाली, असा वरील कथानकाला एक नवीन वळसा देण्याची कल्पना कै. राम गणेश गडकरी यांच्या मनात घोळत होती. कै. गडकरी यांनी तीन सूत्रमय वाक्यात 'तुलसीदास' नाटकाची त्रोटक कल्पना प्रस्तुत लेखकाला दिली होती.

या तीन सूत्रमय कल्पना अशा–

(१) एका चित्रकाराच्या मार्फत तुलसीदास व कलावती यांचा संगम घडवून आणणे.

(२) पत्नीच्या रक्ताने तुलसीदासाने रामायण समाप्त करणे.

(३) हास्यरसाकरिता घटिकापात्र गळ्यात बांधून फिरणारे एक विरोधी पात्र निर्माण करणे.

गडकऱ्यांच्या या तिन्ही कल्पना टेंब्यांनी स्वीकारल्यामुळे त्यांच्या नाटकाची रचनाच नव्हे, तर त्यातील शैलीही गडकरी पद्धतीची झाली आहे. 'पट-वर्धना'त स्वतंत्र विनोदी प्रवेश नाहीत ते तुलसीदासांत आहेत. घटिशास्त्री, कवी भुजंग वगैरे

मंडळी या कथानकात अधूनमधून डोकावत असली, तरी विनोदाचे कंत्राट आपल्याला मिळाले आहे, अशा भावनेने चालणारे त्यांचे प्रवेश किर्लोस्कर-देवलांच्या मूळच्या वळणापेक्षा अगदी निराळे आहेत; इतकेच नव्हे तर, एकंदर नाटकाची रचनाच अत्यंत स्थूल स्वरूपाच्या विरोधावर व स्वभावचित्रणावर झाली आहे.

'तुलसीदासा'तल्या महत्त्वाच्या घटना अशा आहेत—

तुलसीदासाला राजप्रतिनिधीच्या कोपापासून वाचविण्याकरिता कलावती 'मी त्यांची पत्नी आहे' असे सांगते. मदनमोहन या चित्रकाराने काढलेल्या या दोघांच्या एकत्रित चित्राचा आधार या गोष्टीला मिळतो. कलावतीसह आश्रमात राहू लागताच इतके दिवस रामायण-रचनेत मग्न असलेले तुलसीदासाचे मन तिच्या सौंदर्य-चिंतनात गुंग होते. पत्नी माहेरी जाताच विरहव्याकुल झालेला तुलसीदास तिच्याकडे जातो, अंधारात सापाला दोरी मानून त्याला धरून तिच्या महालात प्रवेश करतो, काही वेळाने तिला घेऊन बाहेर येतो. तो साप अजूनही त्या खिडकीत लोंबकळत असतो! ती दोरी नसून महासर्प आहे, हे कलावती त्याला दाखविते व 'रक्तमांसादी दुर्गंधीच्या चिखलानं लिंपलेला हा हाडांचा सांगाडा– तात्पुरत्या चकाकणाऱ्या बेगडी त्वचेने मढविलेला हा डोलारा– या डोलाऱ्याच्या लालसेने आपण स्वतःचं भान विसरलात आणि विषयप्रेमाशी तद्रूप झालात याला काय म्हणावं?' अशी स्वतःच्या सौंदर्याची आणि त्याच्या लंपटपणाची निर्भर्त्सना करते. तिचे हे शब्द ऐकून तुलसीदासाला उपरती होते. 'मी तुला प्रभू रामचंद्राच्या स्वरूपात पाहतो.' असे तो उद्गार काढतो. पण त्याची ही उपरती क्षणभंगुर ठरते. शेवटी त्याच्या हातून रामायण पुरे व्हावे म्हणून कलावती आत्महत्या करते. तिच्या हृदयातून वाहणाऱ्या रक्तात लेखणी बुडवून तुलसीदास लिहू लागतो व रामायण पुरे करतो. प्रभू रामचंद्राच्या कृपेने कलावती जिवंत होते.

या नाट्यकथेतील कलावती व तुलसीदास यांच्या विवाहासारखे काही प्रसंग कृत्रिम व कल्पनारम्य आहेत. सर्पाच्या प्रसंगासारखे काही प्रसंग हरिदासी कथेत शोभणारे असले तरी नाट्यकथेत असंभाव्य वाटणारे आहेत. अशा प्रकारच्या अतिरंजनाला काव्यात्म उत्कटतेची किंवा जीवनस्पर्शी तत्त्वज्ञानाची जोड असली, तरच ते कलात्मक दृष्टीने आकर्षक होऊ शकते. पण टेंब्यांना ते जमले नाही.

कल्पनारम्यतेप्रमाणे भयानकाचीही गडकऱ्यांच्या प्रतिभेला आवड होती. तशा प्रकारच्या कल्पनेच्या भरारीत त्यांना तुलसीदासाच्या मूळच्या अद्भुतरम्य कथेला जोडायची शेवटची पुस्ती सुचली असावी! पण गडकऱ्यांच्या स्वैर कल्पनाशक्तीला आणि उत्कट भावनासामर्थ्याला अस्वाभाविक गोष्टीही काव्यात्म करून सांगता येत असत. टेंब्यांच्या ठिकाणी ती उद्दाम कल्पकता आणि उदात्त भावनोत्कटता नसल्यामुळे, या नाटकाचा सांगाडा जरी गडकरी पद्धतीचा असला, तरी गडकऱ्यांच्या नाटकात

आढळणारी रसांची कारंजी इथे कुठेही दिसत नाहीत. वाचकाला किंवा प्रेक्षकाला धुंदी चढविण्याचे जे सामर्थ्य 'पुण्यप्रभावा'त आहे, त्याचाही आढळ या नाटकात होत नाही.

'मराठी नाटक थिटे आहे.' असे माधव मनोहरांसारखे मार्मिक टीकाकार अभिनिवेशाने म्हणत आहेत, याचे कारण तुलसीदासासारख्या नाटकात दिसून येणाऱ्या जुन्या मराठी नाट्याच्या अनेक मर्यादा हेच आहे. पण त्यांचे हे विधान जुन्या मराठी नाट्याच्या बाबतीत तितकेच खरे आहे किंवा काय, याचा कसोशीने विचार केला पाहिजे. तो करण्यापूर्वी एक गोष्ट स्पष्ट केलेली बरी. पाश्चात्य ललित कृतींच्या पद्धतीने कलेचा विकास व्हायला लागणारी परिस्थिती आपल्याकडे अजूनही निर्माण झालेली नाही. आपले साहित्य सदैव कसल्या ना कसल्या छायेत वाढत आले आहे. जगाच्या बरोबरीने धावण्याची आपली कितीही इच्छा असली, तरी अनेक बंधनांनी भारतीय ललितलेखक जखडले गेले आहेत. कुठल्याही साहित्यात होणारा प्रतिभेचा आविष्कार वाङ्मयीन परंपरेच्या, जीवनविषयक अनुभूतीच्या आणि समाजमनाच्या रसिकतेच्या व त्याच्या ग्रहणशक्तीच्या अनुषंगानेच होतो. नदीचे पाणी सामान्यतः आपल्या पात्रातूनच वाहत असते. दोन्ही तटांच्या त्याला मर्यादा पडलेल्या असतात. महापूर येतो तेव्हाच तिचे पाणी त्या मर्यादापलीकडे पसरते. मग सागराचे विशाल स्वरूप तिला प्राप्त होते. पण महापूर काही दररोज येत नाहीत! आणि वर्षाकाळातही महापूर येतात ते मोठ्या नद्यांनाच! साहित्यालाही हाच नियम लागू आहे. इथे ध्वनी थोडे, प्रतिध्वनी फार! म्हणूनच पदोपदी शेक्सपियरच्या श्रेष्ठ शोकांतिकांचा आधार घेऊन, गटेच्या 'फाउस्ट' सारख्या असामान्य नाट्यकृतींशी तुलना करून, किंवा इब्सेन आणि चेकॉव्ह या नवनाट्यांच्या प्रतिभाशाली निर्मात्यांना एका पारड्यात घालून आणि दुसऱ्या पारड्यात कालिदास व शेक्सपियर यांच्या छायेत वाढलेल्या मराठी नाटककारांना कोंबून, मराठी नाट्याच्या थिटेपणाविषयी अकांडतांडव करणे म्हणजे कलेच्या रसास्वादाला आवश्यक असलेल्या ऐतिहासिक दृष्टीने अज्ञान प्रकट करण्यासारखे आहे.

पाश्चात्य नाटकात आणि आपल्या नाटकात पडलेले अंतर पाहून माधव मनोहरांना मोठे दुःख होते. ते विचारतात, 'इडिपस रेक्स', 'अँटिगनी' इत्यादी प्राचीन ग्रीक व तुलनेने अर्वाचीन अशा 'हॅम्लेट', 'किंग लियर', 'ऑथेल्लो', 'मॅक्बेथ' इत्यादी महान नाट्यकृतींशी आपल्या (संस्कृत) मराठी नाटकांची तुलना तरी करता येईल काय? 'सौभद्रा'ची तुलना 'इडिपस'शी करण्याची नुसती कल्पना देखील तज्ज्ञांस हास्यास्पद वाटेल. 'द्रौपदी'ची तुलना 'अँटिगनी'शी करता येईल काय? 'शारदा' आणि 'हेड्डा गॅबलर'ची तुलना कशी काय वाटले? आणि 'एनिमी ऑफ दी पीपल' किंवा 'डेथ ऑफ ए सेल्समन' यांच्या संदर्भात आमच्या 'एकच प्याला'चा निर्देश कोणा असमंजसाने केला तर तो तज्ज्ञांस रुचेल काय?

या सर्व प्रश्नांतून व्यक्त होणारी माधव मनोहरांची मराठी नाटकांच्या विकासाविषयीची तळमळ मला कळते. त्यांच्या नाट्यप्रेमाबद्दल मला आदर वाटतो. मात्र मला त्यांना एकच लहानसा प्रश्न विचारावासा वाटतो, 'ते ज्या तुलना करीत सुटले आहेत त्या अप्रस्तुत नाहीत काय?' प्रक्षुब्ध वादळी समुद्राचे रुद्र, भव्य सौंदर्य नदीच्या सौम्य, सुंदर प्रवाहात नाही, म्हणून तिला हिणवून का नदीचा समुद्र होऊ शकतो? पाश्चात्य वाङ्मय-वाटिकेत हजारो तऱ्हांची सुंदर आणि सुगंधी फुले असतील! पण आपल्या जाईजुईंची आणि तगरी-शेवंतीची पावलोपावली त्यांच्याशी तुलना करण्यात काय स्वारस्य आहे? विशिष्ट हवेत ठराविक वृक्ष, वेली, फुले, फळे वाढतात. कला आणि साहित्य यांच्या विकासालाही हीच गोष्ट लागू आहे. जातिवंत नाट्य किंवा साहित्य निर्माण होते ते कलावंत ज्या समाजात लहानाचा मोठा झालेला असतो, ज्या समाजाच्या सुखदुःखांशी तो सहज समरस होऊ शकतो, त्याच्या मातीतून त्या त्या समजाच्या कलात्मक प्रेरणांतून आणि भावनिक गरजांतून त्या त्या समाजाच्या अस्मितेच्या सामर्थ्यातून आणि त्या अस्मितेच्या मर्यादातून. कलाकाराने आपल्या वैयक्तिक स्वातंत्र्याची आणि असामाजिकतेची टिमकी कितीही बडवली, वर्तमानाकडे पाठ फिरवून कुठल्याही हस्तिदंती मनोऱ्यात पळ काढला, तरी ज्या समाजात तो जन्माला येतो आणि वाढतो त्याची परंपरा, त्याची सुखदुःखे आणि ध्येये-स्वप्ने यांच्या संस्कारातून तो मुक्त होऊ शकत नाही. हे संस्कार नसून बंधने आहेत असे मानून जे कलावंत आपली प्रतिभा परकीय अनुभूतींनी पुष्ट करतात, आपली कला अक्षुण्ण मार्गाने फुलवू पाहतात, त्यांना समाजमनात स्थान मिळविणे कठीण जाते. त्यांच्या कलेचे सौंदर्य सहसा समाजाला प्रतीत होत नाही. त्या कलेचे सामर्थ्य रसिकमनाला प्रभावीपणाने जाणवत नाही. शिक्षणाप्रमाणे साहित्य व कला यांतही ज्ञात आणि अज्ञात, परिचित आणि अपरिचित, जुने आणि नवे यांची सांगड घालणे आवश्यक असते. अर्थात भवभूतीप्रमाणे भावी काळातल्या आपल्या लोकप्रियतेचा व अमरतेचा हवाला कुणीही द्यावा! सामान्य मनुष्य केवळ साहित्यक्षेत्रातच नव्हे, तर जीवनाच्या सर्वच क्षेत्रात जो विचार करतो तो वर्तमानकाळाच्या दृष्टीने; भविष्यावर भरवसा ठेवून नाही!

१८८० ते १९२० या कालखंडातले आपले नाट्य माधव मनोहरांच्या पद्धतीने विचार करणाऱ्या टीकाकारांना कितीही दोषपूर्ण वाटो! एक गोष्ट सत्य आहे. ती म्हणजे हे नाट्य विकास पावले ते मराठी मनाच्या मातीत, मराठी मनाच्या सुखदुःखांच्या खतपाण्याने.

ते जीवनच पाश्चात्य जीवनाहून संपूर्णपणे भिन्न होते. अजूनही पुष्कळ अंशी ते भिन्न आहे. तिकडे मार्क्स 'कॅपिटल' लिहीत होता, तेव्हा इकडे लोकहितवादी 'शतपत्रे' लिहून सुशिक्षितांच्या शिव्या खात होते! मराठी जीवन, त्याच्यापुढे उभ्या

असलेल्या समस्या, संतवाङ्मयाचा वारसा घेऊन आलेले साहित्य, त्या साहित्यातल्या प्रेरक शक्ती आणि कलाविषयक कल्पना यात व तशाच प्रकारच्या पाश्चात्य गोष्टीत जवळजवळ दोन ध्रुवांचे अंतर होते. ते अंतर चटकन तुटणे शक्य नव्हते; इष्टही नव्हते. पाश्चात्य वाङ्मयाचा आणि नाट्याचा पुस्तकी परिचय असल्या मूलभूत परिवर्तनाला पुरेसा नव्हता. जिवंत वाङ्मय हे काही कुंडीत फुलणारे परदेशी फुलझाड नव्हे! ते आपल्या अंगणात स्वैरपणे वाढणारे अस्सल देशी झाड आहे.

१८८० ते १९२० या कालात आपल्या रंगभूमीचा थोडासा विकास आणि पुष्कळसा विस्तार झाला. पण त्या विकासाचे पाश्चात्य नाट्याच्या विकासाशी कसलेही साम्य नाही. ते असणार तरी कसे? आपल्या आजच्या लोकशाहीचे इंग्लंडमधल्या लोकशाहीशी काही साम्य असलेच, तर ते फक्त बाह्य स्वरूपात आहे! शरीरपोषण करणाऱ्या अन्नाची आयात परदेशातून होऊ शकते; पण आत्म्याच्या अन्नाची आयात अशी करता येत नाही! समाजाच्या अंतरातले बदल विकासाच्या ओघात निर्माण होतात; विचारवंतांच्या धडपडीतून स्थिर होतात.

इंग्रजी राज्य आपल्याकडे येताच पाश्चात्य ज्ञानाचा, विज्ञानाचा, साहित्याचा, कलांचा व जीवनक्रमाचा आपणाला परिचय झाला. त्यातल्या अनेक गोष्टींनी आपण दिपून गेलो, प्रसंगी भुलून गेलो. त्यातले जे आवडले किंवा आकर्षक वाटले, त्याचे अनुकरण करू लागलो. पण दीडशे वर्षे साहेबांचे जू मानेवर घेऊनही नियमितपणा, प्रामाणिकपणा, वेळेची काटकसर, सामाजिक कर्तव्याची जाणीव वगैरे साहेबाचे सद्‌गुण काही आम्ही पचवू शकलो नाही. मग सोफोक्लस, शेक्सपियर आणि इब्सेन पचविण्याची गोष्ट कशाला हवी? एका समाजाच्या पुस्तकी परिचयाने दुसऱ्या समाजाचे जीवन आमूलाग्र बदलू शकत नाही. तिथल्या साहित्याचे अंतरंग लगेच पालटत नाही. तिथल्या कलामूल्यांच्या कल्पना हा हा म्हणता निराळ्या दिशेने वाहू लागत नाहीत. लहान मुलाला अजीर्ण होईपर्यंत खायला घातल्याने काही त्याचे धष्टपुष्ट तरुणात रूपांतर होत नाही. निसर्गाच्या नियमानेच त्या बालकाची वाढ होत जाते– ती तशीच झाली पाहिजे.

कलेला पंख असले तरी तिला अष्टौप्रहर आकाशात तरंगता येत नाही. परंपरागत कलामूल्ये, साहित्यमूल्ये व जीवनमूल्ये, समाजापुढे त्या त्या वेळी उभे असणारे जीवनमरणाचे प्रश्न, त्या समाजाची सांस्कृतिक परंपरा, ज्या काळात साहित्य निर्माण होत असते त्या काळातल्या जनतेच्या भावनात्मक भुका इत्यादी बंधने कुठल्याही काळातल्या साहित्याला चुटकीसरशी तोडून टाकता येत नाहीत. ही बंधने नेहमीच बेड्यांचे स्वरूप धारण करतात असेही नाही. अनेकदा ती अलंकाररूप होतात. कलेचे श्रेष्ठतम स्वरूप देशकालनिरपेक्ष असते हे खरे आहे. पण तिची पाळेमुळे विशिष्ट देशाच्या, काळाच्या आणि भावनांच्या भूमीत खोल

गेलेली असतात. एखादा शेक्सपियर किंवा एखादा टॉल्स्टॉय त्या नाजूक मुळात धक्का न लागू देता पाताळातल्या शेषाच्या मस्तकावरला मणी मिळवू शकतो किंवा आकाशातल्या चांदण्या जाईजुईच्या फुलांप्रमाणे खुडू शकतो. पण येरा गबाळांचे ते काम नव्हे!

ज्याला आपण जुने नाट्य म्हणतो त्यातील गुणदोष कसकसे बदलत आणि वाढत गेले, हे पाहणे कलादृष्ट्या मोठे मनोरंजक आहे. म्हणून सूत्ररूपाने इथे ते सिंहावलोकन करतो.

(१) किर्लोस्करांचे नाट्य संस्कृत नाटकांचा वारसा घेऊन आले. 'शारदे'पर्यंत देवलांनी तीच परंपरा चालविली. हे नाट्य कीर्तनासारख्या सांस्कृतिक परंपरेशी संलग्न असल्यामुळे संगीत-प्रधान होते. साहजिकच त्यात केवळ नाट्याचा विलास नसे. किंबहुना काव्य हा नाटकाचा महत्त्वाचा भाग आहे, ही संस्कृत नाटकात रूढ असलेली समजूत त्या काळालाही मान्य होती.

(२) 'शारदा' हे नव्या वळणाचे पहिले अस्सल मराठी नाटक. या नाटकात देवल आपल्या संस्कृत चाकोरीतून बाहेर पडले. पण 'झुंझाररावा'मुळे शेक्सपियरचे सामर्थ्य परिचित झाले असूनही, नाटक शोकांत करू नये, हे संस्कृत बंधन देवल तोडू शकले नाहीत. नाटककाराचे व्यक्तित्व, त्याचा काळ व त्याचा प्रेक्षकवर्ग या सर्वांवर नाट्यरचना कशी अवलंबून असते, हे 'शारदे'मध्ये स्पष्टपणे दृष्टीला पडते. 'शारदे'ला नाके मुरडणाऱ्यांनी हरिभाऊ आपट्यांची त्या नाटकाची प्रस्तावना जरूर अभ्यासावी.

(३) 'शारदे' मध्ये मराठी नाट्याने एका दिशेने चार पावले पुढे टाकली. 'वीरतनय' व 'मूकनायक' या श्रीपाद कृष्णांनी मराठी रंगभूमीला तीन देणग्या दिल्या : (१) संस्कृत नाटकातल्यापेक्षा अगदी निराळ्या प्रकारचा विनोद. (श्लेष, कोटी, अतिशयोक्ती, उपहास, कल्पनाचमत्कृती, इत्यादिकांनी नटलेला). (२) अंतरंगाच्या दृष्टीने पौराणिक कथांशी संलग्न असलेले पण बहिरंगाच्या बाजूने आधुनिकत्वाचा आभास निर्माण करणारे प्रणयरम्य वातावरण. (३) तरुण स्त्रीपुरुषांच्या प्रेमाकडे पाहण्याचा नवा, मोकळा व सौंदर्यनिष्ठ दृष्टिकोन.

या दृष्टिकोनाने तत्कालीन सुशिक्षित समाजाची एक मोठी भावनिक भूक भागवली. मात्र कोल्हटकरांनी रंगभूमीला चढविलेल्या या लेण्यातूनच नव्या दोषांची बीजे पेरली गेली. ते दोष पुढीलप्रमाणे होते : (१) स्वतंत्र विनोदी प्रवेशाचा वापर. त्यामुळे नाट्याच्या कलात्मक विकासाला येणारे अडथळे. (२) कादंबरीसारखी गुंतागुंतीची कथानके. यामुळे नाटक रंजक वाटले तरी नाट्यवस्तूच्या एकसंघतेला व रसोत्कर्षाला ही गुंतागुंत मारक होऊ लागली. (३) अलंकारिक व कोटिक्रमयुक्त भाषाशैलीवर सतत भर पडत गेल्यामुळे स्वभावरेखन, नाट्यसंघर्ष इत्यादिकांकडे होणारे दुर्लक्ष.

(४) खाडिलकरांनी नाट्य म्हणजे काय हे कोल्हटरांच्यापेक्षा फार मोठ्या

प्रमाणात ओळखले होते. शेक्सपियरचे नाट्यतंत्र त्यांनी मराठी रंगभूमीवर समर्थपणे हाताळले. 'सवाई माधवराव याचा मृत्यू', 'कांचनगडची मोहना', 'कीचकवध', 'भाऊबंदकी' ही त्यांची नाट्यपूर्ण नाटके केवळ मराठीतच नव्हेत तर अन्य भारतीय भाषांतही आवडावीत अशा प्रकारची आहेत. खाडिलकर स्वतः राजकारणात पडले होते. रंगले होते. त्यामुळे 'कांचनगडची मोहना' किंवा 'कीचकवध' यांच्यात त्यांनी प्रचलित राजकारणाची जी प्रतिबिंबे दाखविली ती केवळ प्रचारात्मक नव्हती. त्यांच्या समर्थ नाट्याने त्यातला प्रचार पचविला होता. पण खाडिलकरांची तीव्र नाट्यदृष्टी पुढे पुढे तीन कारणांनी मंद होत गेली :

(१) हातातल्या पौराणिक कथानकांवर प्रचलित घडामोडींचे रूपक अट्टाहासाने बसविण्याचा हव्यास. (२) संगीत नाटकांमुळे नाटककाराला प्रसंग, पात्रे, मांडणी इत्यादिकांबाबत घालून घ्यावी लागणारी बंधने. (३) शुष्क तात्त्विकता. शेक्सपियरची तात्त्विकता खाडिलकरांच्या 'द्रौपदी' 'मेनका' इत्यादी नाटकातल्या तात्त्विकतेहून अगदी निराळी आहे; ती रसपूर्ण आहे. ती त्यांच्या नाट्याला भव्य बैठक प्राप्त करून देते. ती जीवनाच्या अंतरंगात खोल दडून बसलेल्या सत्यावर प्रकाश पाडते. खाडिलकरांच्या पुढल्या पुढल्या नाटकातली तात्त्विकता घटपटादी खटपटीसारखी वाटू लागली.

(५) गडकऱ्यांच्या ठिकाणी कोल्हटकर व खाडिलकर यांच्या गुणांचा जसा संगम झाला, तसे त्यांचे दोषही एकत्रित झाले. गडकऱ्यांच्या धुंद करून सोडणाऱ्या कल्पकतेमुळे आणि हृदयाचा ठाव घेणाऱ्या भावनाविष्कारामुळे त्यांच्या नाटकातील दोष काहीसे झाकले गेले, शिवाय त्यांची प्रतिभा विकासशील होती. तिने पुढे कदाचित आपला स्वतंत्र मार्ग चोखाळलाही असता! पण दुर्दैवाने तसे घडले नाही. गडकऱ्यांचे अकाली झालेले निधन हा मराठी नाट्याच्या विकासाच्या दृष्टीने मोठा आघात होता. त्यांच्या लोकप्रियतेमुळे पुढील दशकात त्यांचे अनुकरण पुष्कळ झाले. पण दोषांचे अनुकरण सोपे असते, गुणांचे नाही, हाच अनुभव सर्वांना आला.

या त्रोटक सिंहावलोकनावरून पुढील गोष्टी स्पष्ट होतात :

(१) १८८० ते १९२० या काळात केवळ कलेच्या आधुनिक दृष्टीने कुणीच नाट्यलेखन केले नाही. ते करणेही शक्य नव्हते. नाटक ही जशी कला होती तसाच तो धंदाही होता. मात्र या काळात किर्लोस्कर, देवल, कोल्हटकर, खाडिलकर व गडकरी या सर्वांनी आपापल्या परीने मराठी रंगभूमी समृद्ध केली. या मिळालेल्या वारशांतले चांगले तेवढे वेचून घेऊन स्वतंत्र रीतीने पुढे जाणारा प्रतिभावान नाटककार १९२० नंतर मराठी रंगभूमीला मिळाला नाही, हे तिचे खरे दुर्दैव आहे.

(२) या कालखंडातली मराठी रंगभूमी हे समाजाच्या रंजनाचे आणि उद्बोधनाचे सर्वस्पर्शी व सर्वश्रेष्ठ साधन होते. साहजिकच कीर्तन आणि लावणी यांच्या द्वारे

आलेली संगीताची आवड एकसारखी वाढत जाऊन शेवटी संगीत नाटकाला गाण्याच्या मैफलीचे स्वरूप येण्याची पाळी आली.

(३) संगीत, विनोद, प्रचलित राजकीय किंवा सामाजिक समस्या, प्रवेश, पात्रे व प्रसंग यांची गर्दी या सर्वांची नाटकात क्रमाक्रमाने कलाहीन वाढ होत गेली. त्यामुळे तात्कालिक रंजकता साधली, तरी कलेवरची दृष्टि ढळली. अनेक प्राथमिक नाट्यमूल्यांचा नाटककारांना विसर पडला. गडकऱ्यांच्या मृत्यूपर्यंत दर दशकाला प्रतिभावान नाटककार लाभत गेल्यामुळे हळूहळू वाढत गेलेल्या या दोषांची जाणीव त्या वेळी तितक्या तीव्रतेने झाली नाही. पण १९२० नंतर तसा समर्थ नाटककार झाला नाही. त्यामुळे जुन्या नाटकातली अनेक वैगुण्ये स्पष्ट होऊ लागली. संगीत व विनोद यांच्या कलाहीन व अतिरेकी वापरामुळे उत्पन्न झालेली वैगुण्ये ही त्यात प्रमुख होती. म्हणून पुढील प्रकरणात या दोन नाट्य-घटकांचा परामर्श घेण्याचे मी ठरविले आहे.

३. विनोद व संगीत

१८८० ते १९२० पर्यंत मराठी नाटकाचा कसा विकास होत गेला आणि तो विकास होत असतानाच आपली नाट्यदृष्टी कशी दूषित होत गेली हे मी वर सविस्तर सांगितले. १९२० पर्यंत हे दोष तीव्रतेने जाणवले नाहीत याचे कारण प्रत्येक दशकाला एक नवा प्रतिभावान नाटककार लाभत होता. त्याच्या गुणांचे कौतुक करण्याच्या नादात रंगभूमीवरल्या वाढत्या दोषांकडे कळत नकळत दुर्लक्ष होत होते. समुद्राला भरती येते तेव्हा किनाऱ्याजवळचे वेडेवाकडे खडक पाण्यात बुडून जातात; पण ओहोटीच्या वेळी तेच खडक उघडे पडतात. इथेही तसेच झाले.

नाटककार या नात्याने १९२० ते १९३० हे दशक वरेरकरांनी गाजविले. पण गडकरी-खाडिलकरांची प्रतिभा त्यांच्या ठिकाणी नसल्यामुळे त्यांच्या नाटकात रंजकता, प्रयोगशीलता व सामाजिकता एवढेच गुण प्रामुख्याने प्रकट झाले. नव्या काळाला अनुरूप अशी समर्थ नाट्यरचना त्यांच्या हातून होऊ शकली नाही. नाटक ही जशी कला आहे तसाच तो धंदाही आहे. सन १९२० ते १९३० या दशकातले बहुतेक नाटककार पूर्वीच्या चाकोऱ्यातूनच नाटके लिहीत राहिले. नवीन काहीतरी करून दाखवावयाचे व त्यात यश मिळवायचे, अशी जिद्द वरेरकरांशिवाय दुसऱ्या कुणाच्याही ठिकाणी नव्हती. या दशकातल्या प्रमुख अशा गंधर्व मंडळीचा इतिहास त्या दृष्टीने अभ्यसनीय आहे. अशा रीतीने कलादृष्ट्या अपकर्षाचा काळ सुरू झाला. त्यातच चित्रपटाच्या नव्या धंद्याची स्पर्धा नाट्यकलेला जाणवू लागली. नाटक मंडळ्यांची आसने डळमळीत झाली. साहजिकच या दशकातल्या नाटकात जुन्या

नाटकातले अनेक दोष वृद्धिंगत झाले.

या दशकातल्या सर्वसामान्य नाटकांचे वर्णन एका शब्दात करायचे झाले तर ते नाटक 'होल्डॉल' सारखे होते असे म्हणता येईल. प्रवासाला जाताना वाटेत लागणाऱ्या सर्व प्रकारच्या गोष्टी ठेचून भरलेल्या असत. प्रचलित राजकीय किंवा सामाजित विषयांचे आवाहन त्यात असे. कारण देवलांच्या शारदेने व खाडिलकरांच्या नाटकांनी असे आवाहन किती लोकप्रिय होऊ शकते हे पूर्वी दाखविले होते. पण कुठलाही विषय निवडला तरी तो कथानकाच्या द्वारे कलात्मक रीतीने प्रकट झाला पाहिजे. दुधात साखर विरघळते तसा तो नाट्यरसात मरला पाहिजे, याचे भान या वेळच्या फारच थोड्या नाटककारांना होते. कोल्हटकर-गडकऱ्यांनी रूढ केलेली स्वतंत्र विनोदी प्रवेशांची परंपरा नाट्याच्या विकासाला पोषक होत आहे की मारक होत आहे याचा विचार करण्याची गरजच कुणाला भासली नाही. नवा मार्ग चोखाळण्याची शक्ती तर कुणाच्याच अंगी नव्हती. किर्लोस्करांचे 'सौभद्र', देवलांचे 'शापसंभ्रम' व कोल्हटकरांचे 'मूकनायक' या नाटकांची कथानके संगीताला अनुकूल होती. पण पुढे ही तारतम्यदृष्टी नाहीशी झाली. खुद्द कोल्हटकरांच्याच 'मतिविकार' नाटकात ध्येयवादी, स्वार्थत्यागी मनोहर स्थानीअस्थानी गाऊ लागला. खाडिलकरी नाटकात संगीत आले ते आतून उचंबळून आले नाही. त्यांच्या नाटकातले संगीत नव्या रागदारी चालीमुळे अतिशय लोकप्रिय झाले. तरी ते मूळ नाट्याला पोषक ठरले नाही. 'हाच मुलाचा बाप' हे मूळचे गद्य नाटक. नानबा गोखल्यांच्या कंपनीने गद्य स्वरूपात हे समाजिक नाटक लोकप्रिय करून दाखविले होते. पण पुढे केशवराव भोसल्यांनी ते घेतले. साहजिकच त्याच्यावर संगीताचा साज चढला. अशा रीतीने नाट्यविषयी प्रकृती न पाहता, गद्यपद्यांचे व नाट्य आणि संगीत यांचे सांधे बेमालूमपणे जुळत आहेत की नाहीत याची पर्वा न करता, नाटकात किती गाणी घालावयाची आणि त्यांना किती 'वन्स मोअर' घ्यायचे यांचा विवेक न ठेवता संगीताची रंगभूमीवर पूजा सुरू झाली. साहजिकच पाहुणा घरचा मालक बनला.

विनोद व संगीत या दोन घटकांनी मराठी नाटक लोकप्रिय केले हे खरे! पण या दोन्ही घटकांचा नाटकात पुढे पुढे इतका कलाशून्य विस्तार होऊ लागला की, त्यामुळे मूळच्या नाट्यवस्तूला व तिच्या विकासाला येणारा उणेपणा प्रतिभावान नाटककारही टाळू शकले नाहीत. 'पुण्यप्रभाव' नाटकाची रंगीत तालीम पाहिल्यानंतर त्यातील सर्व विनोदी प्रवेश गाळून नाटक पाहण्याची इच्छा तात्यासाहेब केळकरांनी प्रदर्शित केली होती. या इच्छेचा अर्थ उघड आहे! नाटकातील विनोदी पात्रांचा कथानकाचे धागे जुळविण्याच्या कामी कुशलतेने उपयोग करून घेता येतो; नाही असे नाही. पण तेवढ्यासाठी एका नाटकात समांतर अशी दोन कथानके चालविणे, त्यात एक गंभीर व दुसरे विनोदी असल्यामुळे नाट्यवस्तूच्या चढत्या रंगतीला पदोपदी व्यत्यय येणे

आणि वेलीवर उमललेल्या फुलासारखी नाट्यवस्तू न उमलता तिच्या रचाईची पदोपदी जाणीव होणे या गोष्टी कलेच्या दृष्टीने निःसंशय हानिकारक होत्या. पण समाजाप्रमाणे साहित्यातही रूढ चालीरीतींचा भंग करण्याचे धाडस सहसा कुणाच्या हातून होत नाही. त्यामुळे गडकरी प्रतिभावान असूनही या बाबतीत बंडखोर होऊ शकले नाहीत. उलट, गुरूकडून मिळालेल्या विनोदाचा वारसा त्यांनी आपल्या प्रतिभेने वृद्धिंगत केला व नाटकाच्या कलात्मक मांडणीला आणि उत्कर्षाला मारक असणारा विनोदी प्रवेशांचा सवता सुभा आवश्यक वाटावा अशी परिस्थिती त्यांनी निर्माण केली. आठ-दहा वर्षांपूर्वी पाहिलेला 'प्रेमसंन्यासा'चा एक प्रयोग अद्यापी मला आठवतो. या प्रयोगात गोकुळ व मथुरा ही मुख्य पात्रे आहेत; आणि जयंत व लीला ही दुय्यम दर्जाची पात्रे आहेत असा समज होण्यासारखी परिस्थिती निर्माण झाली होती!

मराठी नाट्याच्या क्रमप्राप्त विकासाला मारक झालेला हा दोष टाळणे अशक्य होते असे नाही. संस्कृत परंपरेतून आलेल्या किर्लोस्कर-देवलांच्या नाटकात हा दोष नाही. ती नाटके मुख्यतः प्रणयप्रधान असतील; 'मृच्छकटिक' सोडले तर विविध स्वभावांची पात्रे व विविध प्रकारचे प्रसंग यांची कुशलतेने केलेली रचना त्यात आढळत नसेल; पाश्चात्य नाटकांच्या मानाने या नाटककारांनी चित्रित केलेले जग मर्यादित असेल! पण या सर्व संस्कृत नाटकातले नाट्य एकसंघ होते. त्यांच्यावर सदैव काव्याचा पगडा असल्यामुळे उत्तररामचरिताचा पहिला अंक किंवा 'मृच्छकटिक' नाटक बाजूला ठेवले, तर शुद्ध नाट्याचा प्रभावी विलास त्यात आढळत नाही हेही खरे आहे. पण असे असले तरी संस्कृत नाटकात जे काही नाट्य आहे ते एकसंघ आहे, कलात्मतेला बाध आणणारी बांडगुळे त्यात आढळत नाहीत. कोल्हटकरांच्या वीरतनयापासून संस्कृत नाट्याला पुष्कळसा अपरिचित असलेला विनोद मराठी रंगभूमीवर आला. 'मूकनायका'त तर प्रणयाच्या जोडीने विनोदाला स्थान मिळाले. पण 'मूकनायका'चा एक मोठा गुण हा की, त्यातला नायक विक्रांत हा मुक्याचे सोंग घेऊन राजकन्या सरोजिनी कशी आहे हे पाहण्याकरिता जातो. त्यामुळे या नाटकात शृंगार व हास्य हे दोन रस एकजीव झाले. त्यांनी परस्परांचे सौंदर्य फुलविले. किंबहुना असे म्हणता येईल की, 'मूकनायक' हे प्रणयप्रधान नाटक असले तरी मराठी रंगभूमीवरले ते पहिले स्वतंत्र, सुरस, हास्यप्रधान नाटक आहे. हीच पद्धत कोल्हटकरांनी आपल्या पुढल्या नाटकात अनुसरली असती तर मराठी रंगभूमीला खचित अधिक चांगले वळण लागले असते. पण 'गुप्तमंजूषा'त शृंगी-भृंगी, वंचक वगैरे स्वतंत्र विनोदी पात्रे त्यांनी निर्माण केली. त्यांचा गंभीर, रहस्यप्रधान व अतिशय गुंतागुंतीच्या अशा कथानकाशी त्यांनी कसाबसा संबंध जुळविला आहे. पण नाट्याच्या एकात्मतेच्या दृष्टीने तो बादरायणसंबंध वाटतो. कोल्हटकरांची ही स्वतंत्र विनोदी प्रवेशांची परंपरा खाडिलकरांनी जशीच्या तशी पत्करायला नको होती.

पण खाडिलकरांना विनोदाची देणगी नव्हती. गद्य नाटके यशस्वी करून दाखविण्याची जबाबदारी त्यांच्यावर होती. अशा स्थितीत प्रेक्षकाला रंजक वाटणारे हे नवे साधन त्यांना दूर झुगारून देता आले नाही यात नवल नाही. गडकऱ्यांच्या बाबतीत गुरूपेक्षा शिष्य सवाई हे तर ठरलेलेच होते. साहजिकच 'एकच प्याल्या'सारख्या त्यांच्या करुणरसप्रधान नाटकात उत्तररामचरिताच्या पहिल्या अंकाचे स्मरण करून देणारा पहिला प्रवेश संपताच तळिराम-भगीरथाचा लांबलचक हास्यप्रधान प्रवेश सुरू होतो आणि त्यात प्रेमापासून दारूपर्यंत सर्व विषयांवरील तळिरामाची मते सुंदर कोट्यांच्या आतषबाजीत व्यक्त केली जातात.

गडकऱ्यांच्या कारुण्य व हास्य यावरील अपूर्व प्रभुत्वामुळे नाट्यवस्तूच्या कलात्मक विकासाची त्यांच्या नाटकात होणारी हानी तितकीशी जाणवली नाही. पण त्यांच्या मृत्यूनंतरच्या एका तपात त्यांचे अंध अनुकरण फार झाले. 'श्री' सारखे नाटक वाचले म्हणजे अशा प्रकारच्या अनुकरणाचे किती मोठे तोटे असतात याची पूर्ण कल्पना येते. ही समांतर विनोदी प्रवेशांची वाढ पाहिली म्हणजे संपूर्ण हास्यप्रधान नाटकांचा पायंडा कोल्हटकर-गडकऱ्यांनी पाडला असता तर रंगभूमीची पुढची दुर्दशा काही प्रमाणात टळली असती असे वाटू लागते; पण ते घडले नाही. कोल्हटकर-गडकऱ्यांचे हे काम माधवराव जोश्यांनी केले. त्यांचे 'म्युनिसिपालिटी' हे एक अस्सल असे पहिले मराठी विनोदी नाटक. उपहास, उपरोध, विडंबन इत्यादींनी नटलेले. त्यात गांभीर्याला अवसर नाही. मात्र माधवराव जोश्यांच्या विनोदाला अनेक मर्यादा होत्या. त्यांनी मोलियर वाचला होता; पण पचविला नव्हता. समाजातल्या ढोंगासोंगांचा समाचार घेणाऱ्या विनोदी नाटककाराला जी एक कलात्मक संस्कृतीची पातळी सदैव संभाळावी लागते ती त्यांनी संभाळली नाही; त्यामुळे अत्र्यांचा उदय होईपर्यंत स्वतंत्र विनोदी नाटकांची निर्मिती दुर्लक्षितच राहिली.

अत्रे हे कोल्हटकर-गडकरी संप्रदायातलेच नाटककार. या परंपरेचे हे काम त्यांनी चांगल्या रीतीने पार पाडले. 'साष्टांग नमस्कार' व 'लग्नाची बेडी' ही त्यांची दोन गाजलेली विनोदी नाटके. अत्र्यांच्या या कर्तृत्वामुळे विनोदी नाटकांचा मार्ग मोकळा झाला. अजून तो मोठ्या प्रमाणात चोखाळला जात नाही हे खरे आहे. पण 'तुझे आहे तुजपाशी' या नाटकाने मराठी रंगभूमी या विशिष्ट बाबतीत इष्ट दिशेने प्रगती करीत आहे हे सिद्ध केले आहे. मात्र अत्रे काय किंवा देशपांडे काय, दोघेही विनोदी नाटकालासुद्धा थोडेसे गंभीर अस्तर असावे असे मानीत असावेत. 'लग्नाची बेडी' या नाटकाच्या शेवटी सर्व लंपट पुरुषांना खेळविणारी रश्मी 'बायकांनो, आपला शृंगार संभाळा आणि नवरे संभाळा' असा उपदेश करायला विसरत नाही! देशपांड्यांचा आचार्यही याच परंपरेतला आहे. नाटकाचे अडीच अंक या आचार्याला हास्यास्पद करून दाखविण्यात देशपांड्यांनी आपली प्रतिभा खर्च केली आहे. तिसरा

अंक निम्मा झाल्यावर मग या आचार्यांचे एक फार मोठे दुःख सांगायला ते सुरुवात करतात. ते दुःख खोटे आहे असे मी म्हणत नाही. पण ज्याच्या आयुष्यात असे दुःख आले आहे, तारुण्यातल्या ध्येयवादाची फोलकटे चिवडीत बसून ती रसपूर्ण आहेत असे नाटक करण्याची पाळी ज्याच्यावर आली आहे, अशा मनुष्याचे चित्र प्रथमपासून अधिक करुण व अधिक गंभीर व्हावयाला हवे होते.

आपले विनोदी नाटककार अजून या फसव्या गांभीर्याला कवटाळण्याचा प्रयत्न करतात, याची अनेक कारणे असू शकतील. पण माझ्या मते याचे मुख्य कारण कोल्हटकरांनी प्रवर्तित केलेला विनोद अजूनही आपल्याकडे मुख्यतः बुद्धिनिष्ठच राहिला आहे हे आहे. त्यामुळे उपहास, उपरोध, विडंबन वगैरे गोष्टी त्याला सुरेख साधतात. 'सुदाम्याच्या पोह्यां'नी जे कार्य पन्नास-साठ वर्षांपूर्वी केले, तेच गेल्या तीन-चार वर्षात 'तुझे आहे तुजपाशी' मुळे थोड्या प्रमाणात झाले. पण या बुद्धिनिष्ठ विनोदाला मृदुतेची, दैनंदिन वास्तवाची आणि सर्वसामान्य माणसाच्या सहृदय जीवनदृष्टीची जी जोड मिळायला हवी होती ती अद्यापही मिळालेली नाही. अपवाद आहे तो फक्त चि. वि. जोश्यांचा! त्यांच्यासारखी विनोदी प्रतिभा लाभलेला नाटकार मराठी रंगभूमीच्या प्रगतीला आजच्या काळात देशपांड्यांच्याइतकाच उपकारक होईल.

मात्र, शुद्ध विनोदी नाटके आपल्याकडे फार उशीरा लिहिली गेली हे खरे असले, तरी इंग्रजी वाङ्मयातल्या विनोदी नाटकाच्या आधारे अशी नाटके लिहिणे व रंगभूमीवर ती करून दाखविणे ही गोष्ट व्यवसायाच्या दृष्टीने कधीच दुर्लक्षित झाली नाही. पण शेक्सपियर जसा आपल्या रंगभूमीवर आला आणि हॅम्लेटच्या द्वारे लोकप्रिय होऊन राहिला, तसे मोलियरच्या किंवा दुसऱ्या कुणाही श्रेष्ठ विनोदी नाटककाराच्या बाबतीत घडले नाही. मात्र मराठी रंगभूमीचे अलंकार होऊन राहण्याची योग्यता असलेली अशी दोन विनोदी नाटके या परंपरेत निर्माण झाली. पहिले 'त्राटिका' व दुसरे 'संशयकल्लोळ'. पण ही दोन्ही रुपांतरे वा. बा. केळकर व देवल यांच्या नाट्यचातुर्याने इतकी स्वदेशी व स्वाभाविक बनविली की, त्यांना परक्या कलाकृतींचा आधार असेल असा भास नाटक पाहताना क्वचितच होतो.

गोविंदराव टेंबे यांनी याच पद्धतीने शेरिडनचे Duenna व ऑस्कर वाईल्डचे Importance of Being Earnest या दोन नाटकांची रूपांतरे केली आहेत. ही रूपांतरे यशस्वी झाली नाहीत याचे मुख्य कारण या दोन्ही नाटकातील घटना, स्वभावचित्रे वगैरे गोष्टी हास्यपरिपोषक असल्या तरी त्यांच्यात इथल्या समाजाच्या अनुभवाची प्रतिबिंबे नाहीत. त्यामुळे त्या गोष्टी परकीय वाटतात. उदाहरणार्थ, 'Duenna' चे रूपांतर जे 'वरवंचना' नाटक त्यातील पहिला अंक पाहावा. या अंकाच्या पहिल्या प्रवेशात नायक आनंदराव हा गात गात आपल्या प्रेयसीच्या घरापाशी येतो. तिच्या खिडकीखाली उभा राहून तो गाऊ लागतो. 'तव मानस कैसे

काय' हे पद आनंदराव म्हणू लागतो. द्वंद्वगीताच्या पद्धतीने नायिका नलिनी खिडकीतून गाऊ लागते, 'दिनरजनी करिते हाय, विरहे देह पोळला.' रात्रीची दोन-तीन वाजताची वेळ. नाटकाचे प्रेक्षक घरी जात आहेत. आनंदराव हा त्यापैकीच एक. या दोघांचे संगीत सवाल-जबाब ऐकून नलिनीचा बाप शंभुराव चिडतो. 'तुझा गायन-टीचर गद्धा आहे' म्हणून तो तिला सांगतो. 'हे बिचारे मला इथपर्यंत पोचवायला आले आणि त्यांच्यावर संतापता उगीच?' एवढे म्हणून 'मना तळमळसी लतामंडपा सुख सेवाया' इत्यादी ओळी नलिनी गाऊ लागते.

शेरिडनने 'डॉन ड्यूएना' मध्ये स्पॅनिश वातावरण योजिले असल्यामुळे हा प्रेमप्रवेश पाश्चात्य रंगभूमीवर ठीक वाटत असेल. पण तीन तपांपूर्वी टेंब्यांनी हे नाटक लिहिले तेव्हा नायक-नायिकांच्या तोंडी शाकुंतलातल्या पदांच्या ओळी घालून त्यांनी इकडले वातावरण निर्माण करण्याचा प्रयत्न केला असला, तरी हा सर्व प्रसंग प्रेक्षकांना अतिरंजित व अस्वाभाविक वाटत असला पाहिजे. विद्यार्थ्यांच्या बेशिस्तीबद्दल सध्या साऱ्या देशात साधार आक्रोश सुरू आहे. आपल्याकडल्या तथाकथित प्रेमविषयक चित्रपटांचे (खरोखर हे चित्रपट निर्बुद्ध, भडक व गल्लाभरू असतात. प्रेम या मानवी जीवनातल्या अतिशय नाजूक पण प्रभावी भावनेशी या चित्रपटांच्या निर्मात्यांना काही कर्तव्य नसते.) तरुण पिढीवर अनिष्ट परिणाम होत असल्याचा गर्गशा नित्य कानी पडतो. पण अशा स्थितीतही पहाटे तीन-चार वाजता नायिकेच्या खिडकीखाली उभे राहून प्रेमाची गाणी गाणारा नायक आणि त्याला माणसांदेखत तशाच प्रकारच्या गाण्यांनी उत्तरे देणारी नायिका ही आपल्या समाजाला पचणे कठीण आहे. मानवी स्वभावातल्या मूलभूत वैगुण्यावर उभारलेली हास्यांतिका रूपांतरकाराच्या कलाकौशल्याने कोणत्याही देशात आपलीशी वाटणे शक्य आहे. 'त्राटिका' ही जहांबाज तरुणीला ताळ्यावर आणणाऱ्या नवऱ्याची कथा आहे. 'संशयकल्लोळ' ही पति-पत्नी आणि प्रियकर-प्रेयसी यांच्या मनात लहानसहान कारणआंनी संशयाचे बीज कसे पेरले जाते आणि त्याचा हा हा म्हणता केवढा मोठा विषवृक्ष बनतो हे दर्शविणारी हास्यांतिका आहे. मानवी जीवनात सर्वत्र, सर्व काळी आढळणाऱ्या या गोष्टी आहेत. पण जिला आपण विशिष्ट समाजातल्या चालीरीतींवर टीका करणारी, प्रसंगी त्या समाजातल्या प्रचलित मूर्खपणाचे विडंबन करणारी हास्यांतिका (Comedy of Manners) म्हणतो, तिचे रूपांतर सर्वस्वी भिन्न अशा समाजात लोकप्रिय होणे कठीण आहे. 'लग्नाची बेडी' व 'तुझे आहे तुजपाशी' या नाटकांची मौज आजच्या मराठी समाजाला किंबहुना भारतीय समाजमनाला जेवढी कळेल, तेवढी इंग्लड-अमेरिकेतल्या प्रेक्षकांना कळणे अशक्य आहे. 'वरवंचना' व 'गंभीर घटना' या दोन्ही नाटकांची कथानके आपल्याकडल्या परिस्थितीशी जुळवून घेण्याची टेंब्यांनी खूप धडपड केली आहे; पण ती यशस्वी झालेली नाही. ही दोन्ही

नाटके वाचताना आपण परक्या आणि नीरस वातावरणात आहोत असेच वाटत राहते.

शाब्दिक विनोदाची आणि अतिशयोक्तीने निर्माण होणाऱ्या हास्यांची स्थळे या दोन्ही नाटकात पुष्कळ आहेत. पण प्रतापराव, त्राटिका, फाल्गुनराव, कृत्तिका, अश्विनशेठ, रेवती वगैरेमुळे निर्माण होणारा नाजूक, स्वभावनिष्ठ किंवा प्रसंगनिष्ठ विनोद या नाटकात फारसा नाही. काही ठिकाणी तर मर्यादेचे उल्लंघन झालेले आढळते. 'वरवंचना' नाटकात नलिनीची प्रौढ व कुरूप शिवणशिक्षिका म्हाळसा नलिनीचे सोंग घेत व नलिनी बापाच्या हातावर तुरी देऊन घरातून निघून जाते. प्रौढ सोनटक्के सावकार नलिनीला पाहायला येतो तेव्हा त्याला म्हाळसाच भेटते. ती त्याच्या रूपाचे वर्णन करू लागते. ती म्हणते, 'मेला आमचा बायकांचा जन्मच मुळी खोटा. मनाजोग्या माणसाचं मोकळ्या मनानं वर्णन करायची सुद्धा चोरी.' सोनटक्के उद्गारतो, 'माझ्या स्वरूपाचं कौतुक करणाऱ्या या पोवळ्यासारख्या ओठांचा मी कसा उतराई होऊ?' तो तिच्या गालांवरून हात फिरवितो आणि स्वतःशी म्हणतो, 'हिच्या बापानं वर्णन केल्याप्रमाणं गालावर आणि हनुवटीवर मखमलीपेक्षाही दाट लव आहे खरी!' तो गालावरून हात फिरवू लागलेला पाहून म्हाळसा त्याला म्हणते, 'इश्श! मी नाही जा. आपण गडे फारच रंगेल दिसता. पण ह्या मेल्या गल्मिश्या मला नाही आवडत. काढून टाकायच्या त्या.' त्यावर सोनटक्के स्वगत उद्गारतो, 'आपणा दोघांनाही कारागिराची गरज आहेच!'

निरनिराळ्या कारणांमुळे टेंब्यांच्या या दोन्ही विनोदी रूपांतरात कुटलेही वैशिष्ट्य प्राप्त झाले नाही. पण १९०० ते १९२० या कालखंडात मराठी रंगभूमीला लोकप्रियता प्राप्त करून देणारा विनोदाइतकाच किंबहुना त्याहूनही महत्त्वाचा घटक संगीत हा होता. या नाट्यसंगीताच्या बाबतीत टेंब्यांनी पहिल्या प्रतीची कामगिरी केली. 'मानापमाना'पासून ज्या संगीताने मराठी रंगभूमी स्वरसागरात विहार करू लागली, ते नव्या गायकी चालीचे संगीत टेंब्यांनीच दिले. संगीततज्ज्ञ व गीतकार या नात्याने त्यांचा दर्जा फार मोठा होता. ते सतत या कलेची डोळसपणे उपासना करीत आले होते. त्यामुळे देवल-किर्लोस्करांचे कीर्तन आणि लावणी यांच्याद्वारा आलेले व मराठी मनाला आपलेसे वाटणारे संगीत, कोल्हटकरांनी उर्दू व गुजराती रंगभूमीवरून आणलेले नखरेल, नाचरे संगीत आणि श्रेष्ठ गायकांच्या निरनिराळ्या संप्रदायात पिढ्यान् पिढ्या वाढत आलेले शास्त्रीय संगीत या सर्वांचे गुणावगुण त्यांना अत्यंत उत्कृष्ट रीतीने अवगत होते. या विषयावरील त्यांचे अनेक मार्मिक आणि महत्त्वाचे लेख 'जीवन-व्यासंग' या त्यांच्या पुस्तकात आढळतील. ते सर्वच– विशेषतः 'नाटकातील संगीत', 'आमच्या रंगभूमीवरील संगीत चाली', आणि 'मराठी रंगभूमीवरील संगीताचे धर्मांतर' हे अभ्यसनीय आहेत. खुद्द गोविंदरावांनी मानापमानाला चाली दिल्या तेव्हा नाट्यसंगीत रसपरिपोषक व्हावे, या दृष्टीने त्यांनी

किती विचार केला होता व चाली किती कसोशीने योजिल्या होत्या, हे खालील गोष्टीवरून दिसून येईल– 'हा टकमक पाही सूर्य रजनिमुख' या पदाची जागा खाडिलकरांनी त्यांना समजावून सांगितली. नाट्यप्रसंग संध्याकाळचा. सूर्य मावळत आहे असा वेळेचा. भामिनीच्या तोंडी गाणे घालायचे म्हणजे गाणारे बालगंधर्व. हे पद म्हणणाऱ्या भामिनीला तिची मैत्रीण कुसुम येण्याचा आग्रह करीत आहे. पण 'मी गरिबाशी लग्न करणार नाही, मी येणार नाही', असे ती तिला साफ सांगते. हे सर्व लक्षात घेऊन चाल निवडताना टेंब्यांनी इतका विचार केला– 'संध्याकाळ, मुख्य नायिका, तिच्या गाण्याचा झोक, पदाचा आविर्भाव, आवेशाला अनुरूप अशी लय आणि सुरुवातीला रंग भरण्याची आवश्यकता इतक्या बाजू संभाळून चाल निवडायची. अस्तमान समयाला बहुधा गौरी, पूर्वी, श्री, पूरिया, धनाश्री, मारवा हे राग ऐकण्याची श्रोत्यांना सवय झालेली असते. मारव्याखेरीज वरील राग शांत प्रकृतीचे परंतु उदास वृत्तीकडे झुकणारे वाटतात. मारवा राग थोडा लढाऊ वृत्तीचा व अवघड आहे. शिवाय तो स्त्रीभूमकेला शोभणारा नाही. त्यातून भामिनीची भूमिका करणारे बालगंधर्व त्यांचा कंठ व गायन अत्यंत मोहक. परंतु त्या वेळी त्यांच्या गळ्यात रुळलेल्या रागरागिणीच खुलणार. तेव्हा अशा अडचणीत रागसमयाबाबत निर्बंध ढिला करणे भाग पडले; आणि दिवे लागल्यानंतरचा यमनकल्याण, त्यातील मध्यलयीची 'पिअरवा ते हारि नेक नजरपर' ही चीज निवडली. यानंतर चीज व चाल यातील फरकासंबंधाने टेंबे यांनी मोठे मार्मिक विवेचन केले आहे. ते म्हणतात, 'माणसात ज्याप्रमाणे व्यक्तिमत्त्व असते– मग ते बुद्धिमत्तेमुळे, शरीरसौष्ठवामुळे अगर संस्कृतीमुळे असो, आणि त्यामुळे जे समाजात त्याला उच्चतर स्थान प्राप्त होते, त्याप्रमाणेच विशिष्ट आकर्षक घडण ज्या चीजेची असेल तीच त्या त्या रागातली उत्तम चाल होऊ शकते.'

संगीततज्ज्ञ व स्वररचनाकार या नात्याने टेंब्यांच्या दर्जा किती मोठा आहे हे 'मानापमान' या नाटकाने सिद्ध केले असूनही टेंब्यांनी पद्यरचनेचा प्रयत्न असा कधीच केला नाही. कस्तुरीमृगाला जाणवणारा सुगंध कुठून येतो हे त्याला कळत नाही; पण तो त्याच्या अंतरंगातल्या कस्तुरीचाच असतो. तसेच थोडेसे हे झाले. 'पट-वर्धन' नाटक लिहिल्यावर त्यातली पदे करायची पाळी आली तेव्हा ते काम टेंब्यांना थोडे अवघड वाटले. परंतु त्यांनी केलेली पदे श्रीपाद कृष्ण कोल्हटकरांसारख्या या क्षेत्रातल्या श्रेष्ठ रसिकाला आवडल्यामुळे या बाबतीतली त्यांची भीती नाहीशी झाली. आज 'पट-वर्धना'तली पदे वाचली म्हणजे टेंबे हे अव्वल दर्जाचे पद्यकार होते याविषयी शंका वाटत नाही. 'पट-वर्धन' नाटकातली 'कोण कोठोनी आली सुरामा', 'प्रेम हे नितांत तुझे केवी वानू मी अबला', 'तारिणी! नववसनधारिणी', 'मितभाषिणी हीच कुलकामिनी', 'वैरी भुजंग विषारी' ही पदे मराठी नाट्यसंगीतात अगदी पहिल्या पंक्तीत शोभून दिसणारी पद्ये आहेत. किर्लोस्कर-देवलांचे प्रसाद व रसवत्ता हे गुण

टेंब्यांनी आत्मसात केले होते. तसेच कोल्हटकरांचे माधुर्य व रचनाचातुर्य त्यांच्यापाशी भरपूर प्रमाणात होते. मात्र संस्कृत शब्दांचा यथायोग्य वापर करूनही त्यांनी आपली पदे कोल्हटकरांप्रमाणे क्लिष्ट होऊ दिली नाहीत. चालींचा मूळचा डौल पदात कायम ठेवण्याची त्यांची शक्ती अवर्णनीय आहे. किर्लोस्कर, देवल व काही अंशी कोल्हटकर यांच्या उत्कृष्ट पदांच्या जोडीने त्यांची पदे नाट्यसंगीताच्या अभ्यासकाला विविध गुणांच्या दृष्टीने संस्मरणीय वाटतील.

स्वररचनाकार या नात्यानेही टेंब्यांचा अधिकार फार मोठा होता. त्यांचे नाट्यप्रेम व संगीतप्रेम यांची तुलना करावयाची झाली तर ती परस्परांशीच करावी लागेल. अशा प्रकारचे गुण अंगी असलेल्या कलावंताने संगीत नाटकाचा एखादा नवा प्रकार प्रभावीपणाने हाताळला नसता तरच नवल! साहजिकच सत्तरीत येऊनही टेंब्यांची प्रतिभा या बाबतीत अम्लान राहिली. या वयात त्यांनी 'महाश्वेता' ही मोहक स्वरनाटिका लिहिली. स्वरनाटिका हा शब्द त्यांनी इंग्रजीतल्या Grand Opera या संगीत नाट्यप्रकाराकरिता योजिला आहे. हे नाटक संपूर्णपणे संगीत असते. त्यात गद्याला मुळीच अवसर नाही.

स्वरनाट्य किंवा स्वरनाटिका या नावाने अशी संगीतमय नाटके लिहिण्याची कल्पना टेंब्यांना युरोपच्या प्रवासात सुचली. त्या प्रवासात त्यांना 'आयडा' हा ग्रँड ऑपेरा पाहायला मिळाला. त्या नाटकामुळे त्यांच्या संगीतलुब्ध कल्पकतेला कशी चालना मिळाली हे त्यांच्याच शब्दात सांगणे बरे. ते म्हणतात, 'रोम शहरात अतिशय प्रसिद्ध असा हा ऑपेरा पाहण्याचे भाग्य मला लाभले. एका धंदेवाईक मंडळीने या ऑपेराचा प्रयोग केला. फार प्रचंड प्रमाणावर हा प्रयोग झाला. ओपन एअर थिएटरमध्ये निदान तीस हजार तरी प्रेक्षक व्यवस्थित बसले होते. ऑर्केस्ट्राच अडीचशे कलावंतांचा होता. स्टेज सव्वाशे फूट रुंद व शंभर फूट खोल इतके रुंद होते. नाटकात काम करणाऱ्या नटांनी आवाज कमावण्याच्या बाबतीत इतके सायास घेतले होते की, मायक्रोफोनच्या मदतीवाचूनही अगदी शेवटच्या रांगेत बसलेल्या माणसाला रंगभूमीवरील पात्रांचा आवाज स्वच्छ ऐकू येत होता. नटींचा आवाजही अगदी स्पष्ट होता. रंगभूमीवरील प्रकाशाची योजना अगदी अप्रतिम होती. त्याचप्रमाणे रंगभूमीवरील दृश्येही प्रसंगानुरूप व कल्पनारम्य होती. एकंदरीत रंगभूमीवरील देखावा मोठा आकर्षक व वैभवशाली होता. रोममधील रंगभूमीवर झालेला हा यशस्वी प्रयोग पाहिल्यावर आपल्या रंगभूमीवरही असा एखादा ऑपेरा करून दाखवावा अशी अंधुक कल्पना माझ्या मनात जागृत झाली.'

हा नवा प्रयोग यशस्वी रीतीने पार पाडण्याला टेंबे हेच अधिकारी पुरुष होते यात शंका नाही. त्यांनी तब्बल पन्नास वर्षे नाट्यसंगीताचा अभ्यास रसिकतेने आणि मार्मिकतेने केला होता. त्यांची या बाबतीतली कलात्मक दृष्टी किती चोखंदळ व

मर्मग्राही होती, हे 'श्री. कृ. कोल्हटकर यांचे नाट्यसंगीत' या लेखावरून (पृष्ठे ७९-१०१ : 'रंगाचार्य') दिसून येईल. वानगी म्हणून या लेखातील एकच परिच्छेद देतो : 'मूकनायक नाटकाचे मंगलाचरण मुली झोपाळ्यावर बसून म्हणतात. या मंगलाचरणाच्या 'हे प्रभो विभो अगाध किती तव करणी' या पदाची चाल इतकी साधी व सरल-सुंदर आहे की, मुलींच्या मेळाव्यात बसल्यामुळे 'बायकात पुरुष लांबोडा' असे हिणवून घेतल्याची स्वतःच्या बाळपणातील आठवण झाल्यावाचून राहत नाही. त्यापुढील पदाची चाल तर याहीपेक्षा सरस आहे. 'सुरा सुरा जणू उरा असे' हे पद ऐकताना, तिसऱ्या प्रहरी आपल्या घरी आलेल्या बायकांनी आपल्या आईकडून आग्रहाने म्हणवून 'कशी जाऊ मी कुंजवना ग! वाटे आडवा येतो कान्हा' या गाण्याची आणि त्या एकंदर निर्व्याज घरगुती वातावरणाची आठवण कोणाला होणार नाही? या चालीची घडणच अशी आहे की, ती ऐकताना एक प्रकारची अज्ञात हुरहुर निर्माण होते, आणि नेमकी तीच भावना नायिका सरोजिनी आणि तिची भावजय रोहिणी या दोघींच्याही मनाला खुपत असते. आपल्या शरच्चंद्राला मदिरेचे व्यसन लागले की काय, हीच ती हुरहुर. हीच हुरहुर अधिक तीव्र व गंभीर स्वरूप धारण करते, त्या वेळच्या 'सुरा मृदु नाम धरुनी नरांमाजी असुरा शिरे' या रोहिणीच्या पदाची चाल अधिक गंभीर अर्थात संथ लयीची व अनुरूप स्वरांची आहे, ही शंका उगाच आहे, आपल्याला सुख दुखते आहे अशी ती आपल्या मनाची समजूत घालते, तेव्हा तेथील 'निष्कारण चिंता ही सारी' या पदाची चाल खेळकर ठेवली आहे. यानंतर मृगयेहून आलेल्या पतीचे सुकलेले तोंड पाहून 'मनी खिन्न दिसत नृपराज' या पदाच्या चालीमधून कळकळ, काळजी, भीती, शंका वगैरे भावांचा परिपोष करणारे स्वर प्रामुख्याने आढळतात.' (पृष्ठे ९७-९८ : 'रंगाचार्य'.)

टेंबे यांनी 'महाश्वेता', 'जयदेव' व 'प्रतिमा' अशा एकंदर तीन स्वरनाटिका लिहिल्या. यापैकी 'महाश्वेता' पुस्तिकेच्या रूपाने उपलब्ध आहे. 'जयदेव' व 'प्रतिमा' अप्रकाशित आहेत. महाश्वेतेचे प्रयोग आकाशवाणीवर व रंगभूमीवर (पुणे व कोल्हापूर येथे) झाले आहेत. 'जयदेवा'चा प्रयोग नुकताच कोल्हापुरात झाला. 'प्रतिमा' ही भासाच्या नाटकावर आधारली आहे. या तिन्ही स्वरनाटिकांची कथानके निवडताना अशा प्रकारच्या संगीतमय नाटिकेत कोणत्या स्वरूपाचे कथानक अधिक उठावदार व रसपरिपोषक होईल, हे गोविंदरावांनी अचूक हेरले होते. 'आयडा' च्या कथानकातली भव्यता व कल्पनारम्यता त्यांच्या परिचयाची होतीच. रागरागिण्या, त्यांच्याद्वारे आळविले जाणारे विविध रस, त्या रसांना परिपोषक होतील असे प्रसंग असलेली कथानके, त्या कथानकातून स्वरांच्या द्वारे रसांचा परिपोष करू शकतील अशा चाली इत्यादी गोष्टी ध्यानात घेऊनच त्यांनी या नाटिकांची रचना केली.

किर्लोस्कर-देवलांच्या रंगभूमीवरील संगीताचा त्यांचा सूक्ष्म व गाढ व्यासंग

मोठ्या सुरस रीतीने या नाटिकात प्रकट झाला आहे. कोमल, प्रसन्न व रसपरिपोषक पद्यरचना करणारे जे हाताच्या बोटांवर मोजण्याइतकेच गीतकार आपल्याकडे होऊन गेले आणि आहेत, त्यात देवलाइतकेच टेंबेही अग्रेसर ठरतील. 'महाश्वेता' ही स्वरनाटिका नुसती वाचली तरी याचा थोडासा प्रत्यय येण्यासारखा आहे. मात्र नाटक हे जसे नुसते श्राव्य काव्य नाही त्याप्रमाणे स्वरनाटिका हे काही केवळ वाचनीय लिखाण नव्हे. ज्यात श्राव्याला दृश्याइतकेच महत्त्व आहे असे ते नाट्यकाव्य आहे. त्यामुळे त्याची खरी गोडी रंगभूमीवर सुव्यवस्थितपणे केलेला त्याचा प्रयोग पाहिल्यावाचून लक्षात येणे कठीण आहे.

या बाबतीत अभ्यासकांना उपयुक्त अशी एक गोष्ट सुचवावीशी वाटते. 'महाश्वेता' या स्वरनाटिकेचे कथानक आणि 'शापसंभ्रमां'तल्या पहिल्या तीन अंकातील कथा मूलतः एकच आहेत. देवलांच्या मधुर आणि प्रसन्न पद्यरचनेचा टेंब्यांनी आपल्या नाटिकेत उपयोगही करून घेतला आहे. पण संगीत नाटकाहून स्वरनाटिका कशी भिन्न असते आणि ती लिहिणाऱ्याच्या अंगी गायक, स्वररचनाकार व गीतकार या तिन्ही नात्यांनी कोणकोणते गुण असावे लागतात याची या अभ्यासावरून सहज कल्पना येईल.

एका प्रसिद्ध टीकाकाराने ऑपेरा किंवा स्वरनाटिका या नाट्यप्रकाराची संभावना Bastard Play (लेकवळे नाटक) अशी केली आहे. अशा नाटिकेत धड नाट्याचाही संपूर्ण आविष्कार होत नाही किंवा संगीताचाही सर्वस्पर्शी विलास आढळत नाही, असे त्याचे म्हणणे आहे. स्वरनाटिकांवर खूष असणाऱ्या पाश्चात्य प्रेक्षकांच्या प्रतिक्रिया पाहिल्या म्हणजे या टीकेत थोडे तथ्य आहे असे वाटू लागते. 'प्रसिद्ध ऑपेराच्या कथा' या पुस्तकाच्या लेखकाने या बाबतीतला आपला एक अनुभव नमूद केला आहे. ऑपेरा पाहायला आलेली एक बाई आपल्या सोबत्याला म्हणत होती, 'मला इटालियन येत नाही, ही फार आनंदाची गोष्ट आहे. मागे पाठ टेकून गायक आणि वाद्यमेळ यांच्या स्वरविलासांचा आनंद लुटण्यातच मला मौज वाटते. मग समोर जे चालले आहे त्याची कथा काय आहे याची कोण काळजी करतो? मला जर या इटालियन शब्दांचा अर्थ कळला तर तो पदोपदी माझ्या संगीताच्या आस्वादाच्या आड आला असता. माझा आताचा आनंद निम्मातरी कमी झाला असता.'

टेंब्यांना आपल्या स्वरनाटिकांना या बाईसारखे प्रेक्षक नको होते, हे उघड आहे. नाट्य व संगीत यांचा गंगायमुनांप्रमाणे संगम होऊन त्यातून महाराष्ट्रीय परंपरेला अनुरूप असा एक नवा नाट्यप्रकार आपल्याकडे निर्माण व्हावा अशी त्यांची इच्छा होती. तो रूढ होण्याच्या मार्गात अनेक दुर्लंघ्य अडचणी आहेत ही उघड गोष्ट आहे. एक तर भाऊराव कोल्हटकरांपासून नारायणराव राजहंसांपर्यंतच्या श्रेष्ठ रसपरिपोषाच्या कामी समर्थ असलेल्या गायक नटांची परंपरा आमच्या रंगभूमीवरून लुप्त झाली आहे. कला व शास्त्र या दोन्ही दृष्टींनी संगीताचा अभ्यास होत आहे हे खरे; पण

त्याच्यावरही कळत नकळत उथळपणाची, प्रदर्शनाची, तुटपुंज्या अभ्यासाची व आकाशवाणीवरला कार्यक्रम मिळाला म्हणजे घोडे गंगेला न्हाले अशा वृत्तीची छाया पडली आहे. अव्वल दर्जाच्या गायकांपैकी अनेकांना अभिनय दुःसाध्य असतो. काहींना तो सुसाध्य असला तरी असले गायक नव्या संगीत रंगभूमीकडे वळतील असे वाटत नाही. शिवाय या स्वरनाटिकांची रंगभूमीवरली सजावटही एका देखाव्यावरच चालणाऱ्या आधुनिक एकांकी नाटकाइतकी सोपी व स्वस्त नाही. धंदा या नात्याने स्वरनाटिका वाढीला लागणारी अशी आपल्या रंगभूमीची परिस्थिती नाही.

आज रंगभूमीचे महत्त्वाचे सर्व घटक विस्कळित झाले आहेत. सरकारने कराची माफी दिल्याने सर्वत्र बऱ्यावाईट नाटकांचे प्रयोग अहमहमिकेने होत आहेत. पण 'कविता गवताऐसी उदंड वाढली' असे रामदासांच्या उद्‌गारांना शोभेल, असेच आजच्या पुष्कळशा प्रयोगांचे स्वरूप असते. नाटककारांत पु. ल. देशपांडे, विजय तेंडुलकर, वसंत कानेटकर अशी काही आशास्थाने आहेत. काही नव्या नटनटी अभिनयाच्या व संवादांच्या जुन्या पठडीतून बाहेर पडून नवा प्रगतीचा मार्ग चोखाळीत आहेत. मुंबई मराठी साहित्य संघ, पुण्याची प्रोग्रेसिव्ह ड्रॅमॅटिक असोसिएशन इत्यादी हाताच्या बोटांवर मोजता येण्याजोग्या संस्थांनी रंगभूमीच्या खऱ्याखुऱ्या प्रगतीला हातभार लावला आहे यात शंका नाही. पण अजूनही अंधार फार व प्रकाश थोडा अशी स्थिती आहे. अशा स्थितीत टेंब्यांच्यासारख्या सत्तरीत आलेल्या कलावंताने पंचविशीत असलेल्या कलावंतांच्या वृत्तीने स्वरनाटिकेचा केलेला नवा प्रयोग मराठीत कितपत मूळ धरील याबद्दल शंका वाटते. आकाशवाणीवरल्या बहुतेक संगीतिकाही रसोत्कर्ष, स्वरविलास इत्यादी दृष्टींनी बेताबाताच्याच असतात. तथापि टेंब्यांनी रंगभूमीला दिलेली ही नवी देणगी नव्या पिढीने कृतज्ञतेने मान्य करावी आणि साहित्य, नाट्य व संगीत या तिन्ही गुणांनी संपन्न अशा स्वरनाटिकेच्या पद्धतीच्या एकांकिका निर्माण करण्याचा प्रयत्न करावा असे मला मनःपूर्वक वाटते. पूर्वसूरींचे ऋण फेडण्याचा पुण्यस्मरण हा निष्क्रिय मार्ग आहे. ते ज्या वाटेने गेले त्या वाटेने, काटेकुटे तुडवीत पुढे जाणे आणि त्यांनी रचलेल्या पायावर नवी इमारत उभी करणे, यातच प्रत्येक नव्या पिढीचा पुरुषार्थ असतो.

– १९६०

❖

तळटीप –

[या लेखाला आधारभूत असलेली व्याख्याने ता. २७, २८ व २९ जून १९६० रोजी पुणे येथे झाली.]

मराठी लघुकथा

१९२० हे मोठे ऐतिहासिक वर्ष आहे. केवळ कालपरवाच्या राजकारण्यांच्याच नव्हे तर साहित्याच्या दृष्टीनेसुद्धा! या वर्षी राजकारणातले टिळकयुग संपले आणि गांधीयुग सुरू झाले. या वर्षाच्या आगेमागेच मराठी साहित्यातही असेच मोठे स्थित्यंतर घडून आले. १९१८-१९ साली झालेले बालकवी-गडकरी आणि आपटे-टिळक या धुरंधर कवींचे आणि ललित लेखकांचे मृत्यू ही नियतीची निर्दय क्रीडा असेल. पण आता ऐतिहासिक दृष्टीने त्या काळाकडे पाहिले म्हणजे हे प्रतिभावंत ज्या चिपळूणकर-आगरकर किंवा टिळक-केशवसुत युगाचे आपापल्या क्षेत्रातले प्रतिनिधी होते, त्या युगाच्या अस्ताची सूचना देणाऱ्या या घटना होत्या, असे मनात आल्यावाचून राहत नाही.

१९२० नंतर ललितलेखनाचे जे नवे युग मराठीत सुरू झाले, त्याची प्रमुख वैशिष्ट्ये ललितलेखनाकडे साधनाऐवजी साध्य म्हणून पाहण्याची वाढती प्रवृत्ती, डिकेन्स, शेक्सपिअरसारख्या अभिजात पण जुन्या इंग्रजी साहित्यिकांच्या आदर्शाकडून इब्सेन-चेकॉव्हसारख्या आधुनिक पाश्चात्य साहित्यिकांकडे वळलेला मोहरा, आणि विस्ताराने लहान पण कलावंताच्या आत्माविष्काराला पोषक अशा विविध वाङ्मयप्रकारांचा आश्रय ही होय. १९२० पूर्वीच्या गद्याने मराठी शारदेचे मंदिर सजविले आणि गाजविले; मराठी माणसांची मने फुलविली आणि जागविली. मराठी आत्म्याची सौंदर्याची तृषासुद्धा त्याने थोडीफार भागविली, नाही असे नाही. पण ते त्यांचे प्रमुख साध्य नव्हते– एकमेव साध्य तर मुळीच नव्हते! १८७४ पासून १९२० पर्यंत मराठी मनावर अधिराज्य करणारे गद्य-वाङ्मयप्रकार तीनच होते– निबंध, नाटक आणि कादंबरी. या कालखंडाच्या उत्तरार्धात कथा वाढीला लागली; पण तिचे स्थान लग्नातल्या करवलीसारखे होते. हरिभाऊ आपटे हे आधुनिक काळातील आद्य कथाकार म्हणता येतील. पण खुद्द त्यांच्या 'करमणुकी'त कादंबरी व कथा यांचे नाते जे होते ते वृक्ष आणि त्याच्या आश्रयाने वर चढू पाहणारी वेल असे! 'मनोरंजन' ने कथेला अधिक महत्त्वाचे स्थान दिले. गुर्जरांसारख्या कुशल आणि रंजक लेखकामुळे तिला लोकप्रियताही प्राप्त झाली. पण १९२० पूर्वी ही लोकप्रियता मर्यादित होती. कथेला खरा बहर आला, कथेची लघुकथा बनली, इतकेच नव्हे तर विविध

कथाकारांच्या द्वारे पाश्चात्य लघुकथेचे सामर्थ्य प्रकट करायला ही नवी लघुकथा अहमहमिकेने सिद्ध झाली ती १९२० नंतरच!

१९२०-१९४० या कालखंडातली लघुकथा ही १९४२ नंतरच्या नवकथेच्या तुलनेने जुनी असली, तरी हरिभाऊ-गुर्जरांच्या कथेच्या दृष्टीने ती अत्यंत आधुनिक होती. पागोट्याची जागा नुसत्या पगडीने घेतली नव्हती! तिथे टोपी आली होती; आणि तीसुद्धा केव्हाही घडी करून खिशात घालता येईल अशी! १९२० नंतर लवकरच गोष्ट हे जुनेपुराणे बाळबोध नाव टाकून लघुकथा या नव्या नावाने ती मिरवू लागली. घरात तरुण पत्नीने प्रवेश केला म्हणजे आई जशी नकळत 'म्हातारी' म्हणून संबोधली जाऊ लागते, तसाच अनेकदा नवे व जुने यातील अंतराचा आणि संघर्षाचा प्रकार असतो! पण या वेळी हे अंतर डोळ्यात भरण्याजोगे होते. लघुकथा ही गोष्ट असली तरी ती जुन्या पद्धतीची गोष्ट नाही. कथा आणि कादंबरी यांची बीजे, तंत्रे, कथानके, विषय आणि विकास या सर्व गोष्टी मूलतः भिन्न आहेत. कादंबरी हे खडकातून कोरून काढलेले भव्य, सुंदर लेणे असले, तर लघुकथा ही रम्य, चिमुकली हस्तिदंती मूर्ती आहे, ही जाणीव १९२०-२५ नंतर दिवाकर कृष्ण, क्षमाबाई राव, ना. सी. फडके, दौंडकर, मांजरेकर, कमलाबाई टिळक, कृष्णाबाई इत्यादी लेखकांच्या कथालेखनात स्पष्टपणे प्रतिबिंबित होऊ लागली. १९२५ ते १९३५ हे दशक, वा. म. जोशी, ना. ह. आपटे, डॉ. केतकर, ना. सी. फडके, वरेरकर, ना. वि. कुलकर्णी, पु. य. देशपांडे प्रभृती कादंबरीकारांचे लेखन जोमाने सुरू असूनही, लघुकथेच्या राजमुद्रेने अंकित झालेले दशक होते.

जन्माला येऊन एकदा काशीला जावे, ही जशी जुन्या भाविक हिंदू स्त्रीची श्रद्धा असे, तसे वाङ्मयक्षेत्रात पदार्पण करणाऱ्या प्रत्येक नव्या लेखकाला लघुकथा लिहिल्याशिवाय आपल्या लेखणीचे सार्थक होणार नाही, असे या दशकात वाटे. अनुकरणाची साथ म्हणा अथवा नावीन्याची धुंदी म्हणा, काही म्हटले तरी तिच्यातून कुणीही सुटू शकत नव्हता. एक नवे वाङ्मयीन खेळणे म्हणून काही लेखक लघुकथेकडे आकृष्ट झाले असतील, 'यशवंत'सारख्या लघुकथेला वाहिलेल्या मासिकामुळे कथेची पैदास वाढली असेल; पण त्याचबरोबर कादंबरीपेक्षा अगदी निराळे असे आविष्काराचे माध्यम मिळाल्यामुळे १९२५-१९३५ या दशकात अनेकांच्या प्रतिभा नव्या पद्धतीने पल्लवित झाल्या शंका नाही. दिवाकर कृष्ण, क्षमाबाई राव, दौंडकर, मांजरेकर, कमलाबाई टिळक यांच्या प्रतिभेची प्रकृती कादंबरीकाराची नव्हती, त्यांना विशालतेचे, भव्यतेचे, संमिश्रतेचे आकर्षण नव्हते. त्यांची आंतरिक ओढ होती ती सूक्ष्मतेकडे, रम्यतेकडे, उत्कटतेकडे!

१९२५-१९३५ या दशकात निर्माण झालेली लघुकथा पूर्वीच्या गोष्टीपेक्षा किती भिन्न होती, हे सहज स्पष्ट होण्याजोगे आहे. 'स्फुट गोष्टी भाग २ रा' या

हरिभाऊंच्या कथासंग्रहात प्रारंभीच 'थोड्या चुकीचा घोर परिणाम' ही गोष्ट आहे. तिची रचना एखाद्या कादंबरीसारखी आहे. विष्णुपंत या मध्यमवर्गातल्या एका सालस मनुष्याला दारूचे व्यसन कसे लागते, त्यामुळे त्याच्या बायकोचे कसे मानसिक आणि व्यावहारीक हाल होतात, आपण बेशुद्ध असताना आपल्या खिशातले रुपये चोरल्याचा तो बायकोवर कसा आरोप करतो, नशेत तो तिला गुरासारखे कसे बडवितो, त्याला दारूचे व्यसन लावणारा मित्र एके दिवशी फार पिऊन पागलपणा केल्याबद्दल त्याला गंचाडी देऊन आपल्या घराबाहेर कसा काढतो, त्याची नोकरी कशी जाते, बायको काबाडकष्ट करून या दारूबाज नवऱ्याला कशी सांभाळते. शेवटी तो तापाने अतिशय आजारी पडल्यावर ती त्याची किती मनोभावाने शुश्रूषा करते, आणि तिच्या या सेवेचा परिणाम होऊन त्याचे व्यसन कसे सुटते, हे सर्व या कथेत सरळसरळ सांगितले आहे. तिच्यात कुठल्याही प्रकारची सूचकता किंवा उत्कटता नाही. या दीर्घ गोष्टीत हरिभाऊंच्या खऱ्याखुऱ्या कादंबरीची रंगत जशी आढळत नाही, तसे खऱ्याखुऱ्या लघुकथेचे सोंदर्यही तिच्यात प्रतीत होत नाही. कलात्मक दृष्टीने ती फार लांबट व फिक्की वाटते. ती केवळ एक पाल्हाळीक बोधकथा आहे, एवढाच परिणाम अंती आजच्या वाचकाच्या मनावर होतो.

उलट, टॉलस्टॉयची 'Death of Ivin Ilvitch' ही लघुकथा पाहावी. ती हरिभाऊंच्या या चव्वेचाळीस पृष्ठांच्या गोष्टीपेक्षासुद्धा मोठी आहे. पण तिच्यातले भावदर्शन किती सूक्ष्म आणि अंतर्मुख आहे. या लघुकथेतल्या नायकाच्या जीवनातील महत्त्वाचे प्रसंग टॉयस्टॉयने किती कलात्मकतेने सूचीत केले आहेत! मृत्यूशय्येला खिळलेल्या नायकापासूनच कथेला सुरुवात करून, त्याच्या जीवनातल्या सर्व घटनांचा त्याची विकल आणि करुण मनःस्थिती सूक्ष्मतेने रंगविण्याच्या कामी टॉलस्टॉयने कसा उपयोग करून घेतला आहे, नायकाशिवाय इतर पात्रे अगदी जरुरीपुरतीच वापरून सर्व लक्ष नायकाच्या मनःस्थितीवर कसे केंद्रीत केले आहे आणि रचनेच्या व आविष्काराच्या या वैशिष्ट्यामुळे या कथेतील वेदना किती उत्कट आणि परिणामकारक झाली आहे, हे पाहण्याजोगे आहे. हरिभाऊ प्रतिभावान् होते खरे! पण 'मोपाँसा'ची 'नेकलेस' ही आधुनिक पद्धतीची कथासुद्धा त्यांनी रूपांतरीत केली, ती तिच्यातल्या कलात्मतेकडे दुर्लक्ष करून- तिच्यातून सूचित होणाऱ्या बोधाला अवास्तव प्राधान्य देऊन!

असे होण्याचे कारण एकच आहे. लघुकथा हा स्वतंत्र वाङ्मयप्रकार आहे. तिची रचनापद्धती, तिची आवाहन करण्याची पद्धती, तिचे कथानक आणि तिच्यातले स्वभावदर्शन, तिचे कलात्मक स्वरूप, तिच्या संचाराला मोकळी असलेली क्षेत्रे, तिच्या वाचनाने रसिकमनावर होणारा परिणाम, या सर्व बाबतीत ती कादबरीहून अत्यंत भिन्न आहे. भावगीत खंडकाव्यापेक्षा किंवा इब्सेनचे नाटक शेक्सपिअरच्या

नाटकापेक्षा निराळे असते तशी आणि तितकी भिन्न आहे– ही जाणीव आपटे-गुर्जरांच्या कथांत बहुथा दृग्गोचर होत नाही. तो दोष त्यांच्या प्रतिभाशक्तीचा नाही; त्या काळाचा आहे. प्रत्येक काळाची विशिष्ट सामर्थ्ये असतात. तशाच कलावंताला त्याने घालून दिलेल्या मर्यादाही असतात. एखादा शेक्सपियरच त्या मर्यादांचे लीलेने उल्लंघन करू शकतो.

१९२० नंतर टागोर, मोपाँसा, ओ. हेन्री, चेकॉव्ह, वेल्स, गाल्सवर्दी, टॉलस्टॉय वगैरेंच्या कथांचे नमुने मराठी लेखकांना झपाट्याने परिचित होऊ लागले. जुन्या गोष्टीपेक्षा अगदी भिन्न असलेली कथेची नवी नवी स्वरूपे त्यांना स्पष्टपणे प्रतीत झाली. ज्याला जे साधेल ते घेऊन दिवाकर कृष्णापासून लक्ष्मणराव सरदेसायांपर्यंत अनेक कुशल कथाकारांनी नवी कलात्मक लघुकथा निर्माण केली.

१९२५-१९३५ या दशकातल्या लघुकथेत संयम, सूचकता, एकसूत्रीपणा व रचनेचा रेखीवपणा या गुणांचा विकास होत गेला. तसे पाहिले तर या दशकातली फडक्यांची कथा अंतरंगाच्या दृष्टीने गुर्जरांच्या गोष्टीहून फारशी भिन्न नाही. पण प्रसंगाच्या निवडीपासून कथेच्या मांडणीपर्यंत सर्वत्र फडक्यांचे लक्ष आटोपशीरपणावर असल्यामुळे तिचा थाट वाचकांना आधुनिक व आकर्षक वाटू लागला. दिवाकर कृष्णांची 'मृणालिनीचे लावण्य' ही कथा गुर्जरांसारख्या १९२० पूर्वीच्या कथाप्रभूने कशी लिहीली असती याची कल्पना करून पाहणे मोठे मनोरंजक होईल. दिवाकर कृष्णांची मृणालिनी आत्मनिवेदन करते. तिचे विलक्षण घटनांनी भरलेले दुर्दैवी आयुष्य गुर्जरांनी बहुधा निवेदन पद्धतीने सांगितले असते. दिवाकर कृष्णांची मृणालिनी कथेच्या प्रारंभीच 'पावसाळ्याचे दिवस होते, आज त्यांची आठवण झाली की डोळ्यांचा पावसाळा होतो'.

असे उद्गार काढून कथेतल्या काव्यात्म कारुण्याची मोठ्या मनोज्ञतेने सूचना देते. अशी सूचकता १९२० पूर्वीच्या गोंष्टीत आढळली नसती. गुर्जरांची शैली खेळकर व मधुर होती. पण दिवाकर कृष्णांच्या काव्यात्मकतेमुळे आणि फडक्यांच्या डौलदारपणामुळे १९२० नंतर कथेच्या भाषा, आशय व अभिव्यक्ति यांना अधिक अनुरूप असे वळण मिळाले. छोट्या छोट्या वाक्यांनी व अर्थपूर्ण संवादांनी तिच्यातील रसाचा परिपोष होऊ लागला.

हे सर्व बदल अंशतः बहिरंगाशी संलग्न आहेत. अशा बदलांची अनेक उदाहरणे देता येतील. 'देणगी' यी क्षमाबाई राव यांच्या संग्रहातील 'मिरेचा नवरा' ही लघुकथा पाहावी. तिच्यातील सूचकता, उत्कंठा वाढविण्याचे कौशल्य आणि कथेची एकंदर मांडणी अभ्यासण्याजोगी आहेत.

पण हे किंवा अशा प्रकारचे गुण हेच काही या कालखंडातल्या लघुकथेचे मुख्य बळ नव्हते. बहिरंगाप्रमाणे अंतरंगातही ती बदलत होती, विकास पावत होती.

जुनी गोष्ट बहुधा रंजकता आणि बोधप्रदता या दोन पातळ्यांवरच वावरत असे. तिचे विषयही या पातळ्यांना अनुरूप असेच असत. जीवनातले तीव्र, उत्कट, काव्यात्म किंवा विलक्षण अनुभव सांगण्याचा ती सहसा प्रयत्न करीत नसे. पण १९२४-२५ नंतरची लघुकथा असे अनुभव आवर्जून टिपू लागली. त्यांना कलात्मक रूप देण्याकरीता ती आपले सर्व सामर्थ्य वेचू लागली. दिवाकर कृष्णांची 'अंगणातला पोपट', फडक्यांची 'न्याय', य. गो. जोशांची 'कर्ज फिटले पण सावकार गमावला', कमलाबाई टिळकांची 'वहाणा', दौंडकरांची 'निर्णय' इत्यादी गोष्टी या संदर्भात अभ्यसनीय आहेत.

साहजिकच लघुकथेच्या विषयांचे क्षेत्र एकदम विस्तारले. रंजकता अथवा बोधप्रदता या पातळीवरून लिहिणारा लेखक कळत नकळत बहिर्मुख राहतो; तो अंतर्मुख होऊ शकत नाही. तसे होण्याची त्याला गरजच भासत नाही. पण 'साध्याही विषयात आशय कधी मोठा किती आढळे। नित्याच्या अवलोकने जन पहा होती परी आंधळे' या कविवचनातील सत्य १९२० नंतरच्या नव्या लघुकथाकारांच्या लक्षात येताच ते आतापर्यंत कथाविषय न झालेल्या अनेक अनुभवांशी समरस होऊ लागले. 'कुत्र्याचा पट्टा' या दौंडकरांच्या लघुकथेत एका लहान मुलींचे आपल्या कुत्र्याच्या पिल्लावरले प्रेम किती कुशलतेने चित्रित केले आहे ते पाहावे. वि. ल. बर्वे (कवि आनंद) हे त्या काळातले काही गाजलेले कथालेखक नव्हेत. पण त्यांच्या 'अदलाबदल' या गोष्टीत अशीच पाळीव पशूविषयीच्या प्रेमाची कहाणी मोठ्या सहृदयतेने सांगितली गेली आहे. 'मायेचा वारसा' या लक्ष्मणराव सरदेसायांच्या लघुकथेत आपल्याला जगविणाऱ्या जमिनीवर आईइतके प्रेम करणाऱ्या एका सरळ, साध्या पण उत्कट मनोवृत्तीच्या भटजीची कथा मोठ्या समरसतेने वर्णन केली आहे.

पूर्वकाळात बहिर्मुखतेमुळे कथाविषय न झालेल्या अशा अनेक अनुभूती १९२०-१९४० या कालखंडातल्या लघुकथाकारांनी रंगविल्या. पण या एकाच दिशेने लघुकथेच्या विषयांचे क्षेत्र विशाल झाले असे नाही. सूक्ष्म किंवा सौम्य अनुभूती जशा लघुकथेच्या कक्षेत समाविष्ट होऊ लागल्या, तशा भव्य किंवा भीषण अनुभवांचाही ती परामर्श घेऊ लागली. १९२० पूर्वी वेश्येविषयी सहानुभूतीने लिहीले गेले नव्हते. असे नाही; पण नीती ही त्या सहानुभूतीची वडीलधारी पाठराखीण असे. 'कालप्रवाहाशी झुंज' या कथेत काणेकर या विषयाला स्पर्श करतात, तो सहानुभूतीनेच; पण अगदी निराळ्या आणि कलात्मक बाजूने. खप्पड झालेल्या पण पोट जाळण्यासाठी रंगरंगोटी करून खिडकीत बसलेल्या आणि (होय, हे सत्य आहे. सत्य इतके भयंकर असू शकते!) दोन दिवस उपाशी असलेल्या वेश्येच्या जीवनातले विचित्र कारुण्य त्यांनी या कथेत चित्रित केले आहे. गिऱ्हाइकाची वाट पाहून ती कंटाळते; पण कुणी तिच्याकडे फिरकतच नाहीत. शेवटी शेवटी चुकून एक तरुण तिचा जिना

चढतो. तिचा आनंद गगनात मावत नाही. पण दुसऱ्याच क्षणी त्या गगनातून तो कोसळून पडतो, अगदी पाताळाचा तळ गाठतो. खोलीत येऊन बसलेला तरुण तिचा चेहरा जवळून पाहतो. त्याचे सत्य स्वरूप त्याला कळून चुकते. 'दूर अंतरावर विजेच्या प्रकाशात गुबगुबीत दिसणाऱ्या तिच्या जीर्ण सुकलेल्या गालाचा खडबडीतपणा आणि तिच्या डोळ्याभोवतालचा भेसूर सुजरेपणा, रंगाचे एकावर एक चढविलेले थरावर थर लपवू शकले नाहीत. लांबून ती किती गोंडस दिसत होती! पण जवळून तिच्या हातावरली जीर्ण, सुरकुतलेली चामडी स्पष्ट दिसू लागली. पाहतापाहता त्याला किळस आली. शिसारी आल्यासारखा चेहरा करून तो तसाच परत जायला उठला!'

पण ती दोन दिवसांची उपाशी होती. तिच्या पोटात कावळे ओरडत होते. त्यांच्या कर्कश कावकावीत स्वाभिमानाचा क्षीण स्वर कुठल्या कुठे लोपून गेला! हे आलेले गिऱ्हाईक परत गेले तर? तर फाके– उपास!

त्या तरुणाच्या चेहऱ्यावरला तिरस्कार स्पष्ट दिसत असूनही ती लाचारीने त्याला म्हणते, 'साब, जादा नही; फक्त दोन रुपया.' तिटकारा आणि कीव यांचे विलक्षण मिश्रण त्या तरुणाच्या मनात होते. दोन रुपये तिच्या टेबलावर फेकून तो निघून जातो. हे पाहताच तिचा स्वाभिमान जागा होतो. ती ते रुपये समोरच्या कोपऱ्यात फेकून देते. पण शेवटी पोटापुढे स्वाभिमानाला शरणचिठ्ठी द्यावी लागते. अन्नाच्या अभावी डोळ्यापुढे अंधारी येऊन तिचा जीव घाबरल्यासारखा होतो. ती त्यातला एक रुपया शोधून काढते, नेट करून बाहेर गॅलरीत जाते, आणि सर्व शक्ती एकवटून हाक मारते, 'ए चायवाला! एक कप चाय लाव.'

१९२०-१९२५ पूर्वीच्या लेखकाने या दुर्दैवी स्त्रीच्या जीवनावर कथा लिहिताना अनेक करुण प्रसंग कल्पिले असते. काणेकर फक्त हा शेवटचा एकच प्रसंग रंगवितात. एका अत्यंत उत्कट क्षणाच्या चित्रणातून ते त्या वेश्येच्या जीवनातले सर्व दुःख प्रकट करतात. लघुकथेची चेकॉव्हने तुटणाऱ्या ताऱ्याशी तुलना केली आहे ती याच कारणाकरिता. सर्व परंपरागत संकेत बाजूला करून कोणत्याही अनुभूतीतला हा उत्कट, आशयपूर्ण क्षण निवडणे आणि तो क्षण परिणामकारक रीतीने चित्रित करण्याकरिता सर्व घटकांची कलात्मकतेने, संयमाने आणि सूचकतेने योजना करणे यातच लघुकथाकाराच्या कलेचे वैशिष्ट्य आहे.

या वैशिष्ट्यांची जाणीव झाल्यामुळेच १९२०-२५ नंतरच्या लघुकथेंतून पात्रे, प्रसंग आणि वर्णने यांची गर्दी हळूहळू नाहीशी झाली. किंबहुना, पात्रे, प्रसंग, काळ, स्थळ वगैरे सर्व घटकांची एकाग्रता आणि एकात्मता हे लघुकथेचे लक्ष्य बनले. त्यामुळे नीटनेटकी, सुटसुटीत, उत्कंठावर्धक आणि परिणामकारक लघुकथा निर्माण झाली. एवढेच नव्हे तर ती नव्या नव्या विषयांना स्पर्श करू लागली, नव्या अनुभूतींना कलात्मक रूप देण्याकरिता धडपडू लागली; अनेक अनावश्यक बंधनांतून

बाहेर पडली. काल आपल्या वाड्यात पडद्यात वावरणारी तरुणी आज सायकलवर बसून रस्त्याने ऐटीने चाललेली दिसावी, तसे हे स्थित्यंतर झाले.

या स्थित्यंतरामुळे जी नवी लघुकथा प्रचलित झाली ती १९२५-१९३५ या दशकात दहापंधरा भिन्नभिन्न प्रतिभेच्या कथाकारांनी आपापल्या संस्कारांनी आणि कलागुणांनी विकसीत केली. या विकासकाळात ती अंतर्बाह्य अधिक काव्यात्मक बनली. दिवाकर कृष्णांनी तिला सौंदर्यदृष्टीची जोड दिली; य. गो. जोशांनी घराच्या चार भितींत जळणाऱ्या उदबत्तीसारखे दैनंदिन जीवनात वावरणारे काव्य कसे आत्मसात करावे हे तिला शिकविले; लक्ष्मणराव सरदेसायांनी वातावरणाचा कथेच्या काव्यात्मतेशी किती निकट संबंध आहे हे कुशलतेने दाखविले; पुढे चोरघडे आणि कुसुमावती देशापांडे यांनी हे काव्य घराच्या चार भिंतीबाहेर सर्वत्र-अगदी साध्यासुध्या वाटणाऱ्या दृश्यात, प्रसंगांत, अनुभूतीत किंबहुना मनःस्थितीतही असू शकते, हे आपल्या कथांतून दिग्दर्शित केले.

या दशकात रचनेचे विविध प्रयोग– काही अनुकरणात्मक, काही स्वतंत्र झाले. या सर्व प्रयोगात कथानकाची चौकट कायम होती हे खरे; पण ती चौकट चित्रापेक्षा मोठी, बेढब अथवा अवजड होऊ नये याविषयी कथाकार जागरूक राहू लागले. क्षमाबाई राव, फडके, दौंडकर, मांजरेकर, कमलाबाई टिळक वगैरे अनेक कथाकारांचा जुन्या कथेला नवे सुंदर रूप देण्यात महत्त्वाचा भाग आहे. साहजिकच, कथानकावर जोर देण्यापेक्षा तो व्यक्तिरेखेवर, मनःस्थितीवर, भावदर्शनावर किंवा वातावरणावर देण्याकडे हळूहळू कथाकाराचे लक्ष जाऊ लागले. कुमार रघुवीर यांची शब्दचित्रे किंवा कुसुमावती देशपांडे यांच्या कथानक नसलेल्या कथा ही या प्रवृत्तीची ठळक उदाहरणे होत. रंजकतेत तर या दशकातली कथा कधीच उणी पडली नाही. उलट, या रंजकतेला चिं. वि. जोशी, अत्रे, बोकील, दौंडकर, शामराव ओक प्रभृतींच्या विनोदाची, उपरोधाची आणि उपहासाची जोड मिळाल्यामुळे ती अधिकच उठून दिसू लागली. लघुकथा ही जीवनटीका होऊ शकते, हे दाखविणाऱ्या लेखकांचीही या दशकात वाण नव्हती. वरेरकर, विभावरी शिरूरकर, कुमार रघुवीर वगैरेंची नावे या संदर्भात सहज आठवतील.

कुठल्याही विजयाच्या वर्णनात सेनापतीचे नाव प्रामुख्याने घेतले जाते. त्याच्या खांद्याला खांदा भिडवून लढणारे सैनिक बखरकाराच्या लेखी अनामिकच राहतात. साहित्यातही असेच घडते. एखादा वाङ्मयप्रकार फुलतो तेव्हा त्याच्यामागे अनेकांच्या प्रतिभा आणि परिश्रम उभे असतात. पण त्या सर्वांची आठवण काळपुरुषाला राहत नाही. १९२० पूर्वीच्या वीस वर्षात नाटकाला जे महत्त्व होते, ते १९२०-१९४० या कालखंडात लघुकथेला प्राप्त झाले. यांचे श्रेय आतापर्यंत उल्लेखिलेल्या कथाकारांना तर आहेच, पण त्यांच्या जोडीने लघुकथेची सेवा करणाऱ्या पण

अल्पकाळ चमकून गेलेल्या अनेक कथालेखकांनाही आहे. वि. वा. आंबेकर यांची 'अक्काचा मृत्यू' ही गोष्ट मनोविश्लेषणाची शर्यत सुरू असलेल्या आजच्या काळातसुद्धा प्रभावी वाटेल अशी आहे. देवभक्तांच्या 'त्याने मांजर का पाळले नाही?' या विनोदी गोष्टींचे विस्मरण ती वाचणाऱ्या वाचकाला कसे होऊ शकेल? 'शेष' या टोपणनावाने लिहिणाऱ्या कुशल कथाकाराच्या कथा मासिकांच्या अंकात तशाच पडून राहिल्या आहेत! अशी किती नावे सांगावीत?

समुद्राची भरती म्हणजे काही दहावीस मोठ्या लाटा नव्हते. अखंडपणे एकामागून एक येणाऱ्या लहानमोठ्या असंख्य लाटा म्हणजे भरती! १९२०-४० या कालखंडातल्या लघुकथेचा विकास असाच होता. त्याचे दर्शन घडविणारे विविध प्रातिनिधिक कथासंग्रह अभ्यासपूर्वक संपादिले जातील, तेव्हाच पुढील पिढीतील वाचकांना त्याची खरीखुरी कल्पना येईल.

–१९५९

श्रीपाद कृष्ण आणि मराठी रंगभूमी

श्रीपाद कृष्ण कोल्हटकर यांच्या निधनाला १ जून १९५९ रोजी पंचवीस वर्षे झाली. या पाव शतकाच्या काळात आपल्या देशात, समाजात आणि साहित्याच्या स्वरूपात नाना प्रकारांची स्थित्यंतरे झाली. या दोन तपात भारतीय जीवनाला जणू धरणीकंपाचे धक्के मिळाले. साहजिकच ते जीवन सर्व क्षेत्रात मोठ्या वेगाने व नव्या वळणांनी वाहू लागले. मराठी ललितवाङ्मयही काही त्याला अपवाद नाही. असे असूनही कोल्हटकरांच्या साहित्यिक कर्तृत्वाचा गौरव महाराष्ट्रात ठिकठिकाणी या स्मृतिदिनाच्या निमित्ताने करण्यात आला. तसे पाहिले तर गडकऱ्यांच्या उदयानंतर कोल्हटकरांची नाटके रंगभूमीवर हळूहळू अस्त पावली. सूर्योदयानंतर आकाशातल्या निस्तेज चंद्राकडे कुणाचेही लक्ष जाऊ नये, तशी त्यांच्या नाट्यलेखनाची स्थिती झाली. त्या काळातील टीकालेखन आणि आजचे टीकालेखन यातही बरेच अंतर पडले आहे. त्यांची आठवण साहित्यक्षेत्रात केली जाते ती बहुधा अभिजात विनोदाचे प्रवर्तक, 'सुदाम्याचे पोहे' या मराठी साहित्याचे भूषण असलेल्या पुस्तकाचे लेखक म्हणून; किंवा क्लिष्ट टीकाकार आणि अयशस्वी नाटककार अशी कोपरखळी त्यांना देण्याची प्रघात पडला आहे म्हणून!

पण शुद्ध ऐतिहासीक दृष्टीने पाहिले तर नाट्य व टीका या दोन्ही क्षेत्रात स्वतःकडे आलेला मराठी साहित्याचा वारसा कोल्हटकरांनी अधिक संपन्न व समृद्ध केला आहे. किर्लोस्कर-देवल आणि खाडिलकर-गडकरी-वरेरकर यांच्यामधला पूल म्हणजे कोल्हटकरांची नाटके; चिपळूणकर-आगरकर आणि केळकर– वा. म. जोशी यांच्या वाङ्मयीन टीकेतला सर्वांत मोठा दुवा म्हणजे कोल्हटकरांचे टीकालेखन.

बारा कोसांवर भाषा बदलते त्याप्रमाणे पिढीपिढीला वाङ्मयीन अभिरुची नवे वळण घेते. जुने संकेत शिळे वाटू लागताता. नवे त्यांच्या जागी रूढ होतात. शिवाय मागच्या पिढीचे नावीन्य आत्मसात करूनच पुढची पुढी आपला पराक्रम प्रकट करीत असते. आनुवंशिक गुणांप्रमाणे जुन्या पिढीची वाङ्मयीन वैशिष्ट्ये स्वभावातःच नव्या पिढीला प्राप्त होत असल्यामुळे त्याची कदर करण्याकडे तिचे लक्ष असत नाही. स्मृतिदिनाच्या निमित्ताने अंगवळणी पडल्यामुळे विस्मृत झालेल्या अशा गुणांची उजळणी होणे आवश्यक असते. याच दृष्टीने श्रीपाद कृष्णांनी मराठी

रंगभूमीला कोणती नवी लेणी दिली, हे थोडे बारकाईने पाहणे इष्ट होईल.

१९१० नंतर श्रीपाद कृष्णाची नाटके मागे पडू लागली. या पराभवाला त्यांच्या ठिकाणी असलेला नाट्यगुणांचा अभाव कारणीभूत झाला, हे काही खोटे नाही. नाटकाचा आत्मा संघर्ष आहे– रंगभूमीवर घडणारी संघर्षजन्य उत्कट कृती आहे– या सूत्राकडे त्यांनी कधीच लक्ष दिले नाही. पण पुढे पराभूत झालेल्या त्यांच्या नाटकांनीच १८९६ नंतरच्या तपात जुन्या पद्धतीच्या नाटकांवर विजय मिळविला आणि नवीन पद्धतीची नाटके रूढ केली, हे विसरून चालणार नाही. कोल्हटकरांच्या मागून आलेल्या नटाककारांनी त्यांची बहुतेक नावीन्ये आत्मसात करून आणि त्यांना आपल्या विशिष्ट नाट्यगुणांची जोड देऊन रंगभूमी जिंकली. गडकरी-वरेरकरांसारखे अभिमानाने त्यांचे शिष्य म्हणवून घेणारे नाटककार सोडून दिले तरी देवल खाडिलकरांसारख्या समकालीन नाटककारांवर आणि माधवराव जोश्यांपासून पु. ल. देशपांड्यांपर्यंतच्या नंतरच्या अनेक प्रमुख नाटककारांवर कोल्हटकरांच्या नाट्यलेखनाचा प्रत्यक्ष अप्रत्यक्ष पुष्कळच परिणाम झालेला आहे. 'तुझे आहे तुजपाशी' हे आजच्या जमान्यातले अत्यंत लोकप्रिय नाटक घेतले आणि त्यातल्या चतुर, रंजक, कल्पक व विडंबक संवादशैलीचे मूळ कुठे आहे, हे पाहत आपण मागे गेलो तर आपणाला कोल्हटकरांच्या 'मूकनायक' पाशीच जाऊन थांबावे लागेल. शाकुंतला-सौभद्रांनी मराठी रंगभूमी कितीही गाजविली असली तरी चतुर, कल्पक आणि विनोदी संवाद हे काही त्याचे बळ नव्हे. किंबहुना संस्कृत नाटकांची परंपरा घेऊन आलेल्या मराठी संगीत नाटकांचा कोल्हटकरांच्या पूर्वी संवादावर फारसा भर नव्हता. नाट्यसंवाद म्हणजे कथासूत्र पुढे ढकलण्याचे एक साधन, अशीच त्या काळी सर्वसामान्य नाटककारांची आणि प्रेक्षकांची समजूत होती.

नाट्यसंवादांना स्वतंत्र सौंदर्य असते आणि त्यांच्या साहाय्याने नाटकात रंग भरता येतो, ही जाणीव कोल्हटकरांनी प्रथमतः मराठी रंगभूमीवर स्पष्टपणे निर्माण केली. उदाहरणार्थ, मूकनायकातला नायक विक्रांत व त्याचा मित्र प्रतोद यांचा पुढील संवाद पाहावा. विक्रांताने मुक्याचे सोंग घेतले आहे. राजाचे प्राण वाचविल्यामुळे त्याचा सेवक म्हणून राजवाड्यात राहण्याची संधी त्याला मिळाली आहे. राजाची बहीण सरोजिनी फार सुंदर आहे, असे तो नुसते ऐकत आला होता. ती आता त्याला पाहायला मिळणार आहे. त्या बाबतीत दोघांचे बोलणे सुरू आहे.

प्रतोद– बरे पण महाराज, आपल्या या प्रयत्नास जे बक्षीस मिळावयाचे ते तरी मनाजोगे आहे काय?

विक्रांत– मी जी सरोजिनीची कीर्ती ऐकली आहे ती वस्तुस्थितीपुढे काहीच नाही असे वाटते.

प्रतोद– एकूण आज आपणास त्रैलोक्यसुंदरी पाहावयास सापडणार. आधुनिक

काव्य वाचून सुंदर स्त्री कशी असावी हे मला चांगले अवगत झाले आहे. मी सांगू का आज राजकन्या कशी दिसेल ती? शिरोभागी एक सर्पाचा विळखा दिसेल. त्याच्याखाली एक पट्टा. त्याच्याखाली दोन धनुष्ये. नंतर दोन कमळे. मग एक वेळूची काठी. तिच्यामागून दोन तोंडली नि ही सर्व सामग्री एका चंद्रावर!

विक्रांत– प्रतोदा, चांगल्या वस्तूंची अशा रीतीने थट्टा करणे हे तुझ्यासारख्या जगद्द्वेष्ट्यालासुद्धा शोभत नाही. सर्वांतील सुंदर वस्तूंच्या उपमा जर द्यावयाच्या नाहीत, तर त्या द्यावयाच्या तरी कोणाच्या? चंद्राहून रम्य अशी एक तरी वस्तु या सृष्टीत आढळेल काय?

प्रतोद– ते खरे. पण हे मुख चंद्रासारखे. हे म्हणण्याऐवजी मी काय म्हणेन, ते माहीत आहे काय?

विक्रांत– नाही. पाहू द्या बरं आपली कवित्वशक्ती कशी काय आहे ती!

प्रतोद– मी असे म्हणेन की, हे मुख गणेशचतुर्थीच्या दिवशी पाहिले असता सज्जनावरही आळ यायचा! वर्णन जरी तेच तरी पद्धती निराळी असावी!

'मतिविकार' मधील म्हातारा आनंदराव आणि त्याची तरुण अलंकारप्रिय पत्नी सरस्वती यांचा दागिन्यासंबंदीचा पुढील संवाद या विशिष्ट दृष्टीने वाचण्याजोगा आहे. यौवनाच्या उंबरठ्यावर उभ्या असलेल्या सरस्वतीचा दागिन्यांचा सोस आयुष्याच्या उतरणीवरून घसरत चाललेल्या आनंदरावाला नापसंत आहे. पुरुषांचे दागिनेसुद्धा बायकांनी पटकावले आहेत, असे तो सोदाहरण सांगू लागतो. त्या वेळी सरस्वती म्हणते, 'पुरुषांच्या दागिन्यापैकी चष्मा, घड्याळ आणि त्याचा छडा हेसुद्धा बायका वापरीत असतीलच!'

आनंदराव– नाही वापरीत खऱ्या! पण हे दागिने कसचे? घड्याळ दिवसातील आणि चाळशी आयुष्यातील गतकाल दाखविते. बायकांच्या दागिन्यांचा व्यंग लपविण्यात जसा उपयोग होतो, तसा पुरुषांच्या या दागिन्यांचा होत नसून उलट व्यंगं उघडी पाडण्यात मात्र होतो.

सरस्वती– असे सगळ्या पुरुषांना खरोखरी वाटत असते तर त्यांना रस्त्याने चष्मा वर करून किंवा साखळीकडे पाहत पाहत चालण्यात धन्यता वाटते ती वाटली असती का? मग त्या साखळीला एखादे चुनाळ असले तरी चालते!

आनंदराव– सदभिरुचीचा प्रश्न बाजूला ठेवला आणि अर्थशास्त्राच्या दृष्टीने विचार केला, तरीसुद्धा दागिन्यांचा सोस चांगला नव्हे. या दागिन्यात पुरुषाचे चित्त जसे गुंतून राहाते, तसे देशातले भांडवलही गुंतून राहाते. सोन्याने मढविलेल्या प्रत्येक स्त्रीची किंमत एका लोखंडी कारखान्याच्या बरोबर असते.

सरस्वती– ते मला नाही काही समजत.

आनंदराव– तसेच हे बिलवर! सारे बेटे परदेशी! याप्रमाणे आपल्या देशातील

पैसा परदेशात जाऊ लागला, तर देश हा हा म्हणता दरिद्री होऊन जाईल.

सरस्वती– बिलवर परदेशी! अन् दारू?

आनंदराव– (एकीकडे) हिने तर माझे दातच घशात घातले. पण हिला माहीत नाही की दारू कधीकधी औषधाला घ्यावी लागते.

ही संवादशैली मराठी नाट्याला पूर्वी सर्वस्वी अपरिचित होती. 'त्राटिके' सारख्या एखाद्या रूपांतरित नाटकांतून तिचा प्रेक्षकांना काय परिचय झाला असेल तेवढाच! कोल्हटकरांनी कथानकात, आपल्या समाजाच्या चित्रणात आणि नव्याने निर्माण झालेल्या नानाविध प्रश्नांच्या चर्चेत या चतुर, रंजक व कोटिक्रमयुक्त शैलीने रंग भरला. या संवादशैलीत श्लेष, परिहास, उपहास, विडंबन, चमत्कृती अतिशयोक्ती इत्यादी विनोदाच्या सर्व आत्मीय गुणांचे मिश्रण होते. इंग्रजी वाङ्मयाशी परिचित झालेला व त्यातल्या विविध साहित्याने आणि निरनिराळ्या चटकदार शैलींनी मोहून गेलेला एकोणिसाव्या शतकाअखेरचा जो सुशिक्षितांचा वर्ग होता, त्याला कोल्हटकरांच्या या संवांदानी मोहिनी घातली नसती तरच नवल! एखाद्या झाडाला टांगलेल्या झुल्यावर उभे राहून स्वच्छंद झोके घेण्यात आणि एकापेक्षा एक असे उंच झोके घेऊन निळे आभाळ क्षणभर जवळ आलेले पाहण्यात जो आनंद असतो, तो त्या काळाच्या प्रेक्षकांनी कोल्हटकरांच्या नाटकात मनमुराद अनुभविला. 'मूकनायक' नाटक लावण्याविषयी किर्लोस्कर नाटकमंडळीकडे डेक्कन कॉलेजातील विद्यार्थ्यांनी अर्ज पाठविला होता अशा अर्थाची एक आठवण वाग्भट देशपांड्यांनी मला सांगितली होती. आज 'मूकनायक' रंगभूमीवर होणे लांबच राहिले. ग्रंतालयात खटपट करूनसुद्धा ते मिळणे मुष्कील झाले आहे. त्यामुळे या आठवणीसारख्या अनेक गोष्टी इतिहासात जमा झाल्या आहेत. पण मराठी नाटकांच्या विकासाच्या दृष्टीने कोल्हटकरांच्या नाटकांचा अभ्यास करणाऱ्याच्या लक्षात एक गोष्ट सहज येईल. ती म्हणजे कोल्हटकरांच्या 'वीरतनय' या पहिल्या नाटकाच्या पाठोपाठ रंगभूमीवर आलेल्या 'शारदा' नाटकाचे संवाद 'शाकुंतल-सौभद्र' वळणाचे नाहीत ही होय. ते कोल्हटकरांच्या पद्धतीने आहेत. शारदेच्या संवादात चतुरता, रंजकता आणि चपखल प्रत्युत्तरांनी उठून दिसणारा चमकदारपणा भरपूर आहे. संवादसौंदर्य हा 'वीरतनया' प्रमाणे शारदेचाही एक महत्त्वाचा विशेष आहे.

खाडिलकरांचे 'बायकांचे बंड' हे नायक 'सवाई माधवरावाचा मृत्यू' व 'कांचनगडची मोहना' या त्यांच्या नाटकांहून अगदी भिन्न प्रकारचे झाले आहे. कोल्हटकरांच्या 'वीरतनय' व 'मूकनायक' या नाटकांचा तो अप्रत्यक्ष परिणाम आहे. खाडिलकरांची प्रतिभा स्वभावत खेळकर नाही, गांभीर्य हा तिचा प्रकृतीधर्म आहे; पण 'बायकांचे बंड' किंवा 'मानापमान' वाचताना या प्रतिभेच्या प्रकृतिधर्मावर एका निराळ्याच

प्रकारचे नाजूक कलम केल्याचा भास होतो. हे कलम कोल्हटकरांच्या कल्पनारम्य वृत्तीचे आहे, हे कोणीही जाणकार सांगू शकेल.

कल्पनारम्यता, कोटिक्रमयुक्त संवाद व विविध पद्धतींचा विनोद यांच्या मिश्रणातून निर्माण झालेल्या रंजक, कल्पक आणि वेधक अशा शैलीची कोल्हटकरांनी मराठी नाट्याला जोड दिली. कोल्हटकरांच्या शिष्य-प्रशिष्य असलेल्या नाटककारात आणि कादंबरीकारातच नव्हे, तर वामन मल्हार जोशांसारख्या तत्त्वचिंतक कादंबरीकाराच्या आणि माधव ज्यूलियनांसारख्या प्रतिभावान कवीच्या लेखनातही कोल्हटकरांचा हा ठसा उमटलेला दिसेल.

कल्पक व वेधक शैलीच्या जोडीने कोल्हटकरांनी अनेक नावीन्यपूर्ण पात्रे रंगभूमीवर उभी केली. त्यांची नाटके दीर्घकाल रंगभूमीवर टिकली नाहीत. प्राजक्ताच्या फुलांप्रमाणे ती चटकन कोमेजून गेली. त्यामुळे व अशा पात्रांच्या स्वभावरेखा मूलतः वैशिष्ट्यपूर्ण असल्या, तरी कोल्हटकरांनी त्यांच्या प्रमाणबद्ध व नाट्यपूर्ण विकासाकडे दुर्लक्ष केल्यामुळे ही पात्रे आता भद्रेश्वर-भुजंगानाथासारखी लोकांच्या स्मरणात नाहीत. पण अर्धशतकानंतरच्या आजच्या दृष्टीने पाहिले तर त्या काळी या स्वभावरेखा चित्रित करण्याचे प्रयत्न करणाऱ्या प्रतिभेच्या सामर्थ्याविषयी कुणीही निःशंक होईल.

'वीरतनय' या नाटकाचा नायक पाहावा. फुलाचा सुगंध क्षणिक, पण त्याच्या काट्यांची बोच मात्र दीर्घकाळ टिकणारी असते, या मानवी जीवनातील कटु सत्याचा तो अनुभव घेत आहे. हा नायक शूरसेन आणि नायिका शालिनी यांची गाठ पडते ती अरण्यात तो वाघाच्या तडाख्यातून वाचवितो तेव्हा! हे सर्व जुन्या संकेताना धरून आहे. पण सेनापती शूरसेन शत्रूच्या प्रदेशातील त्या अरण्यात एकटाच आलेला असतो, तो काही शिकारीच्या नादाने नव्हे! तर त्या अरण्यातल्या ज्या स्थळी त्याने आणि त्याच्या प्रिय पत्नीने मोठ्या सुखात अनेक दिवस घालविलेले असतात, त्यांच्या आठवणीने व्यथित आणि मोहीत होऊन. 'वीरतनया'चा प्रारंभ होतो तोच, या स्थलाचे दर्शन होताच त्याच्या तोंडून निघणाऱ्या काव्यात्म आणि करुण उद्गारांनी. त्याचे हे स्वागत असे आहे :

शूरसेन– (स्वतःशी) हेच ते स्थान! गगनचुंबीत आम्रवृक्षांची हीच ती राई! अहोरात्र बाराही महिने खळखळणारा हाच तो ओढा! या ओढ्याजवळ व या झाडाखाली माझी प्रियतमा व मी मिळून अनेक सुखाचे दिवस काढले. या मंदभाग्याच्या नशिबी आता पुन्हा ते दिवस कसचे येणार आहेत? आम्हा उभयतांच्या प्रीतीचा साक्षी असल्यामुळे ज्यास आम्ही गमतीने प्रेमनिर्झर असे नाव दिले होते, तो ओढा त्या वेळेप्रमाणेच हल्लीही आनंदाने उड्या मारीत जात आहे. पण माझ्या पूर्वीच्या आणि हल्लीच्या स्थितीत पाहिले तर जमीनअस्मानाचे अंतर आहे. या सुखविरहीत

भूमीवर मी भ्रमिष्टासारखा फिरत असता माझी प्रिया स्वर्गातून मजकडे पाहत असेल. प्रिये! प्रिये! या दीनाला या जगात एकटे सोडून तुला स्वर्गलोकी कसे जाववले ग? पण तुजकडे तरी काय दोष? एखादी हरिणी वाघाच्या जबड्यात सापडावी त्याप्रमाणे तू अनाथ होऊन मृत्यूच्या मुखात पडलीस. मृत्यू हा स्वतः जर मृत्यूचा विषय असता तर मला किती आनंद झाला असता! अस्सा जाऊन त्या दुष्टाच्या नरडीचा घोट घेऊन टाकला असता!

पहिल्या पत्नीच्या स्मृतीची मानसमंदिरात पूजा करणारा पण दुसऱ्या तरुणीकडे आकृष्ट होणारा हा नायक आहे. त्याच्या मनातला हा संघर्ष कोल्हटकरांनी उत्कट रीतीने रंगविला असता तर 'वीरतनय' नाटक निश्चित अविस्मरणीय झाले असते. पण कोल्हटकरांची प्रतिभा कल्पनेचे पंख पसरून उड्डाण करण्यात जितकी चपळ आहे, तितकीच त्या कल्पनेला सुव्यवस्थित रीतीने प्रेक्षकांपुढे पार्थिव रूपात उभी करण्यात दुर्बळ आहे. 'मूकनायक'तल्या प्रतोदा व वेत्रिका या दोन्ही स्वभावरेखा या दृष्टीने अभ्यसनीय आहेत. वेत्रिका ही पुरुषजातीचा तिटकारा करणारी तरुणी आहे. आपली मैत्रीण सरोजिनी हिला ती सल्ला देते, 'गडे सरोजिनी, माझे ऐकशील तर तूही लग्न करून घेऊ नकोस. हे पुरुष मोठे मायावी असतात. बोलतील एक व करतील भलतेच!' या वेत्रिकेचा प्रियकर प्रतोद हा पुरातन गोष्टींचा द्वेष्टा आहे. तो विक्रांत या आपल्या मित्राला म्हणतो, 'ठरीव गोष्टींचा मला जितका तिटकारा आहे तितका कोणाचाही नसेल! व्यवहारापंडितांचा माझ्यासारखा कट्टर द्वेष्टा सापडणार नाही. पिशाच्चे उलट्या पायांनी चालतात, एवढ्यासाठीच ती मला मनुष्यांपेक्षा अधिक आवडू लागली आहेत. वेत्रिका-प्रतोदाची अशी अपूर्व जोडी हाती येऊनही कोल्हटकर ती 'मूकनायकात' अथपासून इतिपर्यंत नाट्यपूर्ण रीतीने खेळवू शकले नाहीत. तिसऱ्या अंकात तर प्रेक्षकांच्या दृष्टीने त्या दोघांचे अस्तित्वच नाहीसे होते!

साहजिकच आजच्या वाचकाला वेत्रिकेचा विसर पडला आहे. पण या वेत्रिकेच्या कुळातली वरेरकरांची मंजिरी, गडकऱ्यांची लतिका आणि वामनराव जोश्यांनी उत्तरा या सर्वपरिचित आहेत. असे होण्याचे कारण कोल्हटकरांच्या प्रतिभेची जात प्रेरणा देणारी, नवीन पाऊलवाटा पाडणारी होती; पण त्या प्रेरणेला अनुरूप असा आविष्कार करायला लागणारी नाट्यशक्ती किंवा त्या पाऊलवाटेचा राजमार्ग करायला लागणारी उत्कट भावनात्मकता त्यांच्या ठिकाणी नव्हती.

या विधानाची सत्यता पाहावयाची असेल तर 'मतिविकारा'तील विहार हे पात्र पाहावे. विहार हा सुशिक्षित पुराणमतवादी लोकांचा प्रतिनिधी आहे. आपल्या बहिणीच्या पुनर्विवाहाची कल्पना त्याला बिलकूल मान्य नाही. पावित्र्याची पोपटपंची करणारा हा सनातनी पंडित स्त्रियांच्या पुनर्विवाहाला विरोध करताना मोठा रंगात येतो आणि म्हणतो, 'पुनर्विवाहाची बायकांना काय जरुरी आहे? त्यांना वैधव्यात व्रतस्थ

राहता आलेच पाहिजे. ज्या पुरुषांना आपण लंपट समजतो तेसुद्धा अशा परिस्थितीत व्रतस्थ वृत्ती सहज पाळतील.'

विहाराच्या या वल्गना लक्षात घेऊन त्याला धडा शिकविण्याकरिता त्याची बायको माहेरी जाता जाता विहिरीत पडून मेली असे नाटक त्याचे मेव्हणे करतात. व्रतस्थपणाच्या बडबडीची आठवण असल्यामुळे विहार विरक्तीचा आव आणतो. समाजसेवेत उरलेले आयुष्य घालवायचे म्हणून तो आपल्या मेव्हण्याच्या आश्रमात शिक्षकाचे काम करू लागतो. तिथे बुरख्यात वावरणारी एक सुडौल तरुणी पाहून स्वारी हळूहळू पाघळू लागते. 'लग्नाचे वचन दिल्याशिवाय मी आपला बुरखा दूर करणार नाही' असे ती त्याला सांगते. विहारमहाराज इतके उल्लू बनलेले असतात की आपल्या पहिल्या बायकोच्या रूपाची निंदा करीत ते तिला हे वचन देतात. मग ती बुरखा काढते आणि विहार स्तंभित होतो! कारण बुरख्यात वावरणारी ती तरुणी त्याची बायकोच असते!

विहाराची स्वभावरेखा व तिच्या अनुषंगाने घडणारा हा नाट्य प्रसंग मुख्य मानून त्या अनुरोधाने कोल्हटकरांनी एखादे उपहासप्रधान नाटक लिहिले असते तर त्याला अवीट गोडी प्राप्त झाली असती. अशा नाटकात पुरुषांच्या स्वभावावर, सनातनीपणाचा आव आणणाऱ्या पंडितांच्या अंतरंगावर आणि सामान्य मनुष्याला असाध्य अशा आदर्श पावित्र्याचा जयजयकार करीत स्त्रियांना दुःखात आणि दास्यात ठेवणाऱ्या अंध रूढींच्या दासांवर हसतखेळत झगझगीत प्रकाश टाकणे कोल्हटकरांना सहज शक्य होते. पण 'मतिविकार' नाटकात हे मजेदार उपकथानक इतक्या पात्रांच्या आणि प्रसंगाच्या भाऊगर्दीत सापडले आहे की ते वाचताना घटकाभर हसविण्यापलीकडे त्यांच्या अंगी मोठी शक्ती आहे याची वाचकाला कल्पनाच येत नाही.

कोल्हटकरांनी 'प्रेमशोधन' मधील कंदन काव्यात्मक कुंचल्याने रंगविला असता, तर 'पुण्यप्रभावा'तल्या वृंदावनाइतकीच त्याची स्वभावरेखा लोकपरिचित होऊन राहिली असती. पोटच्या पोराची नावे विसरण्याइतक्या पोरांचा बाप झालेल्या 'सहचारिणी'तील रंगरावाभोवती कुटुंनियोजनाचे सूत्र त्यांनी व्यवस्थित रीतीने गुंडाळले असते तर त्या नाटकाला आजच्या काळात नवे महत्त्व प्राप्त झाले असते. 'जन्मरहस्या'त ब्राह्मण नायिका व मराठा नायक यांच्या प्रेमाची करुण कथा हृदयंगम रीतीने सांगण्याचा त्यांनी प्रयत्न केला आहे. पण ज्वलंत प्रश्न हाताळून आणि नावीन्यपूर्ण स्वभावरेखा निर्माण करूनही ('जन्मरहस्या'तली 'कौसल्या' पाहावी) नाटकाच्या रंगतीकडे त्यांनी दुर्लक्ष केले. त्यांच्या ठिकाणी सूक्ष्म सौंदर्यदृष्टी होती, अनुपम विनोददृष्टी होती. पण त्यांची नाट्यदृष्टी त्या मानाने स्थूल व संकुचित होती. म्हणूनच त्यांची नाटके रंगभूमीवर टिकू शकली नाहीत. मात्र त्यांच्यापासून स्फूर्ती घेतलेले, त्यांच्या पावलावर पावले टाकून नाट्यकाव्य किंवा नाट्यविनोद यांच्यावर

प्रभुत्व मिळविणारे आणि या प्रभुत्वाला नाट्यदृष्टीची जोड देणारे गडकरी, वरेरकर, माधवराव जोशी, अत्रे, पु.ल. देशपांडे प्रभृती नाटककार रंगभूमी गाजवू शकले. मराठी नाट्याच्या विकासाचे एक शिल्पकार म्हणून विविध अंगांनी प्रगत होणारी रंगभूमी त्यांना सदैव मुजरा करील.

– १९५९

लेखकांच्या अंतरंगात

अ– लेखनाला आरंभ करताना एका गोष्टीची फार काळजी घ्यावी लागते मला!

ब– ती कोणती?

अ– पुढचे अकरा दिवस अगदी निर्वेध मिळतील ही! आपली प्रकृती मधेच बिघडणार नाही किंवा इतर काही भानगडी अचानक उपस्थित होणार नाहीत, हे सारंसारं आधी पाहावं लागतं. म्हणून कामाला लागण्यापूर्वी मी डॉक्टरांना बोलावतो. ते माझा रक्तदाब पाहतात; शरीराच्या यंत्रातले सर्व भाग ठाकठीक आहेत की नाही हे पाहून घेतात. त्यांनी 'ओ. के.' म्हटले–

ब– की तुमची गाडी चालू होते! असंच ना? गार्डानं निशाण दाखविल्याशिवाय गाडी जशी स्टेशनातून सुटत नाही–

अ– पुढचा रस्ता कुठही नादुरुस्त नाही, हे कळल्याशिवाय गाडीने स्टेशन सोडणं चुकीचं नाही का? शिवाय माझा हा प्रवास काही चारआठ तासांचा नसतो! तब्बल अकरा दिवस–

ब– अकरा दिवसांनी डॉक्टर पुन्हा तुमची प्रकृती तपासायला येतात की काय?

अ– बहुधा येतात.

ब– त्या तपासणीत काय निष्पन्न होतं?

अ– रक्तदाब खाली गेला आहे–

हा संवाद वाचून अ हा अकरा दिवसात पृथ्वीला स्पर्श न करता अंतराळातून देश नि देश, पर्वत नि पर्वत, नदी नि नदी न्याहाळायला आणि त्यांची छायाचित्रे घ्यायला निघालेला एखादा धाडसी वैमानिक असावा, व ब हा त्याचा कुणीतरी मित्र कुतूहलाने या अद्भूत उड्डाणाविषयी त्याला प्रश्न करीत असावा, असा भास होतो. पण वस्तुस्थिती अगदी निराळी आहे. या संवादातला अ आहे एक फ्रेंच कादंबरीकार. त्याचे नाव जॉर्जिस सायमेनन्. या साहित्यसिंहाने स्वतःच्या नावाने दीडशे कादंबऱ्या प्रसिद्ध केल्या आहेत. त्याशिवाय निरनिराळ्या टोपण नावांनी त्याने साडेतीनशे कादंबऱ्या लिहिल्या आहेत त्या निराळ्याच! बरोबर अकरा दिवसात तो आपली एक कादंबरी पूर्ण करतो.

त्याची ही माहिती वाचून मी चांगलाच हबकलो. माझ्या मनात आले, आपल्यासारख्या

दुर्बळाची गोष्ट दूर राहू द्या! मराठीतले खंदेखंदे कादंबरीकार तरी सायमेनन्‌साहेबांच्या पासंगाला लागतील का? एका पारड्यात या फ्रेंच साहित्य-कारखानादाराच्या सर्व कादंबऱ्या ठेवल्या आणि ह. ना. आपटे, ना. ह. आपटे, नाथमाधव, फडके यांच्यापासून ना. वि. कुलकर्णी, मामा वरेरकरर, हडप, गो. नी. दांडेकर यांच्यापर्यंत आम्हा वीसपंचवीस कादंबरीकारांच्या कादंबऱ्या दुसऱ्या पारड्यात घातल्या, तरी शेवटी साहेबाचेच पारडे जड ठरणार! हा लेखक आहे की राक्षस आहे? मनुष्य आहे की यंत्र आहे?

विपुलता व गुणवत्ता यांचे सूत पुष्कळदा जमत नाही हे खरे आहे. पण ज्या पुस्तकात मी ही माहिती वाचली त्यात फॉर्स्टर, मॉरिॲक, फॉकनर, फ्रँक ओ कॉनर, थॉर्टन वाइल्डर, जॉइस कॅकी वगैरे ललितवाङ्मयाच्या क्षेत्रात नाणावलेल्या सोळा वृद्ध, प्रौढ व तरुण पाश्चात्य लेखक-लेखिकांच्या मुलाखती आहेत. त्यावरून या बहुप्रसव लेखकाच्या दर्जाची कल्पना येईल. या मुलाखतीच्या पुस्तकाचे नाव आहे 'Writers at work.' आपल्याकडे 'मी का लिहितो?' या किंवा अशा प्रकराच्या प्रश्नांची उत्तरे अनेक लेखकांनी दिली आहेत. पण मार्मिकता व आत्माविष्कार या दोन्ही दृष्टींनी त्यातली बहुतेक सामान्य आहेत. कित्येकांनी आपल्या वाङमयसंसाराच्या सुरस कथाही सांगितल्या आहेत! पण 'रायटर्स ॲट वर्क' हे पुस्तक वाचताना अव्वल दर्जाच्या साहित्यिकांच्या वाङ्मयीन आवडीनिवडींशी, जीवननिष्ठांशी आणि त्यांच्या साहित्याला प्रेरक झालेल्या आत्मशक्तीशी परिचित होण्याचा जो आनंद मला लाभला, तो आपल्याकडे असल्या प्रकारचे लेखन वाचून कधीच मिळाला नव्हता. या पुस्तकात कलावंताचा मोकळेपणा (जो प्रसंगी फटकळपणाच्या सरहद्दीवर जाऊन भिडतो), त्याच्या अनुभवजन्य निष्ठा आणि त्याचबरोबर त्याच्या व्यासंगाचा विस्तार आणि चिंतनाची खोली यांचे मनोहर व मजेदार दर्शन घडते.

आपल्याकडे साहित्य, त्याची निर्मिती, या निर्मितीची प्रक्रिया, कलेचा आशय आणि तिची अभिव्यक्ती इत्यादी गोष्टींविषयी बोलताना किंवा लिहिताना शाब्दिक अवडंबर माजविण्याचा प्रघात गेल्या दहाबारा वर्षांत बळावला आहे. एखादी कविता दुर्बोध आहे असे कुणी म्हटले की कालनिर्मितीच्या क्रियेचे (चांगल्या अर्थानेच मी हा शब्द वापरती आहे) आमच्याकडील मक्तेदार सामान्य वाचकांवर गुरगुरूं लागतात आणि म्हणतात, 'कविता समजत नाही म्हणून कसली तक्रार करता? कविता अंडरस्टँड (Understand) करायची नसते. ती फील (Feel) व्हावी लागते. (हे पांडित्य ऐकताना आपल्या विद्यापीठात मराठी माध्यम रूढ व्हायला किती शतके लागतील याचा श्रोता विचार करीत असतो!) असला अर्धवट पुस्तकी पांडित्याचा व अर्धवट कलात्मक बुवाबाजीचा आढळ 'रायटर्स ॲट वर्क' या पुस्तकातल्या एकाही मुलाखतीत नाही.

या सोळा साहित्यिकांच्या मतांत, अनुभवांत, लेखनपद्धतींत, जीवननिष्ठांत आणि निर्मितीच्या कल्पनांत अनेक मतभेद आहेत. प्रसंगी दोन ध्रुवांचे अंतर आहे. पण आपल्याकडील मतभेदांच्या प्रदर्शनात बराचसा गडगडाट आणि पुष्कळसा धुरळा असतो तसे इथे नाही. निरनिराळ्या रंगांमुळे इंद्रधनुष्याला जशी अपूर्व शोभा येते, तशा या विविध वृत्तींच्या व प्रवृत्तींच्या साहित्यिकांमुळे या मुलाखती जितक्या रोचक तितक्याच उद्बोधक झाल्या आहेत.

उदाहरणार्ख, ललितवाङ्‌मयाच्या निर्मितीचा प्रश्नच घेऊ या. ललितकृतीचे बीज लेखकाच्या मनात कसे पडते, तिथे ते अंकुरीत कसे होते, पुढे त्या अंकुरातून एखादी नाजूक वेल किंवा प्रचंड वृक्ष कसा निर्माण होतो, याचे कुतूहल आपणाला नेहमीच वाटते. अर्नोल्ड बेनेटला हॉटेलमध्ये दिसलेली एक वृद्ध स्त्री पाहून 'Old wive's tale' या कादंबरीची कल्पना सुचली आणि सांगलीच्या परिसरात घडणाऱ्या एका बाल-वृद्ध-विवाहामुळे देवलांची 'शारदा' जन्मास आली, या गोष्टी सुपरिचित आहेत. पण याचा अर्थ कलेचे मूळ नेहमीच इतके साधे आणि सोपे असते असे नाही.

उदाहरणार्थ, फॉकनरची 'Sound and fury' ही सुप्रसिद्ध कादंबरीच घ्या. त्याच्या मनःचक्षूपुढे जे दृश्य प्रथम उभे राहिले त्याचे चित्रण कथारूपाने चांगले होईल अशी त्याची कल्पना होती. पण ते चित्रण सुरू केल्यावर लवकरच त्याच्या लक्षात आले की, ती कथावस्तू हा लहान जाळ्यात सापडणारा मासा नाही. त्याच्यासाठी खूप मोठे जाळे विणले पाहिजे.

कलाकृतीच्या बाह्य स्वरूपाचा व तिच्या अंतरंगाचा अभेद्य संबंध आहे हे जितके खरे, तितकेच या दोन घटकांपैकी कुणाचा प्रभाव कुणावर पडतो हे अनिश्चित असते हेही खरे आहे. फॉकनरच्या या आत्मकथनासारखे अनेक अनुभव या ग्रंथात सर्वत्र विखुरले आहेत; पण त्या अनुभवापेक्षाही या ग्रंथातली अधिक महत्त्वाची गोष्ट म्हणजे निर्मितीविषयीची लेखकांची भिन्नभिन्न मते ही होय.

या प्रश्नाची चर्चा करताना फॉकनरने एक सुंदर सूत्रमय वाक्य उच्चारले आहे. तो म्हणतो, 'लेखकाला तीन गोष्टींची जरूरी असते– अनुभूती, निरीक्षण आणि कल्पकता. या तिन्हीपैकी दोन गोष्टी तिसरीची उणीव भरून काढू शकतात. प्रसंगी या तिन्हीपैकी एक गोष्ट प्रभावी असली तर तीसुद्धा उरलेल्या दोन्हींची गैरहजेरी विशेष भासू देत नाही!' मात्र या तीन गोष्टींच्या जोडीला 'स्फूर्ती' आवश्यक आहे की नाही या प्रश्नाला फॉकनर उत्तर देतो, 'स्फूर्ती ही काय चीज आहे ते मला ठाऊक नाही. मी तिच्याविषयी पुष्कळ ऐकले आहे, पण तिला कधीच पाहिले नाही मी!'

याच्या उलट फॉर्स्टर या प्रख्यात कादंबरीकाराचे मत पाहा– 'तुम्ही दररोज लिहिता का स्फूर्ती येईल तेव्हा लिहिता?' या प्रश्नाचे उत्तर देताना तो उत्तरतो, 'स्फूर्ती येईल तेव्हा!' लेखकाने टिप्पण-वह्या ठेवणे किंवा सर्कस पाहायला

गेल्यावर 'हे सारे कादंबरीत रंगविले तर किती छान दिसेल' असा विचार करणे कलेच्या दृष्टीने अनुचित आहे असे तो म्हणतो. सहज स्फुरलेल्या आपल्या दोन गोष्टींची उदाहरणे त्याने दिली आहेत. (The story of a panic आणि The road from Colonus). एखादे स्थळसुद्धा विशिष्ट सुंगधाप्रमाणे आपले मन धुंद करू शकते व त्या धुंदीत ललितकृतीचे बीज रुजते असेही तो म्हणतो. या संदर्भात आपल्या 'खडक' या गोष्टीचा फॉर्स्टरने उल्लेख केला आहे.

कुठला वाङ्मय-प्रकार जमतो. तोच त्याला का साधतो. याविषयीही अशीच भिन्नभिन्न मते या पुस्तकात आढळतात. फॉकनर म्हणतो, 'मी अयशस्वी कवी आहे. मला वाटते, प्रत्येक कादंबरीकार प्रथम काव्यलेखन करण्याचा प्रयत्न करतो. ते जमत नाही असे वाटले की काव्याच्या खालोखाल कलावंताची कसोटी पाहणारा लघुकथा हा जो वाङ्मयप्रकार आहे त्याच्याकडे तो वळतो नि तिथेही बस्तान बसत नाही असे पाहिले म्हणजे तो कादंबरीकडे वळतो.' त्याच्या उलट फ्रँक ओ कॉनर म्हणतो, 'मला कादंबरीलेखनच अधिक अवघड वाटते. कारण अखंड जीवनाची जाणीव निर्माण करणे ही कादंबरीत फार महत्त्वाची गोष्ट आहे. लघुकथेत तिची आवश्यकता नसते.'

अशा उलटसुलट पण मार्मिक विधानांनी भरलेले, अनेक प्रतिभावंतांच्या अंतरंगांचा थोडक्यात पण रसिकतेने परिचय करून देणारे हे पुस्तक आहे. यातील काहीकाही मुलाखतीत जाताजाता केलेली त्रोटक चर्चा मोठी विचारप्रवर्तक आहे. उदाहणार्थ, आधुनिक कादंबरी अधिक तंत्रनिष्ठ व नीटनेटकी झाली असली तरी तिची आंतरिक शक्ती लोपत चालल्याची लक्षणे सर्वत्र दिसत आहेत. असे होण्याच्या कारणांची मीमांसा फ्रँक ओ कॉनरने केली आहे. तो म्हणतो, 'हल्ली आपण एखादी कादंबरी चांगली म्हणतो याचे कारण बहुधा एकच असते. तंत्राच्या सर्व युक्त्या तिच्यात आढळतात. इतकेच नव्हे, तर चित्रपटातल्या विविध क्लृप्त्यांचाही तिच्यात मुक्तहस्ताने वापर केलेला असतो. कादंबरी म्हणजे विविध प्रकारच्या माणसांची जीवनकथा. ती उत्तम रीतीने सांगायची तर, ती ज्या कालक्रमाने घडली तशीच सांगणे अधिक इष्ट. पण आधुनिक कादंबरीची मोठी अडचण ही आहे की तिची कथा चोवीस तासात, आठवड्यात, फार फार तर महिन्यात घडवावी लागते! आणि मागे जे काही विशाल आणि संमिश्र असे घडलेले असते ते सारे क्रूरपणाने काटले जाते.'

कादंबरीला उतरती कळा लागली हे मॉरिॲकही मान्य करतो. पण त्याचे विश्लेषण अगदी निराळ्या प्रकारचे आहे. तो म्हणतो, 'कादंबरीच्या या स्थितीचे कारण आध्यात्मिक स्वरूपाचे आहे. आमच्या पूर्वीची पिढी जुन्या रूढ अर्थाने धार्मिक नव्हती. पण तिची व्यक्तीवर आणि तिच्या आत्मिक शक्तीवर, श्रद्धा होती. ईश्वरावरली श्रद्धा नाहीशी झाली, तरी त्या श्रद्धेमुळे निर्माण झालेल्या मूल्यांविषयी

ही मंडळी निःशंक होती. त्यांच्या लेखी पाप आणि पुण्य, मंगल आणि अमंगल यांच्यातल्या सीमारेषा स्पष्ट होत्या. या सीमारेषांची जाणीव नाहीशी झाल्यामुळे कादंबरीचा कणाच मोडल्यासारखा झाला आहे.''

ओ कॉनर किंवा मॉरिअॅक यांची ही मते सर्वस्वी निर्दोष नसली तरी त्यात बराच सत्यांश आहे. आज-उद्याच्या मराठी कादंबरीकारांनी अंतर्मुख होऊन आपल्या परंपरेच्या संदर्भात त्यांचा विचार करणे आवश्यक आहे असे मला वाटते.

– १९५९

❖

कीचकवध

एक

'खाडिलकरांचं कोणतं नाटक तुला आवडतं?' असा प्रश्न एखाद्या रसिक तरुणाला केला तर, त्याच्या उत्तरात 'कीचकवधा'चा उल्लेख सहसा होणार नाही. तो व्हावा तरी कसा? सध्याच्या रंगभूमीवर 'भाऊबंदकी', 'मानापमान', 'स्वयंवर' व 'विद्याहरण' ही त्यांची चार नाटके खचित दिसतात. साहजिकच त्या तरुण रसिकाच्या उत्तरात यातलेच एखादे नाव येते. नाटक हे दृश्यकाव्याइतकेच वाच्यकाव्यही आहे, हे आपल्या वाचकांना अजून पटावयाचे आहे. त्यामुळे गडकऱ्यांसारखा एखादा अपवाद वगळला, तर इतर जुन्या नाटककारांची नाटके ग्रंथालयातून सहसा बाहेर पडत नाहीत! अनेकदा अभ्यासकाला ग्रंथालयातसुद्धा ती सर्व मिळत नाहीत! शॉ, गाल्सवर्दी, पिरँडलो, युओनिल, टेनिसी वुइल्यम्स. ऑर्थर मिलर इत्यादी प्रसिद्ध पाश्चात्य नाटककारांची नाटके आपल्याला कधीच पाहायला मिळत नाहीत. तथापि ती वाचून सुशिक्षित वाचक त्यातल्या कलागुणांचा आस्वाद घेतात, त्या नाटककारांच्या प्रतिभेचे कोडकौतुक करतात; त्यातल्या प्रक्षोभक विषयांनी, स्वभावचित्रणाच्या सूक्ष्मतेने किंवा अशाच प्रकाराच्या अन्य गुणांनी आनंदित होतात. पण आपल्याकडली जुनी नाटकेही या दृष्टीने वाचली पाहिजेत, आस्वादिली पाहिजेत, अभ्यासिली पाहिजेत, असे मात्र नाट्यव्यवसायाशी निकट संबंध असलेल्या लोकांनासुद्धा वाटत नाही! निसर्गाप्रमाणेच साहित्यातही कुठलीही पोकळी रिकामी राहत नाही! साहजिकच केवळ उथळ विनोद अगर तशाच प्रकारचे अन्य गुण अंगी असणाऱ्या नाटकांचाच तरुण पिढीला अधिक परिचय होत राहतो. त्यामुळे सर्वसामान्य प्रेक्षकांच्या अभिरुचीला चुकीचे वळण लागते. अभिरुचीचा अधःपात चक्रव्यूहासारखा असतो. त्यातून बाहेर पडण्याचा एकच एक मार्ग म्हणजे विविध नाट्यगुणांनी मंडित अशा जुन्या कलाकृतींचा अभ्यास हाच होय.

मराठीतल्या अशा अभ्यसनीय नाटकात 'सवाई माधवरावाचा मृत्यू', 'कांचनगडची मोहना', 'कीचकवध', 'भाऊबंदकी' 'विद्याहरण' व 'स्वयंवर' या खाडिलकरांच्या नाटकांचा अवश्य समावेश केला पाहिजे. १८८० ते १९२० हा मराठी रंगभूमीच्या

प्रगतीचा व वैभवाचा कालखंड. या कालखंडातले पाच प्रमुख मानकरी किर्लोस्कर, देवल, कोल्हटकर, खाडिलकर व गडकरी हे होत. किर्लोस्कर हे खऱ्याखुऱ्या मराठी नाटकाचे जनक. संगीत व त्याला अनुकूल असलेले नाट्य ही त्यांनी मराठी रंगभूमीला दिलेली फार मोठी देणगी. देवल हे किर्लोस्करांचे शिष्य. पण त्यांनी नाट्याच्या कक्षा मोठ्या कौशल्याने विस्तृत केल्या. 'शारदा' व 'संशयकल्लोळ' यांच्या रूपाने त्यांनी नवी क्षेत्रे पादाक्रांत केली. सुभद्रेच्या महालातले नाट्य देवलांनी कांचनभटाच्या माजघरात आणून सोडले. हा त्यांच्या प्रतिभेचा मोठा विजय होय. प्रसन्न, प्रवाही, प्रमाणबद्ध व परिणामकारक संवादलेखन हे देवलांचे सर्वांत मोठे वैशिष्ट्य. श्रीपाद कृष्णांनी मराठी रंगभूमीला जशी नव्या काव्यात्मतेची तशीच नव्या विनोदाचीही दृष्टी दिली. गडकरी हे श्रीपाद कृष्णांचे शिष्य. गुरूच्या नाटकात अभावरूपाने आढळणारा विविध प्रकाराचा उद्दाम भावनाविलास, एखाद्या महानदीचे कालवे काढावेत त्याप्रमाणे, त्यांनी आपल्या नाटकांतून सर्वत्र खेळविला. त्यांनी सुवर्णाला सुगंधाची जोड दिली. त्यांनी आपल्या नाटकांनी रंगभूमी जिंकली. पण त्यांच्या नाटकांची रंगत संमिश्र स्वरूपाची आहे. या रंगतीला भाषाविलास, कल्पनारम्यता, नाट्याभास (Melodrama) वगैरे अनेक गोष्टी कारणीभूत झाल्या आहेत. त्यामुळे या वैभवशाली कालखंडांतसुद्धा मराठी रंगभूमीला शुद्ध व प्रभावी नाट्यसृष्टीची जोड करून देणारे नाटककार म्हणून खाडिलकरांचे स्थान अतुल आहे. मराठी रंगभूमीला सूक्ष्म व स्वच्छ नाट्यदृष्टी त्यांच्यामुळेच लाभली.

खाडिलकरांच्या प्रतिभेचा हा स्वभावधर्म व त्यांच्या सामर्थ्याचा आविष्कार 'सवाई माधवरावाचा मृत्यू' या विद्यार्थिदशा संपताच त्यांनी लिहिलेल्या नाटकातसुद्धा आढळतो. पुढे 'कांचनगडच्या मोहने' पासून 'स्वयंवरा'पर्यंत या नाट्यगुणांचे चढत्यावाढत्या स्वरूपात दर्शन घडते. तथापि खाडिकरांच्या नाट्यप्रतिभेचा उत्कर्षकाल म्हणजे १९०६ ते १९१६ हे दशक होय. 'कीचकवध', 'भाऊबंदकी' व 'विद्याहरण' ही त्यांची तीन चांगली नाटके या दशकातच निर्माण झाली.

दोन

माणसांप्रमाणे देशांच्या कुंडल्या मांडल्या जातात हे मी पाहिले आहे. पण कलाकृतींच्या कुंडल्या मांडल्या जातात की नाही हे मला माहीत नाही. मात्र त्या मांडता येत असल्यास ज्योतिषी मंडळींनी 'कीचकवधा' च्या कुंडलीचा अवश्य अभ्यास करावा! पन्नास वर्षापूर्वीच्या अत्यंत प्रक्षोभक काळात हे नाटक जन्माला आले. एखाद्या वादळी समुद्राप्रमाणे जनमनाची स्थिती झाली होती. या वादळी समुद्राच्या अंतरंगात वडवानलाप्रमाणे क्रांतिकारकांचे गुप्त कट धगधगत होते.

साऱ्या देशाला हादरून सोडणारा एखादा बाँबचा स्फोट अधूनमधून होई आणि उन्मत्त झालेल्या परक्या नोकरशाहीला तिचे सिंहासन ज्वालामुखीच्या तोंडावर आहे याची जाणीव करून देई. लो.टिळकांसारखे राष्ट्रीय पक्षाचे तेजस्वी पुढारी आणि ना. गोखल्यांसारखे नेमस्त पक्षाचे विवेकी पुढारी आपापल्यापरीने त्या प्रक्षोभाला वळण लावण्याचा प्रयत्न करीत होते. पण ते परतंत्र देशातल्या जनतेचे पुढारी होते. लॉर्ड कर्झनसारख्या अहंकारी राजप्रतिनिधीचे उद्धट उद्गार बंद करणे त्यांच्या हाती नव्हते! अशा संघर्षपूर्ण काळात महाभारतातले 'कीचकवधा'चे कथानक खाडिलकरांच्या नाट्यदृष्टीने सहेतुक रीतीने टिपून घेतले. मूळ पौराणिक कथेच्या सांगाड्याला फारसा धक्का न लावता त्यांनी त्याला प्रभावी नाट्यरूप दिले. त्या काळातल्या भारतीय जनतेच्या परवशतेवर, गुलामगिरीमुळे होत असलेल्या तिच्या विटंबनेरर आणि ती विटंबना थांबावी म्हणून धडपड करणाऱ्या देशभक्तांच्या भिन्नभिन्न विचारप्रणालींवर उद्बोधक प्रकाश पडेल अशा रीतीने त्यांनी ते रंगविले. त्या नाटकाच्या पहिल्या आवृत्तीची प्रस्तावना त्यांनी १ सप्टेंबर १९०७ रोजी लिहिली. तिच्यात ते म्हणतात, 'सांप्रतचे स्वरूपाने नाटक प्रसिद्ध करण्यापूर्वी रंगभूमीवर नाटकाचा प्रयोग मला व इतरांना पाहावयास मिळाल्यामुळे बरीच दोषस्थळे मला टाळता आली.'

असे घासूनपुसून पुढे ठेवलेले आणि नाट्यगुणांनी नटलेले हे नाटक त्या काळी अत्यंत लोकप्रिय झाले यात नवल कसले? लोकप्रिय नाटकांना त्या काळी दीर्घायुष्य लाभत असे. त्यांचे प्रयोगावर प्रयोग होत. प्रसंगी शेकड्यांनी मोजण्याइतके! रौप्य, सुवर्ण, हीरक, अमृत वगैरे वगैरे महोत्सव 'सौभद्र', 'शारदे' सारख्या नाटकांनी त्या काळी कुठलीही जाहिरात न करता साजरे केले आहेत. 'कीचकवध' हे त्या मालिकेतलेच नाटक! पण हे भाग्य मात्र त्याला लाभले नाही. कीचकवधाच्या आधीची 'कांचनगडची मोहना', 'बायकांचे बंड' वगैरे खाडिलकरांची नाटके मी लहानपणी पाहिली आहेत. 'भाऊबंदकी', 'प्रेमध्वज' वगैरे त्याच्या पाठची भावडेही पाहिली आहेत. पण 'कीचकवध' मात्र मला कधीच पाहायला मिळाले नाही. ते मिळावे तरी कसे? रंगभूमीवर येऊन लोकप्रियतेच्या शिखरावर ते चढते न चढते तोच त्यांच्यातून सूचित झालेली नोकरशाहीवरील मर्मभेदी टीका सरकारला झोंबू लागली आणि राजद्रोहाचा शिक्काछाप बसून या नाटकाच्या प्रयोगाला व ते पुस्तकरूपाने विकण्याला बंदी करण्यात आली. १९१४ साली मी कॉलेजात गेलो तेव्हा शिवरामपंतांचे 'काळातले निवडक निबंध' आणि 'कीचकवध' नाटक हे साहित्य वाचण्याची उत्कट इच्छा माझ्या मनात निर्माण झाली. पण ती तशीच अतृप्त राहिली. या नाटकाचा विषयच केवळ अज्ञातवास हा होता असे नाही. या नाट्यकृतीलाही दीर्घकाळ अज्ञातवासाचे दुःख भोगावे लागले. १९२६ साली तिचा हा अज्ञातवास संपला.

तीन

'कीचकवध' नाटकाने खाडिलकरांना लोकप्रियतेच्या शिखरावर नेऊन बसविले. त्या वेळी संगीत रंगभूमीची विलक्षण चलती होती. पण नाटकाची अंतिम रंगत संगीतात नसून ती त्यातल्या नाट्याविष्कारात असते, हे हॅम्लेटसारख्या प्रभावी पण परकीय नाटकामुळे जाणवू लागलेले सत्य या अस्सल मराठी नाटकाने प्रेक्षकांना पूर्णपणे पटविले. या नाटकाला अशी लोकप्रियता मिळण्याचे कारण खाडिलकरांचे तेजस्वी व्यक्तित्व, त्यांची विकसीत होऊ लागलेली नाट्यप्रतिभा, त्यांनी आत्मसात केलेले शेक्सपियरचे तंत्र आणि या सर्वांना अनुरूप असा प्रक्षुब्ध काळ या विविध घटकात होते. प्रतिभावान कलावंतांच्या कृतीतसुद्धा असे एकजीव झालेले रसायन नेहमी अथवा हुकमी लाभतेच असे नाही. खुद्द खाडिलकरांनी 'सवाई माधवरावाचा मृत्यू' या नाटकात शेक्सपियरच्या 'हॅम्लेट' आणि 'आयागो' या दोन अमर स्वभावरेखा एकत्र आणण्याचा अभूतपूर्व प्रयत्न केला होता. जन्मतःच हनुमंताने सूर्यबिंबाचा ग्रास करायला जावे, तशी ही खाडिलकरांची उडी होती. ती तितकीशी यशस्वी झाली नाही. याचे कारण खाडिलकरांची प्रतिभा त्या वेळी अविकसीत होती एवढे एकच नाही. तो काळच तसल्या नाटकाच्या स्वागताला अनुकूल नव्हता! जुन्या इतिहासाचे आणि त्यातल्या मोठ्यामोठ्या व्यक्तींचे पोवाडे गाण्याचा काळ होता तो! अशा काळात नाना फडणिसांसारख्या ऐतिहासिक व्यक्तींचे प्रतिकूल चित्रण वाचकांना अगर प्रेक्षकांना कसे रुचावे? या नाटकाकडे केवळ कलात्मक दृष्टीने पाहण्याच्या मनःस्थितीत तत्कालीन समाज नव्हता.

'कांचनगडची मोहना' या दुसऱ्या नाटकात खाडिलकरांनी शेक्सपियरचे नाट्यतंत्र कुशलतेने हाताळले. शूर पण उतावळा प्रतापराव, आपले डोके सदैव शांत ठेवणारा मुत्सद्दी दौलतराव, विफल प्रीतीच्या पूजेत दंग झालेला प्रेमवेडा हंबीरराव, स्वार्थासाठी देशहितावर निखारे ठेवणारा उलट्या काळजाचा पिलाजीराव आणि म्हातारपणी तरुण बायकोच्या हातचे खेळणे बनलेला व्यसनी दादासाहेब, या स्वभावरेखा मोठ्या ठसठशीत, मानवी स्वभाव आणि विशिष्ट काळ या दोन्ही दृष्टींनी प्रातिनिधीक आणि अंगभूत साम्यविरोधाने व संघर्षांनी नाट्याची रंगत वाढविणाऱ्या अशाच आहेत. मोहना, यमुना, लक्ष्मी या स्त्रीपात्रांचे चित्रणही असेच परिणामकारक झाले आहे. या पात्रचित्रणात कलात्मक सूक्ष्मता कमी आहे. त्यामुळे 'कांचनगडची मोहना' हे दुःखान्त नाटक असले तरी शेक्सपियरच्या शोकान्तिकेचा कलात्मक डौल किंवा तिची भेदकता व अंतर्मुखता या नाटकात दृग्गोचर होत नाहीत! पण या नाटकाचे मूल्यमापन अशा अप्रस्तुत तुलनेने करणे अगदी अयोग्य आहे. त्या काळी अत्यंत लोकप्रिय असलेल्या 'राणा भीमदेव' या ऐतिहासिक नाटकाशी 'कांचनगडची

मोहना' तुळून पाहावी. म्हणजे खाडिलकरांची प्रतिभा व नाट्यदृष्टी यांचे सामर्थ्य सहज लक्षात येईल.

चार

तसे पाहिले तर शिवरामपंत परांजपे, हरिभाऊ आपटे, केशवसुत, श्रीपाद कृष्ण कोल्हटकर, केळकर, खाडिलकर हे एका पिढीतले, इतकेच नव्हे तर एका दशकात जन्मलेले लेखक होते. हे सारेच साहित्यिक देशभक्त होते. आपापल्या विशिष्ट पद्धतीने त्यांच्या साहित्यांत ही भावना प्रकट झाली आहे. पण मराठी वाङ्मयाला भूषणभूत झालेल्या या सर्व लेखकांत परांजपे व खाडिलकर यांची देशभक्ती अगदी निराळ्या प्रकारची आहे. ती तीव्र आहे, तीक्ष्ण आहे, तिखट आहे. ती राजकीय विषयांत जसा रस घेते, तसा सामाजिक समस्यांत घेत नाही. किंबहुना परांजपे व खाडिलकर यांच्या दृष्टीने सामाजिक सुधारणा हा थोडाफार उपहासाचाच विषय होता. परांजप्यांनी आपल्या निबंधात त्या वेळच्या सुधारकांची अनेकदा रेवडी उडवली आहे. 'विद्याहरणा'तल्या शिष्यवराच्या तोंडाने खाडिलकर जेव्हा 'गळोटी'चे (नेकटाय) हास्यास्पद तत्त्वज्ञान वदवितात, तेव्हा त्यांची भूमिकाही अशीच एकांगी वाटू लागते. खाडिलकरांच्या नाटकात तरुण नायक-नायिकांचे प्रेमाराधन आहे. त्यांची प्रेमसाधना आहे. ज्यांना पाश्चात्य कसोटीने रोमँटिक म्हणता येईल असे शृंगारपूर्ण प्रसंग आहेत. नाटकाची रंगत वाढविणाऱ्या गोष्टी म्हणून त्यांच्यातल्या कलावंताने या सर्व गोष्टींचा स्वीकार केला आहे. पण त्यांच्या नाटकात कुठेही आधुनिक पद्धतीच्या प्रेमविवाहाचे मंडन आणि त्याच्या पाठीमागे उभ्या असलेल्या काव्यात्मतेचे व व्यक्तिस्वातंत्र्याच्या तत्त्वाचे समर्थन नाही. देश, धर्म, कर्तव्य, वडील माणसे यांच्याकडे पाठ फिरवून केवळ दोन व्यक्तींच्या जीवनात फुलणाऱ्या प्रेमाचा त्यांनी कधीच पुरस्कार केलेला नाही.

तरुण खाडिलकर वकिलीचा अभ्यास सोडून टिळकांना येऊन मिळाले ते याच आंतरिक ओढीमुळे! त्यांच्या स्वभावतःच कठोर व शौर्यपूजक अशा व्यक्तित्वाला जे मुख्य आकर्षण वाटले ते देशांत राजकीय स्वातंत्र्याकरिता सुरू झालेल्या प्रयत्नांचे, त्या प्रयत्नांतल्या आत्महुतीचे, त्या संघर्षांतून निर्माण होणाऱ्या घटनांचे आणि समस्यांचे. म्हणूनच लॉर्ड कर्झनसारख्या उद्दाम राजप्रतिनिधीने पारतंत्र्यात खितपत पडलेल्या भारतीय जनतेला उद्देशून तुच्छतेचे उद्गार काढताच खाडिलकरांच्या डोळ्यांपुढे दास्यात लाजिरवाणे जिणे कंठणारी भारतमाता एकदम सैरंध्रीच्या रूपाने उभी राहिली. दोघींच्या मधले अनेक शतकाचे अंतर प्रतिभेने क्षणार्धात ओलांडले. कर्झन कीचक झाला. सैरंध्रीवर आलेले संकट दूर करण्याचा प्रयत्न करणारे धर्म

आणि भीम हे नेमस्त व राष्ट्रीय पक्षाचे प्रतिनिधी झाले. वीज चमकावी, भोवतालच्या भूप्रदेशांतील डोंगर, दरी, देऊळ, स्मशान हे सारे सारे एखाद्या चित्रकाराच्या दृष्टिपथात यावे आणि क्षणार्धात त्या भूभागाचे संपूर्ण चित्र त्याच्या कलाचक्षूंपुढे तरळू लागावे, तसे हे घडले.

हे याच वेळी घडले असे नाही. 'भाऊबंदकी' व 'स्वयंवर' या यशस्वी नाटकांचे आणि 'मेनका,' 'त्रिदंडी संन्यास' या अयशस्वी नाटकांचे उगमही असेच आहेत. देशभक्तीने रसरसलेले आणि राजकीय पारतंत्र्य कसे नष्ट होईल, या चिंतनात मग्न असलेले खाडिलकरांचे मन देशाच्या राजकारणातल्या एखाद्या विलक्षण घटनेने ढवळून निघते, प्रक्षुब्ध होऊन जाते. या प्रक्षोभाच्या वारूवर आरूढ होऊन त्यांची नाट्यप्रतिभा पुराणांतले किंवा इतिहासांतले असे एखादे वेचक कथासूत्र शोधून आणते की, या सूत्रांत त्या सर्वपरिचित कथेतले नाट्यपूर्ण प्रसंगांचे मणी तर गुंफता यावेतच; पण त्याचबरोबर पौराणिकतेच्या पडद्याआडून भोवतालच्या परिस्थितीवर प्रखर प्रकाशही पडावा!

पाच

या दृष्टीने 'भाऊबंदकी,' 'विद्याहरण' व 'सत्त्वपरीक्षा' या त्यांच्या नाटकांच्या निर्मितीची बीजे अभ्यासण्यासारखी आहेत. सुरतेला राष्ट्रीय सभेची फाटाफूट झाली. देशसेवकांत दोन तट पडले. भाऊबंदकीमुळे या दोन्ही पक्षांची शक्ती खच्ची झाली. इतकेच नव्हे, तर हरतऱ्हेच्या राजकीय चळवळींवर परक्या सरकारचा दडपशाहीचा वरवंटा फिरू लागला. या दुःखद देखाव्याने अस्वस्थ होऊन अंतर्मुख झालेल्या एका थोर कलावंताच्या मनात 'भाऊबंदकी' नाटक स्फुरले हे लक्षात घेतले नाही, तर खाडिलकरांच्या नेहमीच्या नाट्यपूर्ण पद्धतीशी विसंगत असे जे रामशास्त्र्यांच्या तोंडचे बारभाईच्या कारभाराविषयींचे भाषण या नाटकाच्या शेवटी आले आहे त्याचा उलगडा होणार नाही. राष्ट्रीय चळवळीचा एक भाग म्हणून दारू-दुकानांवर निरोधन सुरू झाले. त्यासंबंधाने व्याख्याने देताना खाडिलकरांनी शुक्राचार्यांची कथा पुनःपुन्हा सांगितली. ती त्यांच्या मनात फुलू लागली. सुशिक्षितात होत असलेला मद्यपानाचा प्रसार त्यांना भयप्रद वाटत होताच! या सर्व अनुभूतींनी 'विद्याहरणां'त नाट्यरूप धारण केले आहे असे आढळून येईल.

'सत्त्वपरीक्षे'तला हरिश्चंद्र सत्त्वरक्षणासाठी सर्व प्रकारची संकटे सहन करतो, कपाळी आलेली गुलामगिरीसुद्धा धीरगंभीरपणाने सोसतो, आणि आपल्या चारित्र्याचा उदात्त संदेश प्रेक्षकांच्या अंतःकरणापर्यंत पोचवितो. लो. टिळकांना सहा वर्षांची हद्दपारीची शिक्षा झाल्यानंतर त्यांनी त्या विलक्षण प्रसंगाला ज्या धैर्याने तोंड दिले

आणि त्यांच्या गैरहजेरीत परक्या सरकारशी झुंज घेणाऱ्या कार्यकर्त्यांचे सत्त्व कसे टिकेल याची खाडिलकरांना जी चिंता वाटू लागली, त्यांतच या नाटकाच्या निर्मितीची मुख्य बीजे आहेत.

भोवतालच्या राष्ट्रीय संघर्षांतून मिळणारी प्रेरणा, त्या भव्य आणि उग्र संघर्षाशी मिळतेजुळते होईल असे पौराणिक किंवा ऐतिहासिक कथानक निवडण्यांतली कुशलता, नाट्यकथेतल्या व त्याचबरोबर तिला प्रेरणा देणाऱ्या मूळ संघर्षांतल्या श्रेष्ठ मूल्यांचे समर्थपणे मंडन करणारी बुद्धीची तात्त्विक बैठक, जे भव्य, दिव्य, उग्र किंवा उदात्त आहे त्यात स्वभावतःच रमणारी प्रतिभा यांच्याही समरसतेतून 'कीचकवध' ही असेच निर्माण झाले.

सहा

खाडिलकरांनी शेक्सपियरचे नाट्यतंत्र मराठी रंगभूमीवर आणले, रुळविले आणि रूढ केले याचा अर्थ काय? त्यांच्या नाटकापूर्वी 'विकारविलसित' 'त्राटिका' वगैरे शेक्सपियरच्या नाटकांची रूपांतरे मराठी रंगभूमीवर लोकप्रिय होतीच ना? या प्रश्नाचे उत्तर सोपे आहे. 'विकारविलसित' व 'त्राटिका' या लोकप्रिय नाटकांमुळे शेक्सपियर मराठी प्रेक्षकाला परिचित झाला. पण तो त्याच्या पचनी पडला नाही. त्याचे नाट्य व नाट्यतंत्र लक्षात घेऊन लिहिलेली नाटके खाडिलकरांपूर्वी कोणीही लिहिली नाहीत. 'राणा भीमदेव' सारखी त्या काळची स्वतंत्र अथवा आधारित लोकप्रिय गद्य नाटके त्या दृष्टीने पाहण्याजोगी आहेत, पारतंत्र्याविषयी चीड निर्माण करण्याचा काळ होता तो! त्यामुळे अशा कलाहीन नाटकांना काही काळ लोकप्रियता लाभली. पण ती पुढे टिकली नाही. रंगभूमीच्या विकासाला तर या नाटकांची मदत मुळीच झाली नाही. शेक्सपियरच्या नाट्याच्या आंतरिक शक्तीचे आकलनच या नाटककारांना झाले नाही. 'शारदा', 'मूकनायक' वगैरे नाटकांनी मध्यंतरीच्या काळात मराठी रंगभूमीला प्रगतीचा मार्ग दाखविला. पण त्यांचा शेक्सपियरच्या प्रभावी नाट्याशी मुळीच संबंध नव्हता.

शेक्सपियरच्या नाट्याचे बळ कशात आहे, हे खाडिलकरांनी उत्तम रीतीने जाणले. इतकेच नव्हे, तर त्यातला काही भाग त्यांनी फार चांगल्या रीतीने आत्मसात केला. यापूर्वीच्या काळात सर्वसामान्य नाटके लिहिली जात होती, ती स्थूलमानाने संस्कृत नाट्यतंत्राच्या भयप्रद पद्धतीने. फार तर त्या पद्धतीवर इंग्रजी कल्पनारम्यतेचे थोडेसे कलम करून. संस्कृत पद्धतीत जसे शोकान्तिकेला स्थान नव्हते, तशीच मंगल आणि अमंगल, श्रेय आणि प्रेय, व्यक्ती आणि दैव, विकार आणि विवेक यांच्या मानवी जीवनात हरघडी प्रत्ययाला येणाऱ्या प्रक्षोभक द्वंद्वांनाही

जागा नव्हती. ‘शाकुंतल’सारख्या अभिजात नाट्यकृतीकडे आधुनिक दृष्टीने पाहिले, तर तिच्यांत नाट्यापेक्षा काव्याचाच भाग अधिक आहे असे आपल्याला आढळून येते. ‘उत्तररामचरिता’चा पहिला अंक हे जागतिक नाट्यवाङ्मयाचे एक भूषण आहे. पण पुढे दुसऱ्या अंकापासून हे नाटक पुनःपुन्हा काव्याच्या पातळीवरच उतरते. ‘मृच्छकटिका’त अधिक नाट्य आहे असे वाटते खरे! पण एक नाजुक प्रेमकथा व एक चतुर रहस्यकथा यांच्या मिश्रणांतूनच ते नाट्य निर्माण झाले आहे. किंबहुना ‘मृच्छकटिका’त काव्य किती, नाट्य किती व कृत्रिम नाट्य (मेलोड्रामा) किती, हे पूर्वग्रहविरहित दृष्टीने पाहणे आवश्यक आहे.

शेक्सपियरच्या नाटकांत– विशेषतः त्याच्या शोकान्तिकांत– जो विलक्षण संघर्ष सुरू होतो, ज्यातून पुढील प्रभावी नाट्य विकसित होत जाते, तो हा संघर्षच संस्कृत रंगभूमीला अपरिचित होता. असा संघर्ष नाही, खलपात्र नाही (‘शकारा’सारखा एखादा अपवाद सोडून), सामान्यतः राजेराण्यांच्या प्रेमाशिवाय दुसरा कथाविषय नाही, अशा परिस्थितीत संस्कृत नाटक वाढले. ते एक सुंदर कमळ आहे; पण ते पुष्करिणीतले कमळ आहे. त्या प्रसन्न आणि प्रशांत पुष्करिणीला जीवनसागरांतल्या विलक्षण भरती-ओहोटींची, त्याच्यावर दिसणाऱ्या सुंदर सूर्यास्तांची, मोठमोठ्या नौका पाखराच्या पिसांप्रमाणे उडवून लावणाऱ्या त्याच्यावरल्या रूद्रभीषण वादळांची आणि त्याच्या तळाशी शिंपल्यांत तयार होणाऱ्या पाणीदार मोत्यांची कल्पनाच नव्हती!

सात

भव्य, उग्र, भीषण, उदात्त अशा विविध रंगांनी रंगलेल्या या नव्या नाट्याची जोड खाडिलकरांनी मराठी रंगभूमीला करून दिली. ‘कीचकवधां’तील नाट्यकथेच्या मांडणीत ही गोष्ट स्पष्ट दिसून येते. संस्कृत पठडीत वाढलेल्या एखाद्या नाटककाराने हे नाटक लिहिले असते, तर त्याचे स्वरूप कसे झाले असते याची कुणीही सहज कल्पना करू शकेल. त्या नाटकात कीचकाची कामुकता, सैरंध्रीच्या वेषाने वावरणाऱ्या द्रौपदीचे दुःख आणि शेवटी कीचकाच्या वधाने सिद्ध होणारा सत्पक्षाचा विजय यापलीकडे हे नाटक गेले नसते.

खाडिलकरांचा कीचक असल्या परंपरागत कीचकापेक्षा अगदी निराळा आहे. तो केवळ एक कामुक खलपुरुष नाही. तो नुसता शूर पण विलासी असा सेनापती नाही. सैरंध्री सहज त्याच्या दृष्टीला पडते. ती त्याच्या डोळ्यांत भरते. तो सुदेष्णेपाशी तिची मागणी करतो. आपली इच्छा सहजासहजी पुरी होईल अशी त्याची कल्पना असते. कारण त्याच्या दृष्टीने सैरंध्री ही बोलूनचालून एक दासी होती! अशा दासी विलासी पुरुषांच्या सुखसामग्रीत त्या काळी जमा होत असत!

पण सैरंध्रीची मागणी केल्यावर कीचकाला अनुभव येतो तो मात्र अगदी निराळा. त्याचा उन्मत्त अहंकार डिवचला जातो. वीरपुरुष म्हणून, विजयी सेनापती म्हणून, ज्याच्या बाहुबळावर विराटाचे राज्य अवलंबून आहे असा कर्तृत्वत्वान नेता म्हणून, त्याचा अहंकार आधीच शिगेला पोचलेला असतो. या उन्मत्त, आंधळ्या अहंकाराला सैरंध्रीच्या नाखुषीच्या रूपाने आव्हान मिळते! साहजिकच दुखावलेल्या नागाप्रमाणे तो फडा काढून दंश करण्याकरिता सरसावतो. सैरंध्रीला आपली करण्याकरिता नाटकभर तो जे प्रयत्न करतो, त्याच्या मुळाशी कामुकता कमी आहे. पराभूत प्रक्षुब्ध अहंकाराची प्रतिक्रियाच त्याच्या कृतीत अधिक आहे.

राक्षसी महत्त्वाकांक्षेच्या आहारी जाऊन मॅक्बेथ जसा आपला सर्वनाश ओढवून घेतो, तसा मदोन्मत्त कीचक सैरंध्री मिळविण्याच्या कैफात मृत्यूला मिठी मारतो. मॅक्बेथचे उदाहरण इथे मी दिले ते केवळ सहज सुचले म्हणून नव्हे. शेक्सपियरच्या सर्व शोकांतिकात मॅक्बेथ हे खाडिलकरांचे अत्यंत आवडते नाटक असावे. 'सवाई माधवराव याचा मृत्यू' लिहिताना त्यांना 'हॅम्लेट' किंवा 'आयागो' यांच्यासारख्या स्वभावरेखांचे आकर्षण होते. पण ते पुढे राहिले नाही. त्यांच्या नाट्यलेखनाच्या प्रेरणेचा प्रमुख उगमच देशभक्तीत व ध्येयवादात असल्यामुळे त्यांचे उदात्ततेचे आकर्षण वाढत गेले आणि स्वभावसंघर्षापेक्षा तत्त्वसंघर्षावर त्यांची दृष्टी केंद्रित होऊ लागली. 'मॅक्बेथ' हे त्यांच्या या प्रवृत्तीला उपकारक असे नाटक होते. 'कीचकवध', 'भाऊबंदकी' आणि 'विद्याहरण' या त्यांच्या तिन्ही श्रेष्ठ नाटकातील कीचक, राघोबा व शुक्राचार्य यांचे स्वभावचित्रण पाहावे. ती चित्रणाची पद्धत मॅक्बेथच्या चित्रणाशी जुळणारी आहे.

आठ

अहंकारी कीचकाच्या जीवनाची ही कथा नाट्यपूर्ण रीतीने सादर करण्यात खाडिलकरांना यश मिळाले. याचे कारण शेक्सपियरची नाट्यदृष्टी किती तीक्ष्ण असते, कथानकातल्या सर्व लहानसहान घटनांवरून घारीसारखी ती कशी फिरत असते, आणि नाट्यदृष्ट्या कुतूहलजनक कथानकाच्या विकासाला पोषक आणि प्रेक्षकांच्या दृष्टीने उत्कंठावर्धक असे जे जे त्या दृष्टीच्या टप्प्यात येते ते ते अचूक उचलून प्रत्येक गोष्टीची ती कुशलतेने कसा उपयोग करते, याची त्यांना जाणीव होती.

महाभारतातल्या कथेत सैरंध्री कीचकाच्या दृष्टीला पडते तो प्रसंग असा वर्णिला आहे : 'अज्ञातवासाचे वर्ष बहुधा निघून गेल्यावर एकदा द्रौपदी सहज कीचकाच्या दृष्टीला पडली. कीचक हा विराटाचा सेनापती असून मोठा बलाढ्य होता. जिची कांती देवांगनेप्रमाणे आहे अशी द्रौपदी, देवतेप्रमाणे चमकताना पाहून कीचक मदनशराने

अगदी विव्हळ झाला आणि मनात तिच्या प्राप्तीची इच्छा करू लागला.' अज्ञातवासाचे वर्ष जवळजवळ संपेपर्यंत सुदेष्णेची दासी असणारी द्रौपदी कीचकाच्या नजरेलाही पडू नये आणि शेवटी केवळ योगायोगाने त्याला ती दिसावी या मूळ कथाभागात कसलेच नाट्य नाही. ते नाट्य कीचकवधाच्या पहिल्या प्रवेशात खाडिलकरांनी प्रभावीपणाने कसे निर्माण केले आहे ते अभ्यासण्याजोगे आहे. हस्तिनापुराला जाऊन आणि मोठी मानमान्यता मिळवून कीचक परत येतो. राजवाड्याच्या मुख्य दरवाजात त्याला ओवाळण्याकरिता दासी निरांजनांची तबके घेऊन उभ्या असतात. प्रवेश केल्याबरोबर कीचक दुर्योधनाच्या दरबारातल्या आपल्या पराक्रमाच्या कौतुकाच्या गोष्टी सांगू लागतो. दुर्योधनाने त्याला 'महाराज' या पदवीबरोबर पांडवांचे छत्रही दिलेले असते. कीचक आपल्या हातातल्या पाच आंगठ्या दाखवीत दिमाखाने सांगू लागतो, 'द्रौपदी-स्वयंवर झाल्यावर पाच पांडवांचे जेव्हा द्रौपदीशी लग्न लागले तेव्हा त्या समारंभात जामात रुसले असता द्रुपद राजाने 'द्रौपदीपती' ही पंचाक्षरे हिऱ्यावर कोरून पाच पांडवांना पाच आंगठ्या नजर केल्या. द्यूताचे वेळी त्या आंगठ्या सार्वभौम सुयोधनाच्या मालकीच्या झाल्या. भावी युद्धानंतर जिंकलेल्या द्रौपदीचा मी एकटाच पती होणार म्हणून कौरवेश्वराने 'द्रौपदीपती' या अक्षराच्या पाचही आंगठ्या ह्या वीराच्या या भाग्यशाली व पराक्रमी हाताच्या बोटांत घातल्या आहेत.'

कीचक मोठ्या प्रौढीने हे सारे सांगत असतो. ते ऐकत असतानाच सुदेष्णा दासींना म्हणते, 'सैरंध्री, सौदामिनी, आता निरांजन ओवाळून दादाची दृष्ट काढा.' सौदामिनी राणीच्या आज्ञेप्रमाणे ओवाळते; पण सैरंध्री मात्र एखाद्या दगडी पुतळीप्रमाणे उभी असते! ओवाळणीचे तबक घेतलेले तिचे हात कापत असतात. कीचकाच्या बढाईखोर बडबडीमुळे तिच्या हृदयाच्या सर्व जखमा क्षणार्धात उघड्या होतात. थरथर कापत उभ्या असलेल्या या दासीकडे पाहून कीचक सुदेष्णेला म्हणतो, 'अक्का, हस्तिनापूरच्या दासींनाही आपल्या सौंदर्याने लाजविणाऱ्या असल्या दासी तुझ्या जवळ आहेत म्हणायच्या!' त्याची आणि सैरंध्रीची ही पहिली दृष्टभेट. इथे नाटकातल्या संघर्षाची पहिली ठिणगी पडते. पुढे कीचक सुदेष्णाला म्हणतो, 'असल्या सेवाचाकरीच्या कामावर असल्या सुंदर अप्सरेला तू नेमलीस कशी, याचंच मला आश्चर्य वाटतं. सुंदर फुलांना तळहातावर झेलून धरून प्रेमानं हुंगावं व मस्तकावर अलगद उचलून धारण करावं. पायाखाली का कुणी त्यांना तुडवितो?'

नऊ

दुसऱ्या अंकातल्या दुसऱ्या प्रवेशात विराट व कीचक फराळाला बसलेले असतात. पण त्यांना वारा घालणाऱ्या दासीत सैरंध्री नसते. कीचकाचे मन तिच्याविषयी

निर्माण झालेल्या लालसेने व्यापलेले आहे. 'आरंभ करायचा महाराज' या शब्दांनी विराट फराळाला सुरुवात करण्याची विनंती करतो. तेव्हा कीचक उत्तरतो, 'पण ती कुठे आहे? मघापासून तुला अक्का सांगतो आहे की तिच्याशिवाय एका पदार्थालाही आपण हात नाही लावणार! ती येऊ दे, मग बसू. तोपर्यंत बसत नाही!' कीचकाच्या या हट्टात एक प्रकारची बालिशता आहे, असा भास होतो; पण पुढच्याच क्षणी तो खवळतो आणि म्हणतो, 'काल मला साखरपाण्याला आपण, महाराणीसाहेब, बोलवायला आला. त्या वेळी मी पुन्हा सैरंध्रीबद्दल मागणी केली व साखरपाण्याला पाटावर बसण्यापूर्वी माझी दासी म्हणून सैरंध्री जर माझ्या हवाली करण्यात येणार असली तरच मी येईन, नाहीतर येणार नाही, असेही मी महाराणीसाहेब, आपणास बजावले! पाटावर पाय ठेवल्याबरोबर सैरंध्री माझ्या सेवेला हजर राहील म्हणून काल वचन! आणि आज इथे येऊन बसतो तो हा धटिंगण बल्लव वाढायला आमच्यापुढे उभा! जा! आपल्या धटिंगणाने वाढलेले पदार्थ आम्ही खात नसतो.'

पुढ्यातले ताट दूर लोटून तो महाराणीला म्हणतो, 'अक्का, माझी इच्छा आहे– मी सांगतो– आमचा हुकूम आहे. सैरंध्रीनं हे ताट उचलून नेऊन आम्हाकरिता आपल्या कोमल हातानं दुसरं ताट वाढून आणलं पाहिजे आणि आमचा फराळ चालला असता आम्हाजवळ उभं राहून आम्हाला वारा घातला पाहिजे. कुठं आहे सैरंध्री? सैरंध्री नाही येत? उठलो आम्ही तर मग!' इतके बोलूनही सैरंध्री आपल्या सेवेला हजर होत नाही, हे पाहताच त्याचा अहंकार पेट घेतो. तो उद्‌गारतो, 'मी मनात आणले तर मत्स्यपुरीतील नव्हे तर सर्व जगातील पाहिजे ती तरुणी केवळ माझ्या बाहुबलाने नाटकशाळेत ओढू शकतो. बस्स! चार दिवसांच्या आत सैरंध्री जर माझ्या नाटकशाळेत राहावयास आली नाही तर आजचा अपमान– राजा विराट, मी बोलून दाखवीत नाही. नीट विचार करून काय करायचे ते कर.'

कीचकाच्या कामुकतेला अशा रीतीने दुखावल्या गेलेल्या अहंकाराची जोड देण्यात आणि त्या अहंकाराच्या चढत्यावाढत्या स्वरूपाच्या साह्याने पुढील नाट्यप्रसंगांची निर्मिती करण्यात खाडिलकरांचे चातुर्य चांगल्या रीतीने प्रकट झाले आहे. दुसऱ्या अंकाच्या चौथ्या प्रवेशात कीचकाची पत्नी रत्नप्रभा या बाबतीत त्याची समजूत घालण्याचा प्रयत्न करते, तेव्हा तो म्हणतो, 'सैरंध्री बरी दिसली. सहज मी तिला मागितली. पण मला ती मिळत नाही, असे दिसल्यावर कोणत्याही कारणाकरिता गप्प बसणारा मात्र हा कीचक नव्हे. माझ्या मागणीबरोबर जर सुदेष्णेने सैरंध्रीला मजकडे पाठविले असते, माझा हुकूम न मानण्याचे धाडस जर सैरंध्रीनं केलं नसतं, तर रत्नप्रभे, तुझ्या आताच्या शब्दाला मान देऊन सैरंध्रीच्या शरीराला हातही न लावता मी तुझ्याकरिता तिला तिच्या नवऱ्याच्या घरी सन्मानानं पोचती केली असती.' याच संदर्भात तो उद्गारतो, 'स्वर्गातल्या कीर्तीहून आम्हा सत्ताधाऱ्यांना

आमची इहलोकची इभ्रत जास्त मोलाची वाटते. आमचा शब्द केव्हाही खाली पडता कामा नये. राज्यकर्ते ते राज्यकर्ते आणि दास तो दास! हा भेद नेहमी लक्षात ठेवला पाहिजे.'

खाडिलकरांनी कीचकाच्या अंतरंगावर हा जो प्रकाश टाकला आहे, तो पुष्कळ अंशी नवा व मानसशास्त्राशी सुसंगत असाच आहे. कीचकाच्या या स्वभावरेखेमुळेच मूळ पौराणिक कथेचा ढंग बिघडू न देता त्यांना लॉर्ड कर्झनसारख्या उद्दाम राज्यकर्त्याचा सारा अहंकार आणि त्या अहंकारामुळे त्यानं काढलेले उर्मट उद्गार प्रेक्षकांपुढे मूर्तिमंत उभे करता आले आणि उद्दाम राज्यकर्त्यांच्या पराभवाचा आनंद पारतंत्र्यात पिचणाऱ्या प्रक्षुब्ध प्रेक्षकांपर्यंत कलात्मक रीतीने पोचविता आला. कालिदासाची शकुंतला जशी व्यासांच्या शकुंतलेहून भिन्न आहे, तसाच खाडिलकरांचा कीचकही व्यासांच्या कीचकाहून निराळा आहे. हा स्वतंत्र मार्ग चोखाळून खाडिलकर कीचकवधाच्या कथेत नवा रंग भरू शकले, हे त्यांच्या नाट्यप्रतिभेचे फार मोठे यश आहे.

दहा

पुढचे तिन्ही अंक हे मंगल आणि अमंगल, धर्म आणि अधर्म, सत् आणि असत् यांच्यातल्या सनातन संघर्षाने रंगले आहेत. या संघर्षाला अमंगलाचा प्रतिनिधी म्हणून कीचक एकटा– अगदी एकाकी असा– उभा आहे. मात्र आकाशाला ज्याचे शिखर भिडले आहे असा दुर्गम पर्वतासारखा तो उभा आहे! त्याचा अहंकार आंधळा असला तरी त्यात एक प्रकारची भीषण भव्यता आहे. पाप-पुण्य, धर्म-अधर्म, यांच्यातली सीमारेषा तो जाणत नाही. आपल्या अहंकारी मनाची इच्छा व तिची विलंब न लागता होणारी तृप्ती, एवढ्याच गोष्टी याच्या लेखी खऱ्या आहेत. त्या तृप्तीच्या आड जे जे येतील ते ते सारे त्याचे शत्रू आहेत. त्यांचा निःपात करायचा एवढेच त्याला ठाऊक आहे. कीचकाच्या या अमानुष अहंकारामुळे निर्माण झालेल्या संघर्षात त्याच्या बाजूला दुसरे कोणीही उभे नाही. मॅक्बेथमध्ये चेटकिणीच्या भविष्यवाणीपासून लेडी मॅक्बेथच्या चिथावणीपर्यंत विविध अमंगल शक्ती नायकाच्या मागे उभ्या आहेत. तसे कीचकवधात काही नाही. कीचकाच्या कामुकतेतून निर्माण झालेल्या आणि त्याच्या अमर्याद अहंकाराने पोसलेल्या या नाटकातील संघर्षात जी भव्यता आली आहे ती त्याच्या एकाकीपणामुळे– त्याच्या प्रत्येक उद्गारातून प्रकट होणाऱ्या दर्पामुळे– गरुडाने चिमणीकडे ज्या तुच्छतेने पाहावे ती त्याच्या प्रत्येक दृष्टीक्षेपात प्रकट होत असल्यामुळे!

या अमंगलाला विरोध करणाऱ्या नाटकातल्या सर्व मंगल शक्ती आपापल्यापरी दुर्बल आहेत. धर्म, भीम व द्रौपदी यांना आपले अज्ञातवासाचे रहस्य फुटण्याची व

त्यामुळे पुन्हा बारा वर्षे वनवास आणि एक वर्ष अज्ञातवास कपाळी येण्याची भीती भेडसावीत आहे. त्यामुळे मानिनी द्रौपदी आणि तेजस्वी भीम यांची स्थिती राखेच्या ढिगात धुमसणाऱ्या निखाऱ्यासारखी झाली आहे. त्या दोघांची प्रक्षुब्ध मनःस्थिती कळत असून, पुढे स्वतःच्या पत्नीची कीचकाकडून प्रथम शब्दांनी व नंतर कृतीने होणारी विटंबना दिसत असून, (चौथ्या अंकाच्या तिसऱ्या प्रवेशात कीचक भर दरबारात सैरंध्रीचा पदर ओढतो आणि 'दिवसा तुला नग्न पाहण्याची तुझ्या जाराची हौस जर आजपर्यंत कुणी पुरविली नसेल तर कीचकाचा हा डावा हात त्यांच्या डोळ्यांचे पारणे फेडल्याशिवाय आता राहणार नाही!' असले अभद्र उद्गार काढतो.) धर्म भीमाला सबुरीचा सल्ला देत असतो.

साहजिकच या अमंगलापासून कीचकाला परावृत्त करण्याचे काम विराट, सुदेष्णा व रत्नप्रभा यांच्याकडे येते. विराट हा दुर्बळ राजा आहे. त्याचे सिंहासनावरले अस्तित्व कीचकाच्या बाहुबलावर अवलंबून आहे. दुर्बळाचा सज्जनपणा हा टोक नसलेल्या बाणासारखा असतो. त्यामुळे विराट व सुदेष्णा सत्पवृत्त असूनही सैरंध्रीचे संरक्षण करण्याला असमर्थ ठरतात. साहजिकच कीचकाला आपल्या पापी संकल्पापासून दूर ठेवण्याचे काम त्याची पत्नी रत्नप्रभा हिच्याकडे येते.

अकरा

रत्नप्रभा हे कल्पित पात्र आहे. महाभारतातल्या कथेत कीचकाला पुष्कळ बायका असल्याचा उल्लेख असला तरी विशिष्ट व्यक्तित्व असलेली स्त्री त्यात नाही. रत्नप्रभेच्या रूपाने कीचकाचे नियंत्रण करू पाहणारी एक सात्त्विक शक्ती निर्माण करण्यात खाडिलकरांच्या नाट्य-प्रतिभेचे वैशिष्ट्य दिसून येते. पुण्यप्रभावातली कालिंदी या रत्नप्रभेच्या कुळातलीच आहे. कीचकवधात रत्नप्रभा नसती तर त्यातला संघर्ष एकेरी व भावनात्मक दृष्टीने मिळमिळीत वाटला असतो. दोन्ही बाजूंच्या आंदोलनामुळे नाट्यकथेला जी रमणीयता प्राप्त होते तिला हे नाटक मुकले असते.

ओवाळणीच्या पहिल्या प्रवेशापासूनच या नाटकात रत्नप्रभेचे अस्तित्व जाणवू लागते. मात्र तिच्या व्यक्तित्वाची छाप असलेले दोनच प्रवेश या नाटकात आहेत– दुसऱ्या अंकातला चौथा प्रवेश आणि पाचव्या अंकातला दुसरा प्रवेश. यातल्या पहिल्या प्रवेशाचा आरंभ किंचित शृंगारिक अशा वातावरणात झाला असला, तरी त्याचा शेवट कीचकाच्या उद्दाम अहंकारावर प्रकाश टाकण्यात व अशा रीतीने नाट्यवस्तूचा परिपोष करण्यात झाला आहे. या प्रवेशात प्रथम कीचक रंगात येऊन रत्नप्रभेला म्हणतो, 'सरकार, मर्जी होईल तो हुकूम फर्माविण्याची मेहेरबानी व्हावी.

बंदा सेवेला तयार आहे.' रत्नप्रभा उत्तरते, 'विनंती इतकीच आहे की, या सैरंध्रीचा नाद सोडावा. महाराज, पुरुष जुलूम करू लागले म्हणजे पतिव्रतेचं मन कसं दुःखानं होरपळून जातं याची कल्पना पुरुषांना कधीही करता येणार नाही!' ती परोपरीने कीचकाची समजूत घालण्याचा प्रयत्न करते; पण अहंकाराच्या अधीन झालेल्या त्याच्या मनावर तिच्या विनवण्यांचा काहीही परिणाम होत नाही.

पाचव्या अंकातल्या दुसरा प्रवेशही असाच आहे. गावाबाहेरील देवीवनातील भैरवाच्या देवालयात सैरंध्री आपली होणार म्हणून कीचक देवीवनाकडे जायला निघाला आहे. अशा वेळी रत्नप्रभा येते आणि त्याने हे पाप करू नये म्हणू त्याचे मन वळविण्याचा प्रयत्न करते. त्या वेळी खाडिलकरांनी तिच्या तोंडी एक सूचक भाषण घातले आहे. रत्नप्रभा कीचकाला म्हणते, 'युद्धाला निघण्यापूर्वी सीतेला सोडून देण्याविषयी मंदोदरीने रावणाला केलेली शेवटची विनंती रामकथेत आताच मी नुकती महालात वाचीत होते. इथं थोडा वेळ उभं राहायचं. तेवढी पोथी आणते आणि महाराजांना मंदोदरीची विनंती वाचून दाखविते. इकडून जर ती विनंती ऐकण्याचं झालं तर इकडचं मत बदलल्याशिवाय राहणार नाही अशी माझी खात्री आहे.'

बारा

रत्नप्रभेमुळे कीचक वधातल्या मंगल आणि अमंगल यांच्या संघर्षाचा एकेरीपणा जसा कमी झाला आहे, तसा कंकभट (धर्म); बल्लव (भीम) व सैरंध्री (द्रौपदी) यांच्या अगतिक परिस्थितीमुळे व तिच्या पोटी निर्माण झालेल्या तात्त्विक संघर्षामुळे मूळ संघर्षाची नाट्यमयता वाढली आहे. इतकेच नव्हे तर या नाट्याला तत्त्वचिकित्सेची बैठक मिळाली आहे. अंक पहिला, प्रवेश तिसरा व अंक तिसरा, प्रवेश दुसरा हे दोन्ही या दृष्टीने महत्त्वाचे आहेत. धर्म द्रौपदीला विवेकाने अपमानाचे दुःख गिळायला सांगतो. त्या वेळेला ती तेजस्विनी उत्तरते, 'महाराज, वनवासात केवळ शरीराचे हाल होतात. पण या अज्ञातवासात मनाचे हाल होतात. पांडव वनवासातून सरळ हस्तिनापूरला गेले असते, तर शरीराने दुबळे पण मनाने खंबीर असे कौरवांना दिसून आमच्या शत्रूंना आमची भीतीच वाटली असती. पण महाराज, राजमंदिरातील नोकरचाकरांना मिळणाऱ्या सुखाला लालचावलेले आजचे पांडव शरीराने तुकतुकीत आणि मनाने षंढ झालेले पाहून कौरव आनंदाने टाळ्या पिटतील.' धर्म हे सर्व मुकाट्याने ऐकून घेतो. पण त्या प्रवेशाच्या शेवटी तो म्हणतो, 'द्रौपदी, शाब्दिक अपमान सांप्रतच्या वेळी आम्ही मुकाट्याने गिळलेच पाहिजेत.' पुढे तिसऱ्या अंकातील दुसऱ्या प्रवेशातही तो द्रौपदी व भीम यांना सल्ला देतो, 'मी महाराजांपाशी

आता हा प्रश्न काढतो, तोपर्यंत कोणतीही अविचाराची गोष्ट करण्याला प्रवृत्त होऊ नका.'

'कीचकवध' रंगभूमीवर आले त्या वेळी धर्म, भीम व द्रौपदी यांचे हे प्रवेश अतिशय लोकप्रिय व्हावे हे स्वाभाविकच होते. या दोन्ही प्रवेशात नाटककार खाडिलकर व तत्त्वचिंतक खाडिलकर यांच्या शक्तींचा संगम झाला होता. गुलामगिरीत खितपत पडलेल्या आणि पदोपदी अपमानित केल्या जाणाऱ्या तत्कालीन भारतीय जनतेचे तीव्र दुःख द्रौपदीच्या मुखाने व्यक्त होत होते. या गुलामगिरीविरुद्ध धडपडणारे दोन प्रमुख पक्ष. पहिला नेमस्त. तो धर्माच्या रूपाने रंगभूमीवर मूर्तिमंत उभा झाला होता. या पक्षाचे सबुरीचे व संयमाचे तत्त्वज्ञान धर्माच्या भाषणातल्या शब्दाशब्दांतून प्रेक्षकांना प्रतीत होत होते. नेमस्त पक्षाची ही विचारसरणी मान्य नसणाऱ्या राष्ट्रीय पक्षाचे सारे मनोगत भीमाच्या भाषणात व्यक्त झाले होते. पौराणिक पात्रांना विकृत न करता त्यांच्या रूपाने आणि मुखाने आधुनिक राजकारणावर प्रकाश पाडण्याचे खाडिलकरांचे हे कौशल्य अपूर्व होते. पुढे खुद्द खाडिलकरांनी ही पद्धत हा आपल्या नाट्यलेखनाचा एक मुख्य विशेष ठरवून ती रूढ केली. पौराणिक नाटके लिहिणाऱ्या अनेकांनी तिचे अनुकरणही केले. पण कीचकवधाइतके चपखल रूपक जमणे, पौराणिक पात्रांच्याद्वारे नाट्यवस्तूचा परिपोष होत असता चढत्या रसाचा अनुभव येणे आणि त्याचबरोबर प्रचलित राजकीय परिस्थितीवर पडलेल्या झगझगीत प्रकाशामुळे त्या रसास्वादात विशेष प्रकारच्या बौद्धिक आनंदाची भर पडणे या गोष्टी 'कीचकवधा' इतक्या दुसऱ्या कुठल्याही नाटकात साधल्या नाहीत.

धर्म म्हणजे सनदशीर मार्गाने स्वातंत्र्य मिळवू इच्छिणारा नेमस्त पक्ष आणि भीम म्हणजे क्रांतिकारक मार्गाने स्वांतंत्र्य संपादू इच्छिणारा राष्ट्रीय पक्ष. या कल्पनेचा चष्मा चढवूनच प्रेक्षकांनी हे प्रवेश पाहिले. त्यामुळे त्या काळी या प्रवेशात सर्व टाळ्या पडत असत त्या 'दादा, कीचकानं द्रौपदीला नाटकशाळेत ठेवणार म्हणून म्हटल्याबरोबर तुम्ही गप्प कसे बसला? हा भीम जर काल हजर असता तर जरासंधाला उभा चिरून एका जरासंधाचे दोन जरासंध जसे मी केले, त्याप्रमाणे एका कीचकाचे दोन कीचक मी केले असते. आम्ही पांडव जिवंत असता त्या सूतपुत्र कीचकाने 'द्रौपदीपती' म्हणून मिरवावं अं! दादा, धिक्कार असो तुमच्या धर्माला आणि शांत शीलाला!' अशा प्रकारच्या भीमाच्या भाषणांना! याचे कारण शांतिपाठ गाणारा नेमस्त पक्ष त्या वेळी लोकप्रिय नव्हता. लोकांच्या मनात आणि कानात प्रतिध्वनी घुमत होते ते क्रांतिपाठांचे! पण १९२६-२७ साली मध्यंतरी दीर्घकाळ रंगभूमीवरून अस्तंगत झालेले हे नाटक पुन्हा होऊ लागले. तो काळ गांधीजींच्या तत्त्वज्ञानाच्या चलतीचा होता. अहिंसेच्या कवनांनी आणि शांती-सूक्तांनी जनतेची मने भारली गेली होती. साहजिकच या काळात असा चमत्कार घडला की, या दोन

महत्त्वाच्या प्रवेशात भीमाच्या टाळ्या कमी झाल्या आणि धर्माच्या भाषणांना पूर्वी कधी न मिळालेल्या टाळ्या मिळू लागल्या! 'ज्याला आपण दुःख द्यायचं त्याचे त्यापासून अधिक कल्याण होणार आहे अशी दयाळू न्यायदेवतेची पूर्ण श्रद्धा असल्याशिवाय क्रूरपणाचे प्रत्येक कृत्य पापमय आहे असे समजावे.' अशा प्रकारची धर्माची वाक्ये गांधीजींच्या चळवळीच्या छायेत वाढणाऱ्या प्रेक्षकांना आवडू लागली.

तेरा

प्रेक्षकांचे हे मतपरिवर्तन मानसशास्त्राच्या दृष्टीने अभ्यसनीय आहे. मात्र या परिवर्तनामुळे खाडिलकरांच्या कलेला कसलाही बाध येत नाही. उलट ज्याला वर्तमानकाळ प्रचार मानतो त्यातून शाश्वत संघर्ष, असामान्य कला किंवा सनातन सत्य यांच्यापर्यंत कलावंत कसा पोचतो, वैयक्तिक किंवा सामाजिक अनुभवांना प्रतिभेच्या स्पर्शाने विशाल स्वरूप कसे प्राप्त होते आणि नकळत कवी भविष्यवादी कसे होतात, याची आपल्याला प्रतीती येते.

खाडिलकरांची स्वतःची मते राष्ट्रीय पक्षाची असताना त्यांनी नेमस्त पक्षाचे म्हणणे धर्माच्या मुखाने परिणामकारक रीतीने मांडले हे कलावंत या नात्याने त्यांचे मोठे यश आहे. कलेचे जग हे एका दृष्टीने तत्त्वज्ञाचे जग आहे. दुसऱ्या दृष्टीने ते शास्त्रज्ञाचे जग आहे. धर्म व भीम यांचा संघर्ष चित्रित करताना नाटककार खाडिलकरातला अंतर्मुख तत्त्वचिंतक जागृत झाला होता. हिंसा आणि अहिंसा या साधनांची तो तुलना करीत होता. साध्याइतकेच कोणत्याही कार्यातले साधन शुद्ध असले पाहिजे या जाणीवेने तो दोघांचे संवाद लिहीत होता.

जगातल्या दुर्जनतेला सज्जनत्वाने तोंड कसे द्यायचे, अमंगलाचे नियंत्रण मंगलाने कसे करायचे, हा जीवनातला अत्यंत महत्त्वाचा पण सनातन असा प्रश्न आहे. कीचकवधापासून तो खाडिलकरांच्यापुढे स्पष्ट उभा राहिला असे दिसते. नाट्याची रंगत फारशी बिघडवू न देता हा शाश्वत संघर्ष त्यांनी 'भाऊबंदकी', 'सत्त्वपरीक्षा' व 'स्वयंवर' या नाटकात चित्रित केला. त्याचे हे तत्त्वचिंतन 'भाऊबंदकी'त नाट्यरसाशी पूर्णपणे मिळून गेले आहे. 'स्वयंवरा'नंतर ते रुक्ष झाले व अतिरेकाला गेले, नाट्यापासून विलग होऊ लागले, त्यामुळे नाटकातला रस सुकत चालला, हे खरे असले तरी कीचकवधात कीचकाच्या अहंकाराचे चित्रण करताना आणि धर्म व भीम यांच्यामधील संघर्ष रंगविताना त्यांच्या तत्त्वचिंतनाचा जो आविष्कार झाला आहे तो अतिशय आकर्षक आहे. मराठी रंगभूमीला शेक्सपियरच्या पद्धतीच्या प्रभावी नाट्याइतकेच खाडिलकरांनी जे दुसरे अमोल लेणे दिले ते तत्त्वचिंतनाचे! खाडिलकर झाले नसते तर गडकरी 'राजसंन्यासा'च्या पहिल्या प्रवेशातला उद्दाम

प्रणय रंगवू शकले असते! पण त्या नाटकाच्या शेवटच्या प्रवेशातील संभाजीचा उदात्त पश्चात्ताप त्यांना तात्त्विक रीतीने चित्रित करता आला नसता!

चौदा

खाडिलकर मराठी रंगभूमीवरले नवी नाट्यदृष्टी असलेले व तत्त्वचिंतन करणारे श्रेष्ठ नाटककार खरे! पण शेक्सपियरच्या नाट्यातले भाष्यवैचित्र्य किंवा अंतर्मुखता जशी त्यांच्या नाटकांत नाही, तसे त्यांच्या तत्त्वचिंतनातले हृदयंगमत्व किंवा सर्वस्पर्शित्वही त्यात नाही.

नाटकातले तत्त्वचिंतन प्रभावी व्हावयाला नाट्यप्रतिभेला श्रेष्ठ प्रकारच्या काव्यात्मतेची जोड असायला हवी. शेक्सपियरच्या शोकांतिकांमध्ये ती सर्वत्र आढळते. मग ते 'जगावे की मरावे?' या विचारात पडलेल्या हॅम्लेटचे स्वगत असो किंवा 'Blow, blow, thou winter wind' असले उजाड माळरानावरल्या वादळी वाऱ्याला उद्देशून उद्‌गार काढणाऱ्या लियरचे आत्माविष्करण असो! शेक्सपियरच्या चिंतनशीलतेत नेहमी जीवनाचे संमिश्र स्वरूप प्रभावीपणे प्रतिबिंबित झाले आहे. त्याचे तत्त्वचिंतन केवळ बौद्धिक, नैतिक किंवा आदर्शवादी अशा एकाच पातळीवर विहार करीत नाही. त्या पातळीपेक्षाही उंच अशी जी जीवनाची उत्कट अनुभूतीची पातळी आहे तिला ते वारंवार स्पर्श करते. म्हणूनच राक्षसी महत्त्वाकांक्षेच्या आहारी गेलेला मॅक्बेथ शेवटी 'Life is tale told by an idiot, full of sound and fury signifying nothing' असे उद्‌गार काढू शकतो. या उद्‌गारातून व्यक्त झालेले जीवनदर्शन किती भेदक आहे! शेक्सपियरला हे साधले, याचे कारण त्याच्या ठिकाणी एक महाकवी व एका महान जीवन-चिंतक यांचा अपूर्व संगम झाला होता.

खाडिलकर तत्त्वचिंतन करतात ते पापपुण्याच्या किंवा नीतिअनीतीच्या कल्पना स्पष्ट करण्याकरिता. भारतीय संस्कृतीला मान्य असलेल्या आदर्शवादाचा आश्रय करून त्यांनी शेक्सपियरच्या नाट्यतंत्राचे थोडेफार यशस्वी अनुकरण केले. पण त्यांचा मनःपिंड भारतीय संस्कृतीत आणि त्या संस्कृतीला मान्य असेल्या विचारप्रणालीत व मूल्यपरंपरेत वाढलेला आहे. शकारासारखे अपवादात्मक पात्र वगळते तर संस्कृत नाटकात खलपात्र नाही. जिथे दुष्ट पात्रच नाटकात नाही, तिथला संघर्ष प्रसंगी किती संकुचित किंवा कमकुवत होऊ शकतो, हे जीवनाचे वास्तव स्वरूप जाणणाऱ्या कुणाच्याही सहज लक्षात येईल. विषय-वैचित्र्याच्या दृष्टीने, किंवा जीवन-चित्रणाच्या विविधतेच्या दृष्टीने, संस्कृत नाटकांचे क्षेत्र अत्यंत मर्यादित आहे, याचे कारण हेच आहे. जीवनाची काळी बाजू त्यांच्या कक्षेतच येत नाही. खलपात्राप्रमाणे शोकांतही संस्कृत नाटकांनी टाळला. खाडिलकरांनी खलपात्रे निर्माण केली; पण

शेक्सपियरच्या पद्धतीची प्रभावी शोकांतिका लिहिणे त्यांना शक्य झाले नाही. याचे कारण अशा शोकांतिकेला लागणारे कविमन त्यांच्यापाशी नव्हते हे जितके खरे, तितकेच अशा शोकांतिका भारतीय संस्कृतीच्या आणि आदर्शवादी मनोरचनेच्या चौकटीत बसू शकत नव्हत्या हेही खरे आहे.

मॅक्बेथ ज्या अर्थाने शोकांतिका आहे, त्या अर्थाने कीचकवध ही शोकांतिका आहे काय? असा प्रश्न साहजिकच उपस्थित होतो. लोभमूलक महत्त्वाकांक्षेने जसा मॅक्बेथ तसा कामुक अहंकाराने कीचक आंधळा झाला आहे. त्यामुळे नाटकाच्या प्रारंभीच्या दोघांच्या अवस्थांत साम्य आहे. पण मॅक्बेथचे चित्रण आपल्याला मानवी मनाच्या आणि जीवनाच्या तळापर्यंत घेऊन जाते. त्या सूक्ष्मतेने व भीषणतेने आपण स्तिमित होतो. माणसाची पापे त्याने पृथ्वीवर सांडलेल्या निष्पाप रक्ताच्या थेंबाथेंबातून वादळी वाऱ्याप्रमाणे कशी घोंघावत येतात आणि त्याने आपल्या मनात खोल पुरून ठेवलेल्या अपकृत्यांची पिशाच्चे त्याचा पाठपुरावा कसा करू लागतात, हे मॅक्बेथमध्ये उत्कटतेने आपल्या प्रत्ययाला येते. वाचक-प्रेक्षकांची मने विशुद्ध करण्याचे सामर्थ्य अशा प्रकारच्या तीव्र प्रत्ययात असते. शोकान्तिकेला अवश्य असलेला हा प्रत्यय कीचकवधात नाही. परस्त्रीचा अभिलाष धरणाऱ्या मनुष्याला शिक्षा व्हावी, ही जी आपली सर्वसामान्य नैतिक न्यायाची इच्छा असते, ती कीचकवधात तृप्त होते. शोकांतिकेची भव्यता, भीषणता आणि काव्यात्मता या नाटकात नाही.

या बाबतीत I. A. Richards चे पुढील उद्‌गार पूर्णपणे ध्यानात ठेवणे आवश्यक आहे; 'It is essential to recognise that in the full tragic experience there is no suppression. The mind does not shy away from anything. It does not protect itself with any illusion. It stands uncomforted, alone and self-reliant. Suppressions and sublimation alike are ways by which we endeavour to avoid issues which might bewilder us!' शोकांतिकेत खाडिलकर शेक्सपिअरपेक्षा कुठे व का कमी पडतात, हे 'कीचकवध', 'भाऊबंदकी', 'विद्याहरण' या नाटकांना रिचसर्ड्‌ची ही कसोटी लावून पाहिली की सहज लक्षात येते.

पंधरा

दुसऱ्या एका दृष्टीने कीचकवध ही शोकांतिका आहे की नाही, याचा विचार करता येईल. स्वतःचा काही अपराध नसताना दैवदुर्विलासामुळे काही माणसांना दुःख भोगावे लागते. कीचकवधात अशी दुःखे भोगणारी माणसे– धर्म, भीम व द्रौपदी– आहेत. पण त्यांचा शेवटी विजय झाला आहे. त्या दुःखातून ती मुक्त

झाली आहेत. पुष्कळ वेळा अशा दुःखांना माणसाच्या स्वभावातले दोष कारणीभूत होतात. कीचकाच्या मृत्यूच्या मुळाशी त्याचा स्वभावदोषच आहे. पण नाट्यदृष्ट्या तो नायक असला तरी हॅम्लेट किंवा ऑथेल्लोसारखा प्रेक्षकांची सहानुभूती आपल्याकडे ओढून घेणारा नायक तो नाही. शोकांतिकेतली आणखी एक महत्त्वाची कसोटी म्हणजे नाट्याच्या प्रारंभी नायक ज्या मनःस्थितीत असतो तिच्यात बदल होऊन त्याच्या ठिकाणी जीवनाची भिन्न जाणीव उत्पन्न होणे हा आहे. तीही कीचकाच्या चित्रणात आढळत नाही.

आपण काही पाप करीत आहो, ही कल्पनाच शेवटपर्यंत कीचकाच्या मनाला शिवत नाही. मात्र याबद्दल खाडिलकरांना दोषी धरणे जितके अप्रस्तुत तितकेच अरसिकपणाचे होईल. शेक्सपियरच्या पद्धतीने नाटक धारदार व रंगदार कसे करावे, हे त्यांनी मराठी रंगभूमीला शिकविले; पण त्यांच्या साहित्य-कल्पना व जीवन-निष्ठा या शेक्सपियरहून मूलतःच भिन्न होत्या. त्यांचा प्रकृतिधर्म आदर्शवादी लेखकाचा आहे. कला या नात्याने त्यांनी आपल्या नाटकातून नाट्यगुणांची जोपासना कसोशीने केली. पण ती करताना आपल्या नाटकांच्या द्वारे आपणाला लोकांना काही सांगावयाचे आहे, शिकवायचे आहे, हे ते कधीच विसरले नाहीत! त्यांचे सर्व जीवन लोकमान्य टिळकांच्या राष्ट्रीय चळवळींचा पुरस्कार करण्यात गेले. आपल्या भोवतालचे जे जीवन त्यांनी पाहिले, त्यात ध्येयवादाची, आशावादाची, देशभक्तीची आणि उदात्त त्यागभावनेची आवश्यकता आहे, हे त्यांना तीव्रतेने जाणवले. त्यांच्या या श्रद्धांमुळेच त्यांच्या नाटकात विशिष्ट शक्ती निर्माण झाली. शेक्सपियरच्या शोकान्तिपेक्षा खाडिलकरांच्या 'कीचकवध', 'भाऊबंदकी', 'विद्याहरण' वगैरे कृतीची जातच निराळी आहे. त्यांची नाट्यबीजेही भिन्न प्रकारची आहेत त्या बीजांचा विकासही निराळ्या प्रकारच्या भूमीत झाला आहे. हे लक्षात घेतले नाही तर खाडिलकर आणि शेक्सपियर यांची तुलना करण्याचा मोह अनावर होतो आणि मग त्यातून अनेक चुकीचे व अरसिकपणाचे निष्कर्ष निघतात. मग माधव मनोहरांसारखे टीकाकार खाडिलकरांचे नाटक शेक्सपियरपेक्षा थिटे आहे म्हणून त्यांना धारेवर धरू लागतात. उलट फडक्यांच्यासारखे रसिक साहित्यिक 'कीचकवधा'चा विचार करताना, 'मनात असे आल्यावाचून राहत नाही की, इतके सर्वांगसुंदर नाटक शेक्सपियरने तरी लिहिलेले आहे काय? हॅम्लेट, मॅक्बेथ इत्यादी जी त्याची नाटके सर्वोत्कृष्ट म्हणून समजली जातात त्यातल्या कोणत्याही नाटकाशी 'कीचकवध'ची तुलना केली तर ते अधिक सरस ठरणार नाही काय?' असले हास्यास्पद प्रश्न मोठ्या गंभीरपणे विचारतात.

मराठी रंगभूमीच्या इतिहासात जसे खाडिलकरांना तसेच कीचकवधाला स्वतःचे अतुलनीय स्थान आहे; पण अप्रस्तुत तुलनांनी त्या स्थानाचे स्वरूप कधीच स्पष्ट

समजणार नाही. मोजकी पात्रे घेऊन आणि त्यातल्या महत्त्वाच्या पात्रातल्या भव्य संघर्षाने सूत्र अथपासून इतिपर्यंत सतत प्रेक्षकांच्या नजरे समोर खेळत ठेवून, बांधेसूद व अंकाअंकाला रंगत वाढवीत जाणारे नाटक कसे लिहिले पाहिजे, याचा जणू खाडिलकरांनी 'कीचकवधा'त वस्तुपाठच दिला. त्यांच्या या व अशा प्रकारच्या अनेक गुणांचा अभ्यास उद्याच्या रंगभूमीलाही उपकारक ठरेल.

– १९५९

केळकरांच्या प्रतिभेचे स्वरूप

तात्यासाहेब केळकरांच्या साहित्यातील कर्तृत्वाचा गौरव करताना 'साहित्यसम्राट' ही पदवी त्यांना कुणी दिली हे मला माहीत नाही. ज्यांनी ती दिली त्यांच्या डोळ्यांपुढे कोणकोणत्या गोष्टी उभ्या होत्या याचीही मला कल्पना नाही. बहुधा साहित्याच्या सर्व क्षेत्रात होणाऱ्या केळकरांच्या अनिरुद्ध संचारामुळेच त्यांना ही पदवी लाभली असावी!

या बाबतीत केळकर शिकंदरासारखे दिग्विजयी मनोवृत्तीचे होते यात शंका नाही. आपल्याला जिंकायला देश उरला नाही. म्हणून शिकंदराने शेवटी अश्रु गाळले, अशी दंतकथा आहे. तिची आठवण १९४३ साली दोन दिवस केळकरांच्या सहवासात असताना मला तीव्रतेने झाली. हैद्राबाद संस्थानातल्या हिप्परग्याच्या राष्ट्रीय शाळेच्या समारंभाकरिता आम्ही गेलो होतो. एकत्रच राहिलो होतो. तिथल्या स्वैर गप्पागोष्टीत तात्यासाहेब पुनः पुन्हा माझ्याशी चित्रपटकथेच्या तंत्राची चर्चा करीत होते. चित्रपट हा साहित्यातला एकच प्रांत आपण अद्यापि पादाक्रान्त केलेला नाही, याची त्यांना सत्तरीच्या घरात चुटपुट लागून राहिली असावी!

पण सम्राटपदामुळे साहित्यिक या नात्याने केळकरांचा जसा गौरव झाला, तशी त्यांच्या काही क्षेत्रातील विशिष्ट गुणांची उपेक्षाही झाली. एक निबंधाचे क्षेत्र सोडले तर दुसऱ्या कुठल्याही साहित्यविभागात पहिल्या श्रेणीचे साहित्यिक म्हणून केळकरांचा उल्लेख होत नाही. काव्यासारख्या काही क्षेत्रातली त्यांची कामगिरी कोणत्याही दृष्टीने महत्त्वाची नाही हे खरे! पण 'तोतयाचे बंड', 'कृष्णार्जुन-युद्ध' व 'वीर-विडंबन' ही त्यांची तीन नाटके निःसंशय वैशिष्ट्यपूर्ण आहे. त्यातही 'तोतयाचे बंड' हे १९२० पूर्वीच्या रंगभूमीचा एक अलंकार म्हणून उल्लेख करण्याइतके गुणपूर्ण आहे. असे असूनही हरघडी चालणाऱ्या नाट्यचर्चेत देवल, गडकरी व खाडिलकर यांच्या जोडीने तर राहोच, पण कोल्हटकर, वरेरकर वगैरेंच्या बरोबरीनेसुद्धा त्यांचा परामर्श कुणी घेत नाही.

या वस्तुस्थितीबद्दल मी टीकाकारांना दोष देत नाही. ते मुद्दाम केळकरांची उपेक्षा करतात, असे मला मुळीच म्हणावयाचे नाही. साहित्यातली उपेक्षा काय किंवा लोकप्रियता काय, सर्वस्वी निराधार कधीच नसते. केळकरांनी केलेल्या बहुविध कामगिरीमुळेच त्यांच्या नाट्यसेवेची व्हावी तितकी कदर झाली नाही. या

कामगिरीचा पहिला भाग म्हणजे त्यांचे विविध व विपुल लिहिणे हा खरोखर मोठा गुण आहे. पण तो बहुधा लेखकाच्या यथार्थ मूल्यमापनाला मारक ठरतो. त्याचे सर्व वाङ्मय लक्षपूर्वक वाचणे बहुतेकांना शक्य होत नाही. त्यामुळे ज्या कृतींनी त्याला प्रथमतः लोकप्रियता मिळवून दिलेली असते, त्याच सदैव लोकांच्या जिभेवर नाचत राहतात, शाळा-कॉलेजात अभ्यासिल्या जातात, पुढच्या पिढीकडून त्या विशिष्ट ग्रंथांचाच उल्लेख केला जातो. शास्त्रापेक्षा रूढी बलवत्तर असते, हे समाजजीवनाइतकेच साहित्यजीवनातही अनुभवाला येणारे कटु सत्य आहे. हरिभाऊ आपट्यांची 'कर्मयोग' ही अपूर्ण कादंबरी अनेक बाबतीत पहिल्या दर्जाची आहे; पण आमचे टीकाकार तिचा क्वचितच उल्लेख करतात. साहजिकच सामान्य वाचकाला तिच्याविषयी कधीच आकर्षण वाटत नाही. केळकरांच्या नाटकांच्या बाबतीत थोडेसे असेच घडले आहे.

या दुर्लक्षांचे दुसरे कारण थोडेसे दुय्यम आहे; पण वाङ्मयीन घडामोडीत ते आपले अस्तित्व नेहमी दर्शविते; म्हणून त्याचा परामर्श घेणे आवश्यक आहे. निबंधकार म्हणून लोकप्रिय झाल्यावर नाटककार या नात्याने केळकर लोकांपुढे आले. ज्या वयाला काही साहित्यिक लेखनसंन्यास घेतात, त्या वयात त्यांनी कादंबरीच्या क्षेत्रात पहिले पाऊल टाकले! मनाच्या पाटीवर जे प्रथम लिहिले गेले असेल ते पूर्णपणे पुसून टाकणे व्यक्तीला काय किंवा समाजाला काय कठीण जाते. त्यामुळे चाळिशीनंतर निर्माण झालेल्या केळकरांच्या ललित वाङ्मयाकडे समाज कौतुकाने पाहत राहिला. पण त्या साहित्याविषयी भक्तीची अथवा चिकित्सेची भावना त्याच्या मनात निर्माण झाली नाही. निबंधकार केळकर हेच अशा रीतीने नाटककार केळकरांचे विरोधक ठरले.

या उपेक्षेचे तिसरे कारण महत्त्वाचे आहे. ते म्हणजे केळकरांचे वाङ्मयीन व्यक्तित्व. या व्यक्तित्वात बुद्धी, कल्पना आणि भावना यांचे मिश्रण झाले होते; पण ललित वाङ्मयाने लोकांची मने अंकीत करायला या तीन प्रतिभागुणांचे नुसते सौम्य मिश्रण उपयोगी पडत नाही. क्रिकेटमध्ये एक एक धाव काढून पुष्कळ धावा करणारांचे प्रेक्षक कौतुक करीत नाहीत. चारसहाचे टोले लगावून शतक गाठणारा खेळाडू त्यांच्या पूजेचा विषय होतो. कोल्हटकर, खाडिलकर, गडकरी, वा. म. जोशी इत्यादिकांचे ललित लेखन सदोष असले तरी त्यांचे विशिष्ट वाङ्मयीन व्यक्तित्व त्यात उत्कटतेने प्रकट झाले आहे. कोल्हटकर तरल सौंदर्याचे पूजक, खाडिलकर आत्मिक सामर्थ्याचे उपासक, वामनराव जोशी सौजन्यशील साधुत्वाचे भक्त, तर गडकरी शिवलीलामृतांतल्या गोपाल बालकाच्या भावनेने आपली प्रतिभापुष्पे सरस्वतीच्या चरणी वाहणारे साहित्यसेवक! ललित वाङ्मयीन कुठल्याही क्षेत्राचे केळकर अनभिषिक्त राजे होऊ शकले नाहीत. याचे कारण या गुणांना त्यांची प्रतिभा पारखी होती असे नाही; पण त्यांच्या लौकिक व्यक्तित्वापासून त्यांचे वाङ्मयीन

व्यक्तित्व कधीही फारसे दूर जाऊ शकले नाही. सुवर्णमध्याच्या तत्त्वज्ञानाचा त्यांच्या मनावरला पगडा साहित्यातही फारसा कमी झाला नाही. कल्पनेत रमून जातांनाही त्यांना वास्तवतेचा क्षणभरही विसर पडला नाही. ध्येयवादाचा पुरस्कार करतांनासुद्धा ते व्यवहाराकडे पाठ फिरवू शकले नाहीत. हातातल्या फुलांचा सुगंध घेता घेता त्याचे टोचणारे काटे दुसऱ्या हाताने काढून टाकू पाहणाऱ्या माणसासारखे त्यांचे मन होते. ही वृत्ती व्यवहारात मनुष्याला उपकारक ठरते; पण ललित वाङ्मय हे व्यवहाराचे प्रतिबिंब नाही. ती एका बाजूने जीवनाशी संलग्न पण दुसऱ्या बाजूने जीवनापासून अलिप्त अशी रम्य सृष्टी आहे. चमत्कृती हे ललित वाङ्मयाचे शरीर. उत्कटता हा त्याचा आत्मा. त्यामुळे बुद्धीपेक्षा कल्पकतेला, कल्पनेपेक्षा भावनेच्या विकासाला आणि या सर्वांपेक्षा ज्ञाताच्या कुंपणापलीकडे जाऊन अज्ञातातील सुगंधापर्यंत पोचण्याच्या त्याच्या शक्तीला तिथे अधिक महत्त्व आहे.

केळकरांच्या वाङ्मयीन व्यक्तित्वात भावनेपेक्षा कल्पना आणि कल्पनेपेक्षा बुद्धी अधिक प्रभावी होती. प्रतिभागुणांच्या अशा प्रकारच्या मिश्रणाला निबंधाइतका दुसरा कोणताच प्रकार अनुकूल होणे शक्य नव्हते. 'तोतयाचे बंड' किंवा 'कृष्णार्जुन-युद्ध' या नाटकांची या दृष्टीने चिकित्सा होणे इष्ट आहे. या नाटकांचे विषय केळकरांच्या विशिष्ट प्रकारच्या प्रतिभेला पोषक होते! म्हणूनच ती रंगू शकली, असे या चिकित्सेत दिसून येईल. 'तोतयाच्या बंडा' त काही ठिकाणी करुण व हास्य या दोन्ही रसांचा उत्कृष्ट आविष्कार दिसतो, हे मला मान्य आहे. 'कृष्णार्जुन-युद्ध'तला विनोदही मोठा मार्मिक आहे; पण हे मान्य करूनसुद्धा त्या नाटकांच्या यशस्वितेचे मुख्य श्रेय केळकरांच्या बुद्धिनिष्ठेला देण्याचा मोह मला अनावर होतो.

'तोतयाचे बंड' ही काही केवळ सुखनिधान तोतयाची, त्याचा शोध करीत दक्षिणेत आलेल्या त्याच्या दुर्दैवी पत्नीची किंवी पतिप्रेमामुळे भावनाविवश होऊन तोतयाचा पुरस्कार करणाऱ्या पार्वतीबाईची कहाणी नाही. या नाटकात नाना फडणीस या मुत्सद्याची सुद्धा कथा आहे. इतर नाटककारांनी निर्माण केलेले 'नाना', थोडे का होईना, भावनाशून्य अथवा भावनाशील होण्याचा संभव होता. ते मुत्सद्दी होते, बुद्धिचातुर्य हे त्यांचे शस्त्र होते. कठोर पण वास्तव व्यवहार हे त्यांचे दैवत होते. राजकारणी पुरुषाला काळीज असते; पण त्या काळजाची किल्ली कुठल्याही भावनेच्या हवाली त्याला करता येत नाही. या गोष्टीकडे इतरांचे निश्चित दुर्लक्ष झाले असते; पण केळकरांनी बाह्यतः पाषाणहृदयी वाटणाऱ्या या मुत्सद्याला आपल्या नाटकाचा नायक केले. प्रेक्षकांची सारी सहानुभूती पार्वतीबाईकडे असूनही ती खेचून नानांकडे आणण्याचे अवघड काम त्यांनी यशस्वी रीतीने पार पाडले.

कोल्हटकर, खाडिलकर व गडकरी या केळकरांच्या समकालीन नाटककारांनी या विषयावर नाट्यरचाना केली असती तर ती कशी झाली असती, याची कल्पना

करणे मोठे मनोरंजक होईल. कोल्हटकरांनी सदाशिव भाऊसारखा तोंडवळा असलेला 'सुखनिधान' तोतया बनून दक्षिणेत येतो, या रहस्यमय घटनेभोवती आपली सर्व कथा गुंफली असती. 'मूकनायका'त सरोजिनीच्या प्राप्तीकरिता नायक विक्रान्त मुक्याचे सोंग घेऊन येतो अशी कल्पना केल्यानंतर प्रतिनायक केयूर याला त्यांनी बहिऱ्याचे सोंग घ्यायला लावले आहे. 'सुखनिधान' तोतया आहे, हे सिद्ध करण्याकरिता त्यांनी आपल्या नाटकात असाच एखादा दुसरा तोतया सर्वत्र खेळवला असता आणि त्याच्या साह्याने पहिल्या तोतयाचे कारस्थान हाणून पाडले असते! रहस्यपूर्ण कथानकाची मनापासून आवड असल्यामुळे अमलेचे पात्र हातात घेऊन त्यांनी कथानकात मनोरंजक गुंतागुत निर्माण केली असती. एका अपरिचिताचे पूर्वचरित्र शोधून काढण्याकरिता नाना फडणविसांनी तो झोपल्यावर त्याच्या कानात पाणी ओतविले आणि बेसावध स्थितीत त्या मनुष्याच्या तोंडून जे पाहिले उद्गार बाहेर पडले त्यावरून त्याच्या रहस्याचा पत्ता लावला, अशी एक दंतकथा आहे. त्या दंतकथेचाही त्यांनी कदाचित मजेदार उपयोग करून घेतला असता. गडकऱ्यांची प्रतिभा थोडीफार कोल्हटकरांशी साम्य पावणारी असली, तरी उत्कट काव्यमयेतेचे आणि रसोत्कर्ष साधणाऱ्या ठसठशीत प्रसंगाचे तिला जबरदस्त आकर्षण वाटत असे. त्यामुळे आपला पराक्रमी पती जिवंत असूनही राजकारणी पुरुषांच्या स्वार्थी कारस्थानामुळे आपल्याला त्याच्यापासून दूर राहावे लागत आहे, या कल्पनेने व्याकुळ होऊन गेलेली पार्वतीबाई चित्रित करून त्यांनी आपल्या नाटकात मूर्तिमंत करुणरस उभा केला असता.सुखनिधानाला खलनायक करून त्याचे भडक रंगांनी चित्रण करण्यालाही त्यांनी माघार घेतली नसती.

खाडिलकरांनी हे कथानक हाती घेतले असते, तर कोल्हटकरांप्रमाणे कल्पनाचमत्कृतीच्या किंवा गडकऱ्यांप्रमाणे भावनोत्कटतेच्या आहारी न जाता त्यांनी तात्त्विक भूमिकेच्या बैठकीवर त्यातील संघर्ष चित्रित केला असता. नारायणरावाच्या खुनामुळे निर्माण झालेल्या गोंधळाचा फायदा तोतयाने घेतला, अशी पाश्र्वभूमी रंगवून भाऊबंदकीतून अराजक कसे निर्माण होते, हे तत्त्व प्रेक्षकांच्या गळी त्यांनी मोठ्या परिणामकारक रीतीने उतरविले असते. केळकरांच्या नाटकात पार्वतीबाई तोतयाला अगदी शेवटी पाहते असे दाखविले आहे. त्यामुळे त्याच्यातील नाट्याची तीव्रता कमी झाली आहे. खाडिलकरांनी विविध नाट्यप्रसंग योजून ही तीव्रतेची तार पहिल्यापासून शेवटपर्यंत अगदी ताणून ठेवली असती!

पण केळकरांच्या नाटकांची मांडणी या तिन्ही प्रतिभाशाली नाटककारांच्यापेक्षा भिन्न असूनही ती प्रभावी वाटते. या कथानकातले नाट्यप्रसंग त्यांनी चतुराईने हाताळले आहेत. काव्य, कथा व विनोद या तिन्ही दृष्टींनी त्यांनी आपल्या नाटकाला चांगली रंगत आणली आहे. मात्र त्यांच्या प्रतिभेच्या वैशिष्ट्याचे वाचकाला जे दर्शन होते ते नाना फडणवीस या पात्राचे स्वभावरेखाटन करताना त्यांनी दाखविलेल्या

कौशल्यात! कोल्हटकर, गडकरी व खाडिलकर या तिघांनाही केळकरांचा नाना रंगविता आला नसता. नाटकातल्या बाह्य समर-प्रसंगापेक्षा नानाच्या मनातले द्वंद्व चित्रीत करण्यात केळकरांच्या प्रतिभेने मिळविलेले यश अपूर्व आहे. ज्याच्यावर राज्याची जबाबदारी असते त्याला भावनेच्या आहारी जाऊन भागत नाही, या जाणीवेने भारावलेला केळकरांचा नाना तोतयाच्या बंडाचा बीमोड करण्याला प्रवृत्त होतो. पण हे करताना त्याच्या मनाला विलक्षण वेदना होत असतात. पार्वतीबाईसारख्या पतिव्रतेने तोतया हाच आपला पति आहे, अशी समजूत करून घेतलेली! थोड्या भोळ्या आणि पुष्कळ स्वार्थसाधू लोकांनी त्याचे भलतेच स्तोम माजविलेले! खुद्द सदाशिवराव भाऊंनी नानावर धाकट्या भावाप्रमाणे माया केलेली! अशा स्थितीत अनेकांकडून आपल्या वर्तनाचा संपूर्ण विपर्यास होणार, अशी खात्री असतानाही नाना निर्भयपणे तोतयाविरुद्ध हत्यार उपसतो. अंधभावना विरुद्ध विवेकबुद्धी असा हा मानवी जीवनातला चिरंतन संग्राम आहे. केळकरांच्या विशिष्ट वाङ्मयीन व्यक्तित्वामुळेच त्यांना तो आकलन करता आला.

या जगात सत्याची ज्योत सदैव उघड्या माळावर तेवत ठेवावी लागते. वादळी वाऱ्याने ती केव्हा विझेल याचा नेम नसतो. भोवताली पसरलेला भीषण काळोख उजळविण्याचे सामर्थ्यही तिच्या अंगी नसते. पण अपरात्री अपरिचित मार्गाने जाणाऱ्या मुशाफराला थोडासा तरी दिलासा मिळावा म्हणून ती धडपडत एकटी- अगदी एकटी– प्रकाश देण्याचा प्रयत्न करीत असते. ती ज्योत हे जगातल्या विवेकाचे, बुद्धिवादाचे आणि सत्यशोधनाच्या प्रामाणिक प्रयत्नाचे प्रतीक आहे. नानाच्या भूमिकेच्या रूपाने ते प्रतीक केळकरांनी मोठ्या सुंदर रीतीने रंगभूमीवर मूर्तिमंत उभे केले. ‘ईश्वरा, इतका नाजूक हात तू मला देशील का?’ असे एक वाक्य नानाच्या तोंडी केळकरांनी या नाटकात घातलेले आहे. नाना फडणविसासारख्या मुरब्बी मुत्सद्याच्या तोंडी हे वाक्य कसे व कुठे आले असेल याचे अनेकांना कोडे पडेल! पण त्याच्यापूर्वीचा भाग वाचला म्हणजे या एका वाक्यात सत्य जितके कठोर तितकेच कोमल कसे असते, हे केळकरांनी किती चातुर्याने व्यक्त केले आहे याची कल्पना येते! तो भाग असा आहे.

नाना स्वतःशीच म्हणतो, ‘आनंदीबाईशी निष्ठुरपणे वागताना मला वाईट वाटले नाही. त्या विषवल्लीवर घावावर घाव घालताना उलट मला एक प्रकारचा आनंद होत असे; पण पार्वतीबाईंशी वागताना माझ्या हातून चुकून अन्याय होईल काय, अशा भीतीने डोळ्यांनी नीट पाहून मग दर एक पाऊल पुढे टाकावे लागत आहे. या साध्वीच्या एका गुणाने सगळा घात केला. हा गुण म्हणजे श्रद्धाळूपणा! मेलेला नवरा जिवंत आहे अशी भावना मनात धरून आणि तो फिरून भेटेल अशी आशा करून स्त्रीने जन्मभर वागणे हे तिला स्त्री म्हणून खचित भूषणास्पद आहे. पण

मृदु सुगंधी पुष्परजात ज्याप्रमाणे विषकीटक दडून बसतात, त्याप्रमाणे पार्वतीबाईसाहेबांच्या निर्मळ पतिप्रेमाचा आश्रय फंदफितुरी लोकांना घ्यायला सापडला आहे! हीच सर्वांत मोठी अडचण आहे माझ्या मार्गात! हे किडे तर मला त्या आश्रयस्थानापासून काढून चिरडलेच पाहिजेत. पण हे करताना या साध्वीच्या पवित्र अंतःकरणातील मनोभावरूपी पुष्परागाच्या एका रजःकणालाही धक्का लागू नये अशी माझी इच्छा आहे. ईश्वरा, इतका नाजूक हात तू मला देशील का?'

केळकरांच्या प्रतिभेचा प्रकृतिधर्म त्यांच्याबरोबरच्या प्रमुख ललित लेखकांपेक्षा सर्वस्वी निराळा होता हे यावरून सहज दिसून येईल. सुंदर गोष्टीतले रम्यत्व त्यांना जाणवे; पण कुठल्याही सौंदर्याने वेडे होऊन जावे, अशी त्यांच्या मनाची ठेवण नव्हती! भव्य, उग्र किंवा उदात्त अनुभवांशी त्यांचा परिचय नव्हता असे नाही; पण त्यांच्या ओघात ते कधीही वाहून गेले नाहीत. त्यांच्या प्रतिभेचा आत्मा सौंदर्य, सामर्थ्य किंवा सौजन्य हा नव्हता. हवेत तरंगणाऱ्या आदर्शापेक्षा हातात असणाऱ्या वास्तवाचे रसग्रहण हे त्यांच्या प्रतिभेचे अधिष्ठान होते. त्यामुळे त्यांच्या सर्व वाङ्मयात भावनेपेक्षा बुद्धीला जागृत करण्याचीच प्रवृत्ती अधिक प्रतिबिंबित झाली आहे.

'कृष्णार्जुन-युद्धा'चा नायक जो नारद त्याच्या कर्तृत्वाचे अधिष्ठान केळकरांच्या वाङ्मयीन व्यक्तित्वाशी सुसंगत आहे असेच आढळून येईल. किंबहुना हे नाटक वाचताना एक गोष्ट वारंवार मनात येते. कोल्हटकर-गडकऱ्यांनी स्वतंत्र विनोदी नाटके न लिहिल्यामुळे मराठी रंगभूमीची जशी हानी झाली. तसे नाट्यलेखन करताना आपल्या विशिष्ट गुणांची जाणीव केळकरांनी न ठेविल्यामुळेही मराठी नाट्याचे नुकसान झाले.

नाट्याप्रमाणे इतर ललित क्षेत्रातही संस्मरणीय असे लेखन केळकरांनी केले आहे. 'रचिसि वेषभूषा किंवा कुसुमचापपाशा?' हा त्याच्या एका कवितेचा प्रारंभ 'गोविंदाग्रज' किंवा 'चंद्रशेखर' यांच्या काव्यरचेनेत सहज शोभून जाईल इतका सुंदर आहे. अगदी लहानपणी मी या ओळी वाचल्या. पण अजूनही त्या गुणगुणताना मला पहिल्या वेळेइतकाच आनंद होतो. 'माझी आगगाडी कशी चुकली?' ही त्यांची विनोदी गोष्ट एकदा वाचल्यावर कोण विसरू शकेल?

त्यांच्या विविध साहित्यात अशी निर्मिती असली, तरी त्यांच्या निबंधलेखनातल्या गुणांमुळे ती लोकांच्या डोळ्यात भरू शकली नाही. चिपळूणकर जसे मराठी निबंधाचे खरेखुरे जनक, तसे केळकर हेच संवर्धक होत. शिवरामपंत परांजपे, अच्युतराव कोल्हटकर प्रभृती केळकरांच्या वेळच्या अनेक पट्टीच्या निबंधकारांना अन्याय न करता हे विधान करता येईल. शिवरामपंतांनी काव्यपूर्ण आणि उपरोधप्रचुर लेखन करून दीर्घकाल लोकांना खुलविले, झुलविले, डिवचले, आणि जागे केले; पण त्यांच्या यशाचे मर्म त्यांच्या कल्पकतेत आणि देशभक्तीत होते. त्यांचे निबंध

एका दृष्टीने आत्मनिष्ठच आहेत. अच्युतराव, श्रीपाद कृष्ण वगैरे तत्कालीन अनेक थोर निबंधकारांसंबंधी असेच म्हणता येईल. केळकरांची गोष्ट मात्र तशी नाही. त्यांनी मराठी निबंधाचा जणू पुनर्जन्मच घडवून आणला. त्यांच्या कर्तृत्वामुळेच एका पिढीत निबंधाच्या विषयाच्या सीमा सर्व बाजूंनी विस्तारल्या, अमुक एका विषयावर केळकरांनी सुंदर निबंध लिहिला नाही असे झालेच नाही. लघुनिबंध अथवा विनोदी लेख या सदरात पडेल अशा लिखाणापासून शास्त्रीय अथवा तत्त्वज्ञानात्मक लेखापर्यंत सर्व प्रकारचे विषय त्यांच्या चतुर लेखणीने अत्यंत यशस्वीपणे हाताळले आहेत.

केवळ विषयक्षेत्रांचा विस्तार करूनच निबंधकार केळकर थांबले नाहीत. मुलुखगिरीच्या जोडीने त्यांच्या निबंधलेखनात राज्यकारभाराचे चातुर्यही आढळते. निबंध कथेइतका वाचकाला आकर्षक वाटावा म्हणून त्यांनी आपल्या विशिष्ट शैलीने तो नटविला. चिपळूणकरांची परंपरा पांडित्याची होती. शिवरामपंत, श्रीपाद कृष्ण वगैरे अनेकांवर तिची छाया अखेरपर्यंत कायम राहिली. पण केळकर त्याच परंपरेत वाढले असूनही त्यांनी सर्वसामान्य वाचकाला सहज समजेल आणि अगदी आपली वाटेल अशी प्रसन्न शैली निर्माण केली. विषय कितीही अवघड असो, केळकरांची शैली शरदृतूतल्या सरितेप्रमाणे वाहत राहते; परिपूर्ण आणि प्रसन्न वाटते. प्रा. फडके किंवा साने गुरूजी हे केळकरांनंतरच्या पिढीतले अत्यंत लोकप्रिय लेखक. या दोघांच्या शैलीत जो प्रसाद आणि गोडवा उतरला आहे तो केळकरांनी घडवून आणलेल्या मराठी शैलीतल्या परिवर्तनाचा द्योतक आहे.

मराठी निबंधाला कल्पकतेची आणि विनोदाची त्यांनी दिलेली जोड ही मराठी साहित्याला लाभलेली त्यांची अमर देणगी होय. चिपळूणकर, आगरकर, शिवरामपंत परांजपे वगैरे निबंधकारांत उपहास, उपरोध, क्वचित शुद्ध विनोद यांचे दर्शन होते; नाही असे नाही. श्रीपाद कृष्णांनी तर विनोदप्रधान निबंधच लिहिले; पण केळकरांचे वैशिष्ट्य हे की, विषयाच्या गांभीर्याला काडीचाही धक्का न लावता प्रतिपादनाची उच्च पातळी रेसभरही खाली न येऊ देता, त्यांनी मुक्त हस्ताने आपल्या निबंधलेखनात विनोदाचा वापर केला. चपखल व्यावहारीक उपमा आणि दृष्टान्त देऊन आपले लेखन रंजक आणि उद्बोधक करण्याच्या कामी तर त्यांचा हात धरणारा दुसरा लेखक मराठीत अद्यापी झाला नाही. उदाहरणार्थ, ध्येयवाद व त्याच्या मर्यादा याविषयीचे त्यांचे हे विवेचन पाहावे.

'उज्ज्वल इच्छा आपण मनात बाळगू नये असे नाही. हिंदुस्थानात शेकडो वर्षांपूर्वी आलेल्या पारशांनी इराणांतून आणलेला आपला पवित्र अग्नी जसा अग्यारीतून कधीही विझू न देता अद्यापी प्रज्वलीत ठेवलेला आहे, तसेच मनुष्यमात्राने आपल्या ध्येयरूप आकांक्षांचे अग्निहोत्र कधीही विझू देऊ नये. तथापी रोजच्या भाजीचे बटाटे अग्यारीतल्या किंवा अग्निहोत्राच्या विस्तवावरच भाजून घेण्याच्या आग्रहाला मूर्खपणाचे

स्वरूप येते, हेही विसरता कामा नये. समुद्रावर होकायंत्र जवळ नसता नावेतून प्रवास करणाऱ्या खलाशाला रात्री दर्शन देणाऱ्या दिव्य तेजोराशीचा उपयोग मार्गदर्शनापुरता झाला तरी तो काही थोडा नाही. त्याला भात-पिठले करून सकाळ-संध्याकाळची भूक भागवायची असेल, तर नावेवर फांट्या किंवा कोळसे यांचा परसा पेटवूनच त्याने आपले काम भागवून घेतले पाहिजे!'

काव्यविनोदाचे रंगीबेरंगी फवारे, कथाप्रसंगांची गुंतागुंत आणि रंगत, मनुष्यस्वभावाचे मन चकित करून सोडणारे नानाविध नमुने इत्यादिकांच्या रूपाने ललित कृतीत प्रतिभेचे जे स्वच्छंद नृत्य चालते, त्याला निबंधात साहजिकच अवसर नसतो. असे असूनही केळकरांनी निबंधलेखन हा जणू काही संपूर्णपणे ललितवाङ्मयाचा एक प्रकार आहे असे मानून त्याचा विकास करण्याचा प्रयत्न केला. त्यांच्या काही उत्कृष्ट निबंधाची रेखीव रचना मनात भरल्यावाचून राहत नाही. एखाद्या कवीने सुनीत लिहावे तसा ते आपला रेखीव निबंध लिहितात. निबंधाच्या अंतरंगाची त्यांची सजावटही मोठी आकर्षक असते. जे सांगायचे आहे ते अत्यंत रंजक रीतीने सांगण्यात त्यांचा हातखंडा आहे. त्यांच्या निबंधांत काव्य असते, विनोद असतो, तत्त्वदर्शन असते, प्रचार असतो, सर्व काही असते! पण या सर्वांचे मिश्रण ते इतक्या कौशल्याने करतात की, विड्यात चुना, कात, लवंग, वेलदोडा, वगैरे पदार्थ योग्य प्रमाणात पडले म्हणजे त्याला लज्जत येऊन तो जसा झटकन रंगतो, तसा त्यांचा निबंधही हा हा म्हणता आकर्षक होत जातो. त्यांच्या निबंधातली माहिती परिश्रमपूर्वक गोळा केलेली असते हे काही खोटे नाही. पण कल्पकता व विनोदबुद्धी या केवळ प्रतिभावान लेखकातच आढळणाऱ्या दोन शक्तींमुळे त्यांच्या अनेक सामान्य आणि क्षणभंगुर विषयांवरल्या निबंधाना वाङ्मयीन माधुर्य प्राप्त झाले आहे.

मात्र त्यांची कल्पकता ही कवीची कल्पकता नाही. ती टीकाकाराची कल्पकता आहे, विनोदचतुर मनाची कल्पकता आहे, रसिक बुद्धीमंताची कल्पकता आहे. तिच्यात तरलता विपुल आहे, पण संयोजनाचे सामर्थ्य त्या प्रमाणात नाही. त्यांच्या वाङ्मयात अधूनमधून सुंदर उपमा भेटत असल्या, तरी त्यांच्या कल्पकतेचा जो स्वैर विलास आढळतो तो चपखल व्यावहारीक उपमांत, दृष्टान्तांत आणि उदाहरणांत! निबंधाचे आवाहन बुद्धीला असल्यामुळे आणि वाचकाला सज्ञान व विचारप्रवण करणे हेच केळकरांनी आपल्या निबंधलेखनाचे ध्येय मानले असल्यामुळे त्यांच्या कल्पकतेने आकाशाकडे डोळे लावण्यापेक्षा पृथ्वीवर नजर ठेवूनच भराऱ्या माराव्यात यात नवल असे काहीच नाही. यामुळे कालिदास अथवा ज्ञानेश्वर यांच्या कल्पनाविलासातले रम्यत्व, भव्यत्व किंवा उदात्तत्व केळकरात शोधू पाहणाराची निराशा होईल; पण जे सांगायचे आहे ते अधिक स्पष्ट व अधिक गोड करण्याकरिता ते ज्या व्यावहारीक उपमा आणि दृष्टान्त देतात त्यांची समर्पकता, मार्मिकता व विपुलता ही मराठी

वाङ्मयात अद्वितीय आहे.

विलायतच्या प्रवासात बर्फाने आच्छादलेला आल्प्स् पर्वत पाहून वर खोबरे घातलेला वांगीभात त्यांना आठवला. कोल्हटकरांनी 'तोतयाचे बंड' या नाटकावरील टीकेच्या निमित्ताने नाट्यशास्त्राच्या मूलतत्त्वांची चर्चा करणारे अनेक लांबलचक लेखांक लिहिले; आणि शेवटी अगदी थोडक्यात परामर्श घेतला! प्रमाणबद्धतेच्या व वाचकांच्या सहनशीलतेच्या दृष्टीने हे अनुचित झाले एवढेच केळकरांना म्हणायचे होते; पण ते सांगण्याकरिता त्यांनी लेखणी उचल्याबरोबर त्यांना एकामागून एक कल्पना कशा सुचत गेल्या हे पाहण्यासारखे आहे. ते म्हणतात, 'नाटक पाहण्यास जाण्याची अनिवार हौस असणाऱ्या एखाद्या स्त्रीने मुलाला बरोबर नेणे अडचणीचे वाटून त्याला एकदा अंगावर घेऊन अफूची मोठीशी गोळी त्याच्या तोंडात द्यावी व पहाटेच्या सुमारास परत येऊन मग 'त्याला खरच भूक लागली असेल की' असे म्हणून फिरून अंगावर घ्यावे, तशातला प्रकार नाट्यकलेच्या संशोधनव्यवसायात गढलेल्या कोल्हटकरांनी या टीकेत केला आहे. लगेच ते दुसऱ्या तऱ्हेने आपले म्हणणे असे मांडतात–'शाळेत एखाद्या मुलाने लेखणी कशी करावी असे शिक्षकाला विचारल्यास 'थांब तुला सांगतो ऐक.' असे म्हणून लाकूड व लोखंड यांचा भौतिक व रासायनिक वृत्तान्त सांगण्यास त्याने सुरुवात करावी आणि जवळजवळ पृथ्वीच्या उत्पत्तीपासूनचा इतिहास सांगावा तसेच काहीसे या लेखात झाले आहे.' एवढ्यानेही समाधान न होऊन ते पुढे लिहितात, 'उदेपूरचे रजपूत राजे जुने स्वातंत्र्य गेल्याबद्दल अजून मनात रंजीस आहेत अशी एक दंतकथा आहे. हे वैराग्य प्रकट करण्याकरिता ते जेवताना सोन्याच्या विस्तीर्ण ताटाखाली आणि निजताना सुवर्णमंचकावरच्या सात गाद्यांच्या तळी एक पळसाचे पान लावीत असतात. का की, त्यायोगे पूर्वी मुसलमान बादशहांनी पराभव केल्यावर त्यांच्या स्वाभिमानी पूर्वजाने अरण्यातच सर्व जन्म घालविला आणि पळसाच्या पानावरच भोजन व शयन केले याची आठवण राहावी! पण या पानाच्या तुकड्याने सोन्याचे ताट व छपरी पलंग यांच्या उपभोगाचे समर्थन जितके होईल, तितपतच 'तोतयाचे बंड' हा मथळा लिहित गेल्याने त्याखालील नाट्यविषयक तत्त्वज्ञानाच्या प्रचंड विवेचनाचे समर्थन होईल!'

या विनोदी व व्यावहारिक कल्पकतेच्या सामर्थ्यामुळेच केळकरांनी मराठी निबंधात अपूर्व अशी नवी शैली निर्माण केली. उद्याच्या निबंध-लेखकांनी ती अवश्यमेव अभ्यासिली पाहिजे. पारतंत्र्याच्या शृंखला जोपर्यंत आमच्या पायात होत्या तोपर्यंत भावनेचा आश्रय करून परकीय राज्याविषयी चीड उत्पन्न करणारे, गुलामगिरीविषयी त्वेष निर्माण करणारे आणि लेखणीचा हातोडा करून सर्व राजकीय शृंखलांवर वीरश्रीने आघात करणारे निबंध वाङ्मय लिहिणे आवश्यक होते; पण आता जनतेच्या मनात कर्तव्याची जाणीव जागृत करावयाची आहे. तिला आत्मपरीक्षण करायला लावायचे आहे. आपला उद्धार आपणच

करू शकतो, हे तत्त्व तिच्या गळी उतरवायचे आहे. अज्ञानाने ग्रासलेल्या, दारिद्र्याने शोषिलेल्या आणि भेदभावांनी दुर्बल झालेल्या समाजाला नव्या जीवनाशी आणि नव्या तत्त्वज्ञानाशी समरस करून पराक्रमी बनवायचे आहे. हे काम केवळ अंध भावनेचे नाही; ते विचार जागृतीचे आहे. ते करताना लेखनात रुक्षता येऊ नये, अशी दक्षता निबंधकाराने घेणे अत्यंत आवश्यक आहे. केळकरांनी निर्माण केलेली शैली अशा वेळी आपणाला निःसंशय मार्गदर्शक होईल.

केळकरांच्या प्रतिभेचे खरेखुरे दर्शन त्यांची शैली व त्यांची कल्पकता यांच्याप्रमाणे त्यांच्या वाङ्मयमीमांसेतही होते. तिथे तात्कालिक विषयांचा संबंध नसल्यामुळे केळकरांच्या कुशाग्र बुद्धीने रसाळपणाने जी चिकित्सा केली आहे ती मराठीचे स्वतंत्र साहित्यशास्त्र निर्माण होईल तेव्हा अवश्य आदरणीय मानली जाईल. त्यांचा सविकल्प समाधीचा सिंद्धान्त, मध्यभारतीय कविसंमेलनातल्या भाषणात त्यांनी केलेले भावनाविषयक विवेचन, इत्यादी साहित्य-मीमांसा करणारे त्यांचे वाङ्मय आजही मननीय वाटते. वर्तमानपत्रासाठी लिहायच्या लेखांवर जी अनेक बंधने असतात ती इथे नसल्याने केळकरांच्या विवेचक प्रतिभेचा स्वच्छंद संचार अशा स्थळी आढळतो. मात्र त्यांच्या या शक्तीची परिणती रसेल, जोड, हक्स्ले, यांच्यासारखे जीवनदर्शनाची चिकित्सा करणारे निबंध-वाङ्मय लिहिण्यात होऊ शकली नाही याचे दुःख होते.

केळकर तरुणपणीच सार्वजनिक जीवनात पडल्यामुळे त्यांचे समाजनिरिक्षण वाढले असेल; वस्तुनिष्ठ दृष्टीने प्रत्येक गोष्टीकडे पाहण्याची कला त्यांनी साध्य केली असेल; आपल्या समतोल व चिकित्सक बुद्धीने समाजापुढल्या लहान लहान समस्यांवर त्यांनी प्रकाश टाकला असेल! पण चिंतनशीलतेचा विकास होत जाऊन अंतर्मुख दृष्टीने जीवनाकडे पाहण्याची आणि द्रष्टेपणाने समाजाच्या आत्म्याला जागृत करण्याची जी शक्ती परिणतप्रज्ञ निबंधकाराच्या ठिकाणी निर्माण होत असते, ती त्यांच्या लेखनात फारशी प्रकट झाली नाही. पैलवान जसा रोज नियमित व्यायाम करून आपले शरीर सुदृढ ठेवतो. त्याप्रमाणे लेखकानेही अखंड लेखन करून आपली आविष्काराची कला सतेज ठेविली पाहिजे. उपजत वाङ्मयप्रेमामुळे, पत्रकाराच्या पेशामुळे आणि सार्वजनिक जीवनाशी संपूर्णपणे समरस झाल्यामुळे केळकर ही गोष्ट साधू शकले; पण या पद्धतीने लेखनकलेचे शरीर रेखीव आणि आकर्षक राहत असले, तरी तिच्या आत्म्याचा विकास होत राहतोच असे नाही. तो व्हायचा असेल तर लेखकाने एखाद्या योग्याप्रमाणे सर्व दैनंदिन पसाऱ्यापासून अलिप्त होऊन अंतर्मुखता साध्य केली पाहिजे, आपल्या विविध अनुभूतीतले हीण जाळून त्यातले सुवर्णकण गोळा केले पाहिजेत. मानवजातीला पडलेल्या समस्या सोडवायला विवेचक प्रतिभावंताने पाणबुड्याप्रमाणे जीवनाचा तळ गाठला पाहिजे. तिथेच मोती असलेले शिंपले त्याला सापडू शकतात. नवे विचार, अपूर्व कल्पना, सूक्ष्म भावना,

स्वतंत्र चिकित्सा, इत्यादिकांचे साहित्यिकाला जे दर्शन होते ते दररोजच्या धावपळीच्या जीवनात अथवा चाकोरीतून जाणाऱ्या आयुष्यक्रमात नाही. त्यासाठी त्याला हरतऱ्हेच्या बाह्य उपाधींकडे पाठ फिरवावी लागते. अंतर्मुख होण्याची ही शक्ती केळकरांच्या विवेचक प्रतिभेत नव्हती असे नाही; पण त्यांच्या सार्वजनिक आयुष्यक्रमामुळे तिच्या विकासाला चारी बाजूंनी मर्यादा पडल्या.

या मर्यादा उल्लंघून जाणारे निबंधकार आता आपल्याला हवे आहेत. चिपळूणकर आणि टिळक यांच्यापासून घेतलेले साहित्यभक्तीचे आणि राष्ट्रप्रेमाचे ऋण केळकरांनी सव्याज परत केले यात संशय नाही. त्यांच्या ऋणातून मुक्त होणे हे आजच्या आणि उद्याच्या मराठी निबंधकारांचे पवित्र कर्तव्य आहे. चिपळूणकर, आगरकर, टिळक, परांजपे, सावरकर, अच्युतराव कोल्हटकर, केळकर इत्यादिकांनी निष्ठेने आणि कुशलतेने हाती घेतलेले निबंधाचे शस्त्र मराठी लेखकांनी ईर्ष्येने आणि वीरश्रीने पुन्हा पाजळले पाहिजे, असाच सध्याचा काळ आहे. आभाळ अंधारले आहे, काळेकुट्ट ढग गडगडत आहेत, बिजली कडकड करीत आहे, वादळी वारे घोंघावत आहेत, डोळे धुळीने भरून जात आहेत, आपल्या देशात काय आणि जगात काय अनादिकालापासून चालत आलेले देवदानवांचे महायुद्ध अजून संपलेले नाही. उलट त्याने नवे उग्रतम स्वरूप धारण केले आहे. सत् विरुद्ध असत् हा संग्राम आज मानवी जीवनाच्या प्रत्येक आघाडीवर चालला आहे. आणि तोही अशा भीषण रीतीने की, त्याच्या केवळ दर्शनानेच कल्पनेने आपले डोळे मिटून घ्यावेत, आणि भावनेने मूर्च्छित पडावे! मानवतेच्या मुळावर आलेल्या या महायुद्धातले राक्षस नवी नवी मोहक रूपे धारण करून मोठमोठ्या ऋषींना भूल घालीत आहेत, आणि आपला विजयाचा मार्ग मोकळा करून घेत आहेत. अशा वेळी देवांची बाजू लढविणे हे मोठे दुर्घट काम असले, तरी टिळक-आगरकरांच्या परंपरेचा अभिमान बाळगणाऱ्या आणि सर्वसामान्य वाचकाला आपल्याकडे आकर्षून घेऊन त्याला विचारप्रवण करणाऱ्या केळकरांचा वारसा मिळालेल्या आज-उद्याच्या मराठी निबंधकारांना ते अशक्य आहे असे नाही. भ्रामक तत्त्वांविरुद्ध, दांभिक व्यक्तींविरुद्ध, उच्च जीवनमूल्यांचा पदोपदी चुराडा करणाऱ्या जुन्या नव्या विचारसरणींविरुद्ध, शास्त्रापेक्षा शस्त्राचे, सत्यापेक्षा सत्तेचे आणि सेवेपेक्षा संपत्तीचे स्तोम माजवून मानवधर्माच्या नरड्याला नख लावणाऱ्या सर्व हिंसक आचारविचारांविरुद्ध त्यांनी ठाण मांडून उभे राहिले पाहिजे. लेखणी मोडून बंदूक हातात घेण्यापेक्षा लेखणी चालवून स्वदेशाचे रक्षण आणि इष्ट क्रांतीचे पोषण अधिक चांगल्या रीतीने करता येते हे त्यांनी कृतीने सिद्ध केले पाहिजे. तरच चिपळूणकरांपासून केळकरांपर्यंतच्या सर्व प्रतिभावंत निबंधकारांच्या ऋणांतून ते मुक्त होतील.

– १९४७

कथाकार रवींद्रनाथ

एक

१९१३ साली रवीद्रनाथांना 'गीतांजली' या त्यांच्या काव्याबद्दल नोबेल पारितोषिक मिळाले. त्या वेळी मी मॅट्रिकच्या वर्गात होतो. ललित-वाङ्मय वाचण्याचा मला जबरदस्त छंद होता. त्यामुळे कादंबऱ्या वाचून बंकिमचंद्र व रमेशचंद्र दत्त यांची नावे मला माहीत झाली होती. पण रवीद्रनाथांचे नाव मात्र माझ्या कानावर कधीच पडले नव्हते. नोबेल पारितोषिकाचे मानकरी आणि ते पारितोषिक 'गीतांजली'ला मिळाले असल्यामुळे एक मोठे कवी म्हणूनच मी त्यांना ओळखू लागलो.

त्या वेळी माझ्यासारखा एक विद्यार्थीच रवींद्रांकडे या दृष्टीने पाहत होता असे नाही. महाराष्टातल्या सुशिक्षीत वर्गाची, सुजाण रसिकांची किंबहुना व्यासंगी साहित्यिकांचीही समजूत रवींद्र हे मुख्यतः अंतर्मुख वृत्तीचे आणि तरल कल्पनाशक्तीचे क्वचित् गूढगुंजनात रमणारे प्रतिभाशाली कवि आहेत अशीच होती. १९१३ नंतर पुढच्या चार-पाच वर्षांत मराठीत 'गीतांजली'चे अनेक अनुवाद झाले. तिचे अंध अनुकरणही बरेच झाले. पण अनेक मुखांनी सागराला मिळणाऱ्या गंगेसारख्या असणाऱ्या रवींद्रांच्या प्रतिभेचा परिचय मात्र महाराष्ट्राला फारसा झाला नाही. कल्पनाप्रचुर पण अध्यात्मवादी काव्य लिहिण्याची त्यांची शक्ती हा त्यांच्या प्रतिभेचा सर्वांत मोठा विशेष आहे, असेच मराठी रसिकता मानीत होती. हिमालयाची अनेक शिखरे धुक्यात लपलेली असावीत आणि ज्याच्यावर प्रकाश पडला आहे अशा एकाच शिखरावरून त्या नगाधिराजाच्या भव्यतेची पाहणाऱ्याने कल्पना करावी, तसे हे होते. त्या वेळी प्रसिद्ध होणाऱ्या सरस-सुरस ग्रंथमालांत रवींद्रांच्या तीन-चार कादंबऱ्या अनुवादीत झाल्या; पण त्या विशेष गाजल्या नाहीत. हरिभाऊ आपट्यांनी त्यांच्या कादंबरीचा कुठेही आवर्जून उल्लेख केलेला आढळत नाही. त्या वेळचे प्रमुख कथाकार विठ्ठल सीताराम गुर्जर हे अधूनमधून बंगालीच्या आधारे कथा लिहीत असत. त्यांच्या अशा कथांना प्रभातकुमार मुकर्जींच्या कथांचा आधार असल्याचा उल्लेख मला आठवतो. पण रंवीद्रनाथांच्या कथा काही त्या काळात मराठीत

आल्याचे मला स्मरत नाही.

साहजिकच रवींद्रनाथ कथाकार आहेत हे मला फार उशीरा कळले. १९२४-२५ साली शिरोड्याच्या शाळेतल्या इंग्रजी पाचवीच्या स्थूल वाचनाकरिता मॅकमिलन कंपनीने प्रसिद्ध केलेले Stories from Tagore हे पुस्तक मी लावले. ते लावताना टागोरांची कवी या नात्याने वाटत असलेली महतीच माझ्यापुढे उभी होती. मात्र त्या पुस्तकातली एक एक कथा मी शिकवू लागलो, तेव्हा रवींद्रांच्या प्रतिभेच्या एका अत्यंत चमकदार पैलूचे मला दर्शन घडले. आकाशात नवा तेजःपुंज तारा दिसावा तसे त्या गोष्टी वाचताना माझ्या कथालोलुप मनाला वाटले. संगीत-लुब्ध मनुष्याच्या कानावर एखाद्या अपरिचित पण करुण कोमल रागाचे अत्यंत मधुर स्वर पडावेत, तसा भास त्या कथा वाचताना मला झाला. त्या वेळच्या हरिभाऊ आपटे, वि. सी. गुर्जर, कृ. के. गोखले प्रभृति मराठीतील सर्व प्रसिद्ध कथाकारांच्या साहित्याशी माझा पूर्ण परिचय होता. पण मी वाचीत असलेल्या कथा त्या सर्व गोष्टींहून अगदी भिन्न आहेत, इतकेच नव्हे तर त्या अतिशय कलात्मक व हृदयंगम आहेत, याची जाणीव रवींद्रांच्या सात-आठ कथा वाचताच मला झाली.

दोन

बंगालीत रवींद्रांचे कथालेखन सुरू झाले ते त्यांची तिशी उलटल्यावर. १८९० नंतर या पूर्वीच्या तपात कवी म्हणून ते लोकप्रिय झाले होते. नाटककार व निबंधकार म्हणून त्यांनी लौकिक मिळविला होता. बंकिमचंद्रांच्या जुन्या पद्धतीने त्यांनी 'भिकारिणी', 'मुकुट' वगैरे चार गोष्टीही लिहून पाहिल्या होत्या. कादंबरीतलेखनाचा श्रीगणेशाही गिरवीला होता त्यांनी! पण यातील अनेक क्रिया केवळ उमलत्या प्रतिभेच्या क्षणिक क्रीडा होत्या. त्या प्रतिभेचा कलात्मक विकास त्यांच्या कथा-कांदबऱ्यात कुठेही प्रकट झालेला नव्हता. नवीन पद्धतीची जिवंत कलात्मक कथा त्या काळी केवळ बंगालीतच नव्हे तर इतर कुठल्याही भारतीय भाषेत लिहिली गेली नव्हती. अशी खरीखुरी लघुकथा रवींद्रनाथांनी १८९० नंतरच्या दशकात लिहिली. 'काबुलीवाला', 'पोष्टमास्तर', 'अतिथी' वगैरे रवींद्रांच्या अमर कथा याच काळात निर्माण झाल्या.

रवींद्र लघुकथाकार झाले ते थोडेसे योगायोगानेच! वडिलांनी जमीनदारीची सर्व व्यवस्था त्यांच्यावर सोपविली. रवींद्रनाथ पद्माकाठच्या आपल्या जमीनदारीच्या खेड्यात राहायला गेले. त्यांच्यातला सहृदय कवी त्या निसर्गाच्या मांडीवर वाढणाऱ्या भोळ्याभाबड्या माणसांची सुखदुःखे तन्मयतेने ऐकू लागला. त्यांच्या व्यथाकथांशी तो समरस होऊन गेला. जीवनाचे वैचित्र्यपूर्ण स्वरूप, नाना तऱ्हांची भलीबुरी आणि लहानमोठी माणसे, साध्या साध्या प्रसंगांनी कंपित होणाऱ्या त्यांच्या हृदयाच्या तारा,

हे सारे सारे रवींद्रांच्या अंतःकरणात साठत गेले. ते मग आविष्काराकरिता धडपडू लागले. त्या वेळच्या एका पत्रात त्यांनी लिहिले आहे 'एकेक वेळी मनात येते की, पाहत असलेल्या या जीवनावर खूप छोट्या गोष्टी मी लिहू शकेन. अगदी छान छान! केव्हा केव्हा मनात इतके नाना प्रकारचे भाव उत्पन्न होतात की, ते कवितेतून व्यक्त करणे अगदी अशक्य असते' हे भावच त्यांच्या लघुकथांच्या रूपाने प्रकट झाले. 'पोष्टमास्तर' मधली 'रतन' त्यांना इथेच मिळाली. 'अतिथी' मधला सर्वांना लळा लावणारा पण कुणाच्याही पाशात न सापडणारा 'तारापाद' त्यांना इथेच भेटला.

तीन

बंगालीत 'गल्पगुच्छ' या नावाने प्रसिद्ध झालेल्या तीन खंडात रवींद्रांच्या बहुतेक कथांचा समावेश झाला आहे. या तीन खंडात एकंदर चौऱ्यांशी कथा आहेत. साहित्य अकादमीने रवींद्र-जन्मशताब्दिदिनानिमित्त प्रसिद्ध केलेल्या 'एकविंशति' या एकवीस कथांच्या संग्रहाला प्रस्तावना लिहिणारे श्री. सोमनाथ मित्र म्हणतात 'या चौऱ्यांशी कथांपैकी अर्ध्याअधिक १८९१ ते १८९५ या काळात लिहिल्या गेल्या आहेत. त्यानंतरही रवींद्रनाथ कथा लिहीत राहिले; पण ते लेखन अखंड नव्हते. पुढल्या कथा अंतराअंतराने लिहिल्या गेल्या. रवींद्रांची शेवटची कथा १९१७ साली प्रसिद्ध झाली.'

'एकविंशती'तल्या एकवीस कथा, गेल्या चार तपात मराठीत अनुवादिल्या गेलेल्या 'एकविंशति' बाहेरच्या काही कथा आणि Mashi and other Stories, Hungry, Stones and other Stories, Broken Ties and other Stories या इंग्रजी संग्रहातल्या कथा वाचणाऱ्याला रवींद्रांची एकूण एक कथा आपण वाचली आहे असे जरी म्हणता आले नाही, तरी त्यांच्या कथा-विश्वाची पूर्ण कल्पना यायला त्या पुरेशा आहेत. या सर्व कथा वाचल्या की चटकन एक गोष्ट लक्षात येते. ती म्हणजे रवींद्रांच्या कथालेखनाची तीन भिन्न स्वरूपे ही होय. दीर्घकथा, भावकथा आणि प्रश्नकथा.

'नष्टनीड' ही 'एकविंशति'मधील त्यांची कथा 'सुकलेले फूल' या मराठी कादंबरीहून मोठी आहे. तिचे अंतरंगही कादंबरीचे आहे; लघुकथेचे नाही. लघुकथा म्हणून तिचा रसास्वाद घेणे अरसिकपणाचे होईल. ती लघुकादंबरीच आहे. केवळ लांबीरुंदीवरून या कथेची मी कादंबरीत गणना करीत नाही. टॉलस्टॉयची Death of Ivan Ilvitch ही कथाही खूप मोठी आहे; पण ती खरीखुरी लघुकथा आहे. ती एकपदरी आहे. नायकाच्या मनःस्थितीवर ती केद्रींत झाली आहे. 'नष्टनीड' ची रचना तशी नाही. एखाद्या दिग्दर्शकाने या लघुकादंबरीच्या आधारे बोलपट काढायचे ठरविले, तर त्याला एकही नवा प्रसंग कल्पावा लागणार नाही. उलट उपलब्ध असलेल्या प्रसंगातच त्याला काटछाट करावी लागेल. जिला आपण लघुकथा

म्हणतो ती अशी कधीच फुलत नाही. पाकळ्यांच्या विपुलतेशी आणि रंगांच्या विविध छटांशी तिला कर्तव्य नसते. तिचा भर असतो केवळ सुगंधावर! 'दोन बहिणी' या नावांची रवींद्रांची जी लघुकादंबरी आहे तिच्यापेक्षा 'नष्टनीड' हीच कथा 'कादंबरी' या अभिधानाला अधिक पात्र आहे. ही दीर्घकथा मनोविश्लेषणाच्या दृष्टीने सरस आहे. सुंदर लेखनाचा उगम बहुधा आत्मानुभूतीत असतो असे म्हणतात. ते खरे असो वा नसो, रवींद्रचरित्राशी परिचित असलेला वाचक 'नष्टनीड' वाचून व्यथित मनाने विचार करू लागला, की मातृहीन रवींद्रांच्या वाढत्या वयात त्यांच्यावर मायेची पाखर घालणारी आणि त्यांच्या विवाहानंतर चार महिन्यांनी गूढ रीतीने अचानक या जगातून निघून जाणारी त्यांची थोरली भावजय कादंबरीदेवी हिची त्याला आठवण झाल्यावाचून राहत नाही!

चार

'नष्टनीड' इतक्या दीर्घ नसलेल्या पण लघुकथेपेक्षा कादंबरीच्या वळणाने विकसीत होणाऱ्या, गुपिते, रहस्ये व कल्पनारम्य प्रसंग यांचा वापर करणाऱ्या आणि भावपूर्णतेने नटलेल्या पण थोड्याशा नाटकी वाटणाऱ्या कथा हा कथाकार रवींद्रांच्या प्रतिभेचा पहिला आकर्षक आविष्कार आहे. या वर्गात 'दृष्टीदान' (एकविंशति), 'दीदी' (The Elder Sister Mashi and Other Stories), 'शुभदृष्टी' (Auspiscious Vision Mashi and Other Stories), 'जीवित आणि मृत' (एकविंशति), 'समस्या-पुरण' (The Riddle Solved-Mashi and other Stories), 'खोका बाबूर प्रत्यावर्तन' (My Lord, the Baby-Hungry Stones and other Stories), 'गिरिबाला' (Broken Ties and other Stories) इत्यादी कथा येतात.

'जीवित आणि मृत' ची उभारणी कादंबिनी या नायिकेच्या न घडलेल्या मृत्यूवर झाली आहे. विधवा कादंबिनीची हृदयक्रिया एके रात्री अकस्मात थांबते. पोलिसांच्या त्रासाच्या भयाने तिच्या जमीनदार दिराच्या घरचे चार ब्राह्मण नोकर घाईघाईने तिचा देह उत्तरक्रियेसाठी नदीकाठच्या स्मशानात नेतात. तिथे चितेसाठी येणारी लाकडे लवकर येत नाहीत! चौकशी करायला म्हणून त्या चौघातले दोघे परततात. बऱ्याच वेळानंतर उरलेल्या दोघांपैकी एकजण चिलीम-तंबाखू आणण्याच्या निमित्ताने गावाकडे पोबारा करू पाहतो. दुसरा त्याचा कावा ओळखतो. दोघेही मनातून भ्यालेलेच असतात! त्यातच कादंबिनीचा मृत देह त्यांना किंचित हललेला दिसतो. भीतीने त्यांची बोबडी वळते. ते गावाकडे धूम ठोकतात. हळूहळू कादंबिनीच्या देहात चलनवलन सुरू होते. ती उठून बसते. तिला आपण कुठे आहोत, याची कल्पना

येते. ती उठून आपल्या दूरच्या एका मैत्रिणीकडे जाते. पण पुढे ती जिंवत आहे, हे मान्य करायला तिचा दीर, तिची मैत्रीण कुण्णी कुण्णी तयार होत नाही! आपण मेलो नव्हतो, हे सिद्ध करण्याकरिता तिला शेवटी पुष्करिणीत जीव द्यावा लागतो!

या कथेतली मध्यवर्ती घटना जगात कुठेच कधीही घडली नसेल असे नाही. क्वचित वृत्तपत्रांतून आपण असल्या गोष्टी वाचतो आर. के. नारायण यांच्या 'Guide' या कादंबरीतही असाच एक प्रसंग आहे. नायक राजू याची आई फार आजारी असते. तो भूमिगत राहून चळवळ करीत असतो. आईला भेटण्याकरिता तो गुपचूप घरो येतो; पण याच वेळी ती मरण पावते. तिला मंत्राग्नि देण्याकरिता तो स्मशानात जातो. तिथे तिच्या शरीराचे चलनवलन सुरू होते. त्या गोंधळात राजू गुंतून पडतो आणि शेवटी पोलीस तिथेच त्याला पकडतात!

अशा घटना जगात क्वचित घडत असल्या, तरी त्या अपवादात्मकच असतात. चमत्कृति हेच अशा कथाबीजाचे मुख्य आकर्षण असते. रवींद्रांनी 'जीवित आणि मृत' या कथेची मांडणी मोठ्या कौशल्याने केली आहे. असे असले तरी तिच्यातले नाट्य भडक वाटते. ते अधिक ताणले जाते. त्यामुळे कथेत नकळत एक प्रकारचा कृत्रिमपणा जाणवू लागतो.

अंशतः जुन्या वळणाच्या असलेल्या रवींद्रांच्या कथात अशा प्रकारचे नाट्य आहे. चमत्कृतिपूर्ण घटना हा त्यांचा केंद्रबिंदू आहे. 'जीवित की मृत' या कथेत आपण क्षणभरही कादंबिनीला सोडून दूर जात नाही. तथापि लघुकथेच्या एकात्म प्रकृतीला पेलणार नाहीत इतके प्रसंग व पात्रे या कथेत आहेत. 'कांदबिनी' जिवंत असेल यावर कोणाचा विश्वासही बसत नाही, हे दाखविण्याकरिताच लेखकाने सर्व प्रसंग योजिले आहेत. असे असूनही अघटित रीतीने मृत्यूच्या दारातून परत आलेल्या कादंबिनीच्या मनाची करुणा व धूसर मनःस्थिती या कथेत पूर्णपणे प्रतिबिंबित झाली आहे असे वाटत नाही.

असे होण्याचे कारण मला एकच दिसते. जुन्या वळणाच्या या कथेचे कादंबरीशी थोडेफार नाते आहे. त्यामुळे कथेचा भर पडतो तो कथानकावर, त्यातल्या घटनांच्या वैचित्र्यावर आणि चमत्कृतीवर!

पाच

नाट्यात्मता– प्रसंगी अगदी नाटकी वाटणारी नाट्यात्मता– हे जुन्या कथेचे एक प्रमुख लक्षण मानता येईल. अशा कथेतले नाट्य विविध प्रसंगांचे रूप घेऊन अवतरते. त्यामुळे अंतःसृष्टीतल्या नाट्यासारखे ते सौम्य व अबोल नसते. त्याच्या बोलकेपणामुळे सूचकतेचा आनंद नाहीसा होतो. कथेशी जुळविला गेलेला अशा

नाट्याचा धागा तिच्या अंतरंगात पूर्णपणे मिसळून जात नाही. मात्र अशी कथा रंजकता व भावपूर्णता या दोन पातळ्यांवरून वाचकांचे मन आकृष्ट करू शकते.

'दृष्टिदान' ही अशा प्रकारची रवींद्रांची एक चांगली कथा आहे. तिच्यातल्या नायिकेचे लग्न लहानपणीच होते. नवरा कॉलेजात वैद्यक शिकत असतो. तिच्या अधू झालेल्या डोळ्यांवर तो स्वतःच उपचार करू लागतो. त्याच्या या उपचारांपायी तिची दृष्टी जाते. आपल्यामुळे बायको आंधळी झाली, याची तीव्र जाणीव होऊन पती मनाने पत्नीच्या अधिक जवळ येतो. तिला तो देवतापदावर नेऊन बसवितो, अंध पत्नीबरोबर संसार करण्यात आनंद मानू लागतो.

पुढे तो एका खेड्यात जाऊन धंदा सुरू करतो. तो यशस्वी डॉक्टर होतो; पण या यशाचा परिणाम त्याच्या मनाला कीड लागण्यात होतो. हळूहळू तो लोभी बनतो. मग पत्नीपासूनही तो मनाने दूर जाऊ लागतो. दुसरे लग्न करण्याची इच्छा त्याच्या मनात निर्माण होते. त्याची आत्याबाई हेमांगिनी नावाची आपल्या नात्यातली एक सुरेख मुलगी घेऊन येते. मग कथा थोडी उलटसुलट वळणे घेते. शेवटी डॉक्टर बायकोला फसवून लग्न करायला जातो. त्या रात्री या कथेतील दुर्दैवी आंधळ्या नायिकेच्या मनात जसे भीषण वादळ सुरू होते, तसेच ते बाहेरच्या सृष्टीतही घडते. दुसरे दिवशी आपला नवरा वधू म्हणून हेमांगिनीला बरोबर घेऊन घरी येणार असे नायिकेला वाटत असते. हेमांगिनी तिचा आशीर्वाद मागण्याकरिता येते, तेव्हा तर ती आपली सवत म्हणूनच घरात आली आहे असे तिला वाटते. पण हेमांगिनीचे लग्न लागलेले असते नायिकेच्या भावाशी. आदल्या रात्री डॉक्टराची नौका वादळात सापडलेली असते. त्यामुळे विवाहस्थळी तो फार उशरा पोचतो. हेमांगिनीचे लग्न नायिकेच्या भावाशी आधीच लागून गेलेले असते. डॉक्टर पश्चात्ताप पावून परत येतो व बायकोची क्षमा मागतो.

नवऱ्याच्या वैद्यकीय ज्ञानाची खात्री नसताना आपल्या डोळ्यांवर ते जाईपर्यंत त्याला प्रयोग करू देणारी या कथेतील नायिका आणि शेवटी हेमांगिनीच्या लग्नाच्या गोड गुपिताने झालेला कथेचा शेवट यात जे नाट्य आहे, त्याची कृत्रिमता ही कथा वाचताना मनाला बोचल्यावाचून राहत नाही. ही कथा बंगालीत पडद्यावर येऊन गेली आहे. याचे कारण तिच्यातले हे थोडेसे अस्वाभाविक पण लोकप्रिय होऊ शकणारे नाट्य असले पाहिजे हे उघड आहे.

मात्र रवींद्रांच्या अशा नाटकी वाटणाऱ्या कथा आकर्षक वठतात, त्या निर्दोष कलात्मकतेमुळे नव्हे; तर त्यांच्या कल्पकतेमुळे. 'दृष्टिदान' कथेत आंधळी नायिका पतीबरोबर खेडेगावी जाते तेव्हाचे हे वर्णन पाहावे : 'मार्गशीर्ष महिन्याच्या अखेरीला आम्ही हसिमपूरला गेलो. नवं गाव! चोहोबाजूला कसं दिसत होतं ते काही कळत नव्हतं; पण लहानपणी जो एक वास दरवळे आणि हवा लागे त्याची आठवण

होऊन सर्वांगाला त्याची जाणीव होई. शिशिरऋतूत भिजलेली शेतं, त्यांच्यावरून येणारी पहाटेची वाऱ्याची झुळूक, सोन्याचा मुलामा झाल्यागत दिसणारी तुरीची आणि सरसूची शेतं आणि त्यातून येणारा आकाशभर कोमल आणि मिष्ट सुवास, ते गुराख्यांचं गाणं, इतकंच काय, मोडक्या रस्त्यातून जाणाऱ्या बैलगाडीच्या आवाजापर्यंत कुठलाही आवाज ऐकताच माझ्या अंगावर रोमांच येत. जीवनाला आरंभ झाल्यापासूनच्या त्या गतकालाच्या आठवणी, त्यांच्या अनिर्वचनीय अशा आवाज आणि सुवासामुळे आता वर्थमानकालाच्या वाटू लागून मला घेरून बसल्या होत्या. आंधळे डोळे त्या बाबतीत काही तक्रार करीत नव्हते.

त्या पूर्वीच्या बाळपणात मी प्रवेश केला; पण आई काही मिळाली नाही. माझी आजी आपले विरळ झालेले केस मोकळे सोडून उन्हाकडे पाठ करून डाळ निवडीत बसलेली माझ्या मनश्चक्षूंसमोर दिसू लागली. पण तिच्या त्या दुबळ्या आणि कापऱ्या आवाजानं गायिलेलं आमचं गावठी साधू भजनदास यांचं अध्यात्मपर गाणं आणि गुणगुणणं मला काही ऐकू आलं नाही. तो नवान्नाचा उत्सव शिशिर ऋतूतल्या थंडीतून आकाशातून उतरून सजीव झाला होता; पण मागील दाराच्या उखळांवर धान्य कांडताना माझ्या शेजारच्या त्या छोट्याछोट्या खेडवळ मैत्रिणींची सोबत मात्र कुठं नाहीशी झाली ते कळलं नाही. संध्याकाळी दूर कुठून तरी 'हम्मा' असा आवाज ऐकू येई. त्या वेळी वाटे, आई सांजवात हाती घेऊन गोठ्यात दिवा दाखवायला गेलीय. भिजलेलं गवत आणि भातेण जाळलेल्या धुराचा वास त्याच वेळी जेव्हा हृदयात प्रवेश करी, त्या वेळी तळ्याच्या काठाला विद्यालंकारांच्या ठाकूरवाडीतून तास-घंटांचा आवाज कानापाशी ऐकू येई. तो माझ्या बाळपणच्या आठ वर्षांच्या वेळचा सारा काही हालताचालता संसार कुणीतरी जणू काय झाकून ठेवला होता आणि त्याचा नुसता रस आणि गंध माझ्या चोहोबाजूला आणून रिचवला होता!

सहा

रवींद्रांच्या अशा प्रकारच्या जुन्या वळणाच्या कथात पात्रे व प्रसंग यांच्या बाबतीत काटेकोरपणा आढळत नाही; हे स्वाभाविकच आहे. मात्र हा कथा कलात्मक परिणामाच्या दृष्टीने एकसंघ नसल्या तरी रंजकता, भावप्रवणता व काव्यात्मक शैली यांच्यामुळे निःसंशय रोचक वाटतात.

पण रवींद्रांचे कथावाङ्मय केवळ 'दृष्टीदान' सारख्या कथांनी समृद्ध झालेले नाही. १८९१ साली जमीनदारीची व्यवस्था पाहण्याकरिता ते खेड्यात जाऊन राहिले. ग्रामीण निसर्गाशी व खेडवळ मानवतेशी त्यांचा जिव्हाळ्याचा संबंध जडला. भोवतालची सारी लहानमोठी माणसे मोडक्यातोडक्या शब्दांनी आपली दुःखे त्यांना

सांगत. हा थोर प्रतिभावान कवी एखाद्या बालकाच्या संवेदनशीलतेने त्यांचा कण नि कण टिपून घेई. ती माणसे निघून गेल्यावर रवींद्रनाथ आपल्या अभ्यासिकेत जात. काव्यलेखनाचा प्रयत्न करीत. पण पूर्वी स्मरण करताच प्रसन्न वदनाने समोर येऊन उभी राहणारी कविता आता त्यांच्यापाशी लपंडाव खेळू लागली. कवितेच्या मंजुळ चरणध्वनीऐवजी या साध्याभोळ्या खेडवळ लोकांचे उदास उसासेच त्यांना ऐकू येऊ लागले. असे झाले की त्यांच्या मनःश्चक्षूंसमोर पाहिलेल्या व्यक्ती आणि ऐकलेले प्रसंग साकार होऊन जाऊ लागत.

अशा रीतीने रवींद्रनाथ कवीचे कथाकार झाले. त्या वेळच्या एका साप्ताहिकाचे संपादक कृष्णकमल भट्टाचार्य यांना रवींद्रनाथांचे लेखनसाह्य हवे होते. त्यांनी रवींद्रांना लेखनाचा आग्रह केला. ग्रामीण जीवनाच्या दर्शनाने आणि चिंतनाने मनात निर्माण झालेले नाना प्रकारचे भाव लघुकथांच्या रूपाने व्यक्त करायला रवींद्रांनी सुरुवात केली. 'देवपावना', 'पोष्टमास्तर', 'गिन्नी', 'व्यवधान', 'तारा-प्रसन्नेर कीर्ति' या त्यांच्या पहिल्या लघुकथा. या गोष्टीतली 'पोष्टमास्तर' ही लघुकथा सर्वपरिचित आहे. त्यांच्या सर्वोत्कृष्ट कथांपैकी ती एक आहे. पण संपादक भट्टाचार्यांना हा नवा लेखनप्रकार रुचला नाही. 'याहून हलकेफुलके काहीतरी लिहा' असे त्यांनी टुमणे लावले. रवींद्रनाथांनी तिथे लिहिणे बंद केले. पण आपले कथालेखन मात्र थांबविले नाही. १८९१ ते १९०१ या अकरा वर्षात त्यांनी एकंदर एकसष्ट लघुकथा लिहिल्या. 'काबुलीवाला', 'खोकाबाबूर प्रत्यावर्तन', 'ठाकुरदा, 'क्षुधित पाषाण', 'छुटी', 'अतिथी', 'समाप्ती' या त्यांच्या गाजलेल्या कथा याच कालखंडात निर्माण झाल्या.

बंगाली जीवन, बंगाली मनुष्य आणि वंगभूमीतील निसर्ग यांचे खरेखुरे दर्शन तर या कथात घडतेच! पण त्यांचे मोठेपण रवींद्रांनी या कथातून व्यक्त केलेल्या आशयाइतकेच त्या लिहिताना प्रकट केलेल्या सहज-सुंदर आविष्कारपद्धतीलाही आहे. १८९० पूर्वी मोपाँसाच्या कथा फ्रेंच जाणणाऱ्या वंग साहित्यिकांनी वाचल्या असतील! नाही असे नाही. पण तशा प्रकारची लघुकथा -चमत्कृतिजनक कथानकापेक्षा सूक्ष्म अनुभूतीच्या चित्रणावर आणि बाह्य नाट्यापेक्षा आंतरिक नाट्यावर भर देणारी – कथा लिहिण्याचा प्रयत्न मात्र कोणीही केला नव्हता. पात्रे, प्रसंग, शैली, वातावरण, परिणाम यांच्या एकात्म संगमातून निर्माण होणारी नवी लघुकथा रवींद्रांनी प्रथम निर्माण केली. बंगाली लघुकथेचे खरेखुरे जनक व संवर्धक रवींद्रनाथच होत.

रवींद्रांनी लघुकथांची जी नवी सृष्टी निर्माण केली तिची मुळे परदेशात नाहीत. ते लघुकथा लिहू लागण्यापूर्वी नुकताच होऊन गेलेला मोपाँसा किंवा ज्या दशकात त्यांनी आपले उत्कृष्ट कथालेखन केले त्याच दशकात आपले जगन्मान्यता मिळविणारे कथालेखन करणारा चेकॉव्ह या दोघांच्या किती कथा त्यांच्या वाचनात आल्या होत्या

हे सांगणे कठीण आहे. पण एक गोष्ट निश्चित आहे. त्या दोघांच्याही कथांचा त्यांच्या लघुकथेवर कोणताही परिणाम झालेला नाही. रवींद्रांची लघुकथा ही अगदी स्वतंत्र आहे. अंतर्बाह्य भारतीय आहे. त्यांच्या भावनाप्रधान अंतरंगातून स्फुरलेली, नकळत काव्याच्या अगदी जवळ गेलेली, कुठलीही सुखदुःखे चित्रित करताना आपल्या मातीला आणि आपल्या आकाशाला न विसरणारी, विषयाच्या निवडीपासून भाषाशैलीपर्यंत अस्सल स्वदेशी असलेली ही लघुकथा हे रवींद्रवाङ्मयाचेच नव्हे, तर भारतीय साहित्याचेंही एक भूषण आहे.

सात

रवींद्रांच्या या लघुकथांत जुन्या कथेप्रमाणे नाट्यपूर्णतेवर किंवा कृत्रिम नाट्यावर भर नाही. त्या मूलतः काव्यात्म आहेत. प्रसंग व पात्रे यांच्या बाह्य चित्रणापेक्षा त्यांच्या आंतरिक चित्रणात या कथा संपूर्णपणे रंगून गेल्या आहेत. इथे घटनेला प्राधान्य नाही. तिच्यातल्या चमत्कृतीला तर नाहीच नाही! मानवी मनांचे आणि जीवनांचे गोफ हजारो नाजुक धाग्यांनी गुंफलेले असतात, याची परिपूर्ण जाणीव या कथाकाराला आहे. त्या गोफातला एखादाच मोहक रेशमी धागा रवींद्रनाथ आपल्या कोमल हाताच्या स्पर्शाने उलगडून दाखवितात. सतारीच्या एकाद्या तारेला लीलेने स्पर्श करून त्या सुरांतून मानवी हृदयातली मुकी व्यथा व्यक्त करणाऱ्या वादकाची अशा वेळी आठवण झाल्याशिवाय राहत नाही.

रवींद्रांच्या या कथा हळव्या आहेत. नाजुक भावनांनी ओथंबलेल्या आहेत. पण त्या काल्पनिक नाहीत. त्या एका प्रतिभावान कवीच्या वेदनातून स्फुरलेल्या आहेत. ते लिहितात ते सारे काव्यपूर्ण असते, त्याला वास्तवाचा स्पर्शही नसतो, असा आक्षेप त्यांच्यावर वारंवार घेतला जातो. पण या आक्षेपकांना लघुकथेचे मर्मच कळले नाही, असे म्हटले पाहिजे. जुनी कथा बहिर्मुख होती, वर्णनात, परंपरागत संकेतात, चमत्कृतिजनक घटनांत आणि त्यांना शोभणाऱ्या विस्तारात ती रमून जाणे स्वाभाविक होते; पण रवींद्रनाथांची लघुकथा या जुन्या चाकोरीतून बाहेर पडली आहे. तिने पो, गोगोल, मोपाँसा, चेकॉव्ह वगैरे पाश्चात्य लघुकथाकारांच्या पावलांवर पाऊल टाकून मार्गक्रमण केलेले नाही, हे खरे! पण तिने आपली सुंदर पाऊलवाट स्वतः शोधून काढली आहे. रवींद्रातील श्रेष्ठ कवीने खेड्यापाड्यातून वावरताना जे जे कोमल, करुण, भावपूर्ण आणि जीवनाच्या गुंतागुंतीने बेचैन करून सोडणारे अनुभव घेतले, ते ते लघुकथारूपाने त्यांच्या लेखणीतून प्रकट झाले. या बाबतीत बुद्धदेव बसूंशी बोलताना रवींद्र म्हणाले होते 'माझ्या लघुकथा वस्तुस्थितीला सोडून आहेत हे मला पटत नाही. मी जे जे लिहिले आहे ते ते प्रत्यक्ष पाहिले आहे,

अनुभविलेले आहे. माझी गद्यशैली काव्याचीच असते, असा माझ्यावर तुमचा ठराविक आक्षेप आहे; पण माझ्या कथाप्रवाहाच्या वळणाबरोबर माझी भाषाही वळण घेत गेली हे तुम्ही विसरता. मोपाँसासारख्या लघुकथा-लेखकांना अनुरूप अशी भाषा तयारच मिळाली. मला ती तशी मिळाली नाही. वंग जनतेच्या वास्तवजीवनाचे चित्र माझ्याच कथांतून प्रकट झाले आहे.'

'पोष्टमास्तर', 'एक रात्र', 'काबुलीवाला', 'रात्री', 'समाप्ती', 'क्षुधित पाषाण', 'आजोबा', 'अतिथी' इत्यादी त्यांच्या कथा वाचणाऱ्याला या आत्मसमर्थनातला एक शब्दही असत्य नाही, हे कबूल करावेच लागेल. 'दृष्टिदान', 'दीदी', 'गिरिबाला' वगैरे कथांशी 'पोष्टमास्तर', 'काबुलीवाला', 'अतिथी' वगैरे कथांची तुलना केली म्हणजे रवींद्रांनी अस्सल भारतीय अशी लघुकथा कशी निर्माण केली याची पूर्ण कल्पना येते.

त्यांच्या या खऱ्याखुऱ्या लघुकथेचे स्वरूप 'पोष्टमास्तर' या कथेवरून दिसून येईल. रूढ अर्थाने आपण ज्याला कथानक म्हणतो, तसे काही 'पोष्टमास्तर' या गोष्टीत नाही; पण कोमल आणि करुण भावनांचे केवढे मोठे विश्व त्या कथेत अवतरले आहे. पोटापाठीमागे लागून खेड्यात आलेल्या एका तरुण पोष्टमास्तराची आणि त्याचे घरकाम करणाऱ्या रतन या बारा-तेरा वर्षाच्या अनाथ मुलीची ही कहाणी आहे! रतनच्या चिमुकल्या पण निष्प्रेम जगात दादाबाबूच्या रूपाने प्रेमाचा ओलावा शिरतो. तहानलेल्या पाखराने पळत्या ढगातून पडलेला पाण्याचा थेंब अमृत-बिंदू म्हणून चाखावा, तशी तिची स्थिती होते. ती अनाथ पोरगी सारा जीव लावून त्याचे काम करते. तो आजारी पडल्यावर एखाद्या आजीबाईप्रमाणे त्याची शुश्रूषा करते. तिच्या अंधाराने भरलेल्या आयुष्यात पहिल्यांदाच प्रकाशाचा किरण येतो. जगायचे कशासाठी, हा प्रश्न तिला स्पष्टपणे कधीही जाणवला नसला, तरी त्याचे उत्तर तिला सापडते!

पण तापाने आजारी पडलेला दादाबाबू आपली बदली करून घेऊ इच्छितो. बदलीचा अर्ज नामंजूर होतो तेव्हा तो राजीनामा देऊन घरी जाण्याचे ठरवितो. हे रतनला कळल्यावर तिच्या मनाची जी स्थिती झाली आहे तिचे रवींद्रांनी असे वर्णन केले आहे : 'बराच वेळपर्यंत कोणी काहीच बोलले नाही. दिवा मिणमिण जळत होता. एका जागी घराच्या गळक्या छपरांतूनच मातीच्या घड्यावर पाणी टपटप करून पडत होते. त्या वेळी पाऊस सुरू झाला होता.'

ही सूचक काव्यात्मता हा रवींद्रांच्या लघुकथेचा एक महत्त्वाचा विशेष आहे. 'पोष्टमास्तर' या लघुकथेत निसर्ग व मनुष्य यांच्या सुखदुःखांच्या संवादी तारांना स्पर्श करून रवींद्रांनी जी रम्य रागिणी वाजविली आहे, तिचे स्वरलेखन टीकाकाराला कधीच करता येणार नाही! त्यांच्या काव्यांप्रमाणे लघुकथातही निसर्गात मानव

मिसळला आहे आणि मानवात निसर्ग बुडून गेला आहे.

या लघुकथात रवींद्र सामान्य व्यक्तीचे साधेसुधे हरघडी दिसणारे सुखदुःखच सांगत असतात; पण त्यांच्या प्रतिभेच्या प्रभावाने हे वैयक्तिक सुखदुःख विश्वात्मक बनते. त्यांच्या लघुकथा जे प्रत्यक्ष सांगतात त्यापेक्षा कितीतरी अधिक गोष्टी सहजसुंदर रीतीने सुचवितात. 'पोष्टमास्तर' मधली रतन दादाबाबूला 'तुम्ही मला आपल्या घरी घेऊन जाल?' असे विचारते. तो उत्तरतो ''असं कधी झालंय?'' त्याच्या या तीन शब्दांच्या उत्तरात त्रिभुवनातल्या व्यावहारिकतेचा अर्क उतरला आहे. प्रेमासाठी भुकेलेल्या जगातल्या साऱ्या साऱ्या मानवांची व्यथा रतनच्या 'तुम्ही मला आपल्या घरी घेऊन जाल?' या एका प्रश्नाच्या रूपाने प्रकट झाली आहे.

'काबुलीवाला' या कथेत 'पोष्टमास्तर' पेक्षा अधिक भरीव असे कथानक आहे. ओढाताण करून का होईना, चित्रपट तयार करता येईल इतके प्रसंग या कथेत सूचित केले गेले आहेत. पण लघुकथाकार रवींद्र त्या प्रसंगांना मुळीच महत्त्व देत नाहीत. उलट आपले घर, कुटुंब आणि मुलगी सोडून पोट भरण्यासाठी कलकत्त्यात आलेला, बाह्यतः आडदांड दिसणारा पठाण आणि कलकत्त्यातल्या एका गोड, छोट्या मुलीवर मायेचा वर्षाव करून वात्सल्याची तहान भागविण्याकरिता धडपडणारे त्याचे मन याचे मात्र रवींद्रांनी मोठ्या नाजुक कुंचल्याने चित्रण केले आहे.

हा अडाणी पठाण– चिडला की सुरा काढून अंगावर धावणारा हा जंगली माणूस– आपल्या पोराबाळांपासून दूर गेलेल्या जगातल्या साऱ्या पित्यांचा प्रतिनिधी वाटतो! ही कथाकार रवींद्रांच्या प्रतिभेची किमया आहे आणि या करुण कोमल कथेचा शेवट किती कठोर आहे! जितका कठोर तितकाच वास्तव! खरा कलावंत असाच असतो. जितका कोमल तितकाच कठोर, जितका स्वप्नाळू तितकाच वास्तव! आठ वर्षे तुरुंगात काढणाऱ्या काबुलीवाल्याला वाटत असते की मिनी आपल्याला सहज ओळखील. तो मोठ्या आशेने तिच्या घरी येतो. पण आठ वर्षे पठाणाला तुरुंगात डांबून ठेवणारा काळ बाहेर काही स्वस्थ बसलेला नसतो. त्याने छोट्या मिनीला मोठे केलेले असते. ती यौवनाच्या उंबरठ्यावर उभी राहून नवी स्वप्ने पाहत असते. तिच्या लग्नसमारंभाच्या पूर्वतयारीने सारे घर गजबजून गेलेले असते. तिचे आणि काबुलीवाल्याचे आठ वर्षांपूर्वीचे खेळाचे, खाऊचे आणि बालिश थट्टामस्करीचे जे एक स्वतंत्र जग होते, ते कालप्रवाहात केव्हाच वाहून गेलेले असते! वधूवेषात वावरणारी मिनी काबुलीवाल्याला ओळखीत नाही! आठ वर्षांच्या सक्तमजुरीच्या शिक्षेपेक्षाही या गोष्टीचे दुःख त्याला अधिक होते. मिनीच्या बापाने दिलेले पैसे घेऊन तो मायदेशाची वाट चालू लागतो. पण त्याचे हृदय आता एका भयंकर आशंकेने व्याकुळ होते. आठ वर्षांनी मिनीने आपल्याला ओळखले नाही. आपली छोकरीही अशीच मोठी झाली असेल! ती तरी आपल्याला ओळखील का?

का तिलाही आपला विसर पडला असेल?

आठ

१८९१ ते १९२० या कालखंडात रवींद्रांनी अशा अनेक सुरेख कथा निर्माण केल्या. त्यांना कलाकृती हे विशेषण कुठलीही अतिशयोक्ती न करता लावता येईल. अशा कथांचा रसास्वाद मुळातूनच घेतला पाहिजे. 'अतिथी' ही अशीच आपल्याकडे फारशी ठाऊक नसलेली पण अव्वल दर्जाची कथा आहे. या कथेतले तारापदाचे स्वभावचित्र अविस्मरणीय आहे. जीवनातल्या सर्व गोष्टीत रस घेणारा आणि तरी कशाविषयीही आसक्ती न बाळगणारा व कुठल्याही पाशात गुंतून न पडणारा हा कुमार रवींद्रांनी इतक्या कौशल्याने रंगविला आहे की, हे चित्र जलरंगातले वाटावे आणि तैलरंगातलेही वाटावे. कौमार्य आणि यौवन यांच्या सीमेवर उभ्या असलेल्या तारापदाचे चित्रण हे कदाचित रवींद्रनाथांचे आत्मलेखनही असू शकेल! ते काही असो! या कथेत त्यांच्यातला कवी इतक्या विविध मार्गांनी त्यांच्यातल्या कथाकाराला साह्य करतो की ती वाचताना संध्यारंगांनी भरलेले सुंदर आकाश आणि त्यात मधेच लुकलुकू लागलेली चांदणी यांचे चित्र डोळ्यांपुढे उभे राहते.

उदाहरणार्थ, तारापदाच्या रक्तातल्या कणाकणात नाचणाऱ्या संगीतप्रेमाचे हे वर्णन पाहावे :

'तारापद हा हरिणाच्या छाव्यासारखा बंधनभीरू होता, तसेच हरिणासारखा संगीतवेडा होता. जत्रेतल्या गाण्यापायीच तो घराबाहेर पडला होता. गाण्याच्या सुराबरोबर त्याच्या देहातली नस न् नस थरारून उठे आणि गाण्याच्या तालाबरोबर त्याचे सर्वांग ठेका धरू लागे. तो अगदी लहानसा बच्चा असताना संगीताच्या मजलशीत तो गंभीर, प्रौढ माणसासारखा भान विसरून तालावर डोलू लागे, त्या वेळी जाणत्या लोकांना हसे आवरणे कठीण होई. नुसते संगीतच का, झाडाच्या दाट पालवीवर ज्या वेळी श्रावणाच्या सरी पडत, आकाशात मेघांची हाक पडे, जंगलात जेव्हा मातृहीन दैत्याच्या बच्चासारखा वारा रडत ओरडत उठे, त्या वेळी त्याच्या मनात देखील भयंकर वादळ उठे. दुपारच्या निःस्तब्ध वेळी दूर आकाशात घारीची हाक ऐकू येई, त्या वेळीही तो अस्वस्थ होत असे. या संगीताच्या मोहाने वेडावून तो एका गायक-दलात सामील झाला.'

या वर्णनात रवींद्रातला कल्पक कवी प्रकर्षाने प्रकट झाला आहे. उलट साऱ्या वस्तुमात्रातल्या सौंदर्याचा कण नि कण टिपून घेणारा त्यांच्यातला भावकवी तारापदाच्या होडीवरल्या प्रवासाच्या वर्णनात दिसून येतो :

'तारापदने होडीवरच्या गच्चीवर शिडाच्या छायेत आपला मुक्काम ठोकला

होता. त्यामुळे हिरवी मैदाने, नुकतीच उगवलेली शेते, वाऱ्याने झुळझुळणारी धान्याची रोपे, गावाकडे जाणाऱ्या मळलेल्या पायवाटा, गर्द झाडीने झाकळलेले गाव त्याला सहजासहजी दिसू लागले होते. नदीकाठी वासरू शेपूट उभारून पळत होते; गावठी घोड्याचे शिंगरू दोन पायांना बांधलेली दोरी झाडीत झाडीत गवत चघळीत फिरत होते; मासे धरण्यासाठी बांधलेल्या जाळ्याच्या कळकीच्या काठीवर झटकन उडी मारून कुणी मासे धरीत होते; गावची मुले पाण्यात डुंबत मस्ती करीत होती; गावच्या बायका मोकळेपणाने, मोठमोठ्याने हसत गळाभर पाण्यात राहून लुगड्याचा पदर पाण्यावर पसरून दोन्ही हातांनी मार्जन करीत होत्या; कंबर कसलेल्या मासळीविक्या बायका मासेमार लोकांकडून मासे विकत घेऊन ते टोपलीत टाकीत होत्या. हे सारे दृश्य त्याच्या दृष्टीने सदा नवीन असे होते. तो कौतुकाने ही सर्व दृश्ये पाहत बसे! पण काही केल्या त्याच्या दृष्टीची तहान भागत नसे.'

या कथेत रवींद्र मानवी तळाशी जाऊन तिथले मोत्यांचे शिंपले जसे लीलेने वर घेऊन येतात, तसा बाह्यसृष्टीतल्या साऱ्या सौंदर्यपुष्पांचा सुगंधही मुक्तहस्ताने उधळतात. या कथेचा प्रारंभ, मध्य व शेवट, तिच्यातले तारापदाच्या मनाचे सूक्ष्म चित्रण आणि निसर्ग व मनुष्य यांच्यातल्या अदृश्य पण सुसंवादी अशा तारांवर कथाकाराने वाजविलेले मधुर संगीत या साऱ्याच गोष्टी विलक्षण आहेत. कथाकार रवींद्रांच्या प्रतिभेचे हे उत्तुंग शिखर आहे. कितीही पारायणे केली तरी ज्याची आनंद देण्याची शक्ती कोमेजत नाही, तेच अक्षर 'साहित्य' असे म्हटले तर 'अतिथी' ही कथा अशा साहित्यात अग्रभागी शोभणारी आहे.

नऊ

रवींद्रनाथांच्या हातून मानवी मनाला सदैव आवाहन देऊ शकतील अशा 'पोष्टमास्तर', 'क्षुधित पाषाण', 'अतिथी', 'काबुलीवाला', 'सुट्टी' इत्यादी लघुकथा लिहून झाल्या याचे कारण ते सूक्ष्म निरीक्षणशक्ती आणि प्रगाढ सहानुभूती असलेले प्रतिभावान कवी होते हेच होय. त्यांच्या या असामान्य कवित्वाची जाणीव 'क्षुधित पाषाण' सारख्या कल्पनारम्य कथेत चटकन होते. एका जुन्या मोंगल काळातल्या वाड्याच्या दर्शनाने त्यांची प्रतिभा सत्य आणि स्वप्न यांच्या सीमारेषेवरली एक विलक्षण सृष्टी निर्माण करते; दोन भिन्न शतकांचे संमेलन घडवून आणते. ही पाश्चात्य पद्धतीची भूतकथा नाही. काहीतरी रोमांचकारी लिहिण्याचे कंकण बांधलेल्या लेखकाची ही निर्मिती नाही. ती एका कवीची भावपूर्ण प्रतिसृष्टी आहे. अद्भुतता आणि कारुण्य यांचे मोठे मनोहर मिश्रण या कथेत झाले आहे.

विशिष्ट स्थळाच्या दर्शनाने कथाकाराची प्रतिभा जागृत होऊ शकते असे

फॉर्स्टरने म्हटले आहे. रवींद्रांचेही असे होत असावे. 'मणिहार' (The Lost Jewels– Broden Ties and Other Stories) ही कथाही अशाच प्रकारची आहे. Mashi and Other Stories मधील 'कंकाल' (The Skeleton) ही कथाही त्यांची सदानुभूतीने ओथंबलेल्या अद्‌भुताची आवड दर्शविणारी आहे.

दहा

या कथांच्या जोडीनेच रवींद्रांच्या दोन प्रकारच्या छोट्या कथांचा उल्लेख केला पाहिजे. लोककथा व ऐतिहासिक कथाप्रसंग यांच्या आधारे त्यांनी 'पूजारिणी', 'अभिसार' इत्यादी सुरेख चिमुकल्या कथा पद्यात लिहिल्या आहेत. कुंचल्याच्या एका फटकाऱ्याने ठसठसीत चित्र निर्माण करण्याची कला त्यांच्या या कथात दिसून येते. रूपककथा या सदरात पडणाऱ्या आणि गद्यकाव्याच्या सीमेवर रेंगाळणाऱ्या विपुल कथाही त्यांनी निर्माण केल्या आहेत. काकासाहेब कालेलकरांनी 'कोवळे किरण' या पुस्तकात निरूपणासहित अशा अनेक कथा व गद्यकाव्ये अनुवादित केली आहेत. जगातल्या कोणत्याही कथाकाराने प्रतिभेचे इतके विविध विलास प्रकट केलेले नाहीत.

अकरा

'काबुलीवाला', 'पोष्टमास्तर', 'अतिथी' वगैरे कथा रवींद्रांनी १८९१ ते १९२० या वर्षात लिहिल्या. मग ते कादंबरीकडे वळले. 'चक्षुशल्य' (चोखेरबाली १९२०), 'नौकाडूबी' (१९०६), 'गोरा' (१९१०) या त्यांच्या तिन्ही सामाजिक कादंबऱ्या बंगालमध्ये लोकप्रिय झाल्या. कादंबरीकार कितीही मोठा कवी असला तरी त्याला आपले पंख मिटून घेऊन पावलोपावली पृथ्वीवर उतरावे लागते. लघुकथाकाराला पाण्यातल्या कमलपत्राप्रमाणे भोवतालच्या पाण्यातच नव्हे तर चिखलात सुद्धा हरघडी आपले हात बुडवावे लागतात.

रवींद्रांची १९०२ नंतरची कथा विचारप्रधान झाली याचे कारण हे आहे. समाजाच्या सुखदुःखाचे चित्रण आणि त्या चित्रणातून उद्‌भवणाऱ्या समस्या यांचा पगडा त्यांच्या लघुकथेवर बसला. स्वतःच्या कथालेखनात झालेला हा फरक त्यांनाही जाणवला होता. त्यांच्या कथालेखनाच्या बहराच्या दशकात ते मुख्यतः कवी होते. ते चिंतकाच्या किंवा विचारकाच्या भूमिकेत उभे नव्हते! 'पोष्टमास्तर' या गोष्टीविषयी त्यांनी स्वतःच पुढील उद्‌गार काढले आहेत– 'पोष्टमास्तर' ही गोष्ट जेव्हा मी लिहिली, तेव्हा प्रकाश, वारा, वृक्षांच्या शाखा या सर्वांचे स्पंदन माझ्या

भाषेला साथ देत होते. त्यांचा भाव माझ्या भावात मिसळत होता. अशा भावस्थितीत रचना करीत जाण्यात केवढे सुख आहे!'

पण हे सुख रवींद्रांसारख्या पहिल्या दर्जाच्या कथाकाराला सतत लाभतेच असे नाही. जीवनातल्या विविध संघर्षांपासून तो फार काळ अलिप्त राहू शकत नाही. ते संघर्ष या नाही त्या रूपाने त्याच्या अंतरंगात डोकावून पाहू लागतात. मग त्याचे संवेदनशील मन नकळत या संघर्षाच्या शाखाग्रांवरील रक्तबिंदूंचा आणि त्यांच्या मुळांशी असलेल्या जटिल समस्यांचा विचार करू लागते. तारुण्यात जमीनदारांच्या खेड्यात निसर्गाच्या तालावर नाचणाऱ्या मानव-जीवनातल्या स्पंदनांना कलात्मक रूप देण्याला अनुकूल असे वातावरण रवींद्रांना लाभले होते. वेलीवर फूल उमलावे, तशी त्यांना एकेक कथा स्फुरत गेली होती. चिंतन, विचार, समस्या यांनी त्यातली शुद्ध भावात्मकता सुकविली नव्हती. पण पुढे जीवनाच्या समरांगणात उतरलेल्या प्रौढ रवींद्रनाथांना यौवन आणि ग्रामीण जीवन यांच्या संगमात लाभलेली ती नाजूक भावात्मकता संभाळणे अशक्य झाले.

साहजिकच त्यांच्या पुढच्या कथांचे स्वरूप बदलले. त्यांची कलात्मकता कमी झाली. भावात्मकता ओसरली. 'एकविंशती'तील 'एका स्त्रीचे पत्र', 'अपरिचिता', 'पात्र आणि पात्री' या गोष्टींची 'काबुलीवाला', 'पोष्टमास्तर' व 'अतिथी' यांच्याशी तुलना केली म्हणजे हा फरक सहज लक्षात येतो. मात्र या कथा कलागुणांच्या दृष्टीने थोड्या उण्या असल्या तरी त्यातील मनोविश्लेषण, समाजाचे निरीक्षण– विशेषतः स्त्रीवर होणारे विविध अन्याय आणि त्याविरुद्ध बंड करण्याकरिता उठलेल्या स्त्रीमनाचे चित्रण या गोष्टी वाचकाचा आकृष्ट केल्याशिवाय राहत नाहीत. 'एका स्त्रीचे पत्र' या कथेतील पुढील उतारा पाहिला म्हणजे रवींद्रातील कवी अशा समस्याप्रधान कथातही किती उत्कटतेने प्रकट होते असे हे दिसून येईल. :

'आपल्या मर्जीप्रमाणे आणि आपल्या नियमाप्रमाणे या बायकांचं जीवन तुम्ही चिरकाल पायाखाली दाबून धरून राहाल एवढे तुमचे पाय काही लांब नाहीत. मृत्यू तुमच्यापेक्षा फार मोठा आहे. त्या मृत्यूच्या राज्यात ती मोठी आहे– तिथं बिंदू नुसती बंगाल्याघरची मुलगी नव्हे, नुसती चुलतभावाची बहीण नव्हे, नुसती पागल नवऱ्याची प्रवंचित स्त्री नव्हे– तिथं ती अनंत आहे.

या गल्लीच्या मध्यभागी चारी बाजूनं भिंती असलेल्या निरानंदाचा अतिसामान्य बुडबुडा एवढा भयंकर का वाटतो? तुमचं हे विश्वजगत आपल्या सहा ऋतूंचं सुधापात्र हाती घेऊन कशीही हाक घालीना, एका घटकेसाठी मी या अंतर्महालाच्या या उंबरठ्याबाहेर जाऊ शकत नाही का? तुमच्या या अशा घरात माझं हे असं जीवन घेऊन या अतितुच्छ अशा विटा-दगडांच्या आड आम्ही तिळातिळानं मरायचं काय म्हणून? किती तुच्छ आहे आमची ही रोजची जीवनयात्रा! किती तुच्छ आहे हा सारा

बंदिस्त नियम, बंदिस्त अभ्यास, बंदिस्त बोली यांचा हा बंदिस्त मार!– पण शेवटपर्यंत या दैन्याच्या नागपाशाच्या बंधनाचीच व्हायची आहे जीत– आणि हार व्हायचीय तुमच्या स्वतःच निर्माण केलेल्या या आनंदलोकाची!

तुम्हाला वाटत असेल की मी मरायला निघालेय म्हणून! भिऊ नका. तुमच्यापाशी मी अशी पुराणी थट्टा करणार नाही. मीराबाई देखील माझ्यासारखी एक बाईमाणूस होती– तिचा साखळदंडही काही कमी जड नव्हता– तरीपण तिलाही काही जगण्यासाठी मरावं लागलं नाही. मीराबाई आपल्या गाण्यात म्हणाली होती, 'सोडून दे बाप, सोडून दे आई, सोडून दे जिथं आहे ते. मीरा एकदा गुंतून गेलीय प्रभू– आता जे व्हायचं असेल ते होवो.

हे गुंतून राहणं म्हणजेच जगून राहणं. मीही जगेन. मी जगलेच.'

बारा

श्रेष्ठ कथाकार बुद्धीचे रंजन, भावनांचे आवाहन, सामाजिक सुखदुःखाचे चित्रण आणि क्षितिजाप्रमाणे जवळ भासणाऱ्या पण स्पर्श करण्याकरिता धावू लागले की दूर दूर पळणाऱ्या गूढ जीवनाचे वास्तव दर्शन या चारी पातळ्यांवरून वाचकाला अंकीत करीत असतो. रवींद्रांच्या उत्कृष्ट कथात या सर्व पातळ्यांचे मोठे सुरेख मीलन झाले आहे.

'काबुलीवाला' ही त्यांची सर्वपरिचित कलाकृती पाहावी. कारुण्याने ओथंबलेल्या आणि वात्सल्याने भरलेल्या या आठ-दहा पृष्ठांच्या कथेत रवींद्रांच्या रंजन-सामर्थ्याच्या नाजुक खुणा सर्वत्र उमटल्या आहेत. पाच-सहा वर्षांच्या छोट्या मिनीच्या बापाकडून कथा सांगविण्यात रवींद्रांनी केवढे मोठे चातुर्य व्यक्त केले आहे! कथेच्या शेवटी मिनी काबुलीवाल्याला ओळखीत नाही. तेव्हा या कादंबरीकार बापालाच अफगाणिस्थानातून पोट भरण्याकरिता आलेल्या त्या अडाणी बापाचे समाधान करावे लागते. तो रहमतला एक नोट देतो व म्हणतो, 'रहमत, तू आपल्या मुलखात मुलीला भेटायला जा. तुला तुझी मुलगी भेटली की जे सुख होईल त्यातून माझ्या मिनीचे कल्याण होईल.' या साध्या दोन वाक्यात जीवनातल्या अंतिम सत्यावर रवींद्रांनी केवढा प्रकाश टाकला आहे! या शेवटच्या प्रसंगातला रहमत एक अफगाणी पठाण नाही; मिनीचा बाप एक बंगाली बाबू नाही, रहमत मुसलमान नाही; मिनीचा पिता हिंदु नाही; हे दोघेही फक्त बाप आहेत! मनुष्य कशासाठी जगतो, याची जाणीव झालेली माणसे आहेत ही! इथे एकाचे रांगडे वात्सल्य दुसऱ्याला केवळ स्वानुभूतीने कळले आहे. सर्व दृष्टींनी एकमेकांपासून अगदी दूर आणि भिन्न असणारे हे दोन जीव साऱ्या विश्वाला व्यापून टाकणाऱ्या वात्सल्याच्या धाग्याने जवळ आले आहेत,

बांधले गेले आहेत. जिथे सारे भेदभाव गळून पडतात, 'तत्त्वमपी' हे वेदांतातले सत्य दैनंदिन जीवनात प्रतीत होते, अशी ही जागा आहे. म्हणून तर मिनीचा बाप आपल्या मुलीकडून नकळत दुखावल्या गेलेल्या रहमतच्या काळजातून निघणारी कळ सुसह्य व्हावी म्हणून त्याच्या छातीवरून आपला स्नेहनिर्भर हात फिरवितो.

सौंदर्याच्या ज्या उच्च पातळीवर ही कथा आपणाला घेऊन जाते तिथे फारच थोडे कथाकार पोचू शकतात. चेकॉव्हाची 'Darling' ही गोष्ट वाचताना ज्या अथांग माणुसकीची जाणीव होते, तिचाच सुखद प्रत्यय रवींद्रांच्या या कथेतही येतो. मिनीच्या चौकस स्वभावापासून झालेला या कथेचा प्रारंभ जितका स्वाभाविक तितकाच कलात्मक आहे. त्या प्रसंगातला विनोदही किती मधुर आहे! मिनीची व काबुलीवाल्याची ओळख झाल्यावर त्यांची गट्टी कशी जमते, हे किती छोट्या छोट्या पण अर्थपूर्ण प्रसंगांनी रवींद्रांनी दाखविले आहे! रहमत आणि मिनी यांच्या थट्टामस्करीतला सासुरवाडीविषयींचा जो विनोद आहे, त्याची लज्जत काही निराळीच आहे. रहमत मिनीला म्हणतो, 'बच्ची, तू कद्धी कद्धी सासुरवाडीला जाऊ नकोस!' खट्याळ पण निरागस मिनी उलट त्यालालच विचारते, 'तू जाणार का सासुरवाडीला?' रहमत हसतो आणि उत्तरतो, 'तिथंच चाललोय!' पुढे आठ वर्षे सरकारी सासुरवाडीचा पाहुणचार घेऊन रहमत तुरुंगातून बाहेर येतो, तेव्हा काळाने या दोन दोस्तांच्यामध्ये केवढी मोठी भिंत निर्माण केलेली असते! त्या भिंतीतून प्रौढ रहमतला पलीकडची मिनी स्पष्ट दिसते. पण सासरी जाण्याचा वेध लागलेल्या मिनीला मात्र काही काही दिसत नाही. ती काबुलीवाल्याला ओळखीत नाही!

या गोष्टीतील अशी किती सौंदर्यस्थळे सांगावीत? कुशल वादकाने वाजविलेल्या सुंदर गतीतील प्रत्येक सुराची माधुरी जशी निराळी करून सांगता येत नाही, तशी 'काबुलीवाला', 'पोष्टमास्तर', 'अतिथी' या कथांची चिकित्सा किंवा रसग्रहण करून त्यांची अवीट गोडी दुसऱ्यापर्यंत पोचविता येणार नाही. ती ज्याची त्यानेच चाखायला हवी!

तेरा

अशा प्रकारची अस्सल भारतीय लघुकथा बंगालीत १८९० ते १९०० या दशकात निर्माण होऊनही मराठी किंवा इतर भारतीय भाषा यांना त्वरित तिचा परिचय झाला नाही, ही दुर्दैवाची गोष्ट आहे. रवींद्रांचे संस्कार ज्यांच्या लेखनात स्पष्टपणे जाणवतात असे आपले पहिले कथाकार दिवाकर कृष्ण हे होत. पण दिवाकर कृष्णांची कथा १९२५ च्या आगेमागे निर्माण होऊन सुद्धा लघुकथेच्या प्रगतीच्या मार्गातला एक दीपस्तंभ म्हणून रवींद्रांकडे पाहण्याची इच्छा आमच्या प्रमुख कथाकारांना किंवा टीकाकारांना झाली नाही. फडके हे १९२५ ते १९३५ या दशकातले एक

अग्रगण्य कथाकार. त्यांनी १९३२ मध्ये 'प्रतिभासाधन' हे साहित्याच्या तंत्रमंत्राची चर्चा करणारे पुस्तक लिहिले. त्यात आदर्श लघुकथा म्हणून ओ हेन्रीच्या Gift o Maqi या कथेचा अनुवाद त्यांनी दिला. पुढे वीस वर्षांनी 'लघुकथा-तंत्र आणि मंत्र' या पुस्तकात त्यांनी मोपाँसाच्या 'Necklace' या कथेचे 'अव्वल दर्जाची लघुकथा' म्हणून विश्लेषण केले. परंतु ओ हेन्रीची 'नाताळची भेट' ही गोष्ट काय किंवा मोपाँसाची 'कंठा' ही गोष्ट काय, या दोन्ही कथा 'काबुलीवाला', 'अतिथी' किंवा 'पोष्टमास्तर' यांच्या पंक्तीला बसू शकत नाही. Sean O' Faolain या आयरिश कथाकाराने लघुकथेवर जे पुस्तक लिहिले आहे त्यात या दोन्ही कथांची चिकित्सा करून त्याने जे निष्कर्ष काढले आहेत तेच लघुकथेच्या प्रगतीच्या, रसग्रहणाच्या आणि मूल्यमापनाच्या दृष्टीने महत्त्वाचे आहेत. 'नाताळची भेट' ही कथा एका मनोहर क्लृप्तीवर उभारली आहे. तिच्यातल्या चमत्कृतीला ओ हेन्रीने भावनेचा मुलामा दिला आहे; नाही असे नाही. त्यामुळे पहिल्या वाचनाच्या वेळी वाचक या कथेवर खूष होतो; पण पुनर्वाचनाच्या वेळी हा मुलामा उडून जाऊ लागतो. मग या कथेचे आवाहन केवळ चमत्कृतिजनक कल्पनेपुरतेच मर्यादित होते. कुठलीही अविस्मरणीय अनुभूती या कथेच्या वाचनाने येत नाही. मोपाँसाची 'कंठा' ही गोष्ट या कथेपेक्षा मनावर अधिक परिणाम करते. पण तोही 'डार्लिंग' किंवा 'काबुलीवाला' यांच्याइतका विशाल, उत्कट किंवा उन्नत असा वाटत नाही.

याचा अर्थ उघड आहे. नाट्यपूर्ण प्रसंग किंवा त्या प्रसंगातली चमत्कृती हा लघुकथेचा आत्मा नव्हे. रंजनप्रधान गोष्टींना असला मालमसाला बस्स असतो. पण त्यातून श्रेष्ठ कलाकृती निर्माण होत नाही. खरीखुरी लघुकथा रंजनाच्या किंवा चमत्कृतीच्या पातळीवर कधीच रेंगाळत राहत नाही. वैयक्तिक किंवा सामाजिक वेदना आणि संवेदना यांचे नाजुक हाताने चित्रण करून ती भावनेला आवाहन करते. ते आवाहन करताना सुद्धा ती भावविवश होत नाही. केवळ भावुकतेवर उभ्या राहिलेल्या कथेचा आवाका फार मर्यादित असतो. त्यात जीवनाची परिपूर्ण जाणीव कधीच आढळत नाही. समाजिक सुखदुःखाचे आत्मीयतेने चित्रण करणाऱ्या कथाही कलादृष्टीने पुष्कळदा थिट्या पडतात. त्यात व्यक्त झालेले दुःख, राग, चीड सारे काही खरे असते. पण त्या सर्वांत सौंदर्याचा व त्यातून निर्माण होणाऱ्या समतोलपणाचा अभाव असतो. अशा कथांतून फार फार तर जीवनाचे एकांगी दर्शन घडते. अस्सल लघुकथा या सर्व पातळ्यांना स्वतःभोवती गिरक्या घेता घेता स्पर्श करते. पण तिचे नृत्य चालते ते मुख्यतः जीवनदर्शनाच्या पातळीवर. या ठिकाणी कथाकारातला माणूस, कवी, नाट्यकार आणि चिंतक हे सारे हातात हात घालून वावरतात. जीवनातील सुख आणि दुःख, ऊन आणि पाऊस, पाप आणि पुण्य या सर्वांकडे या पातळीवरला कथाकार स्थिर दृष्टीने पाहू शकतो. त्यांच्यापलीकडचे सत्य तो सुंदर

रीतीने सूचित करतो.

रवींद्र हे अशा वर्गातले कथाकार आहेत. मोपाँसा आणि चेकॉव्ह यांच्या मानाने त्यांच्या लघुकथेचे क्षेत्र बरेचसे मर्यादित आहे. असे असले तरी 'पोष्टमास्तर', 'काबुलीवाला', 'अतिथी', 'क्षुधित', 'पाषाण' या त्यांच्या कथा कुठल्याही जागतिक कथासंग्रहात हक्काने आणि मानाने समाविष्ट होऊ शकतील. त्या सदैव आवडीने वाचल्या जातील.

– १९६१

❖

पार्श्वभूमी

एक

१९१९ साली माझे लेखन मासिकातून छापून येऊ लागले. काव्य, विनोद व टीका या तीन क्षेत्रात मी लुडबुड करायला सुरुवात केली. माझ्यातल्या विनोदी लेखकाचा अवतार पुढे लवकरच संपुष्टात आला! नंतर कवीही बारगळला! पण टीकाकार मात्र सुमारे पंधरा-वीस वर्षे धडपडत राहिला. अजूनही त्याच्यात थोडी धुगधुगी आहे! या संग्रहातले हे लेख अधूनमधून जाग्या होणाऱ्या या टीकाकाराचे उद्‌गार आहेत. कदाचित त्या कुणाला नुसत्या जांभयाही वाटतील!

मी टीकाकार का झालो, हे सांगणे थोडे कठीण आहे. तसे पाहिले तर प्रत्येक मनुष्याच्या अंतरंगात सुप्त कवीच्या जोडीने सुप्त टीकाकारही असतो! कवी, विनोदी लेखक आणि नाटककार होण्याची हौस कुमारवयातच माझ्या मनात निर्माण झाली. पण त्या काळात टीकाकाराविषयी असे अनामिक आकर्षण वाटल्याचे मला आठवत नाही. मी कॉलेजात गेलो त्याच वर्षी श्रीपाद कृष्ण कोल्हटकरांची 'तोतयाचे बंड' या नाटकाचे परीक्षण करणारी प्रदीर्घ लेखमाला 'मासिक मनोरंजना'त येऊ लागली. ती वाचून टीकालेखनाविषयी माझ्या मनात कुतूहल निर्माण झाले. मराठीतले टीका-लेखन मी साक्षेपाने वाचू लागलो. इंग्रजी टीकांतही अधूनमधून डोके खुपसले! या सर्व वाचनाचा उपयोग लेखक या नात्याने पुढे आपल्याला होईल, अशी माझी समजूत होती.

मात्र, टीकालेखनाचा विचार त्या वेळी मनात कधीच आला नाही. माझ्यात जो शेखमहंमद होता, त्याने मनोराज्यात आपल्या नाटकातल्या वाक्यावाक्याला टाळ्या पडत असलेल्या पाहिल्या! आपली कविता शेकडो लोक गुणगुणत असल्याचा भास त्याला झाला! पण एखाद्या टीका-लेखावर छापून आलेले आपले नाव त्या स्वप्नरंजनाच्या काळात मला कधीच दिसले नाही! दिशा नसलेले वाचन, अंत नसलेली चर्चा आणि स्वतःच्या मतांविषयीचा दुराग्रह या तिन्ही गोष्टी त्या काळी माझ्या ठिकाणी एकवटल्या होत्या. पण ही मते लिहून काढण्याची इच्छा मात्र मला कधीच झाली नाही!

दोन

ती झाली १९१९ साली. त्या वर्षी 'नवयुग' मासिकातून श्री. ग. त्र्यं. माडखोलकर यांची 'आधुनिक कविपंचक' ही लेखमाला प्रसिद्ध झाली. त्या मालेत गोविंदाग्रजांवर लिहिताना, 'दसरा' ही कविता 'तुतारी'चे भ्रष्ट अनुकरण आहे, अशा अर्थाची त्यांनी टीका केली. कुणी न सांगताच मी गडकऱ्यांचे वकीलपत्र घेतले! 'तुतारी-वाङ्मय व दसरा' अशा शीर्षकाचा लेख लिहून मी माडखोलकरांना उत्तर दिले. त्या चकमकीतून खरोखर एखादे चिरकालीन वैर उत्पन्न व्हायचे! पण प्रत्यक्षात घडले ते मात्र नेमके उलटे! मी टीका केली असूनही माडखोलकरांनी मला स्नेहभावाने पत्र पाठविले. साहजिकच माझ्या द्वंद्वयुद्धाच्या पवित्र्याचा शेवट दोस्तीच्या हस्तांदोलनात झाला!

त्या लेखात मी काय लिहिले होते, ते मला आठवत नाही. ते काहीही असले, तरी आज मला आवडणार नाही. कारण 'तुतारी' किंवा 'दसरा' या दोन कवितांकडेच नव्हे, तर एकंदर वाङ्मयाकडे पाहण्याचा माझा दृष्टीकोन या चाळीस वर्षांत किती तरी बदलला आहे. लखलखणाऱ्या रूप-ज्योतीची मोहिनी मागे पडली आहे. अंतरीच्या शांत प्रकाशाची ओढ अधिक जाणवू लागली आहे.

तीन

मात्र 'तुतारी वाङ्मय व दसरा' या लेखामुळे आपण टीकाकार आहो, असा केवळ माझाच समज झाला नाही. का कुणाला ठाऊक, मासिकांच्या संपादकांनीही तशीच आपली समजूत करून घेतली! माझ्याकडे टीकेच्या मागण्या येऊ लागल्या. मी त्या पुरवू लागलो. नकार हा शब्दच त्या वेळी माझ्या कोशात नव्हता! सावंतवाडीला निघणाऱ्या 'वैनतेया'सारख्या साप्ताहिकापासून पुण्या-मुंबईच्या 'रत्नाकर', 'यशवंत', 'मनोरंजन' इत्यादी मासिकांपर्यंत माझ्यातल्या टीकाकाराचा संचार सुरू झाला. माझ्या त्या वेळच्या टीका-लेखनाचा वाचकांना काय फायदा झाला, याची मला कल्पना नाही. मात्र या निमित्ताने माझे वाचन आणि चिंतन वाढले. मराठी व इंग्रजी टीकाच मी आवर्जून वाचू लागलो. शिरोड्यासारख्या एका कोपऱ्यातल्या खेडेगावात टीकाविषयक इंग्रजी पुस्तके मिळणे अशक्य होते. पण पुण्या-मुंबईच्या मित्रांमार्फत मी ती मिळवीत असे. ललितवाङ्मय लिहिणाऱ्या सर्व प्रकारच्या प्रतिभा-विलासाच्या विविध वाङ्मयीन विचार-प्रणालींचा आणि साहित्य-शास्त्रातील विवाद्य प्रश्नांचा त्याला पूर्ण परिचय हवा, असे मला वाटते.

या नादामुळेच १९३५ नंतर सखोल, सर्जनशील आणि रसग्रहण व मूल्यमापन यांचा सुंदर संगम साधणारे टीकेचे अनेक नमुने माझ्या वाचनात आले. स्टीफन

झ्वाइग् ची *'Three Masters'* व *'Adepts in selfportraiture'*, रवींद्रांचे *'Story of American Literature'*, डोव्हर विल्सनचे *' Essential Shakespeare'*, इसाया बर्लिनचे *'The Hedgehog and the fox'* अशी पुस्तके १९२० ते २५ च्या दरम्यान माझ्या हाती आली असती, तर माझ्या टीकालेखनाचे स्वरूप थोडे निराळे आणि चांगले झाले असते. पण ते घडले नाही! चणे मिळू लागले तेव्हा दात हलू लागले होते!

चार

१९२० च्या आसपास टीकाकार म्हणून प्रसिद्ध असलेल्या कोल्हटकर, केळकर, बा. अ. भिडे, वा. म. जोशी इत्यादी मंडळींचा नम्रपणाने मागोवा घेत मी टीकालेखन सुरू केले. पुढे वीस वर्षे या क्षेत्रात मी थोडी धडपड व बरीचशी लुडबुड केली!

१९४० नंतर अनेक कारणांनी माझे टीकालेखन मंदावले. लिहिण्याची हौस होती. अंधुकपणे का होईना, नवी नवी क्षितिजे दृष्टीपुढे उभी राहत होती; पण गेल्या वीस वर्षात अगतिकपणे ती न्याहाळल्याखेरीज मी दुसरे काही करू शकलो नाही, याचे मला वाईट वाटते.

या क्षेत्रात माझ्या मनासारखे मी काही करू शकलो नसलो, तरी रसिक, मर्मज्ञ आणि समतोल टीकाकार हा वाङ्मयीन प्रगतीचा एक महत्त्वाचा घटक आहे, याविषयी मी निःशंक आहे. साहित्यातल्या बऱ्यावाईटाची पारख कशी करावी, तिची कसोटी कोणती, चांगल्याचा आस्वाद कसा घ्यावा, जे हीन, क्षुद्र किंवा कलाहीन असेल त्याची मूलगामी मीमांसा कशी करावी, हे सर्वसामान्य वाचकाला टीकाकाराखेरीज दुसरे कोण सांगणार? डोळस साहित्यप्रेम नुसती रंजक वाचनाची चटक नव्हे– हा समाजाच्या खऱ्याखुऱ्या संस्कृतीचा एक महत्त्वाचा भाग आहे. पंडित असूनही रूक्ष नसलेले, चिकित्सक असूनही केवळ चिरफाडीत न रमणारे, नवीनाचे स्वागत करताना, जुन्याचा वारसा न विसरणारे, आणि भूतकालाचा सुगंध घेता घेता भविष्याची स्वप्ने पाहणारे टीकाकार– समीक्षक, समालोचक, रसग्राहक, मूल्यमापक, तत्त्वचिंतक असे सर्व प्रकारचे टीकाकार हे काम चांगल्या रीतीने पार पाडू शकतील. अशा टीकाकारांची संख्या अजूनही आपल्याकडे फार कमी आहे.

पाच

या क्षेत्रातल्या माझ्या लुडबुडीविषयी मी वर लिहिलेच आहे. गेल्या दहा-बारा वर्षांत लिहिलेले अशा प्रकारचे सतरा लेख या संग्रहात समाविष्ट केले आहेत. कुठे

परीक्षण, कुठे समालोचन, कुठे दोष-दिग्दर्शन तर कुठे मूल्यमापन, असे या लेखांचे स्थूल स्वरूप आहे.

यातील पाच नाट्यविषयक लेखांपैकी 'रंगभूमीचे तीन शिल्पकार' या लेखात कोल्हटकर, खाडिलकर व गडकरी या तीन नाटककारांच्या प्रतिभाशक्तींचा व त्यांच्या नाट्य-प्रेरणांचा तुलनात्मक विचार केला आहे. या तिघांपैकी गडकरी अजून पूर्वीइतकेच लोकप्रिय आहेत. 'गडकरी हे एक सामान्य लेखक होते', अशा प्रकारचा विषय घेऊन त्याच्यावर खंडन-मंडनात्मक भाषणे करण्याची पद्धत अलीकडे विद्वानांत रूढ होत असली, तरी मूर्तीभंजनाच्या नाटकी आवेशापेक्षा सामान्य रसिकाला त्या काथ्याकूटातूनच अधिक काही प्रतीत होत नाही. अशा कार्यक्रमांना लोक जमतात, ते असंबद्ध भाषणे ऐकून होणाऱ्या करमणुकीसाठी, गंमत अनुभविण्याकरिता! मराठी प्रेक्षक व वाचक यांच्या मनावर अजून गडकऱ्यांचे वाङ्मय किती हुकुमत चालवीत आहे, हेच या वादविवादांतून निष्पन्न होते!

साहित्य-शास्त्र्यांच्या दृष्टीने गडकऱ्यांच्या नाटकात कितीही दोष असोत! मोठमोठे वृक्ष लीलेने उन्मळून टाकून आपल्या प्रवाहाबरोबर त्यांना वाहत नेण्याची महापुराची शक्ती गडकऱ्यांच्या नाटकात आहे, हे आता उघड झाले आहे. मात्र खाडिलकरांची लोकप्रियता गडकऱ्यांच्या मानाने ओसरली आहे. असे होण्याची कारणे अनेक आहेत. काळ फार झपाट्याने बदलल्यामुळे 'कांचनगडची मोहना' किंवा 'सवाई माधवरावाचा मृत्यू' यांच्यासारखी नाट्यगुणांनी संपन्न असलेली त्यांची नाटके आज मागे पडली आहेत. एक-दोन संगीत नाटके वगळली, तर खाडिलकरांची नाटके सहसा रंगभूमीवर दिसत नाहीत! ती करून दाखविण्याची कुवत नव्या जमान्यातल्या नट-नटीत फारशी नाही. मध्ये मुंबई साहित्य संघाने 'भाऊबंदकी' नाटक बसविले. त्या नाटकाने दिल्ली जिंकली. श्रेष्ठ नाटकाचे पारितोषिक मिळविले. साहित्यसंघाच्या या नाटकाचा प्रयोग ज्या तरुण मंडळींनी पाहिला असेल, त्यांना नाटककार म्हणून खाडिलकारांच्या ठिकाणी असलेल्या विविध गुणांचा निश्चित साक्षात्कार झाला असेल. कालप्रवाह नित्य नवी नवी वळणे घेत आहे. साहजिकच, गेल्या दहा वर्षांत मराठी रंगभूमीही वेगाने बदलू लागली आहे. असे असले तरी अजून तिला खाडिलकरांपासून पुष्कळ शिकता येण्याजोगे आहे, असे मला वाटते.

मात्र आचा अर्थ खाडिलकरांचे 'कीचकवध' किंवा 'भाऊबंदकी' हे शेक्सपिअरच्या शोकांतिकांपेक्षाही श्रेष्ठ प्रतीचे नाटक आहे असा नाही. आपल्याकडल्या काही विद्वानांना तसा भ्रम झालेला दिसतो! पण 'कीचकवध' 'हॅम्लेट' पेक्षा श्रेष्ठ आहे असे म्हणणे, म्हणजे नाटकाच्या मूल्यमापनाचा ताजवाच आपल्यापाशी नाही, अशी कबुली देण्यासारखे आहे. शेक्सपीअरच्या प्रतिभेत असामान्य नाट्यदृष्टीला अलौकिक काव्यात्मतेची जोड मिळाली आहे. खाडिलकर स्वभावतः असे काव्यात्म नाहीत.

शेक्सपीअरमध्ये नाट्याशी एकरूप झालेले काव्य अनादी आणि अनंत अशा नियतीचे तत्त्वज्ञानच आपल्या मुखाने बोलून दाखवीत आहे, असा भास होतो. खाडिलकर तत्त्वचिंतक आहेत; पण ते एका परंपरागत मर्यादेपर्यंत! चिंतनशीलतेमुळे त्यांच्या नाटकातला बोधवाद प्रचारकी थाटाचा वाटत नाही. प्रेक्षकांच्या मनावर संस्कार करण्याचे सामर्थ्य त्याला लाभले आहे. पण यापलीकडे त्यांच्या चिंतनाची उडी जात नाही. शेक्सपिअरच्या तत्त्वचिंतनाला किंवा जीवनदर्शनाला अशी कुठलीही कुंपणे नाहीत. या विशाल विश्वातल्या आणि त्या विश्वाइतकेच मोठे भावविश्व अंतर्यामी बाळगणाऱ्या मानवाच्या मनातल्या मंगल-अमंगलाला त्याचे तत्त्वचिंतन एकाच वेळी आपल्या बाहूंनी कवटाळते. मानवी मनात उसळणाऱ्या विचार-विकारांचे स्थितप्रज्ञतेने मंथन करून ते नवी नवी रत्ने शोधून काढते! अशा विश्वव्यापी नाट्य-प्रतिभेशी खाडिलकरांच्या प्रतिभेची तुलना करणे, म्हणजे आपल्या गावाजवळचा उंच डोंगर हिमालयाइतका उत्तुंग आहे, असे म्हणण्यासारखेच आहे!

गडकरी व खाडिलकर या दोघांच्या मानाने कोल्हटकर मराठी रंगभूमीवर मुळीच टिकले नाहीत. त्यांचे एकही नाटक आज कुणी करीत नाही. रंगभूमीच्या एखाद्या नव्या अभ्यासकाने त्यांची नाटके स्वतः वाचून आपले मत बनवायचे ठरविले, तर ती सर्व त्याला वाचनालयात मिळणे सुद्धा मुष्किल आहे! लोकप्रियतेच्या बाबतीत ज्याचा इतका पराभव झाला आहे, अशा नाटककाराची रंगभूमीच्या शिल्पकारात मी का गणना करीत आहे, याचे अनेकांना कोडे पडेल. 'ही आंधळी गुरुभक्ती आहे,' असा आक्षेपही माझ्यावर घेण्यात येईल! पण श्रीपाद कृष्णांविषयी क्वचित जे काही बोलले किंवा लिहिले जाते, त्यावरून एक गोष्ट उघड दिसते. ती म्हणजे त्यांच्या प्रतिभेचे स्वरूप, तिच्या मर्यादा, त्यांच्या नाट्यलेखनाचा काळ, त्या काळातल्या प्रेक्षकांच्या अपेक्षा व सामाजिक मनाच्या गरजा, या सर्वांचा मेळ घालून ऐतिहासिक दृष्टीने त्यांचे स्थान निश्चित करण्याच्या फंदात कुणी पडत नाही. पराभूत सेनापती हा सुद्धा यशस्वी सेनापती इतकाच शूर असतो, हे आपल्या पंडितांच्या लक्षातच येत नाही!

किर्लोस्कर-देवल आणि गडकरी-खाडिलकर यांच्या बरोबर मध्ये श्रीपाद कृष्ण उभे आहेत. संस्कृत नाटकांच्या संकुचित वळणाने जाणारी मराठी नाट्यसृष्टी आणि इंग्रजी नाट्याच्या रुंद व विविध वळणांनी जाणारी नंतरची मराठी रंगभूमी यांच्यामधला अत्यंत महत्त्वाचा दुवा म्हणजे श्रीपाद कृष्णांची नाटके. त्यांच्या वाङ्मयीन व्यक्तित्वात भावनाशीलतेचा फार मर्यादित स्थान होते. तिथे चमत्कृतिप्रिय कल्पकता व कुशाग्र बुद्धी यांचाच विलास आढळतो. साहजिकच, प्रेक्षकांच्या काळजापर्यंत जाऊन पोचण्याची जी किमया नाटककाराच्या अंगी असावी लागते, ती त्यांच्यापाशी नव्हती. रेखीव मांडणी किंवा रसोत्कर्ष साधणारी रचना या बाबतीत त्यांनी कधीच नीट लक्ष दिले नाही. शर्यतीच्या घोड्याचे यश बेफाम धावण्यात असते, ऐटीने दुडक्या चालीने जाणाऱ्या

घोड्याला ते लाभत नाही, याचा त्यांना सदैव विसर पडला.

हे सारे खरे असले, तरी १९०० च्या आसपास मराठी रंगभूमीला जे नवे वळण लागले, त्याचे श्रेय कोल्हटकर व खाडिलकर या दोघांनाच दिले पाहिजे. १९०९ साली बडोद्याला भरलेल्या साहित्य संमेलनात तिथले दिवाण व प्रसिद्ध वंग साहित्यिक रमेशचंद्र दत्त यांच्याशी श्रीपाद कृष्णांचा परिचय करून देताना 'हे महाराष्ट्राचे अग्रगण्य नाटककार आहेत' असे उद्गार खाडिलकरांनी काढले होते. मराठी रंगभूमीचा व नाटकांचा ऐतिहासिक दृष्टीने अभ्यास केल्याशिवाय– विशिष्ट काल, विशिष्ट प्रेक्षक आणि विशिष्ट प्रकारची प्रतिभा यांच्या संगमातून प्रत्येक नाटकारांचे नाट्य जन्म घेते, हे सनातन सूत्र लक्षात ठेवल्याशिवाय खाडिलकरांच्या या उद्‌गाराचे मर्म नीट समजणार नाही.

आज मराठी रंगभूमीवर जी संवादपद्धती रूढ आहे, ('तुझे आहे तुजपाशी' हे या संवादपद्धतीचे अलीकडले अतिशय लोकप्रिय उदाहरण आहे.) तिचे मूळ श्रीपाद कृष्णांच्या नाट्य-संवादात आहे. संस्कृत पद्धतीने रचल्या जाणाऱ्या नाटकात सर्वस्वी अपरिचित असलेल्या काव्य, विनोद, प्रणयचित्रण व नाट्यकथेची रचना यांच्या नव्या तऱ्हा श्रीपाद कृष्णांनी मराठी रंगभूमीवर आणल्या. केवळ गडकरी-खाडिलकरांवरच नव्हे, तर वरेरकरांपासून पु. ल. देशपांड्यांपर्यंतच्या सर्व प्रमुख नाटककारांवर त्यांच्या नाट्यलेखनाचा परिणाम झाला आहे, हे ऐतिहासिक सत्य आहे. 'रंगभूमीचे तीन शिल्पकार' या लेखाच्या जोडीने या संग्रहातील 'श्रीपाद कृष्ण आणि मराठी रंगभूमी' हा लेख वाचला, तर ही गोष्ट अधिक स्पष्ट होईल.

याच लेखातील खाडिलकरांच्याविषयीचा भाग, कीचकवधाचे रसग्रहण व 'खाडिलकारांचा आत्माविष्कार' हा लेख हे सर्व वाचकांनी एकत्रित वाचल्यास वाङ्मय-निर्मितीच्या मागे असलेल्या व धुक्यात दडल्यासारख्या वाटणाऱ्या अनेक गोष्टींवर थोडासा प्रकाश पडेल. एखाद्या लेखकाच्या गुणदोषांच्या बाबतीत वितंडवाद माजविण्याची टीकाकारांची जी पद्धत असते, तिचा एकांगीपणाही लक्षात येईल. आपण पूर्वसूरींचा सूक्ष्मतेने व सहानुभूतीने अभ्यास करीत नाही. तो केला तर वाङ्मय-निर्मितीची अनेक कोडी थोडी तरी उलगडतील. खाडिलकरांचीच गोष्ट आपण घेऊ या. नाटककार वस्तुनिष्ठ असावा लागतो, हे खरे आहे. खाडिलकर तसे होतेही. पण ललित लेखकाच्या वस्तुनिष्ठेची बैठकसुद्धा अंती आत्मनिष्ठेवर अवलंबून असते. समुद्रातला बर्फाचा डोंगर पाण्याच्या पृष्ठभागावर थोडा दिसतो. त्याचा मोठा भाग पाण्यातच बुडलेला असतो. कलावंताची वस्तुनिष्ठा आणि आत्मनिष्ठा यांचे संबंधही असेच असतात.

या दृष्टीने लेखकाची शक्ती आणि त्याच्या मर्यादा यांचा अभ्यास करण्यात विशेष प्रकारचा आनंद आहे. लेखकाच्या जीवनाबरोबर त्याच्या कृतींचे विषय कसे

बदलतात, ते बदलले तरी त्याच्या आंतरिक व्यक्तित्वाचे एक अभंग सूत्र त्यात कसे अंतर्भूत झालेले असते, कलावंत कुठलाही विषय निवडायला मोकळा असला, आणि त्याच्या भोवताली अनेक भव्य, रम्य विषय पसरले असले, तरी त्यातल्या अनेकांना तो का स्पर्श करीत नाही, इत्यादी गोष्टी चांगल्या रीतीने कळायला अशा प्रकारचा अभ्यास फार उपयुक्त ठरेल.

लेखकाचे लौकिक व्यक्तित्व, आंतरिक व्यक्तित्व आणि वाङ्मयीन व्यक्तित्व ही परस्परांशी कशी निगडित असतात आणि प्रत्येक लेखकाच्या बाबतीत या तिन्ही व्यक्तित्वाचे मिश्रण व त्यांच्या परस्परांवरील प्रतिक्रिया किती भिन्न प्रमाणात आणि भिन्न प्रकारांनी घेतात, हे पाहण्याजोगे असते. असा अभ्यास करण्यासाठी गेल्या शतकातले पाच मराठी ललित लेखक निवडायचे झाले तर त्यात खाडिलकरांचा अवश्य समावेश करावा लागेल. त्यांचा काळ, त्यांचे अंतर्बाह्य जीवन, त्यांच्या निष्ठा, त्यांचे आवडते लेखक व त्यांचे नाट्य-वाङ्मय या सर्वात सुस्पष्ट व सुसंगत असा संबंध आहे. 'खाडिलकरांचा आत्माविष्कार' या लेखात मी अशा प्रकारच्या अभ्यासाची एक दिशा सूचित केली आहे. या दृष्टीने थोर मराठी लेखकांचे अभ्यास करण्याची प्रथा पडली, तर ललित वाङ्मयाच्या निर्मितीचे गूढ सध्या वाटते तितके अनाकलनीय राहणार नाही.

सहा

गोविंदराव टेंबे यांच्या स्मृति-दिनाच्या निमित्ताने मराठी नाट्य-वाङ्मयाचा आढावा घेऊन त्यातल्या गुणदोषांविषयी मी विवेचन केले आहे. गेल्या दहा-बारा वर्षांत मराठी रंगभूमी अनेक नवी वळणे गिरवू लागली. साहजिकच, जुन्या रंगभूमीकडे पाहण्याची नव्या नाटककारांची आणि टीकाकारांची दृष्टी बदलली. पुण्या-मुंबईतल्या तरुण नाटककारांचा, केवळ वाचनाच्या द्वारे का होईना, अत्यंत आधुनिक अशा पाश्चात्य नाटकांशी संबंध येतो. ती वाचून नवीन काही तरी करून दाखवावे, विशेषतः पाश्चात्य रंगभूमीवर जे आज गाजत आहे, लखलखत आहे, तसे आपल्याकडे काही दिसावे ही इच्छा त्यांच्या मनात बळावते. प्रत्येक पिढीच्या अशा इच्छात आणि महत्त्वाकांक्षातच प्रगतीची बीजे असतात. गेल्या दशकात मराठी रंगभूमीवर अनेक स्वागतार्ह गोष्टी दिसू लागल्या आहेत. त्यांचे श्रेय अशी धडपड करणाऱ्या तरुण दिग्दर्शकांना आणि नाटककारांना दिले पाहिजे.

पण नव्याच्या नादात 'जुने जाऊ द्या मरणालागुनी' असा आवेश अंगी संचारला म्हणजे गोंधळ उत्पन्न होतो. कालपुरुष सदैव हातात छिन्नी घेऊन बसला आहे आणि पळापळाला तो या विश्वमूर्तीचे स्वरूप निराळे करून दाखवीत आहे, हे कोण

अमान्य करील? पण नदीने कितीही वेडीवाकडी वळणे घेतली आणि तिच्या प्रवाहाची दिशा कितीही बदलली, तरी तिचा ओघ अखंड वाहत राहतो. जीवन आणि साहित्य या दोहोंच्या बाबतीतही हे तितकेच खरे आहे.

या संदर्भात इलियटचे पुढील उद्गार मराठीच्या तरुण व पराक्रमी शिलेदारांनी लक्षात घेणे आवश्यक आहे. इलियट म्हणतो :

' The historical sense compels a man to write not merely with his own generation in his bones, but with a feeling that the whole of the literature of Europe from Homer, and within it the whole of the literature of his own country has a simulta- neous existence and composes a simultaneous order.'

लेखकाच्या रक्तात केवळ तो किंवा त्याची पिढी नसते; तर त्याच्या देशाचे वाङ्मय– इतकेच नव्हे तर ज्या परंपरेतून ते वाङ्मय निर्माण झालेले असते ती परंपरा सुद्धा– त्या रक्तात असते– निदान असली पाहिजे– असे इलियटला सुचवायचे आहे. मराठी लेखकांना जे काही नवीन करायचे असेल ते व्यास- वाल्मीकी, तुकाराम-रामदास आणि हरिभाऊ-गडकरी यांची परंपरा पचवूनच केले पाहिजे, हाच याचा निष्कर्ष आहे.

या दृष्टीने तरुण नाटककारांनी विचार केल्यास त्यांच्या नवनव्या प्रयोगांना अनेकदा येणारे अपयश टळेल. आपल्या प्रेक्षकांच्या आवडी-निवडी १८८० पासून १९३० पर्यंत एका विशिष्ट पद्धतीने बनत गेल्या. १९३०-३५ पर्यंत रंगभूमी हेच लोकांच्या रंजनाचे आणि शिक्षणाचे सर्वात सुलभ असे साधन कलावंतांच्या हाती होते. त्यामुळे शुद्ध नाट्य-दर्शनाची भूमिका जुन्या रंगभूमीला घेता आली नाही. मराठी रसिकतेची प्रकृतीही अनेक शतकांच्या विविध संस्कारांनी घडविली आहे. तिच्या पाठीमागे रामायण-महाभारताचा आणि संत-वाङ्मयाचा मोठा वारसा आहे. त्यामुळे उद्बोधन कलेशी विसंगत आहे, असे तिला अजूनही वाटत नाही. उलट, कलात्मकतेने केलेले उच्च प्रतीचे उद्बोधन हा वाङ्मयाचा एक महत्त्वाचा विशेष आहे, अशी तिची धारणा आहे. पदोपदी परदेशी वाङ्मयाच्या कुबड्या घेऊन चालणाऱ्या पुण्या-मुंबईतल्या पंडितांच्या प्रवचनांनी ही समजूत पाच-सहा वर्षात बदलणे कठीण आहे!

१८८० ते १९३० या अर्धशतकात मराठी रंगभूमी सामाजिक आणि राजकीय जागृतीच्या कामी कुणालाही अभिमान वाटावा इतकी झटली आहे– प्रसंगी खर्ची पडली आहे! तत्कालीन प्रेक्षकांनी तिच्या या पराक्रमाचे अमाप कौतुक केले आहे. प्रेक्षकांची ही आवड कलाहीन आहे, असे ताशेरे झाडल्याने ती कमी होणार नाही. जगातल्या इतर देशांच्या गोष्टी दूरच राहो! भारतातल्या प्रत्येक विभागाची भाषा जशी

भिन्न आहे, तशा तिथल्या प्रेक्षकांच्या आवडीनिवडी निराळ्या आहेत. हिंदी, बंगाली, तमिळ व मराठी नाटकांच्या विकासाची तुलना केली, तर हे सहज ध्यानात येण्याजोगे आहे. म्हणूनच जुन्यापासून दूर जाताना त्याचा व आपला सनातन आंतरिक संबंध पूर्णपणे तुटणार नाही, याची जे दक्षता घेतील तेच जुन्यावर नव्याचे कलम करण्याच्या बाबतीत यशस्वी होतील. यशस्वी नाटक हे बहुधा लेखकाची प्रतिभा, त्याचा काळ आणि त्या काळच्या प्रेक्षकांच्या आवडी-निवडी व सामाजिक मनाच्या नानाविध भुका या सर्वांतून सिद्ध होत असते.

सात

'मराठी लघुकथा' व 'ललित साहित्याची तीन तपे' या दोन लेखात १९२० ते १९४० या कालखंडात झालेला कथेचा विकास आणि गेल्या तीस-चाळीस वर्षात मराठी ललित वाङ्मयाने घेतलेली वळण यांचे स्थूल विवेचन आले आहे. १९२० ते १९४० व १९४० ते १९६० असे दोन स्पष्ट कालखंड करून या काळातल्या विविध लेखकांच्या कर्तृत्वाचा आणि वाङ्मयाने घेतलेल्या भिन्नभिन्न वळणांचा समतोल विचार करणे आता सुलभ झाले आहे. १९२० ते १९४० या कालखंडातल्या वाङ्मयाला वेळीअवेळी नाके मुरडणे, किरटे म्हणून त्याची संभावना करणे, कृत्रिम, कायम ठशाचे, कारागिरीशिवाय दुसरे काही न जाणणारे इत्यादी विशेषणे त्याला बहाल करणे हा नंतरच्या लेखकांचा एक आवडता उद्योग होऊन बसला आहे. वाङ्मयातल्या या सनातन सोराब-रुस्तुमजींविषयी मला काही म्हणायचे नाही. आणखी पाच-दहा वर्षांनी ही मंडळी जुन्यात मोडू लागतील व त्या वेळचे नवीन प्रतिभावंत त्यांना याच प्रकारचे अहेर देतील, हे सांगायला भविष्यवाद्याची जरुरी नाही!

जीवनाचा ओघ सतत वाहत असतो. पण त्या विशाल आणि विचित्र प्रवाहाचे खरे ज्ञान आपल्यालाच झाले आहे आणि आपणच त्याला योग्य ते वळण लावणार आहोत, असे प्रत्येक पिढीला वाटत असते. हा अहंभाव कर्तृत्वाला थोडाफार प्रेरक होत असेल; पण या समजुतीत सत्य थोडे आणि भ्रम पुष्कळसा असतो. अशा स्थितीत ज्यांना वाङ्मयापासून मिळणारा आनंद चाखायचा आहे, त्यांनी शुद्ध ऐतिहासिक दृष्टीचा अवलंब केला पाहिजे. ज्यांच्या अंगा-खांद्यावर खेळत आपण वाढतो, त्यांचे ऋण अमान्य करण्यात काय अर्थ आहे?

नवकथेच्या जमान्यात विठ्ठल सीताराम गुर्जर हे नाव अनेक उदयोन्मुख कथाकारांना फार जुने-पुराणे वाटू लागले. पण या गुर्जरांनीच मराठी कथा प्रथम लोकप्रिय केली. घरोघर नेली. १९०० ते १९२० या काळातल्या पांढरपेशा स्त्री-पुरुषांची व अनेक

लहानमोठ्या कौटुंबिक अनुभवांची चटकदार चित्रणे त्यांनी केली. कल्पनेने त्या काळात गेल्याशिवाय गुर्जरांच्या गोष्टींची गोडी आजच्या वाचकाला कळणार नाही. साखळीचा एक दुवा तुटला तरी साखळी दुभंगते; आपले काम करायला असमर्थ ठरते. वाङ्मयातही तसेच असते! एक पिढी दुसऱ्या पिढीपर्यंत आपले लोण पोचविते. ते घेऊन दुसरी पिढी पुढे जाऊ लागते. सर्व लेखकांची शक्ती सारखी नसते. काही लेखक एखादे दशक गाजवितात. काही एखाद्या पिढीच्या मनावर राज्य करतात. पिढीमागून पिढी उलटली तरी आबालवृद्धांत लोकप्रिय होऊन राहणे आणि त्या त्या पिढीच्या रसिकांची अंतःकरणे मोहून टाकणे, ही शक्ती एखाद्याच श्रेष्ठ प्रतिभावंताच्या ठिकाणी असते. असा एखादा डिकेन्स, एखादा रवींद्र, एखादा हरिभाऊ अधूनमधून जन्माला येतो. पण त्यांची कसोटी इतरांना लावणे आणि प्रचलित मूल्यांनी जुन्यांचे परीक्षण करणे म्हणजे वाङ्मयाच्या विकासशीलतेचे अज्ञान प्रकट करण्यासारखे आहे. टोपीने सुटसुटीतपणाचा अभिमान बाळगून रुमालाला हसण्यात फारसा अर्थ नाही. तो रुमालही एके काळी शिरोभूषण म्हणून मिरवीत होता! इतकेच नव्हे, तर उन्हातान्हात त्याने माणसाला टोपीपेक्षा अधिक संरक्षण दिले होते!

आठ

काव्यविषयक दोन लेख या पुस्तकात आहेत. विंदा करंदीकरांच्या 'मृद्गंध' या काव्यसंग्रहाचे छोटे समीक्षण व दुसरे 'केशवसुत' या टीकाग्रंथाचे परीक्षण. हे दोन्ही लेख १९४० पूर्वी मी जे टीकालेखन केले त्यातल्या दोन प्रवृत्तींचे द्योतक आहेत. जे आपल्याला आवडते, ते रसग्राहक पद्धतीने वाचकांपर्यंत नेऊन पोचविणे आणि जे पटत नाही त्याची स्पष्टपणाने चिकित्सा करून त्यातल्या मूलभूत वैगुण्यांवर प्रकाश टाकणे, या त्या दोन प्रवृत्ती होत.

'महात्मा गांधी' व 'श्रीशाहूमहारांच्या' आठवणी हे लेख परीक्षणात्मकच आहेत. पण त्यांचा संबंध वाङ्मयीन गोष्टीपेक्षा सामाजिक गोष्टींशी अधिक आहे. ही परीक्षणे मी योगायोगाने लिहिली. पण ती लिहिली तेव्हा या दोन थोर पुरुषांचे जीवनपट नकळत माझ्या डोळ्यापुढे मूर्तिमंत उभे राहिले.

मानवी मन आणि जीवन आपण शब्दात पकडू पाहतो. एखाद्या फुलपाखराच्या रंगांचे सूक्ष्मदर्शकाच्या साहाय्याने निरीक्षण करावे, तसे मनुष्याच्या अंतरंगाचे आपण आकलन करू इच्छितो. अलीकडे तर मानसशास्त्रावर आपण फार मोठ्या प्रमाणात मदार ठेवू लागलो आहो. पण खरोखर मानसशास्त्रासारख्या एखाद्या शास्त्रालाच नव्हे, तर त्याच्या सर्व भाऊबंदांना मिळूनही मानवी मनाच्या रहस्याचे आणि मानवी जीवनाच्या वैचित्र्याचे कोडे उलगडता येईल काय?

एका दृष्टीने गांधीजी व शाहूमहाराज एकमेकांच्या अगदी जवळ आहेत. दीनदलितांचा कळवळा हा दोघांच्या अंतरंगाचा स्थायीभाव आहे. एकाने या भारतातल्या कोट्यावधि जनतेच्या हृदयावर राज्य केले. दुसऱ्याने आपल्या संस्थानातल्या प्रजेच्या आणि दीनदलितांच्या मनावर हुकुमत गाजविली. एकाने आपल्या राष्ट्राच्या पायातल्या राजकीय, सामाजिक, आर्थिक अशा सर्व प्रकारच्या शृंखला तोडून टाकण्याचे कंकण हाती बांधले. राजकीय शृंखला तोडून टाकण्यात त्याला यशही लाभले. दुसऱ्याने आपल्या बळावर दीनदलित जनतेच्या पायातल्या सामाजिक विषमतेच्या शृंखला खिळखिळ्या केल्या. त्यांना शिक्षणाचे दरवाजे उघडून दिले. प्राप्त परिस्थितीत कुजत पडण्याकरिता मनुष्य जन्माला आलेला नाही, याची जाणीव त्यांच्या मनात निर्माण केली.

पण या दोघा दलितांच्या उद्धारकांचे समग्र जीवनपट पाहिले, तर ते परस्परांहून भिन्न आहेत. हे जीवनपट अतिशय गुंतागुंतीचे आहेत. किती चित्रविचित्र व आडव्याउभ्या धाग्यांनी नियतीने ते विणलेले आहेत, हे पाहिले म्हणजे मन विस्मयाने भरून जाते! महात्मा गांधी काय किंवा शाहूमहाराज काय, अव्वल दर्जाच्या चरित्रात्मक चित्रपटाला योग्य असेच हे विषय आहेत. पण त्यांची मने आणि जीवने ही दोन्ही इतकी गुंतागुंताची आहेत आणि विशिष्ट मानवी प्रवृत्तीचे ते इतके विलक्षण नमुने आहेत, की त्यांची जीवने पचवून पडद्यावर ती साकार करायला फार श्रेष्ठ प्रतीचा दिग्दर्शक हवा. असा दुर्मिळ दिग्दर्शक मिळाला, तरी या दोघांच्या भूमिका करणारे नट कुठे शोधायचे हा प्रश्नच आहे!

गांधीजींच्या देहावसानानंतर या देशात गांधीवादाचा पदोपदी होत असलेला पराजय हा एक स्वतंत्र लेखाचा विषय आहे. 'महात्मा गांधी' या पुस्तकाचे परीक्षण मी लिहिले, त्या वेळी तो माझ्या स्वप्नातही नव्हता! या विषयाचा परामर्श मी स्वतंत्रपणे घेणार आहे, म्हणून त्यासंबंधी इथे काही लिहीत नाही.

नऊ

केळकर, आगरकर आणि रवीन्द्रनाथ यांच्यावरले तीन लेख थोडे निराळ्या स्वरूपाचे आहेत. आगरकरांवरील लेखात महाराष्ट्रात मनाच्या शृंखला आपल्या लेखणीने तोडणाऱ्या या श्रेष्ठ बंडखोर पुरुषाच्या व्यक्तित्वाचे व कर्तृत्वाचे मूल्यमापन आहे. केळकरांवरील लेखात त्यांच्या प्रतिभेच्या विशिष्ट स्वरूपावर प्रकाश टाकण्याचा प्रयत्न केला आहे. 'कथाकार रवींद्रनाथ' हा लेख टागोरांच्या कथांचे रसग्रहण व मूल्यमापन करणारा आहे.

'टागोरांच्या कथा' च्या अनुषंगाने एक गोष्ट पुन्हा एकदा आवर्जून सांगावीशी वाटते. उठल्यासुटल्या आपण परदेशी वाङ्मयाच्या कसोट्या आपल्या वाङ्मयाला

लावतो. ते थिटे आहे, ते किरटे आहे, ते हिणकस आहे अशा हाकाट्या करीत सुटतो! पण कुठलेही वाङ्मय हे केवळ लेखकाच्या प्रतिभाबलावर अवलंबून असत नाही. ते परंपरागत साहित्य-मूल्यांचा आणि सर्वसंचित सामाजिक संस्कारांचा वारसा घेऊन येते. ते आपल्या भोवतालच्या लोकांच्या हास्याने फुलते. अश्रूंनी ओले होते! त्याचे नृत्य चालते ते जिथे जन्म घेते त्या भूमीत, त्या मातीतून उगवलेल्या वृक्ष-वेलींच्या पाश्र्वभूमीवर आणि त्या वृक्षांवर चिवचिवणाऱ्या पाखरांच्या पाश्र्वसंगीताची साथ घेऊन! आपले संगीत आणि पाश्चात्य संगीत यात जसे अंतर आहे, तसे आपले साहित्य आणि पाश्चात्य साहित्य यातही आहे. दोन्हीच्या परंपरा फार भिन्न आहेत, रवींद्रनाथांच्या कथेने पुष्कळ नवे स्वीकारले आहे. पण ते आपला वारसा न सोडता, स्वत्व न गमावता.

दहा

या संग्रहातले उरलेले दोन लेख 'गंधर्वकन्ये, काय बोलू?' 'मला न्याल तुमच्याबरोबर?' हे आहेत. एका दृष्टीने ही रसग्रहणे आहेत. दुसऱ्या दृष्टीने ती स्वगत चिंतने आहेत. अशा लेखांना काय म्हणायचे, ती रसग्रहणात दाखल करायची, त्यांना ललित लेख म्हणायचे, का ललित निबंध म्हणून त्यांना संबोधायचे, हे मला ठाऊक नाही. नावाचा शुष्क काथ्याकूट केल्याने वाङ्मयापासून मिळणाऱ्या आनंदात काही भर पडते असे मला वाटत नाही. प्रत्येक वाङ्मयप्रकाराचा सर्वसाधारण साचा आपोआप निर्माण होत असतो. पण त्या साच्यात न बसणारे वाङ्मय चांगले नसते असे नाही. उलट साचेबंदपणाच्या पोटीच निर्जीवपणाचा मोठा धोका असतो! आपण एखाद्या बागेत नव्या फुलाच्या वासाने आकृष्ट झालो तर त्याचे नाव आपण माळ्याला विचारतो. हे कुतूहल स्वाभाविक आहे. तो माळी आपल्याला एखादे विलायती नाव सांगतो. पण त्यामुळे अधिक काही अर्थबोध आपणाला होत नाही. वाङ्मयप्रकारांच्या बाबतीतही तसेच आहे! या दोन लेखांना खास त्यांचा असा काही सुवास आहे असे वाचकांना वाटले, तर अशा प्रकारचे लेखन करण्यास मला हुरूप येईल.

कोल्हापूर
१५-१०-६१

वि. स. खांडेकर

❖❖❖

गोकर्णींची फुले

वि. स. खांडेकर

श्री. वि. स. खांडेकरांच्या या पुस्तकात पाच व्यक्तिरेखा आणि तीन रसग्रहणे यांचा समावेश करण्यात आला आहे.

या पाच व्यक्तींपैकी तीन जगाला तशा अज्ञात असल्या, तरी गुणांच्या दृष्टीने त्या मुळीच उपेक्षणीय नाहीत.

या व्यक्तींची तुलना रानावनांत आढळणाऱ्या झाडपाल्यांच्या औषधांशीच करता येईल. ही औषधे तशी सहज उपलब्ध नसतात. त्यांच्याविषयी पुरेशी माहितीही हाताशी नसते; पण योगायोगाने ज्यांना ती लाभतात, त्यांना त्यांचे गुण अचूक पटल्याशिवाय राहत नाहीत. खांडेकरांच्या मनात या व्यक्तींविषयी केवळ कृतज्ञतेचीच भावना आहे. खांडेकरांच्याच शब्दात सांगायचे, तर '...ही माणसे मला भेटली, हे आपले मोठे भाग्य, असे म्हणण्याचा मोह मला अनिवार होतो.' उरलेली ना. सी. फडके आणि ग. त्र्यं. माडखोलकर या दोघां समकालीन साहित्यकारांची मनोज्ञ व्यक्तिचित्रे आहेत. पुस्तकाच्या उरलेल्या अर्ध्या भागात 'कोल्हटकरांची नाटके', 'उष:प्रभा ' (श्री. मांजरेकर यांचा कथासंग्रह) आणि 'मराठी चित्रकथा ' ही तीन वाङ्मयीन आणि विस्तृत अशी गुणग्राहक रसग्रहणे समाविष्ट केली आहेत. श्री. खांडेकरांचे वाचक या संग्रहाचे उत्स्फूर्त स्वागत करतील अशी खात्री आहे.